சத்திய சோதனை

மகாத்மா காந்தியின் சுயசரிதை

சத்திய சோதனை

முதல் புத்தகம்

மகாத்மா காந்தி

தமிழாக்கம்:
ரா. வேங்கடராஜுலு

அறம் பதிப்பகம்

சத்திய சோதனை (முதல் புத்தகம்)

மகாத்மா காந்தி

முதல் பதிப்பு - மார்ச் 2023

வெளியீட்டு எண்: 98

வெளியீடு: அறம் பதிப்பகம்

Sathiya Sothanai (Book-1)

Author: Mahatma Gandhi

First Edition: March, 2023

Published by: Aram Publication
Address: No. 3/582, Mullai street,
Kasthuribai nagar, Mullipattu village & post
Arani Taluk - 632 316
Tiruvannamalai Dt, Tamil nadu
Contact Cell No: 9150724997
e-mail: arampublication50@gmail.com

Designer: G. Murugan

Printed at: Durga printers, Chennai-14

ISBN: 978-93-91480-68-4

Pages: 424

முன்னுரை

நாலைந்து ஆண்டுகளுக்கு முன், என் சுய சரிதையை நான் எழுத வேண்டும் என்று என் நெருங்கிய சகாக்கள் சிலர் யோசனை கூறியதன் பேரில், நானும் எழுத ஒப்புக் கொண்டேன்; எழுதவும் ஆரம்பித்தேன். ஆனால், முதல் பக்கத்தை எழுதி முடிப்பதற்குள்ளேயே பம்பாயில் கலவரம் மூண்டுவிட்டதால் அவ்வேலை தடைப்பட்டு விட்டது. பிறகு ஒன்றன் பின் ஒன்றாகப் பல சம்பவங்கள் நடந்து எராவ்டாவில் என் சிறை வாசத்தில் முடிந்தது. அங்கே என்னுடன் கைதியாக இருந்த ஸ்ரீ ஜயராம்தாஸ், என்னுடைய மற்ற எல்லா வேலைகளையும் கட்டி வைத்துவிட்டுச் சுய சரிதையை எழுதி முடிக்கும்படி கேட்டுக் கொண்டார். நானோ, சிறையில் பல நூல்களைப் படிப்பது என்று திட்டமிட்டிருந்தேன். அந்த வேலையை முடிப்பதற்கு முன்னால் நான் வேறு எதுவும் செய்வதற்கில்லை என்று அவருக்குப் பதில் சொன்னேன். எராவ்டாவில் என் சிறைத் தண்டனைக் காலம் முழுவதையும் அனுபவித்திருப்பேனாயின் சுயசரிதையையும் எழுதி முடித்தே இருப்பேன். ஆனால், அவ்வேலையை முடிப்பதற்கு இன்னும் ஓராண்டுக் காலம் இருந்த போதே நான் விடுதலை அடைந்து விட்டேன். சுவாமி ஆனந்தர் அந்த யோசனையைத் திரும்ப என்னிடம் கூறினார். தென்னாப்பிரிக்க சத்தியாக்கிரக சரித்திரத்தை எழுதி முடித்து விட்டேனாகையால், சுய சரிதையை "நவஜீவனு"க்கு எழுதும் ஆர்வம் எனக்கு உண்டாயிற்று. தனி நூலாகப் பிரசுரிப்பதற்கென்றே அதை நான் எழுதவேண்டும் என்று சுவாமி விரும்பினார். ஆனால், அதற்கு வேண்டிய ஓய்வு நேரம் எனக்கு இல்லை. வாரத்திற்கு ஓர் அத்தியாயம் வீதமே என்னால் எழுத முடியும். வாரந்தோறும் 'நவஜீவனு'க்கு நான் ஏதாவது எழுதியாக வேண்டும். அப்படி எழுதுவது சுய சரிதையாக ஏன் இருக்கக் கூடாது? இந்த யோசனைக்குச் சுவாமியும் சம்மதித்தார்; நானும் எழுத ஆரம்பித்துவிட்டேன்.

ஆனால், தெய்வ பக்தியுள்ள ஒரு நண்பருக்கு இதில் சில சந்தேகங்கள் உண்டாயின. என் மௌன விரத நாளில்

அவற்றை அவர் என்னிடம் கூறினார். “இம்முயற்சியில் இறங்க நீங்கள் எப்படித் துணிந்தீர்கள்?” என்று அவர் கேட்டார். “சுய சரிதை எழுதுவது என்பது மேற்கத்திய நாட்டினருக்கே உரிய பழக்கம். கிழக்கத்திய நாடுகளில் மேற்கத்திய நாட்டு நாகரிக வயப்பட்டவர்களைத் தவிர வேறு யாருமே சுய சரிதை எழுதியிருப்பதாக எனக்குத் தெரியவில்லை. மேலும், நீங்கள் என்னதான் எழுதுவீர்கள்? உங்கள் கொள்கைகள் என்று நீங்கள் இன்று கொண்டிருப்பவைகளை நாளைக்கு நிராகரித்து விடுகிறீர்கள் என்று வைத்துக் கொள்ளுவோம், அல்லது, இன்று நீங்கள் வைத்திருக்கும் திட்டங்களை நாளைக்கு மாற்றிக் கொள்ளுகிறீர்கள் என்றும் வைத்துக் கொள்ளுவோம். அப்போது, நீங்கள் பேசியவை அல்லது எழுதியவைகளை ஆதாரமாகக் கொண்டு தங்கள் வாழ்க்கையை அமைத்துக் கொண்டு இருப்பவர்களுக்குத் தவறான வழியைக் காட்டிவிட்டதாக ஆகிவிடாதா? சுயசரிதை போன்ற ஒன்றை இப்போதைக்காவது எழுதாமலிருப்பது நல்லதல்லவா?” என்று அவர் கேட்டார்.

இந்த வாதத்தில் ஓரளவு உண்மை இருக்கிறது என்பதை உணர்ந்தேன். ஆனால், உண்மையில் சுயசரிதை எழுதுவது என்பதல்ல என் நோக்கம். நான் நடத்தி வந்திருக்கும் சத்திய சோதனைகள் பலவற்றின் கதையைச் சொல்லவே விரும்புகிறேன். என் வாழ்க்கையிலும் இந்தச் சோதனைகளைத் தவிர வேறு எதுவுமே இல்லை. ஆகையால், இக்கதை ஒரு சுய சரிதையாகவே அமையும் என்பது உண்மை. ஆனால், அதன் ஒவ்வொரு பக்கமும் என்னுடைய சோதனைகளைப் பற்றி மாத்திரமே கூறுமானால், அதைக் குறித்து நான் கவலைப்படமாட்டேன். இந்தச் சோதனைகள் அனைத்தையும் பற்றிய தொடர்ச்சியானதொரு வரலாறு வாசகர்களுக்குப் பலனளிக்காமற் போகாது என்று நம்புகிறேன்; அல்லது அந்த நம்பிக்கையுடன் என்னை நானே பாராட்டிக் கொள்கிறேன். ராஜீயத் துறையில் நான் செய்திருக்கும் சோதனைகள், இந்தியாவுக்கு மாத்திரமல்ல, ஓரளவுக்கு ‘நாகரிக’ உலகத்திற்கும் இப்பொழுது தெரிந்தே இருக்கின்றன. என்னளவில் அவற்றை நான் முக்கியமாகக் கருதவில்லை. அவை எனக்குத் தேடித் தந்திருக்கும் ‘மகாத்மா’ பட்டத்தையும் நான் மதிக்கவில்லை. அப்பட்டம் எனக்கு எப்பொழுதும் மன வேதனையையே

தந்திருக்கிறது. அப்பட்டத்தினால் நான் எந்தச் சமயத்திலும் ஒரு கண நேரமாவது பரவசம் அடைந்ததாக எனக்கு நினைவு இல்லை. ஆனால், ஆன்மிகத் துறையில் நான் நடத்திய சோதனையைப் பற்றிச் சொல்லவே நிச்சயமாக விரும்புவேன். அவை எனக்கு மாத்திரமே தெரிந்தவை. ராஜீயத் துறையில் வேலை செய்து வருவதற்கு எனக்கு இருந்து வரும் சக்தியையும் நான் அதனிடமிருந்தே பெற்றிருக்கிறேன். இந்தச் சோதனைகள் உண்மையிலேயே ஆன்மீகம் ஆனவைகளாக இருப்பின், இதில் தற்புகழ்ச்சி என்பதற்கே எந்த விதமான இடமும் இல்லை. அவை என்னுடைய அடக்கத்தையே அதிகமாக்கும். இதுவரை செய்திருப்பவற்றை நினைத்துப் பார்க்கப் பார்க்க, அவற்றைக் குறித்துச் சிந்திக்கச் சிந்திக்க, என் குறைபாடுகளையே நான் தெளிவாக உணருகிறேன்.

நான் விரும்புவதும், இந்த முப்பது ஆண்டுகளாக நான் பாடுபட்டு வந்திருப்பதும், ஏங்கியதும், என்னை நானே அறிய வேண்டும் என்பதற்கும், கடவுளை நேருக்கு நேராகக் காணவேண்டும் என்பதற்கும், மோட்சத்தை அடைய வேண்டும் என்பதற்குமே. இந்த லட்சியத்தை அடைய வேண்டும் என்பதற்காகவே நான் வாழ்கிறேன்; நடமாடுகிறேன். நான் இருப்பதும் அதற்காகவே தான். நான் பேசுவன, எழுதுவன, ராஜீயத் துறையில் முயற்சி செய்வன ஆகிய யாவும் இக் குறிக்கோளைக் கொண்டவையே. ஆனால், ஒருவருக்குச் சாத்தியமாவது எல்லோருக்குமே சாத்தியமாகும் என்பதை நெடுகிலும் நம்பி வந்திருக்கிறேனாகையால், என்னுடைய சோதனைகளை ஒளிவு மறைவாகச் செய்யாமல் பகிரங்கமாகவே செய்து வந்திருக்கிறேன். இதனால், அவற்றின் ஆன்மிக மதிப்பு எந்த வகையிலும் குறைந்து விட்டதாக நான் கருதவில்லை. தனக்கும், தன்னைப் படைத்த கடவுளுக்கும் மாத்திரமே தெரிந்தவையாக உள்ள சில விஷயங்கள் உண்டு. அவற்றை ஒருவர் மற்றொருவருக்கு விண்டு சொல்லுவது என்பது சாத்தியமில்லாத காரியம். நான் சொல்லப் போகும் சோதனைகள் அப்படிப்பட்டவை அல்ல. ஆனால், அவை ஆன்மீகமானவை; அதைவிடச் சன்மார்க்கமானவை என்றே சொல்லிவிடலாம். ஏனெனில், சன்மார்க்கமே மதத்தின் சாரம்.

வயது முதிர்ந்தவர்கள் மட்டுமின்றி, குழந்தைகளும் புரிந்து கொள்ளக்கூடிய மத விஷயங்கள் மாத்திரமே இகக்தையில் சேர்க்கப்படும். பாரபட்சமற்ற வகையில், அடக்க உணர்ச்சியோடு அவற்றை நான் விவரிப்பேனாயின், இத்தகைய சோதனைகளில் ஈடுபட்டிருக்கும் மற்றும் பலரும் தங்கள் முன்னேற்றத்திற்கு வேண்டிய ஆதாரங்களை இதில் காண்பார்கள். இச் சோதனைகள், குறைகளே இன்றிப் பூரணமானவை என்று நான் சொல்லிக் கொள்ளுவதாக யாரும் கருதிவிட வேண்டாம். ஒரு விஞ் ஞானி, தம் ஆராய்ச்சிகளை எவ்வளவோ கணக்காகவும் முன் யோசனையின் பேரிலும், நுட்பமாகவும் நடத்துகிறார். ஆனால், அதன் பலனாகத் தாம் கண்ட முடிவுகளே முடிந்த முடிவுகள் என்று அவர் கொள்ளுவதில்லை. தாம் அறிந்து கொள்ளாதவையும் இருக்கக் கூடும் எனக் கருதி, அவற்றையும் தெரிந்து கொள்ளத் தயாராக இருக்கிறார். அத்தகைய விஞ்ஞானியின் நிலைதான் என் நிலையும். என்னை நானே ஆழ்ந்து சோதித்து வந்திருக்கிறேன். என்னுள்ளேயே நான் துருவித் துருவித் தேடிப் பார்க்காத இடமில்லை. என் மனநிலை ஒவ்வொன்றையும் சோதித்து அலசிப் பார்த்திருக்கிறேன். என்றாலும், நான் கண்ட முடிவுகள் குறையற்றவை. முடிவானவை என்று சொல்லிக் கொள்ளும் நிலைக்கு நான் வந்து விடவில்லை. ஒன்று மாத்திரம் சொல்லிக் கொள்ளுகிறேன். அதாவது, அந்த முடிவுகள் முற்றும் சரியானவையாகவே எனக்குத் தோன்றுகின்றன; இப்போதைக்கு முடிவானவை என்றும் தோன்றுகின்றன. ஏனெனில், அவை அவ்வாறு தோன்றாது போனால், அவற்றின் அடிப்படையில் நான் எதையும் செய்ய முடியாது. ஆனால், ஒவ்வொரு கட்டத்திலும், ஏற்றுக் கொள்ளுவது அல்லது நிராகரித்து விடுவது என்ற முறையை அனுசரித்து அதன்படி நடந்தும் வந்திருக்கிறேன். என்னுடைய செயல்கள், என் அறிவுக்கும் உள்ளத்திற்கும் ஏற்றவையாக இருக்கும் வரையில், நான் என் ஆரம்ப முடிவுகளையே கடைப்பிடித்தாக வேண்டும்.

கொள்கைகளைப் பற்றிய சித்தாந்தங்களை மட்டுமே விவாதிப்பது என்றால், நான் சுய சரிதை எழுதும் முயற்சியில் இறங்கியிருக்க வேண்டியதே இல்லை. ஆனால், எனது நோக்கமோ, இக் கொள்கைகள் நடைமுறையில் பல வகையிலும் அனுசரிக்கப்பட்டு வந்திருப்பதன் வரலாற்றைக் கூறுவதாகும்.

ஆகவே, நான் எழுதப் போகும் இந்த அத்தியாயங்களுக்கு 'நான் செய்த சத்திய சோதனையின் கதை' என்று தலைப்புக் கொடுத்திருக்கிறேன். அகிம்சை, பிரம்மச்சரியம் முதலிய ஒழுக்க நெறிகளைப் பற்றிய சோதனைகளும் இவற்றில் அடங்கியிருக்கும். இந்த ஒழுக்க நெறிகள் வேறு, சத்தியம் வேறு என்று கருதப்படுகிறது. ஆனால், சத்தியமே தலையாய தருமம், அதில் மற்றும் பல தருமங்களும் அடங்கி இருக்கின்றன என்று நான் கருதுகிறேன். இந்தச் சத்தியம் என்பது உண்மை பேசுவது மாத்திரம் அல்ல; உள்ளத்திலும் உண்மையோடு இருப்பது என்பதையும் இது குறிக்கும். அத்துடன் நமக்குத் தோன்றும் சத்தியத்தை மட்டுமின்றி, சுத்த சுயம்புவான சத்தியமும், நித்தியத்துவமான கடவுளையும் அது குறிக்கும். கடவுளைப் பற்றிய விளக்கங்கள் கணக்கில் அடங்காதவை. ஏனென்றால், அவர் காட்சி தரும் ரூபங்களும் எண்ணற்றவை.

இவை பற்றி எண்ணும் போது ஆச்சரியத்திலும் அச்சத்திலும் அமிழ்ந்து விடுகிறேன்; ஒரு கணம் பிரமித்தும் போய்விடுகிறேன். ஆனால், கடவுள் என்றால் சத்தியம் மாத்திரமே எனக் கருதி நான் வழிபடுகிறேன். அவருடைய தரிசனம் எனக்கு இன்னும் கிட்டவிலலை. ஆயினும், அவரைத் தேடிக் கொண்டே இருக்கிறேன். இம் முயற்சியில் வெற்றி பெறுவதற்காக, எனக்கு இனியதான எதையுமே தத்தஞ் செய்துவிடத் தயாராயிருக்கிறேன். என் உயிரையே இதற்காகத் தியாகம் செய்துவிட வேண்டியிருந்தாலும், அதைக் கொடுக்கவும் நான் தயாராக இருப்பேன் என்றே நம்புகிறேன். ஆனால், இந்தச் சுத்த சத்திய சொரூபியை நான் அடையும் வரையில், எனக்குத் தெரிந்ததாகவுள்ள சாதாரண சத்தியத்தையே நான் பற்றுக் கோடாகக் கொண்டாக வேண்டும். இதற்கு மத்தியில் இந்தச் சத்தியமே எனக்கு வழிகாட்டும் ஒளியாகவும், பாதுகாக்கும் கேடயமாகவும், மார்புக் கவசமாகவும் இருந்தாக வேண்டும். இந்தச் சத்திய வழி, நேரானதாகவும், குறுகலானதாகவும், கத்தி முனையைப் போல் கூர்மையானதாகவும் இருந்த போதிலும், இதுவே எனக்கு மிகச் சீக்கிரத்தில் செல்லக்கூடிய, மிக எளிதான வழியாக இருந்து வந்திருக்கிறது. இவ்வழியிலிருந்து பிறழாமல் நான் கண்டிப்பாக நடந்து வந்திருப்பதால், ஹிமாலயம் போன்ற என் பெரிய தவறுகளெல்லாம் கூட எனக்கு

அற்பமானவையாகத் தோன்றுகின்றன. ஏனெனில், இவ்வழியே என்னைத் துன்பங்களிலிருந்து காத்து வருகின்றது. இதில் என் உள்ளொளிக்கு ஏற்ப நான் முன்னேறிச் சென்றிருக்கிறேன். என் முற்போக்கில் சுத்த சத்தியமான கடவுளின் மங்கலான தோற்றங்களை நான் அடிக்கடி காண்கிறேன்.

மெய்ப்பொருள் அவர் ஒருவரே; மற்றவை யாவும் பொய்யே என்ற திடநம்பிக்கை நாளுக்கு நாள் எனக்கு வளர்ந்து கொண்டும் வருகிறது. என்னுள் இந்த உறுதி எவ்விதம் வளர்ந்திருக்கிறது என்பதை விருப்பமுள்ளோர் உணரட்டும்; அவர்களால் முடிந்தால் சோதனைகளில் பங்கு கொண்டு எனது திடநம்பிக்கையிலும் பங்கு கொள்ளட்டும். எனக்குச் சாத்தியமானது, ஒரு சிறு குழந்தைக்கும் சாத்தியமானதாகவே இருக்கும் என்ற மற்றொரு நம்பிக்கையும் என்னுள் வளர்ந்து வருகிறது. இவ்விதம் நான் கூறுவதற்குத் தக்க காரணங்களும் இருக்கின்றன. சத்தியத்தை அடைவதற்கான சாதனங்கள் எப்படிக் கஷ்டமானவையோ, அப்படி எளிமையானவை ஆகவும் இருக்கின்றன. இறுமாப்பைக் கொண்ட ஒருவனுக்கு அவை முற்றும் சாத்தியமில்லாதவையாகத் தோன்றலாம்; ஆனால் கபடமற்ற ஒரு குழந்தைக்கு அவை சாத்தியமானவை. சத்தியத்தை நாடிச் செல்பவர், தூசிக்கும் தூசியாகப் பணிவு கொள்ள வேண்டும். உலகம் தூசியைக் காலின் கீழ் வைத்து நசுக்குகிறது. ஆனால், சத்தியத்தை நாடுகிறவரே, அத்தூசியும் நம்மை நசுக்கும் அளவுக்குத் தம்மைப் பணிவுள்ளவராக்கிக் கொள்ள வேண்டும். அப்பொழுதுதான் – அதற்கு முன் அல்ல – ஒளியைக் கணப்பொழுதாவது காண முடியும். வசிஷ்டருக்கும் விசுவாமித்திரருக்கும் நடந்த வாக்குவாதம் இதை மிகத் தெளிவாக்குகிறது. கிறிஸ்தவமும், இஸ்லாமும் கூட இதை நன்கு எடுத்துக் காட்டுகின்றன.

இப்பக்கங்களில் நான் எழுதப் போவதில் ஏதாவது ஒன்று தற்பெருமையோடு கூறப்பட்டது போல் வாசகருக்குத் தோன்றுமாயின், என் சத்தியத் தோட்டத்தில் ஏதோ கோளாறு இருக்கிறது என்றும், எனக்குத் தோன்றும் காட்சிகளும் கானல் நீரைப் போன்றவையே ஒழிய உண்மையானவை அல்ல என்றும் தான் அவர் கொள்ள வேண்டும். என்னைப் போன்றவர்கள்

நூற்றுக் கணக்கில் அழிந்தாலும் சரி, சத்தியம் நிலைக்கட்டும். தவறே இழைக்கவல்ல என் போன்றவர்களின் தன்மையைக் கண்டறிவதற்காக, சத்தியத்தின் பெருமையை மயிரிழையும் குறைத்து விடாமல் இருப்போமாக.

இனி வரும் அத்தியாயங்களில் ஆங்காங்கே காணப்படும் புத்திமதிகள் அதிகார பூர்வமானவை என யாரும் கருதி விட மாட்டார்கள் என்றே நம்புகிறேன். அப்படிக் கருதி விடக்கூடாது என்பதே என் பிரார்த்தனையுமாகும். கூறப்பட்டிருக்கும் சோதனைகளை உதாரணங்கள் என்றே கொள்ள வேண்டும். அவற்றை அனுசரித்து ஒவ்வொருவரும் தத்தம் நோக்கப்படியும் தகுதிக்கேற்றவாறும் சொந்தச் சோதனைகளை மேற்கொள்ளலாம். இந்தக் குறிப்பிட்ட அளவு வரையில் இந்த உதாரணங்கள் உண்மையில் பயனுள்ளவையாகும் என நம்புகிறேன். ஏனெனில், சொல்லியாக வேண்டிய ஆபாசமான விஷயங்களைக் கூட நான் மறைக்கப் போவதில்லை; குறைத்துக் கூறப்போவதில்லை. என்னுடைய எல்லாக் குற்றங்களையும், தவறுகளையும் வாசகருக்கு அறிவிப்பேன் என்றே நம்புகிறேன். என் நோக்கம், சத்தியாக்கிரக சாத்திரத்தில் நடத்திய சோதனைகளை விவரிப்பதேயன்றி, நான் எவ்வளவு நல்லவன் என்பதைச் சொல்லுவது அன்று. என்னுடைய நன்மை, தீமைகளை மதிப்பிடுவதில் சத்தியத்தைப் போல அதிகக் கண்டிப்பாக இருக்கவே நான் முயல்வேன். மற்றவர்களும் அவ்விதமே இருக்க வேண்டுமென்று விரும்புகிறேன். அந்த அளவுகோலைக் கொண்டு என்னை நானே அளவிடும்போது, சூரதாஸ் என்னும் பக்தர் பாடியது போல நானும், ‘என்னைப் போல் கொடிய, வெறுக்கத்தக்க பாவி வேறு எவர் உண்டு? படைத்த பிரமனையே மறந்திடும் நன்றி கெட்டவன் ஆனேன் நான்!’ என்று கதற வேண்டும். ஏனெனில் என் வாழ்வின் ஒவ்வொரு சுவாசத்தையுமே பரிபாலிப்பவனும், என்னை ஈன்றெடுத்தவனுமான ஆண்டவனுக்கு இன்னும் வெகுதொலைவிலேயே நான் இருந்து வருவது எனக்கு இடையறாத சித்திரவதையாக இருக்கிறது. என்னுள் இருக்கும் தீய குணங்களே என்னை அவனுக்குத் தொலை தூரத்தில் கொண்டு வந்து வைத்திருக்கின்றன என்பதை நான் அறிவேன். என்றாலும், அவற்றிலிருந்து என்னால் விடுபட முடியவில்லை.

முன்னுரையை இங்கு நான் முடிக்க வேண்டும். அடுத்த அத்தியாயத்திலிருந்து என் கதையைத் தொடங்குவேன்.

மோ. க. காந்தி

ஆசிரமம், சபர்மதி.
26, நவம்பர், 1925

பொருளடக்கம்

முதல் பாகம்

இரண்டாம் பாகம்

மூன்றாம் பாகம்

முதல் பாகம்

1. பிறப்பும் தாய் தந்தையரும்

காந்தி வம்சத்தினர் வைசிய குலத்தைச் சேர்ந்தவர்கள். ஆதியில் மளிகை வியாபாரிகளாக இருந்திருக்கிறார்கள் எனத் தெரிகிறது. ஆனால் என் தாத்தா காலத்திலிருந்து மூன்று தலைமுறைகளாக கத்தியவாரிலுள்ள சுதேச சமஸ்தானங்கள் பலவற்றில் முதன் மந்திரியாக இருந்திருக்கின்றனர். ஓதா காந்தி என்ற உத்தம சந்திரகாந்தி, என்னுடைய பாட்டனார். தாம் கொண்ட கொள்கையில் மிக்க உறுதியுடையவராக அவர் இருந்திருக்க வேண்டும். அவர் போர்பந்தரில் திவானாக இருந்தார். ராஜாங்கச் சூழ்ச்சிகளினால் அவர் போர்பந்தரை விட்டுப்போய் ஜுனாகட்டில் அடைக்கலம் புக நேர்ந்தது. அங்கு அவர் நவாபுக்கு இடது கையினால் சலாம் செய்தார். மரியாதைக் குறைவான அச்செய்கையைப் பார்த்துக் கொண்டிருந்த ஒருவர், அப்படிச் செய்ததற்குக் காரணம் கேட்டதற்கு என் வலக்கரம் முன்பே போர்பந்தருக்கும் அர்ப்பணம் செய்யப்பட்டுவிட்டது என்றார் உத்தம சந்திர காந்தி.

ஓதா காந்திக்கு மனைவி இறந்துவிடவே இரண்டாம் தாரம் மணந்து கொண்டார். மூத்த மனைவிக்கு நான்கு குழந்தைகள், இரண்டாம் மனைவிக்கு இரு பிள்ளைகள். ஓதா காந்தியின் இப்பிள்ளைகளெல்லாம் ஒரே தாய் வயிற்றுப் பிள்ளைகளல்ல என்று என் குழந்தைப் பிராயத்தில் நான் உணர்ந்ததுமில்லை, அறிந்ததுமில்லை. இந்த ஆறு சகோதரர்களில் ஐந்தாமவர் கரம்சந்திர காந்தி என்ற கபா காந்தி; ஆறாம் சகோதரர் துளசிதாஸ் காந்தி. இவ்விரு சகோதரர்களும் ஒருவர் பின் மற்றொருவராகப் போர்பந்தரில் பிரதம மந்திரிகளாக இருந்தனர். கபா காந்தியே என் தந்தை. ராஜஸ்தானிக மன்றத்தில் இவர் ஓர் உறுப்பினர். அந்த மன்றம் இப்பொழுது இல்லை. ஆனால், அந்தக் காலத்தில் சமஸ்தானாதிபதிகளுக்கும் அவர்களுடைய இனத்தினருக்கும் இடையே ஏற்படும் தகராறுகளைத் தீர்த்து வைப்பதில் இந்த மன்றம் அதிகச் செல்வாக்குள்ள ஸ்தாபனமாக விளங்கியது. என் தந்தை ராஜ்கோட்டில் கொஞ்ச காலமும் பிறகு வாங்கானேரிலும்

பிரதம மந்திரியாக இருந்தார். இறக்கும் போது ராஜகோட் சமஸ்தானத்திலிருந்து உபகாரச் சம்பளம் பெற்று வந்தார்.

ஒவ்வொரு தரமும் மனைவி இறக்க, கபா காந்தி நான்கு தாரங்களை மணந்தார். அவருடைய முதல் இரண்டு மனைவிகளுக்கும் இரு பெண் குழந்தைகள் அவருடைய கடைசி மனைவியான புத்லிபாய், ஒரு பெண்ணையும் மூன்று ஆண் குழந்தைகளையும் பெற்றெடுத்தார். நானே அதில் கடைசிப் பையன். என் தந்தையார் தம் வம்சத்தாரிடம் அதிகப் பற்றுடையவர்; சத்திய சீலர்; தீரமானவர்; தயாளமுள்ளவர். ஆனால், கொஞ்சம் முன் கோபி. அவர் ஓர் அளவுக்கு சிற்றின்ப உணர்ச்சி மிகுந்தவராகவும் இருந்திருக்க கூடும். ஏனெனில், தமக்கு நாற்பது வயதுக்கு மேலான பிறகே அவர் நான்காம் தாரத்தை மணந்து கொண்டிருந்தார். ஆனால், எதனாலும் அவரை நெறிதவறி விடச் செய்துவிட முடியாது. தமது குடும்ப விஷயத்தில் மட்டுமின்றி வெளிக் காரியங்களிலும் பாரபட்சமின்றி நடந்து கொள்ளுவதில் கண்டிப்பானவர் என்று புகழ் பெற்றவர். சமஸ்தானத்தினிடம் அவருக்கு இருந்த அளவு கடந்த விசுவாசம் பிரபலமானது. தம் சமஸ்தானாதிபதியான ராஜகோட் தாகூர் சாஹிபை ஒரு சமயம் உதவி ராஜிய ஏஜெண்டு அவமதித்துப் பேசிவிடவே, அதைக் கபா காந்தி ஆட்சேபித்துக் கண்டித்தார். உடனே ஏஜெண்டுக்குக் கோபம் வந்துவிட்டது. மன்னிப்பு கேட்டுக் கொள்ளும்படி கபா காந்தியிடம் கேட்டார். அப்படி மன்னிப்புக் கேட்க மறுத்து விடவே அவரைச் சில மணி நேரம் காவலில் வைத்துவிட்டனர் என்றாலும் மன்னிப்புக் கேட்பதில்லை என்று கபா காந்தி உறுதியுடன் இருப்பதை ஏஜெண்டு கண்டதும் அவரை விடுதலை செய்ய உத்தரவிட்டார்.

பணம் திரட்ட வேண்டும் என்ற ஆசை என் தந்தைக்கு என்றுமே இருந்ததில்லை. மிகக் கொஞ்சமான சொத்தையே எங்களுக்கு அவர் வைத்துவிட்டுப் போனார்.

அனுபவத்தைத் தவிர அவருக்குப் படிப்பு ஒன்றும் இல்லை. அதிகப்பட்சம் குஜராத்தி ஐந்தாம் வகுப்பு வரையில் படித்திருந்தார் என்றே சொல்லலாம். சரித்திரம், பூகோள சாத்திரம் ஆகியவை பற்றி அவருக்கு எதுவுமே தெரியாது. ஆனால், நடைமுறைக் காரியங்களில் அவருக்கு இருந்த சிறந்த

அனுபவம், அதிகச் சிக்கலான பிரச்சனைகளைத் தீர்ப்பதிலும், நூற்றுக் கணக்கானவர்களை வைத்து நிர்வகிப்பதிலும், அவருக்குத் திறமையை அளித்தது. சமயத்துறையிலும் அவருக்கு இருந்த பயிற்சி மிகக் கொஞ்சம். ஆனால், அடிக்கடி கோயில்களுக்குப் போவதாலும், சமயப் பிரசங்கங்களைக் கேட்பதாலும் அநேக ஹிந்துக்களுக்குச் சாதாரணமாக என்ன சமய ஞானம் உண்டாகுமோ, அது அவருக்கும் இருந்தது. குடும்பத்தின் நண்பரான படித்த பிராமணர் ஒருவரின் தூண்டுதலின் பேரில் அவர் தமது கடைசிக் காலத்தில் கீதையைப் படிக்க ஆரம்பித்தார். தினந்தோறும் பூஜை செய்யும் போது கீதையிலிருந்து சில சுலோகங்களை அவர் வாய்விட்டுப் பாராயணம் செய்வதுண்டு.

என் தாயாரைப் பற்றி நான் நினைக்கும் போது முக்கியமாக அவருடைய தவ ஒழுக்கமே என நினைவுக்கு வருகிறது. அவர் மிகுந்த மதப்பற்றுக் கொண்டவர். தாம் செய்ய வேண்டிய அன்றாட பூஜையை முடிக்காமல் அவர் சாப்பிட மாட்டார். அவருடைய நித்தியக் கடமைகளில் ஒன்று, விஷ்ணு கோயிலுக்குப் போய்த் தரிசித்துவிட்டு வருவது. ஒரு தடவையேனும் சாதுர் மாச விரதத்தை அனுசரிக்க அவர் தவறியதாக எனக்கு ஞாபகம் இல்லை. அவர் கடுமையான விரதங்களையெல்லாம் மேற்கொள்ளுவார். அவற்றை நிறைவேற்றியும் தீருவார். நோயுற்றாலும் விரதத்தை மாத்திரம் விட்டுவிடமாட்டார். சாந்திராயண விரதமிருந்த போது அவர் நோயுற்றிருந்தது எனக்கு நினைவிருக்கிறது. ஆனால், விரதத்தை விடாமல் அவர் அனுஷ்டித்து முடித்தார். தொடர்ந்து இரண்டு மூன்று உபவாச விரதங்கள் இருப்பதென்பதும் அவருக்குப் பிரமாதம் அல்ல. சாதுர்மாச காலத்தில் ஒரு வேளை ஆகாரத்தோடு இருப்பதும் அவருக்குப் பழக்கம். அது போதாதென்று ஒரு சாதுர்மாசத்தின் போது ஒன்றுவிட்டு ஒரு நாள் உபவாசம் இருந்து வந்தார். மற்றொரு சாதுர்மாச விரதத்தின் போது சூரிய தரிசனம் செய்யாமல் சாப்பிடுவதில்லை என்று விரதம் கொண்டிருந்தார். அந்த நாட்களில் குழந்தைகளாகிய நாங்கள் வெளியில் போய் நின்றுகொண்டு, சூரியன் தெரிந்ததும் தாயாரிடம் போய்ச் சொல்லுவதற்காக ஆகாயத்தைப் பார்த்தபடியே இருப்போம். கடுமையான மழைக்காலத்தில் அடிக்கடி

சூரியபகவான் தரிசனமளிக்கக் கருணை கொள்ளுவதில்லை என்பது எல்லோருக்கும் தெரிந்ததே. சில நாட்களில் திடீரென்று சூரியன் தோன்றுவான், தாயாருக்கு இதைத் தெரிவிப்பதற்காக ஓடுவோம். தாமே தரிசிப்பதற்காக அவர் வெளியே ஓடி வந்து பார்ப்பார். ஆனால் சூரியன் அதற்குள் மறைந்து, அன்று அவர் சாப்பிட முடியாதபடி செய்துவிடுவான். "அதைப்பற்றிப் பரவாயில்லை" என்று மகிழ்ச்சியோடு தான் தாயார் கூறுவார். "நான் இன்று சாப்பிடுவதை பகவான் விரும்பவில்லை" என்பார். பின்னர் வீட்டுக்குள் போய்த் தம் அலுவல்களைக் கவனித்துக் கொண்டிருப்பார்.

என் தாயாருக்கு அனுபவ ஞானம் அதிகமாக உண்டு. சமஸ்தானத்தைப் பற்றிய விவகாரங்களெல்லாம் அவருக்கு நன்றாகத் தெரியும். அவருடைய புத்திக் கூர்மைக்காக ராஜ குடும்பத்தைச் சேர்ந்த பெண்கள் அவரிடம் அதிக மதிப்பு வைத்திருந்தார்கள். நான் குழந்தை என்ற சலுகையை வைத்துக் கொண்டு அடிக்கடி என் தாயாருடன் அரண்மனைக்குப் போயிருக்கிறேன். தாகூர் சாஹிபின் விதந்துவான தாயாருடன் என் தாயார் உற்சாகத்தோடு விவாதித்ததெல்லாம் எனக்கு இன்னும் நினைவிருக்கிறது.

இந்தப் பெற்றோருக்குச் சுதாமாபுரி என்று கூறப்படும் போர்ப்பந்தரில் 1869, அக்டோபர் 2–ஆம் தேதி நான் பிறந்தேன். குழந்தைப் பருவத்தில் போர்பந்தரிலேயே இருந்தேன. அங்கே என்னைப் பள்ளிக்கூடத்தில் வைத்தது எனக்கு நினைவிருக்கிறது. கொஞ்சம் சிரமத்தின் பேரில்தான் பெருக்கல் வாய்ப்பாட்டை நெட்டுருப் போட்டேன். மற்றச் சிறுவர்களுடன் சேர்ந்து கொண்டு எங்கள் உபாத்தியாயரை ஏளனம் செய்து திட்டக் கற்றுக் கொண்டேன் என்பதைத் தவிர அந்த நாட்களைக் குறித்து வேறு எதுவுமே எனக்கு நினைவில்லை. இதிலிருந்து அப்பொழுது நான் மந்தபுத்தியுள்ளவனாக இருந்தேன் என்றும், எனக்கு ஞாபகசக்தி போதாமல் இருந்தது என்றும் யூகிக்க முடிகிறது.

2. குழந்தைப் பருவம்

எனக்குச் சுமார் ஏழு வயது இருக்கலாம். ராஜஸ்தானிக மன்றத்தில் உறுப்பினராவதற்காக என் தந்தையார், போர்பந்தரிலிருந்து ராஜகோட்டுக்குச் சென்றார். அங்கே என்னை ஓர் ஆரம்பப் பாடசாலையில் சேர்த்தார்கள். அந்த நாட்களில் எனக்குப் பாடம் சொல்லிக் கொடுத்த உபாத்தியாயர்களின் பெயர் உட்பட எல்லா விவரங்களுமே எனக்கு நன்றாக ஞாபகம் இருக்கின்றன. போர்பந்தரில் இருந்ததைப் போன்றே இங்கும் என்னுடைய படிப்பைப்பற்றி முக்கியமாகக் குறிப்பிடக்கூடியது எதுவுமில்லை. சாதாரண நடுத்தர மாணவனாகவே நான் இருந்திருப்பேன். இந்தப் பள்ளிக்கூடத்திலிருந்து நகரை அடுத்திருந்த ஒரு பள்ளிக்கு என்னை அனுப்பினார்கள். பன்னிரெண்டு வயதாகிவிடவே பிறகு உயர்தரப் பள்ளியில் சேர்த்தனர். இந்தக் குறுகிய காலத்தில் என் ஆசிரியர்களிடத்திலோ, என் பள்ளித் தோழர்களிடத்திலோ ஒரு பொய்யேனும் எப்பொழுதும் நான் சொன்னதாக எனக்கு ஞாபகமில்லை. எனக்குக் கூச்சம் அதிகம், யாருடனும் சேரமாட்டேன். என் புத்தகங்களும் என் பாடங்களுமே எனக்கு உற்ற தோழர்கள். சரியான நேரத்தில் பள்ளிக்கூடத்துக்குப் போய்விடுவது, பள்ளிக்கூடம் விட்டதும் வீட்டுக்கு ஓடி வந்துவிடுவது – இதுவே எனது அன்றாடப் பழக்கம். யாருடனும் பேசவே பிடிக்காதாகையால் உண்மையில் ஓட்டமாகத்தான் வீடு வந்து சேருவேன். இல்லா விட்டால் வழியில் யாராவது என்னைக் கேலி செய்து விடுவார்களோ என்று பயம்.

உயர்தரப்பள்ளியில் நான் படித்த முதல் ஆண்டில் பரீட்சையின் போது நிகழ்ந்த சம்பவம் ஒன்று உண்டு. அது இங்கே குறிப்பிடத்தக்கது. கல்வி இலாகா இன்ஸ்பெக்டர் ஸ்ரீ கைல்ஸ் அப் பள்ளிக்கூடச் சோதனைக்காக வந்திருந்தார். எழுத்துக் கூட்டி எழுதும் பயிற்சிக்காக அவர் எங்களுக்கு ஐந்து சொற்களைக்கூறி அவற்றை எழுதச் சொன்னார். அதில் ஒரு சொல் ''கெட்டில்'' (Kettle) என்பது. அதை நான் தவறாக எழுதிவிட்டேன்.

உபாத்தியாயர் தம் கால் பூட்ஸ் முனையால் என் காலைச் சீண்டித் தூண்டினார். நான் புரிந்து கொள்ளவில்லை. நாங்கள் பக்கத்துப் பையனைப் பார்த்துக் காப்பி அடிக்காமல் பார்த்துக் கொள்ளுவதற்காகவே ஆசிரியர் அங்கே இருக்கிறார் என்று நான் எண்ணிக் கொண்டிருந்தேன். ஆகையால், என் பக்கத்துப் பையனின் சிலேட்டைப் பார்த்து அப்பதத்தின் எழுத்துக்களைக் காப்பியடிக்க அவர் என்னைத் தூண்டுகிறார் என்பதை நான் அறியவில்லை. இதன் பலன் என்னவெனில், என்னைத் தவிர மற்ற எல்லாப் பிள்ளைகளும் அப்பதத்தைச் சரியாக எழுதியிருந்தனர். நான் ஒருவனே முட்டாளாக இருந்து விட்டேன். இந்த முட்டாள்தனத்தை நான் உணரும் படி செய்வதற்கு ஆசிரியர் பிறகும் முயற்சி செய்தார். ஆனால் அதனாலும் பயனில்லை. காப்பி அடிக்கும் வித்தையை நான் என்றுமே கற்றுக்கொள்ள முடியவில்லை.

என்றாலும் என் ஆசிரியரிடம் நான் கொண்டிருந்த மதிப்பை இச்சம்பவம் கொஞ்சமும் குறைத்து விடவில்லை. பெரியவர்களிடம் இருக்கும் குறைகளைக் காண்பதில் குருடனாகவே இருந்து விடுவது எனது சுபாவம். இதே ஆசிரியரிடம் வேறு பல குறைபாடுகளையும் பின்னால் அறியலானேன். என்றாலும், அவரிடம் நான் வைத்திருந்த மதிப்பு மாத்திரம் குறையவே இல்லை. ஏனெனில், பெரியவர்களின் கட்டளைகளை நிறைவேற்றிவிட்டு, அவர்களுடைய செய்கைகளைக் கவனிக்காமல் இருந்துவிட நான் கற்றுக் கொண்டிருந்தேன்.

அதே காலத்தில் நடந்த மற்றும் இரு சம்பவங்கள் என் நினைவில் என்றும் அப்படியே இருந்து வருகின்றன. என் பாடப் புத்தகங்களைத் தவிர வேறு எதையும் படிப்பதில் எனக்குப் பொதுவாக விருப்பம் இருந்ததில்லை. அன்றாடம் பாடங்களைச் சரிவரப் படித்து விட வேண்டும், ஏனெனில் , சரியாகப் படிக்காததற்காக ஆசிரியரின் கண்டன தண்டனைகளுக்கு ஆளாவது எனக்கு பிடிக்காது என்பதுடன் அவரை ஏமாற்றவும் நான் விரும்பவில்லை. ஆகையால், பாடங்களையே சரியாகப் படிக்காமல் இருக்கும்போது மேற்கொண்டு வேறு புத்தகங்களைப் படிப்பது என்பதற்கே இடமில்லை. ஆனால்,

என் தந்தையார் வாங்கியிருந்த சிரவணனின் பிதிர் பக்தி நாடகம் (இது சிரவணன் பெற்றோரிடம் கொண்டிருந்த பக்தியைப் பற்றிய நாடகம்) என்ற புத்தகம் என் கண்ணில் எப்படியோ பட்டது. தீவிரமான சிரத்தையுடன் அப்புத்தகத்தைப் படித்தேன். அந்த சமயத்தில் எங்கள் ஊருக்குப் படங்களைக் காட்டுவோரும் வந்திருந்தார்கள். நான் பார்த்த படங்களில் ஒன்று, கண்ணிழந்த தன்னுடைய தாய் தந்தையரைச் சிரவணன் கூடையில் வைத்துக் காவடியாகத் தோளில் சுமந்து கொண்டு போனதைக் காட்டுவது. அப்புத்தகமும் இப்படமும் என் மனத்தில் அழியாத முத்திரை போட்டுவிட்டன. நீ பின்பற்றுவதற்கு இது ஒரு சரியான உதாரணம் என்று எனக்கு நானே சொல்லிக் கொண்டேன். சிரவணன் இறந்ததால் புத்திர சோகத்தோடு பெற்றோர் வருந்திப் பிரலாபித்தது என் நினைவில் இன்னும் அப்படியே இருந்து வருகிறது. சோகம் மிகுந்த அந்தக் கீதம் என் உள்ளத்தை உருக்கிவிட்டது. என் தந்தை, எனக்காக வாங்கியிருந்த வாத்தியத்தில் அந்தக் கீதத்தை வாசித்தேன்.

மற்றொரு நாடக சம்பந்தமாகவும் இதே போன்ற ஒரு சம்பவம் உண்டு. ஏறக்குறைய அதே சமயத்தில், ஒரு, நாடகக் குழுவினர் நடத்தி வந்த ஒரு நாடகத்தைப் பார்க்க என் தந்தையாரின் அனுமதி பெற்றேன். அரிச்சந்திரன் என்ற இந்த நாடகம், என் உள்ளத்தைக் கொள்ளை கொண்டது. எத்தனை தரம் அதைப் பார்த்தாலும் எனக்குச் சலிப்பு ஏற்படாது. ஆனால் அதைப் போய் பார்க்க எத்தனை தடவைதான் என்னை அனுமதிப்பார்கள்? அது சதா என் நினைவில் இருந்து வந்தது. எண்ணற்ற சமயங்களில் எனக்குள் நானே அரிச்சந்திரனாக நடித்திருப்பேன். அரிச்சந்திரனைப் போல எல்லோரும் ஏன் சத்திய சீலர்கள் ஆகக்கூடாது? என்று அல்லும் பகலும் என்னை நானே கேட்டுக் கொள்ளுவேன். சத்தியத்தைக் கடைப்பிடிப்பதும், அதற்காக அரிச்சந்திரன் அனுபவித்த துன்பங்களையெல்லாம் அனுபவிப்பதுமாகிய லட்சியமே ஒரு புத்துணர்ச்சியை உண்டாக்கியது. அரிச்சந்திரனின் கதை, உண்மையிலேயே நடந்த சமயங்களில் அழுதும் விடுவேன். அரிச்சந்திரன் சரித்திர புருஷனாக இருந்திருக்க முடியாது என்று என் பகுத்தறிவு இன்று எனக்குக் கூறுகிறது. என்றாலும், என்னைப் பொறுத்தவரையில் அரிச்சந்திரனும், சிரவணனும்

வாழ்வின் உண்மைகள். அந்த நாடகங்களைத் திரும்ப, இன்று நான் படித்தாலும், முன்போலவே என் மனம் உருகிவிடும் என்பது நிச்சயம்.

3. குழந்தை மணம்

இந்த அத்தியாயத்தை நான் எழுத நேர்ந்திருக்கக்கூடாது என்றே விரும்புவேன். இந்த வரலாற்றைக் கூறி முடிப்பதற்குள் கசப்பானவை பலவற்றை நான் விழுங்கித்தான் ஆகவேண்டும் என்பதை அறிவேன். நான் சத்தியத்தை வழிபடுவனாக இருப்பதென்றால், வேறு விதமாக நடந்து கொள்ளுவதற்கில்லை. எனது பதிமூன்றாவது வயதில் எனக்கு மணமாயிற்று என்பதைத் கூறியாக வேண்டியது, வேதனையோடு கூடிய என் கடமையாகிறது. என்னை சுற்றிலும் என் பராமரிப்பில் இருக்கும் அதே வயதுடைய சிறுவர்களைப் பார்த்துவிட்டு என் விவாகத்தையும் எண்ணும் போது என்னைப் பற்றி நானே பரிதாபப்பட்டுக் கொள்ளத் தோன்றுகிறது. என் கதிக்கு ஆளாகிவிடாமல் தப்பி விட்ட அவர்களை ஆசீர்வதிக்கவும் தோன்றுகிறது. அப்படிப்பட்ட அக்கிரமமான குழந்தைக் கல்யாணம் சரி என்று கூறுவதற்கு ஒழுக்கரீதியான வாதம் எதுவும் இருப்பதாக நான் காணவில்லை.

எனக்கு ஆனது விவாகம் அன்றி நிச்சயதார்த்தம் அன்று என்பதை வாசகர்கள் தெள்ளத் தெளிவாகத் தெரிந்து கொள்ள வேண்டும். ஏனெனில் கத்தியவாரில் நிச்சயதார்த்தம், விவாகம் என்ற இரண்டு வெவ்வேறு சடங்குகள் உண்டு. நிச்சயதார்த்தம் என்பது ஒரு பையனுக்கும் ஒரு பெண்ணுக்கும் விவாகம் செய்வதென்று அவ்விருவரின் பெற்றோர்களும் ஆரம்ப நிச்சயம் செய்து கொள்வது. அது மீறிவிட முடியாதது அல்ல. பையன் இறந்து விட்டால் பெண் விதவை ஆகிவிடுவதும் இல்லை. பெற்றோரைப் பொறுத்தவரை செய்து கொள்ளும் ஓர் ஒப்பந்தமே இது. குழந்தைகளுக்கு இதில் எந்தச் சம்பந்தமும் இல்லை. அப்படி நிச்சயதார்த்தம் ஆகியிருக்கிறது என்பதை அநேகமாக அக் குழந்தைகளுக்கு அறிவிப்பதும் இல்லை. எனக்குத் தெரியாமலேயே எனக்கு மும்முறை நிச்சயதார்த்தம் ஆகியிருந்தது என்று தெரிகிறது. எனக்கு என்று நிச்சயம் செய்திருந்த இரு பெண்கள் ஒருவர் பின் ஒருவராக இறந்துவிட்டனர் என்பதை

அறிந்தேன். எனது ஏழாவது வயதில் மூன்றாவது நிச்சயதார்த்தம் நடந்ததாக இலேசாக நினைவிருக்கிறது. ஆனால், அதைப்பற்றி எனக்கு யாரும் தெரிவித்திருந்ததாக நினைவு இல்லை. இந்த அத்தியாயத்தில் என் விவாகத்தைப் பற்றியே நான் கூறுகிறேன். அதைப் பற்றிய ஞாபகம் எனக்குத் தெளிவாக இருக்கிறது.

நாங்கள் சகோதரர்கள் மூவர் என்பது நினைவிருக்கும். மூத்தவருக்கு முன்னாலேயே மணம் ஆகிவிட்டது. அடுத்த சகோதரர் எனக்கு இரண்டு அல்லது மூன்று வயது மூத்தவர். இந்த இரண்டாவது சகோதரருக்கும், எனக்கும், எனக்கு ஒரு வயது மூத்தவரான பெரியப்பா பிள்ளைக்கும் ஒரே சமயத்தில் மணம் முடித்து விடுவது என்று பெரியவர்கள் முடிவு செய்தனர். இப்படி முடிவு செய்ததில் எங்களுடைய நன்மையைக் குறித்தோ, எங்கள் விருப்பத்தைப் பற்றியோ அவர்களுக்குச் சிந்தனையே இல்லை. அவர்கள் சௌகரியத்தையும் சிக்கனத்தையும் மாத்திரம் பற்றிய விஷயம் அது.

ஹிந்துக்களின் கல்யாணம் என்றால் சாதாரண விஷயம் அன்று. பெரும்பாலான மாப்பிள்ளை வீட்டாரும், பெண் வீட்டாரும் விவாகத்தினாலேயே தங்களுக்கு நாசத்தைத் தேடிக் கொள்கின்றனர். அவர்கள் தங்கள் சொத்தையும் வீணாக்குகிறார்கள், காலத்தையும் வீணாக்குகிறார்கள். ஆடைகள் தயாரிப்பது, நகைகள் செய்வது, விருந்துகளுக்கு வேண்டிய திட்டங்கள் போடுவது என்ற வகையில் முன்னேற்பாடுகளுக்கே பல மாதங்கள் ஆகிவிடுகின்றன. விருந்துப் பட்சணங்கள் தயாரிப்பதில், அளவிலும் வகையிலும், ஒவ்வொருவரும் மற்றவரை மிஞ்சிவிட வேண்டும் என்று முயல்கிறார்கள். பெண்களுக்குக் குரல் நன்றாக இருக்கிறதோ இல்லையோ, ஏகக் கூப்பாடு போட்டுப் பாடுகிறார்கள். நோய் வாய்ப்படவும் செய்கிறார்கள். அண்டை வீட்டுக்காரர்கள் அமைதியோடு இருக்க முடியாத படியும் செய்து விடுகிறார்கள். இத்தகைய கூச்சல், குழப்பங்களையும் விருந்து இலைகளில் மிஞ்சியதையும், குப்பையையும், மற்றும் சகல ஆபாசங்களையும் பக்கத்து வீட்டுக்காரர்களும் சகித்துக் கொள்கிறார்கள். ஏனெனில், தாங்களும் அவ்வாறே நடந்து கொள்ளவேண்டிய ஒரு சமயம் வரும் என்பது அவர்களுக்குத் தெரியும்.

இந்தத் தொல்லைகளெல்லாம் ஒரே சமயத்தில் தீர்ந்து போவது எவ்வளவோ, நல்லது என்று என் பெரியோர்கள் எண்ணினர். இப்படிச் செய்தால் செலவும் குறைவாக இருக்கும் ஆடம்பரமும் அதிகமாயிருக்கும். மூன்று தடவைகளில் செலவழிப்பதற்குப் பதிலாக ஒரே தடவையில் செலவிடுவதனால் பணத்தையும் தாராளமாகச் செலவிடலாம். என் தந்தைக்கும் பெரியப்பாவுக்கும் வயதாகிவிட்டது. அவர்கள் விவாகம் செய்து வைக்க வேண்டியிருந்த கடைசிக் குழந்தைகள் நாங்கள். தங்கள் கடைசிக்காலத்தில் சந்தோஷமான காரியத்தைச் செய்துவிட்டுப் போவோமே என்றும் அவர்கள் எண்ணியிருக்கக் கூடும். இவற்றையெல்லாம் முன்னிட்டு மூன்று விவாகங்களையும் ஒரே சமயத்தில் முடித்துவிடுவது என்று முடிவு செய்தனர். நான் முன்பே கூறியிருப்பதைப்போல, இவற்றிற்கான ஏற்பாடுகளை எல்லாம் செய்து முடிப்பதற்கு மாதங்கள் பல ஆயின.

இத்தகைய முன்னேற்பாடுகளையெல்லாம் பார்த்த பிறகே, நடைபெற இருக்கும் சம்பவங்களைப்பற்றி நாங்கள் அறியலானோம். உடுத்துக்கொள்ள நல்ல ஆடைகள் கிடைக்கும், மேளதாளங்கள் இருக்கும். கல்யாண ஊர்வலங்கள் இருக்கும், பிரமாதமான விருந்து நடக்கும், இவற்றுடன், சேர்ந்து விளையாடுவதற்கு விசித்திரப் பெண் ஒருத்தியும் கிடைப்பாள் என்பதைத்தவிர, விவாகம் என்பதைப்பற்றி எனக்கு அப்பொழுது வேறொன்றுமே தெரியாது. சிற்றின்ப இச்சை பிறகுதான் ஏற்பட்டது. குறிப்பிடக்கூடிய சில விவகாரங்களைத் தவிர நான் வெட்கப்பட வேண்டிய பிறவற்றை மறைத்துவிடவே விரும்புகின்றேன். இந்த விவரங்களைப் பிற்பாடு சொல்லுகிறேன். ஆனால், இவற்றிற்கும், இந்தக்கதையை நான் எழுதுவதன் முக்கியமான நோக்கத்திற்கும் கொஞ்சமும் சம்பந்தமிலலை.

ஆகவே, என் அண்ணனையும் என்னையும் ராஜகோட்டிலிருந்து போர்பந்தருக்கு அழைத்துச் சென்றனர். முடிவான நாடகத்துக்குப் பூர்வாங்கமாக எங்கள உடம்பெல்லாம் அரைத்த மஞ்சளைப் பூசியது போன்ற சில வேடிக்கையான விவரங்களும் உண்டு. ஆனால், அவற்றையெல்லாம் நான் கூறாமல் விட்டுவிட வேண்டியதுதான்.

என் தந்தையார் ஒரு திவான். ஆனாலும் ஓர் ஊழியர்தான். அவரிடம் தாகூர் சாஹிப் விசேஷ அபிமானம் வைத்திருந்ததனால் அவர் கொஞ்சம் அதிகப்படியாகவே ஊழியம் புரிந்தார். தாகூர் சாஹிப் கடைசி நிமிஷம் வரையிலும் என் தந்தையாரைப் போக விடவில்லை. போக அனுமதித்தபோது பிரயாண காலத்தில் இரண்டு தினங்கள் குறைவதற்காக, விசேஷக் குதிரை வண்டிகளை என் தந்தைக்கு ஏற்பாடு செய்ய அவர் உத்தர விட்டார். ஆனால் விதி வேறுவிதமாக இருந்து விட்டது. ராஜகோட்டிலிருந்து போர் பந்தருக்கு 120 மைல்கள். சாதாரண வண்டியில் வந்தால் ஐந்து நாட்கள் ஆகும். என் தந்தையோ மூன்றே நாட்களில் வந்துவிட்டார். ஆனால் மூன்றாவது கட்டத்தில் வந்து கொண்டிருந்தபோது அவர் வந்த குதிரை வண்டி குடை சாய்ந்தது. அவர் பலத்த காயமடைந்தார். காயங்களுக்காக, உடம்பெல்லாம் கட்டுப் போட்டுக் கொண்டு வந்து சேர்ந்தார். நடைபெறவிருக்கும் வைபவத்தில் அவருக்கும் எங்களுக்கும் இருந்திருக்க வேண்டிய சிரத்தையில் பாதி இதனால் போய்விட்டது. ஆயினும் எப்படியும் வைபவம் நடந்தாக வேண்டும். முகூர்த்தத் தேதிகளை மாற்ற முடியுமா? குழந்தைகளுக்குக் கல்யாணத்தில் இயல்பாக ஏற்படும் சந்தோஷம் எனக்கும் ஏற்பட்டிருந்தது. அதில் மூழ்கியதன் காரணமாக, என் தந்தையின் காயங்களால் அடைந்த மனக்கிலேசத்தை மறந்திருந்தேன்.

என் பெற்றோரிடம் எனக்குப் பக்தியுண்டு. அதே அளவுக்குச் சதை உணர்ச்சிகளிலும் எனக்கு ஈடுபாடு உண்டு. என் பெற்றோருக்கு நான் ஆற்ற வேண்டிய பக்தியோடு கூடிய பணிக்காக எல்லாச் சுகங்களையும், இன்பங்களையும் நான் தியாகம் செய்துவிட வேண்டும் என்பதை அப்பொழுது நான் அறிந்திருக்கவில்லை. எனினும், இன்ப நுகர்ச்சியில் நான் கொண்டிருந்த ஆசைக்குத் தண்டனையாக ஒரு சம்பவம் நிகழ்ந்தது. அப்பொழுதிலிருந்து அந்தச் சம்பவம் என் மனத்தில் உறுத்திக்கொண்டே இருக்கிறது. அதைப்பற்றிப் பிறகு சொல்லுகிறேன். ஆசைகளைத் துறக்காமல் ஆசைக்குரிய பொருள்களைத் துறப்பதென்பது, நீ எவ்வளவு முயன்றாலும் அற்பாயுசில் முடிந்துவிடக் கூடியதே என்று நிஷ்குலானந்தர் பாடியிருக்கிறார். இப்பாடலை நான் பாடும்போதெல்லாம்,

பாடக் கேட்கும் போதெல்லாம், வெறுக்கத்தக்க கசப்பான அந்தச் சம்பவம் உடனே என நினைவுக்கு வந்து, வெட்கப்படும்படி செய்கிறது.

என் தந்தைக்குப் பலமான காயங்கள் ஏற்பட்டிருந்தும், சமாளித்துக் கொண்டு தைரியமாகவே காணப்பட்டார். மண வைபவங்களிலும் கலந்து கொண்டார். பல தரப்பட்ட சடங்குகளில் அவர் கலந்து கொண்டபோது, எந்த எந்த இடங்களில் உட்கார்ந்திருந்தார் என்பதைக்கூட இன்றும் என் மனக்கண் முன்பு கொண்டுவர முடியும். நான் குழந்தையா இருந்தபோதே எனக்கு விவாகம் செய்துவிட்டதற்காக என்றாவது ஒரு நாள் நான் என் தந்தையைக் கடுமையாகக் குறை கூறுவேன் என்று அப்பொழுது நான் கனவிலும் எண்ணவில்லை. அன்று நடைபெற்றவை யாவும் சரியானவை, நியாயமானவை, மகிழ்ச்சிகரமானவை என்றே அந்த நாளில் எனக்குத் தோன்றியது.

விவாகம் செய்துகொண்டுவிட வேண்டும் என்ற ஆர்வம் எனக்கே இருந்தது. என் தந்தை செய்வன எல்லாம் சரியான காரியமாகவே அப்பொழுது எனக்குத் தோன்றியதால் அவற்றைப் பற்றிய நினைவு என் ஞாபகத்தில் அப்படியே இருந்து வருகின்றது. மணவறையில் நாங்கள் எவ்விதம் அமர்ந்திருந்தோம், சப்தபதிச் சடங்குகளை எவ்விதம் நிறைவேற்றினோம், புதிதாக மணமான கணவனும் மனைவியும் இனிப்பு கன்ஸாரை எவ்விதம் ஒருவருக்கொருவர் வாயில் ஊட்டிக் கொண்டோம், நாங்கள் இருவரும் எவ்விதம் கூடி வாழத் தலைப்பட்டோம் என்பனவற்றையெல்லாம் இன்றுகூட என் உள்ளத்தில் நினைத்துப் பார்க்க முடியும்.

மேலும் அந்த முதல் இரவு! எதுவுமே அறியாத இரு குழந்தைகள், எந்தச் சிந்தனையும் இல்லாமல் வாழ்கைச் சாகரத்தில் தாமே குதித்தன. முதல் இரவில் நான் எப்படியெல்லாம் நடந்து கொள்ள வேண்டும் என்பதைப் பற்றி என் அண்ணன் மனைவி எனக்கு முழுப் போதனையும் செய்து வைத்திருந்தார். என் மனைவியைத் தயார் செய்திருந்தவர் யார் என்று எனக்குத் தெரியாது. அதைப்பற்றி அவளை நான் கேட்டதே இல்லை; இப்பொழுது கேட்கும் உத்தேசமும் இல்லை. ஒருவரையொருவர் சந்திப்பதில் எங்களுக்கு ஒரே நடுக்கந்தான். இதனைப்பற்றி வாசகர்களுக்குச்

சந்தேகமே தேவையில்லை. உண்மையிலேயே எங்களுக்கு அளவு கடந்த கூச்சம். அவளுடன் நான் எப்படிப் பேசுவது? என்ன சொல்லுவது? சொல்லிக் கொடுத்திருந்த பாடம் அந்த அளவுக்கு உதவவில்லை. ஆனால், இத்தகைய காரியங்களில் உண்மையில் எந்தவிதமான போதனையுமே அவசியமில்லை. ஜன்மாந்தர வாசனைகளே எல்லாவிதமான போதனைகளும் அனாவசியமானவை என்று ஆக்கிவிடக்கூடியவை. நாளடைவில் ஒருவரையொருவர் அறிந்து கொண்டோம். ஆனால், கணவன் என்ற அதிகாரத்தை நான் உடனே மேற்கொண்டுவிட்டேன்.

4. கணவன் அதிகாரம்

எனக்கு விவாகமான அந்தக் காலத்தில், காலணா அல்லது ஒரு தம்படி விலையில் (எவ்வளவு விலை என்று இப்பொழுது எனக்குச் சரியாக நினைவில்லை) சிறு பிரசுரங்கள் வெளியாகி வந்தன. தாம்பத்தியக் காதல், சிக்கனம், குழந்தை மணங்கள் முதலிய விஷயங்களையெல்லாம் பற்றி அவைகளில் விவாதிக்கபட்டிருக்கும். அவை எனக்கு கிடைத்த போதெல்லாம் ஒரு வரி விடாமல் அவற்றைப் படிப்பேன். எனக்குப் பிடிக்காதவற்றை மறந்து விடுவதும், பிடித்தமானவற்றை அனுபவத்தில் நிறைவேற்றி வருவதும் என்னிடம் இருந்த பழக்கமாகும். மனைவியிடம் வாழ்நாள் முழுவதும் விசுவாசத்துடன் இருந்து வர வேண்டியது ஒரு கணவனின் கடமை என்று இப் பிரசுரங்களில் கூறப்பட்டிருந்தது. அத்துடன், சத்திய வேட்கையும் என்னுள் இருந்ததால் மனைவியிடம் உண்மைக்கு மாறாக நடந்து கொள்ளுவது என்பதற்கே இடமில்லை. மேலும், அந்தச் சிறு வயதில் மனைவிக்குத் துரோகம் செய்யச் சந்தர்ப்பமும் கிடையாது.

ஆனால் மனைவியிடம் உண்மையோடு நடந்து கொள்ள வேண்டும் என்ற பாடத்தினால் எதிரிடையான ஒரு விளைவு ஏற்பட்டது. நான் என் மனைவியிடம் உண்மையோடு நடந்து கொள்ளுவதென்றால், அவளும் என்னிடம் உண்மையோடு நடந்து கொள்ள வேண்டும் என்று எனக்குள் சொல்லிக் கொண்டேன். இந்த வண்ணம் என்னைச் சந்தேகம் கொண்ட கணவனாக ஆக்கிவிட்டது. அவள் உண்மையோடு நடப்பவளாக இருக்கும்படி செய்வதற்கு, அவளுடைய கடமையை எளிதில் என் உரிமையாக ஆக்கிக் கொண்டேன். அந்த உரிமை விஷயத்தில் நான் விழிப்புடன் இருந்து வலியுறுத்துவது என்றும் தீர்மானித்தேன். அவளுடைய பக்தி விசுவாசத்தில் நான் சந்தேகம் கொள்ளுவதற்குக் காரணமே இல்லை. ஆனால், காரணங்களுக்காகச் சந்தேகம் காத்துக் கொண்டிருப்பதில்லை. ஆகவே, அவள் செய்வதையெல்லாம் எப்பொழுதுமே கவனித்து

வரவேண்டியது அவசியம் அல்லவா? என் அனுமதியின்றி அவள் எங்குமே போகக்கூடாது என்று கட்டுப்பாடு விதித்தேன். இது எங்களுக்குள் கடுமையான சச்சரவுக்கு விதை ஊன்றிவிட்டது. நான் விதித்திருந்த கட்டுப்பாடு உண்மையில் அவளுக்கு ஒரு வகையான சிறைத் தண்டனையே, இத்தகைய காரியத்திற்கு உடன்பட்டு விடக் கூடிய பெண்ணல்ல, கஸ்தூரிபாய். தான் விரும்பிய இடங்களுக்கு விரும்பிய போதெல்லாம் அவள் பிடிவாதமாகப் போய்க் கொண்டுதான் இருந்தாள். நான் கட்டுப்பாடுகளை அதிகமாக விதிக்க விதிக்க, அவள் தன் இஷ்டம்போல் நடப்பதும் அதிகமாகிக் கொண்டே வந்தது. அதனால் எனக்கு ஆத்திரமும் அதிகமாகிக் கொண்டே போயிற்று. குழந்தைத் தம்பதிகளான எங்களுக்குள், ஒருவரோடொருவர் பேசாமல் இருந்துவிடுவது என்பது சர்வ சாதாரணமாக ஆகிவிட்டது. என்னுடைய கட்டுத் திட்டங்களைக் கஸ்தூரிபாய் மீறியதில் யாதொரு தவறுமில்லை என்றே நான் இன்று எண்ணுகிறேன். கோயிலுக்குப் போகக் கூடாது என்றும், தன் தோழிகளைப் போய் பார்க்க கூடாது என்றும் தடைவிதித்தால், கபடமற்ற ஒரு பெண் அவற்றை எப்படிச் சகிப்பாள்? அவளுக்குக் கட்டுத் திட்டங்களை யெல்லாம் விதிக்க எனக்கு உரிமை இருக்கிறதென்றால், அதே போன்ற உரிமை அவளுக்கும் உண்டு அல்லவா? இவையெல்லாம் இன்று எனக்குத் தெளிவாகப் புரிகின்றன. ஆனால் அப்பொழுதோ கணவனுக்குரிய அதிகாரங்களைச் செலுத்தியாக வேண்டும் என்றே நினைத்து வந்தேன்!

என்றாலும், எங்களுடையே வாழ்க்கை மாறாத கசப்பு நிறைந்த வாழ்க்கையாகவே இருந்தது என்று வாசகர்கள் நினைத்து விட வேண்டாம். நான் அவளிடம் கடுமையாக நடந்து கொண்டதற்கெல்லாம் அன்பே காரணம். மனைவி என்றால் எப்படி இருக்க வேண்டும் என்பதற்கு அவள் உதாரணமாக விளங்கும்படி செய்யவே நான் விரும்பினேன். அவள் தூய வாழ்க்கை நடத்தி, நான் கற்றவைகளை அவளும் கற்பதன் மூலம் எங்கள் இருவருடைய வாழ்க்கையும் எண்ணங்களும் ஒன்றாக இருக்கும்படி செய்ய வேண்டும் என்பதே என் அபிலாஷை.

கஸ்தூரி பாய்க்கு அப்படிப்பட்ட அபிலாஷை ஏதாவது இருந்ததா என்பது எனக்குத் தெரியாது. அவள் எழுதப்

படிக்கத் தெரியாதவள். சுபாவமாகவே அவள் கபடமற்ற தன்மையும், சுயேச்சை நோக்கும், விடாமுயற்சியும் உடையவள். குறைந்தபட்சம் என் விஷயத்தில் மாத்திரம் பேச வெட்கப்படுபவள். தன்னுடைய அறியாமையைக் குறித்து அவளுக்குக் கவலையே இல்லை. நான் படித்து வந்தது, தானும் அவ்வாறு படிக்க வேண்டும் என்ற முயற்சியில் ஈடுபடும் உற்சாகத்தை அவளுக்கு அளித்ததாக எனக்கு ஞாபகமில்லை. ஆகையால் நான் கொண்டிருந்த அபிலாஷையெல்லாம் என்னோடு தான் நின்றது என்று எண்ணுகிறேன். அவள் ஒருத்தி மீதே நான் என் முழு ஆசையும் வைத்திருந்தது போல அவளும் என்மீது ஆசை வைக்க வேண்டும் என்று நான் விரும்பினேன். அப்படி அவள் ஆசை வைக்காது போனாலும் வாழ்க்கை மீளாத் துன்பமாக இருந்திருக்க முடியாது. ஏனெனில், ஒரு பக்கத்திலாவது தீவிரமான அன்பு இருந்தது.

அவளிடம் எனக்கு அடங்காப் பிரேமை என்பதை நான் சொல்லவே வேண்டும். பள்ளிக்கூடத்தில்கூட எனக்கு அவள் நினைப்புத்தான். இரவானதும் அவளைச் சந்திக்கலாம் என்ற எண்ணம் எப்பொழுதும் மனத்தில் தோன்றிக் கொண்டே இருக்கும். பிரிந்திருப்பது என்பதோ சகிக்க முடியாததாகும். இரவில் நெடுநேரம் வரையில் ஏதேதோவெல்லாம் பேசி அவளைத் தூங்க விடமாட்டேன். இத்தகைய அடங்காத காமவெறிக்கு மாற்றாகக் கடமையில் தீவிரமான பற்று மட்டும் எனக்கில்லாதிருந்தால், நான் நோய்வாய்ப்பட்டு அகால மரணத்தை அடைந்திருப்பேன். இல்லையானால், பிறருக்குப் பாரமாக இருந்து வாழ வேண்டியவனாகியிருப்பேன். ஆனால், ஒவ்வொரு நாளும் காலையில் எனக்கென்றிருந்த வேலைகளை நான் செய்த தீர வேண்டியிருந்தது. யாரிடமும் பொய் சொல்லுவது என்பதோ என்னால் ஆகவே ஆகாது. கடைசியாகச் சொன்ன இந்தக் குணமே படுகுழியில் விழாமல் பல தடவைகளிலும் என்னைக் காத்தது.

கஸ்தூரிபாய் எழுத்து வாசனை இல்லாதவள் என்பதை முன்பே கூறியிருக்கிறேன். அவளுக்கு கல்வி அறிவு புகட்ட வேண்டும் என்று நான் மிகவும் ஆவலோடு இருந்தேன். ஆனால், காமமே மேலோங்கி நிற்கும் காதலினால் அதற்கு நேரமே இல்லாது

போயிற்று. அவளுக்குப் படிப்புச் சொல்லிக் கொடுப்பதனால், அவளுடைய இஷ்டத்திற்கு மாறாக, அதுவும் இரவில்தான் சொல்லிக் கொடுக்க முடியும். பெரியவர்கள் இருக்கும்போது அவளைச் சந்திப்பதற்கே எனக்குத் துணிவு இல்லையென்றால், அவளுடன் பேசுவது எப்படி? கத்தியவாரில் அப்பொழுது ஒரு விசித்திரமான, உபயோகமற்ற, காட்டு மிராண்டித்தனமான பர்தா முறை (கோஷா முறை) இருந்தது. இப்பொழுதும்கூட அது ஓரளவுக்கு இருந்து வருகிறது. இவ்விதம் சந்தர்ப்பங்கள் சாதகமானவையாக இல்லை. ஆகையால் வாலிபப் பருவத்தில் கஸ்தூரி பாய்க்குக் கல்வி கற்பிக்க நான் செய்த முயற்சிகளெல்லாம் வெற்றி பெறவில்லை என்பதை நான் ஒப்புக் கொண்டே ஆகவேண்டும். காமத் தூக்கத்திலிருந்து நான் விழித்தெழுவதற்கு முன்பே பொது வாழ்க்கையில் இறங்கி விட்டேன். ஆகையால், எனக்குப் போதிய ஓய்வு நேரம் இல்லாமல் போய்விட்டது. தனிப்பட்ட உபாத்தியாயர்களைக் கொண்டு போதிக்கவும் தவறிவிட்டேன். இதன் பயனாக, இன்று கஸ்தூரிபாய் சிரமத்தின் பேரில் சாதாரணக் கடிதங்களை எழுதிக் கொள்ளவும், எளிய குஜராத்தி மொழியைப் புரிந்து கொள்ளவுமே முடியும். நான் அவளிடம் கொண்டிருந்த அன்பு, காமக் கலப்பே இல்லாததாக இருந்திருக்குமாயின், இன்று அவள் சிறந்த படிப்பாளியாக இருப்பாள். ஏனென்றால் படிப்பதில் அவளுக்கு இருந்த வெறுப்பையும் அப்பொழுது நான் போக்கியிருக்க முடியும். பரிசுத்தமான அன்பினால் ஆகாதது எதுவுமே இல்லை என்பதை நான் அறிவேன்.

காமம் மிகுந்த அன்பினால் ஏற்படும் நாசங்களிலிருந்து என்னை அநேகமாகக் காப்பாற்றிய ஒரு சந்தர்ப்பத்தை மட்டும் இங்கே சொன்னேன். குறிப்பிடத்தக்க மற்றொன்றும் உண்டு. நோக்கம் மாத்திரம் தூயதாக இருக்குமாயின் ஒருவனை இறுதியில் எப்படியும் கடவுள் காத்தருளுவார் என்பதை எத்தனையோ உதாரணங்கள் எனக்கு எடுத்துக்காட்டியிருக்கின்றன. ஹிந்து சமூகத்தில் குழந்தைகளுக்குக் கல்யாணம் செய்து வைத்துவிடும் கொடிய வழக்கம் இருந்தாலும், அதனால் ஏற்படக்கூடிய தீமைகளை ஓரளவுக்குக் குறைக்கக் கூடிய மற்றொரு வழக்கமும் அதனிடம் இருந்தது. இளம் தம்பதிகள் நீண்ட காலம் சேர்ந்து இருக்கப் பெற்றோர்கள் விடுவதில்லை. குழந்தைப் பருவ

மனைவி, பாதிக் காலத்தைத் தன் பெற்றோரின் வீட்டிலேயே கழித்து விடுகிறாள். எங்கள் விஷயத்திலும் இப்படியே ஆயிற்று. அதாவது, எங்கள் மண வாழ்க்கையின் முதல் ஐந்து ஆண்டுகளில் (அதாவது 13–இலிருந்து 18–ஆம் வயது வரையில்) மொத்தம் மூன்று ஆண்டுகளுக்கு மேல் நாங்கள் சேர்ந்திருந்ததில்லை. ஆறு மாதகாலத்தை ஒன்றாக இருந்து கழித்திருப்போம். அதற்குள் என் மனைவியை அவளுடைய பெற்றோர்கள் அழைத்துப் போய் விடுவார்கள். அப்படி அழைத்துக் கொண்டு போய்விடுவது அந்தச் சமயத்தில் எனக்குக் கொஞ்சம்கூடப் பிடிக்காமல்தான் இருந்தது. ஆனால் அவ்விதம் அழைத்துச் சென்றதே எங்கள் இருவரையும் காப்பாற்றியது. பதினெட்டாவது வயதில் நான் இங்கிலாந்துக்குப் போனேன். இதனால் ஏற்பட்ட நீண்ட பிரிவு, எங்களுக்கு நன்மையாகவே முடிந்தது. இங்கிலாந்திருந்து நான் திரும்பி வந்த பிறகும் கூட ஆறு மாதங்களுக்கு மேல் நாங்கள் சேர்ந்து வாழ்ந்ததில்லை. ஏனெனில் ராஜ கோட்டுக்கும் பம்பாய்க்கும் நான் ஓடிக் கொண்டிருக்க வேண்டியிருந்தது. பிறகு நான் சிற்றின்ப இச்சையிலிருந்து பெரிதும் விடுபட்ட நிலையில் இருந்தேன்.

5. உயர்நிலைப் பள்ளியில்

எனக்கு மணமான போது உயர்நிலைப் பள்ளியில் படித்துக் கொண்டிருந்தேன் என்று முன்பே கூறியிருக்கிறேன். நாங்கள் அண்ணன் தம்பிமார் மூன்று பேரும் ஒரே பள்ளிக்கூடத்தில் படித்துக் கொண்டிருந்தோம். மூத்த அண்ணன் மிகவும் மேல் வகுப்பில் படித்தார். என்னோடு விவாகமான அண்ணனோ எனக்கு ஒரு வகுப்பு மேலே படித்தார். விவாகத்தால் எங்கள் இருவருக்கும் ஓர் ஆண்டு வீணாயிற்று. இதன் பலன் தான் என் அண்ணனுக்கு பின்னும் மோசமானதாகவே இருந்தது. அவர் படிப்பையே முற்றும் விட்டு விட்டார். அவரைப் போல எத்தனை இளைஞர்கள் இதே கதிக்கு ஆளாகியிருக்கிறார்கள் என்பதைக் கடவுளே அறிவார். இன்றைய நமது ஹிந்து சமூகத்தில் மட்டுமே படிப்பும் கல்யாணமும் ஏக காலத்தில் நடைபெறுகின்றன.

நான் தொடர்ந்து படித்தேன். உயர்நிலைப் பள்ளியில் என்னை மந்தமானவன் என்று யாருமே எண்ணவில்லை. என் உபாத்தியாயர்கள் என்னிடம் எப்பொழுதும் அன்போடு இருந்தார்கள். என் படிப்பின் அபிவிருத்தி, நடத்தை ஆகியவை பற்றி ஆண்டுதோறும் பெற்றோருக்கு நற்சாட்சிப் பத்திரம் அனுப்பப்படும். கெடுதலான பத்திரம் என்னைக் குறித்து ஒரு தடவையேனும் வந்ததில்லை. உண்மையில் நான் இரண்டாம் வகுப்புத் தேறிய பிறகு பரிசுகளையும் பெற்றேன். ஐந்தாம், ஆறாம் வகுப்புகளில் முறையே நான்கு ரூபாயும் பத்து ரூபாயும் உபகாரச் சம்பளங்களாகப் பெற்றேன். இவைகளை நான் அடைந்ததற்கு என் திறமையை விட என்னுடைய நல்லதிர்ஷ்டமே காரணம். ஏனெனில் இந்த உபகாரச் சம்பளம் எல்லோருக்கும் உரியதன்று. கத்தியவாரில் சோராத் பகுதியிலிருந்து வரும் சிறந்த மாணவர்களுக்கு மாத்திரமே அது உண்டு. அந்த நாட்களில் நாப்பது முதல் ஐம்பது பேர் வரையில் கொண்ட ஒரு வகுப்பில் சோராத்திலிருந்து வரும் மாணவர்கள் பலர் இருப்பதில்லை.

என் திறமையில் எனக்குப் பிரமாதமான மதிப்பு இருந்ததில்லை என்பதே ஞாபகம். எனக்குப் பரிசுகளும் உபகாரச் சம்பளங்களும் கிடைக்கும் போதெல்லாம் நான் ஆச்சரியப்படுவது வழக்கம். ஆனால், எனது நன்னடத்தையை நான் சர்வ ஜாக்கிரதையாகக் காப்பாற்றி வந்தேன். இதில் ஒரு சிறிது குறை ஏற்பட்டாலும் கண்ணீர் விட்டு அழுது விடுவேன். கண்டிக்கப்பட்டாலோ, கண்டிக்கபட வேண்டியவன் என்று உபாத்தியாயர் கருதினாலோ என்னால் சகிக்க முடியாது. ஒரு தடவை அடிப்பட்டதாக எனக்கு நினைவிருக்கிறது. அடிப்பட்டதற்காக நான் வருத்தப்படவில்லை, நான் அடிபட வேண்டியவன் என்று கருதப்பட்டதே எனக்கு அதிக வருத்தத்தை அளித்தது. அதற்காகப் பரிதாபகரமாக அழுதேன். முதல் வகுப்பிலோ, இரண்டாம் வகுப்பிலோ படித்தபோது நடந்தது அது. நான் ஏழாம் வகுப்பில் படித்துக் கொண்டிருந்த போது அத்தகைய மற்றொரு சம்பவம் நிகழ்ந்தது. அச்சமயம் தோராப்ஜி எதுல்ஜி ஜிமி தலைமையாசிரியராக இருந்தார். மாணவர்களுக்கெல்லாம் அவரிடம் அதிகப் பிரியம். அதே சமயத்தில் கட்டுத் திட்டங்களில் மிகக் கண்டிப்பானவர். குறிப்பிட்ட முறைப்படி காரியங்களைச் செய்பவர். நன்றாக போதிப்பவருங்கூட. அவர் மேல் வகுப்புப் பையன்களுக்குத் தேகாப்பியாசத்தையும், கிரிக்கெட்டையும் கட்டாயமாக்கி விட்டார். இந்த இரண்டும் எனக்குப் பிடிக்கவில்லை. இவை கட்டாயமாக்கப் படுவதற்கு முன்னால் நான் தேகாப்பியாசம் செய்ததோ, கிரிக்கெட் அல்லது கால்பந்து விளையாடியதோ இல்லை. ஒன்றிலும் சேராமல் நான் ஒதுங்கி இருந்து விட்டதற்கு எனக்கிருந்த கூச்சம் ஒரு காரணம். அப்படி இருந்து விட்டது தவறு என்பதை இப்பொழுது அறிகிறேன். படிப்புக்கும் தேகப்பயிற்சிக்கும் சம்பந்தமே இல்லை என்ற தவறான கருத்தும் அப்பொழுது எனக்கு இருந்தது. ஆனால், இன்று பாடத்திட்டத்தில் மனப்பயிற்சிக்கு எவ்வளவு இடம் அளிக்கப்படுகிறதோ, அவ்வளவு உடற்பயிற்சிக்கும் அளிக்கப்பட வேண்டும் என்பதை அறிவேன்.

என்றாலும் தேகப் பயிற்சிகளில் கலந்து கொள்ளாமல் இருந்து விட்டதனால் எனக்கு அதிகத் தீமை எதுவும் ஏற்பட்டு விடவில்லை என்றும் கூறுவேன். இதற்கு ஒரு காரணம் உண்டு. திறந்த வெளியில் நீண்ட தூரம் நடப்பதால் ஏற்படக்கூடிய

நன்மைகளைக் குறித்துப் புத்தகங்களில் படித்திருந்தேன். இந்த யோசனை எனக்குப் பிடித்ததால் நீண்ட நேரம் நடக்கும் பழக்கம் எனக்கு ஏற்பட்டது. அப்பழக்கம் இன்னும் எனக்கு இருக்கிறது. இதன் பயனாக என் உடல் நன்கு வலுப்பெற்றது.

தேகாப்பியாச வகுப்புக்குப் போக நான் விரும்பாததற்குக் காரணம், என் தந்தைக்குப் பணிவிடை செய்ய வேண்டும் என்று எனக்கு இருந்த ஆர்வமேயாகும். பள்ளிக்கூடம் விட்டதும், நேரே அவசரமாக வீட்டுக்குப் போய் அவருக்குப் பணிவிடை செய்வேன். இந்தச் சேவை செய்வதற்குக் கட்டாயத் தேகப்பயிற்சி இடையூறாக இருந்தது. என் தந்தைக்கு நான் பணிவிடை செய்ய வேண்டும் ஆகையால் தேகப்பயிற்சி வகுப்புக்குப் போகாதிருக்க அனுமதிக்குமாறு திரு. ஜிமிடம் கோரினேன். ஆனால் அவர் என் வேண்டுகோளை ஏற்றுக் கொள்ள மறுத்துவிட்டார். ஒரு நாள் சனிக்கிழமை, அன்று காலையில் பள்ளிக்கூடத்திற்குப் போக வேண்டும். மாலை 4 மணிக்குத் தேகப் பயிற்சிக்காக நான் வீட்டிலிருந்து திரும்பவும் பள்ளிக்கூடம் போக வேண்டும் நான் பள்ளிக்கூடம் போய் சேருவதற்கு முன்னால் அங்கிருந்து பிள்ளைகளெல்லாம். போய்விட்டார்கள். வந்திருந்தோரின் கணக்கை திரு. ஜிமி மறுநாள் தணிக்கை செய்து பார்த்த போது நான் வரவில்லை என்ற குறித்திருந்ததைக் கண்டார். ஏன் வரவில்லை என்று என்னைக் கேட்டதற்கு நடந்ததைச் சொன்னேன். நான் கூறியதை நம்ப அவர் மறுத்து விட்டார். ஒரணாவோ அல்லது இரண்டணாவோ (எவ்வளவு என்று எனக்குச் சரியாக நினைவில்லை) அபராதம் செலுத்த வேண்டும் என்று உத்தரவிட்டார்.

பொய் சொன்னதாக நான் தண்டிக்கப்பட்டேன்! இது எனக்கு மிகுந்த மன வேதனையாகி விட்டது. நான் குற்றமற்றவன் என்பதை நிரூபிப்பது எப்படி? அதற்கு வழியே இல்லை. வேதனை தாங்காமல் கதறி அழுதேன். உண்மையுள்ளவன் எச்சரிக்கையுடன் இருப்பவனாகவும் இருக்க வேண்டியது முக்கியம் என்பதை உணர்ந்தேன். பள்ளிக்கூடத்தில் நான் அசட்டையாக நடந்து கொண்ட முதல் சந்தர்ப்பமும், கடைசிச் சந்தர்ப்பமும் இதுதான். முடிவில் அந்த அபராதம் ரத்துச் செய்யப்பட்டு விட்டதில் நான் வெற்றி அடைந்தேன் என்று

இலேசாக ஞாபகம் இருக்கிறது. பள்ளிக்கூடம் விட்டதும் நேரே வீட்டுக்கு நான் வந்துவிட வேண்டும் என்று தாம் விரும்புவதாகத் தலைமையாசிரியருக்கு என் தந்தையே எழுதியதன் பேரில், தேகாப்பியாசத்திற்குப் போகவேண்டும் என்பதில் இருந்து விலக்குப் பெற்றேன்.

தேகாப்பியாசத்தில் அசட்டையாக இருந்து விட்டதனால் எனக்குத் தீமை ஏற்படாது போனாலும் மற்றொரு விஷயத்தில் நான் அசட்டையாக இருந்து விட்டதன் பலனை இப்பொழுதும் அனுபவித்துக் கொண்டு வருகிறேன். கையெழுத்து நன்றாக இருக்க வேண்டும் என்பது படிப்பில் ஒரு பகுதியல்ல என்ற கருத்து எனக்கு எங்கிருந்து உண்டாயிற்று என்று தெரியவில்லை. நான் இங்கிலாந்துக்குப் போகும் வரையில் இந்த அபிப்பிராயமே எனக்கு இருந்தது. பிறகு, முக்கியமாகத் தென்னாப்பிரிக்காவில், இளம் வக்கீல்களும், தென்னாப்பிரிக்காவில் பிறந்து, அங்கேயே படித்த இளைஞர்களும் மிக அழகாக எழுதுவதைக் கண்டபோது என்னைக் குறித்து நானே வெட்கப் பட்டதோடு ஆரம்பத்தில் அசிரத்தையுடன் இருந்து விட்டதற்காக வருந்தவும் செய்தேன். மோசமான கையெழுத்தை, அரைகுறையான படிப்புக்கு அறிகுறியாகக் கொள்ள வேண்டும் என்று கருதினேன். கையெழுத்து நன்றாக இருக்கும்படி செய்யப் பிறகு முயன்றேன். ஆனால் அதற்குக் காலம் கடந்து போய் விட்டது. இளமையில் அசட்டையாக இருந்து விட்டதனால் ஏற்பட்ட தீமையைப் பிறகு என்றுமே நிவர்த்தி செய்து கொள்ள இயலவில்லை. ஒவ்வொர் இளைஞரும் இளம்பெண்ணும், என்னுடைய உதாரணத்தைக் கண்டாவது எச்சரிக்கையுடன் இருக்கட்டும்; கையெழுத்து நன்றாக இருக்க வேண்டியதும் படிப்பின் ஒரு பகுதி என்பதை அறியட்டும். குழந்தைகளுக்கு எழுத்துக்களை எழுதுவதற்குக் கற்றுக் கொடுப்பதற்கு முன்னால் சித்திரம் வரையக் கற்றுக் கொடுக்க வேண்டும் என்று இப்பொழுது கருதுகிறேன். பூக்கள், பறவைகள் போன்றவைகளைக் குழந்தை பார்த்தே தெரிந்து கொள்ளுவதைப் போல, எழுத்துக்களையும் அது பார்த்தே தெரிந்து கொள்ளட்டும். பொருள்களைப் பார்த்து அவற்றை வரையக் கற்றுக் கொண்ட பிறகு எழுத்துக்களை எழுதக் கற்கட்டும். அப்போது அக்குழந்தையின் கையெழுத்து அழகாக அமையும்.

என் பள்ளிக்கூட நினைவுகளில் குறிப்பிடத்தக்கவை மற்றும் இரண்டு உண்டு. என் விவாகத்தினால் எனக்கு ஒரு வருடப் படிப்பு வீணாகி விட்டது. ஒரு வகுப்புத் தாண்டி மேல் வகுப்பில் என்னைத் தூக்கிப்போட்டு எனக்கு அந்த நஷ்டத்தை ஈடு செய்துவிட ஆசிரியர் விரும்பினார். நன்றாக உழைத்துப் படிக்கும் பிள்ளைகளுக்கே இந்தச் சலுகையை அளிப்பது வழக்கம். நான் மூன்றாம் வகுப்பில் ஆறு மாதங்களே படித்தேன். கோடை விடுமுறைக்கு முன்னால் நடக்கும் பரீட்சைக்குப் பிறகு என்னை நான்காம் வகுப்புக்கு அனுப்பி விட்டார்கள். நான்காம் வகுப்பிலிருந்து பல பாடங்கள் ஆங்கிலத்திலேயே போதிக்கப்பட்டன. எனக்கோ திக்குத்திசை தெரியவில்லை. க்ஷேத்திர கணிதம் புதுப்பாடம். ஏற்கனவே அது எனக்கு அவ்வளவு நன்றாகத் தெரியாது. அதை ஆங்கிலத்திலும் போதிக்க ஆரம்பித்து விட்டதால் எனக்கு இன்னும் அதிகக் கஷ்டமாயிற்று. ஆசிரியர் இப்பாடத்தை மிக நன்றாகவே சொல்லிக் கொடுத்தார். ஆனால் என்னால் விளக்கிக் கொள்ள இயலவில்லை. பன்முறையும் மனச்சோர்வடைந்து விடுவேன். மூன்றாம் வகுப்புக்கே திரும்பிப் போய்விடலாம் என்றும் எண்ணுவேன். இரண்டு வருடப் படிப்பை ஒரே வருடத்தில் படித்துவிடலாம் என்பது அதிகப்படியான ஆசை என்றும் எனக்குத் தோன்றும். ஆனால், அப்படி மூன்றாம் வகுப்புக்கே போய்விடுவது எனக்கு மாத்திரமல்ல, ஆசிரியருக்கும் அவமானம். ஏனெனில் கஷ்டப்பட்டுப் படிக்கக்கூடியவன் நான் என்று நம்பியே என்னை மேல் வகுப்பில் சேர்க்க அவர் சிபாரிசு செய்தார். இந்த இரண்டு அவமானங்களையும் குறித்து எனக்கு ஏற்பட்ட பயத்தினால் விடாப்பிடியாகப் படிக்கலானேன். அதிக சிரமத்தின் பேரில் யூக்ளிட்டின் பதிமூன்றாவது பாடத்திற்கு வந்த பிறகு அந்தப் பாடம் மிக எளிதானது என்று திடீரென்று எனக்கு தோன்றியது. பகுத்தறிவின் சக்தியைக் கொண்டு மாத்திரமே கற்றுவிட முடியும். ஒரு பாடம் கஷ்டமானதாகவே இருக்க முடியாது. அச்சமயத்திலிருந்து க்ஷேத்திர கணிதம் எனக்குச் சுலபமானதாகவும் சுவையுள்ளதாகவும் ஆயிற்று.

என்றாலும், சமஸ்கிருத பாடம் அதிகக் கஷ்டமாகத்தான் இருந்தது. க்ஷேத்திர கணிதத்தில் மனப்பாடம் செய்ய வேண்டியது எதுவும் இல்லை. ஆனால், சமஸ்கிருதத்திலோ

ஒவ்வொன்றையும் மனப்பாடம் செய்ய வேண்டும் என்று எண்ணினேன். இந்தப் பாடமும் நான்காம் வகுப்பிலிருந்தே சொல்லிக் கொடுக்கப்பட்டது. ஆனால் வகுப்புக்குப் போனதும் மனச்சோர்வு அடைந்து விட்டேன். அந்த ஆசிரியரோ கடுமையாக வேலை வாங்குகிறவர். பையன்களை நிர்ப்பந்தப் படுத்துவதில் அவருக்கு ஒரே ஆசை என்றும் நினைத்தேன். சமஸ்கிருத ஆசிரியருக்கும் பர்ஸிய ஆசிரியருக்கும் ஒருவகைப் போட்டியே இருந்து வந்தது. பர்ஸிய பாஷை போதித்த ஆசிரியர் மாணவர்களிடம் அப்படிக் கண்டிப்பில்லாதவர்; பர்ஸிய பாஷை இலகுவானது; அந்த ஆசிரியரும் நல்லவர்; மாணவர்களை வருத்துவதில்லை என்று பையன்கள் அடிக்கடி தங்களுக்குள் பேசிக் கொள்ளுவார்கள். சுலபம் என்பதில் மயங்கி விட்டேன்.

ஒருநாள் பர்ஸிய வகுப்பிலேயே போய் உட்கார்ந்து கொண்டேன். நான் இவ்விதம் செய்ததற்காகச் சமஸ்கிருத ஆசிரியர் வருத்தப்பட்டார். என்னை அழைத்துப் பக்கத்தில் வைத்துக் கொண்டு பினவருமாறு சொன்னார்: "நீ ஒரு வைஷ்ணவரின் மகன் என்பதை எப்படி மறந்து போனாய்? உன் மதத்தின் மொழியை நீ கற்க வேண்டாமா? இதில் உனக்கு ஏதேனும் கஷ்டமிருந்தால் என்னிடம் வந்து சொல்லுவதற்கென்ன? என்னால் ஆன வரையில் சிரமம்பட்டு மாணவர்களான உங்களுக்குச் சமஸ்கிருதம் சொல்லிக் கொடுக்க வேண்டும் என்பதே என் விருப்பம். மேலே போகப் போக மனத்தைக் கவரும் விஷயங்கள் இம்மொழியில் இருப்பதை நீ அறிவாய். நீ மனம் தளர்ந்து விடக்கூடாது. வா. திரும்பவும் சமஸ்கிருத வகுப்பிலேயே வந்து உட்கார்."

அவர் காட்டிய அன்பினால் வெட்கிப் போனேன். ஆசிரியரின் அன்பை அலட்சியம் செய்து விட என்னால் முடியவில்லை. இந்த ஆசிரியரான கிருஷ்ண சங்கர பாண்டியாவை இன்று நான் நன்றியுடனேயே நினைக்கிறேன். ஏனெனில், அப்பொழுது நான் கற்றுக் கொண்ட கொஞ்ச சமஸ்கிருத ஞானமாவது எனக்கு இல்லாதிருக்குமாயின், நமது சமய நூல்களில் எனக்கு எந்த விதமான சிரத்தையும் இருந்திருப்பதற்கில்லை. அம்மொழியில் இன்னும் அதிக ஞானத்தை நான் அடையாது போனேனே என்பதற்காக இப்பொழுது மிகவும் வருந்துகிறேன். ஏனெனில்,

ஒவ்வொரு ஹிந்துப் பையனும் பெண்ணும், சமஸ்கிருதத்தை நன்றாக படித்திருப்பது அவசியம் என்பதை இப்பொழுது உணருகிறேன்.

இந்தியாவில் உள்ள எல்லா உயர்தரக் கல்வி முறையிலும் தாய்மொழியோடு ஹிந்தி, சமஸ்கிருதம், பர்ஸிய மொழி, அரபு, ஆங்கிலம் ஆகிய இத்தனை மொழிகளுக்கும் இடமிருக்க வேண்டும் என்பது இப்பொழுது என் அபிப்பிராயம். இந்தப் பெரிய ஜாபிதாவைப் பார்த்த யாரும் பயந்துவிட வேண்டியதில்லை. நமது கல்வி, சரியான முறையில் இருந்து, அந்நிய மொழியின் மூலமே எல்லாப் பாடங்களையும் கற்க வேண்டி இருக்கும் சுமையும் பிள்ளைகளுக்கும் இல்லாதிருப்பின், இத்தனை மொழிகளையும் கற்பது சங்கடமாயிராது. அதற்குப் பதிலாகப் பெரிதும் சந்தோஷம் அளிப்பதாகவே இருக்கும் என்பது நிச்சயம். ஒரு மொழியை முறைப்படி கற்றுக்கொண்டு விட்டவர்களுக்கு மற்ற மொழிகளையும் கற்றுக்கொண்டு விடுவது எளிதாகும்.

ஹிந்தி, குஜராத்தி, சமஸ்கிருதம் ஆகிய மூன்று மொழிகளையும் உண்மையில் ஒரு மொழி என்றே சொல்லலாம். பர்ஸியமும் அரபும் அதே போல ஒரு மொழியே. பர்ஸிய மொழி ஆரிய மொழி இனத்தைச் சேர்ந்தாயினும், பர்ஸிய மொழிக்கும், அரபு மொழிக்கும் நெருங்கிய உறவு உண்டு. ஏனெனில், இவ்விரு மொழிகளும் இஸ்லாத்தின் வளர்ச்சியோடு முழு வளர்ச்சியை அடைந்திருக்கின்றன. உருது ஒரு தனி மொழி என்று நான் கருதுவதில்லை. ஏனெனில், ஹிந்தி இலக்கணமே அதன் இலக்கணம்; பர்ஸிய, அரபுச் சொற்களே அதன் சொற்கள். நல்ல குஜராத்தி, நல்ல ஹிந்தி, நல்ல வங்காளி அல்லது நல்ல மராத்தி கற்க விரும்புவோர் சமஸ்கிருதத்தைக் கற்றாக வேண்டியது எப்படி முக்கியமோ, அப்படி நல்ல உருது கற்பதற்குப் பர்ஸிய, அரபு மொழிகளைப் படிப்பது அவசியம்.

6. ஒரு துக்கமான சம்பவம்

உயர்தரப் பள்ளியில் பல சமயங்களிலும் எனக்கு இருந்த நண்பர்கள் மிகச் சிலரே. அவர்களில் இருவர் நெருங்கிய நண்பர்கள் எனலாம். அவர்களில் ஒருவருடைய நட்பு வெகு காலம் நீடிக்கவில்லை. அவரை நான் கைவிடவில்லை. மற்றவர்களுடன் நான் நட்புக் கொண்டிருந்ததற்காக அவர் தான் என்னைக் கைவிட்டு விட்டார். பின்னால் ஏற்பட்ட இந்த நட்பை, என் வாழ்க்கையில் நேர்ந்த ஒரு துக்கமான சம்பவமாகவே நான் கருதுகிறேன். இந்நட்பு நீண்ட காலம் நீடித்தது. சீர்திருத்த வேண்டும் என்ற உணர்ச்சியின் பேரிலேயே இவருடன் நட்புக் கொண்டேன்.

இந்த நண்பர், முதலில் என் அண்ணனின் நண்பர். இருவரும் ஒன்றாகப் படித்தவர்கள். அவரிடமிருந்த குறைபாடுகளை நான் அறிவேன். ஆயினும், விசுவாசமுள்ள நண்பர் என்று அவரைக் கருதினேன். எனக்குக் கெட்ட சகவாசம் ஏற்பட்டிருக்கிறது என்று என் தாயார், என் மூத்த அண்ணன், என் மனைவி முதலியவர்கள் எல்லோரும் எனக்கு எச்சரிக்கை செய்தார்கள். என் மனைவியின் எச்சரிக்கையை நான் மதிக்கவில்லை. ஆனால், என் தாயார், மூத்த அண்ணன் ஆகியோருடைய கருத்துக்கு விரோதமாக நான் நடக்கத் துணியவில்லை. ஆகவே, அவர்களுக்குப் பின் வருமாறு சமாதானம் கூறினேன்: “நீங்கள் கூறும் குறைகளெல்லாம் அவரிடம் இருக்கின்றன என்பதை நான் அறிவேன். ஆனால் அவரிடம் இருக்கும் நற்குணங்கள் உங்களுக்குத் தெரியா. அவரைத் திருத்திவிட வேண்டும் என்பதற்காகவே, நான் அவருடன் பழகுவதால் அவர் என்னைக் கெடுத்துவிட முடியாது. அவர் தம்முடைய வழிகளை மாத்திரம் திருத்திக் கொண்டு விட்டால் மிகச் சிறந்தவராகி விடுவார் என்பது நிச்சயம். ஆகையால், எனக்காக நீங்கள் கவலைப்பட வேண்டாம் என்று உங்களை வேண்டிக் கொள்கிறேன்.”

நான் இவ்விதம் கூறியது அவர்களுக்குத் திருப்தியளித்திருக்கும் என்று நான் எண்ணவில்லை என்றாலும், அவர்கள் என்

சமாதானத்தை ஏற்றுக்கொண்டு என் வழியே போக என்னை அனுமதித்து விட்டார்கள்.

நான் அப்பொழுது எண்ணியதெல்லாம் தவறு என்பதைப் பிறகு கண்டேன். சீர்திருத்த முற்படுகிறவர், யாரைச் சீர்திருத்த விரும்புகிறாரோ அவரிடம் நெருங்கிய சகவாசம் வைத்தக் கொள்ளலாகாது. ஆன்ம ஒருமைப்பாடே உண்மையான நட்பு. ஆனால், அத்தகைய நட்பை இவ்வுலகில் காண்பது அரிது. ஒரே வித சுபாவமுள்ளவர்களிடையே ஏற்படும் நட்பே முற்றும் சிறந்ததாகவும் நீடித்ததாகவும் இருக்கும். நண்பர்களில் ஒருவர் குணம் இன்னொருவருக்குப் படிகிறது. ஆகவே நட்பினால் சீர்திருத்துவது என்பதற்கு அதிக இடமே இல்லை. தனிப்பட்டு அன்னியோன்யமாக நெருங்கிப் பழகுவதையெல்லாம் தவிர்க்க வேண்டும் என்பதே என் அபிப்ராயம். ஏனெனில், மனிதனிடம் நற்குணங்களை விடத் தீயகுணங்களே எளிதில் படிந்து விடுகின்றன. கடவுளோடு தோழமை கொள்ள விரும்புவோர் தனியே விலகி இருக்க வேண்டும்; அல்லது உலகம் முழுவதையுமே தமது நண்பனாக்கிக் கொள்ள வேண்டும். நான் கூறுவது தவறாக இருக்கலாம். என்றாலும், ஒரு நெருங்கிய நட்பை வளர்த்துக் கொள்ள நான் செய்த முயற்சியில் தோல்வியே ஏற்பட்டது.

ராஜ்கோட் முழுவதிலும் சீர்திருத்தம் என்ற அலையின் வேகம் மிகுந்திருந்த சமயத்திலேயே இந்த நண்பரை முதன் முதலில் நான் சந்தித்தேன். எங்கள் ஆசிரியர்களில் பலர் ரகசியமாக மதுவும், மாமிசமும் சாப்பிடுகிறார்கள் என்று இந்த நண்பர் என்னிடம் கூறினார். ராஜ்கோட்டில் இருக்கும் பல பிரமுகர்களின் பெயர்களை சொல்லி அவர்களும் இந்த ரகத்தில் சேர்ந்தவர்களே என்றார். உயர்நிலைப்பள்ளி மாணவர்களில் சிலரும் இப்படிச் செய்கிறார்கள் என்றார்.

இதைக்கேட்டு நான் ஆச்சரியமும் மனவேதனையும் அடைந்தேன். அவர்கள் இவ்விதமானதற்குக் காரணம் என்ன என்று நான் கேட்டதற்குப் பின்வருமாறு அவர் சொன்னார்: “புலால் உண்ணாததால் நாம் பலமில்லாதவர்களாக இருக்கிறோம். புலால் உண்பவர்களாக இருப்பதனாலேயே ஆங்கிலேயரால் நம்மை ஆளமுடிகிறது. நான் எவ்வளவு

திடகாத்திரத்துடன் இருக்கிறேன் என்பதை நீயே பார்க்கிறாய். ஓட்டப் பந்தயத்தில் நான் வல்லவன் என்பதும் உனக்குத் தெரியும். இதற்குக் காரணம் நான் புலால் உண்பதுதான். மாமிசம் உண்போருக்குக் கட்டிச் சிரங்குகள், கொப்பளங்கள் முதலியன வருவதில்லை. எப்பொழுதாவது அவர்களுக்கு வந்து விட்டாலும் சீக்கிரத்தில் குணமாகி விடுகின்றன. புலால் உண்ணும் நமது உபாத்தியாயர்களும் மற்ற முக்கியஸ்தர்களும் முட்டாள்கள் அல்ல. அதிலிருக்கும் நன்மை அவர்களுக்குத் தெரியும். நீயும் அவர்களைப் போல் சாப்பிட வேண்டும். சோதனை செய்து பார்ப்பதைப் போல நல்லது எதுவும் இல்லை. சாப்பிட்டு அது எவ்வளவு பலத்தைக்கொடுக்கிறது என்று பார்."

புலால் உண்பதை வற்புறுத்திச் சொல்லப்பட்ட இவை யாவும் ஒரே சமயத்தில் கூறப்பட்டவை அல்ல. என் மனத்தில் படும்படி செய்வதற்காக என் நண்பர் பல சமயங்களில் நீண்ட விரிவான வாதம் புரிந்திருக்கிறார். அதன் சாரமே இது. என மூத்த சகோதரர் இதற்கு முன்னாலேயே அந்தப் படுகுழியில் விழுந்து விட்டார். ஆகையால் நண்பரின் வாதங்களை அவரும் ஆதரித்துப் பேசினார். என் அண்ணனோடும், இந்த நண்பரோடும் ஒப்பிடும் போது, நான் நிச்சயமாக நோஞ்சலாகவே இருந்தேன். அவர்கள் இருவரும் திடகாத்திரம் உடையவர்கள்; பலசாலிகள்; அதிக தைரியசாலிகள். இந்த நண்பரின் பராக்கிரமச் செயல்களைக் கண்டு மயங்கி விட்டேன். அவர் நீண்ட தூரம் ஓடுவார். உயரத்திலும், நீளத்திலும் தாவிக் குதிப்பதில் சமர்த்தர். எவ்வளவு அடி கொடுத்தாலும் சரி, தாங்கிக் கொள்ளுவார். இந்தப் பராக்கிரமச் செயல்களை யெல்லாம் அவர் என்னிடம் செய்து காட்டுவார். தமக்கு இல்லாத திறமையைப் பிறரிடம் காணும்போது யாரும் பிரமித்து விடுவது இயல்பு. அதே போல நண்பரின் பராக்கிரமச் செயல்களைப் பார்த்த நானும் பிரமித்துப் போனேன். அவரைப் போல் நானும் இருக்க வேண்டும் என்று ஆசை உண்டாயிற்று. என்னால் தாண்டவோ, ஓடவோ முடியாது. அவரைப் போன்றே நானும் ஏன் பலமுள்ளவனாக இருக்கக் கூடாது?

மேலும், அப்பொழுது நான் ஒரு கோழையாகவும் இருந்தேன். திருடர்கள் பயமும், பிசாசுகள், பாம்புகள் ஆகியவற்றின்

பயமும் எனக்கு இருந்தன. இரவில் வீட்டை விட்டு வெளியே வரவே மாட்டேன். இருட்டு என்றாலே எனக்கு பயங்கரமாக இருக்கும். ஒரு பக்கத்திலிருந்து பிசாசுகளும், மற்றொரு பக்கத்திலிருந்து திருடர்களும், வேறொரு பக்கத்திலிருந்து பாம்புகளும் வருவது போலக் கற்பனை செய்து கொண்டிருக்கும் காரணத்தால், இருட்டில் தூங்குவதென்பது என்னால் முடியாத காரியம். எனவே, அறையில் விளக்கு இல்லாமல் என்னால் தூங்க முடியாது. என் மனைவி அப்பொழுது குழந்தையல்ல; வாலிபப் பருவத்தையடையும் தறுவாயில் இருந்தாள். அவள் என் பக்கத்தில் படுத்துத் தூங்கிக் கொண்டிருப்பாள். எனக்கு இருந்த பயங்களையெல்லாம் அவளிடம் எப்படிச் சொல்லுவது ? என்னை விட அவள் தைரியசாலி என்பதை நான் அறிவேன். இதனால் என்னைக் குறித்து நானே வெட்கப் படுவேன். பாம்பு, பிசாசு என்ற பயம் அவளுக்கு இல்லை. இருட்டில் எங்கே வேண்டுமானாலும் போவாள். என்னிடமிருந்த இந்தப் பலவீனங்களை எல்லாம் என் நண்பர் அறிவார். உயிரோடு பாம்பைத் தம் கையில் பிடிக்க முடியும் என்றும், திருடர்களை எதிர்த்து விரட்டத் தம்மால் முடியும் என்றும், பிசாசுகள் உண்டு என்றே தாம் நம்புவதில்லை என்றும் அவர் என்னிடம் கூறுவார். இவ்வளவும் புலால் உண்பதன் பலன்கள் என்பார்.

குஜராத்திக் கவியான நர்மத்தின் சிந்துப் பாடல் ஒன்றைப் பள்ளிச் சிறுவர்கள் பாடுவார்கள். அது பின் வருமாறு,

பிரம்மாண்டமான ஆங்கிலேயனைப் பார்,சின்னஞ் சிறிய இந்தியனை அவன் ஆளுகிறான்.காரணம் - புலால் உண்பதால்அவன் ஐந்து முழ உயரம் இருப்பதே.

இவையெல்லாம் தமக்குரிய விளைவை என்னிடம் உண்டு பண்ணி விட்டன. நான் தோற்றுப் போனேன். புலால் உணவு நல்லது; அது என்னைப் பலமுள்ளவனாகவும் தைரியசாலியாகவும் மாற்றும்; நாடு முழுவதுமே புலால் உணவு கொள்ள ஆரம்பித்து விட்டால் ஆங்கிலேயரை வென்று விடலாம் என்ற எண்ணங்கள் என்னுள் வளர்ந்தன.

அதன்பேரில் பரிசோதனையைத் தொடங்குவதற்கு ஒரு நாளும் குறிக்கப்பட்டது. அது ரகசியமாக நடைபெற வேண்டும். காந்தி சமூகத்தினர் வைஷ்ணவர்கள். முக்கியமாக என் பெற்றோர்கள்

தீவிர வைஷ்ணவர்கள். நாள் தவறாமல் அவர்கள் விஷ்ணு கோயிலுக்குப் போவார்கள். குடும்பத்திற்கு என்றே சொந்தமான கோயில்களும் உண்டு. ஜைன சமயம் குஜராத்தில் பலமாக பரவி இருந்தது. அதன் செல்வாக்கு எங்கும், எல்லா சமயங்களிலும் உணரப்பட்டது. குஜராத்தில் ஜைனர்களிடத்திலும், வைஷ்ணவர்களிடத்திலும் புலால் உணவுக்கு இருந்த அவ்வளவு பலமான எதிர்ப்பையும், அதன் மீது இருந்த கடுமையான வெறுப்பையும் போல் இந்தியாவிலோ, வெளிநாடுகளிலோ காண முடியாது. இத்தகைய சூழ்நிலையில் பிறந்து வளர்ந்தவன் நான். அதோடு என் பெற்றோரிடம் எனக்கு மிகுந்த பக்தியும் உண்டு. நான் புலால் உண்டேன் என்பதை அறிந்த கணத்திலேயே அவர்கள் அதிர்ச்சியினால் செத்து விடுவார்கள் என்பதையும் அறிவேன். மேலும் சத்தியத்தில் நான் கொண்டிருந்த பற்று, என்னை அதிகப்படியான எச்சரிக்கையுடன் இருக்கும்படியும் செய்தது. மாமிசம் சாப்பிட ஆரம்பித்து விடுவேனாயின், என் பெற்றோரை நான் ஏமாற்ற வேண்டியிருக்கும் என்பது எனக்கு அப்பொழுது தெரியாது என்று சொல்லுவதற்கில்லை. ஆனால் என் புத்தியெல்லாம் சீர்திருத்தத்தில் ஈடுபட்டிருந்தது. ருசிக்கு சாப்பிவது என்பதே அதில் இல்லை. அதற்கு தனிப்பட்ட ருசி இருப்பதாக எனக்குத் தெரியாது. பலசாலியாகவும் தைரியசாலியாகவும் ஆகவேண்டும் என்று விரும்பினேன். ஆங்கிலேயரை தோற்கடித்து இந்தியா சுதந்திரமடையும்படி செய்வதற்கு என் நாட்டினரும் அப்படி ஆகவேண்டும் என்று ஆசைப் பட்டேன். சுயராஜ்யம் என்ற சொல்லை அதுவரை நான் கேட்டதில்லை. ஆனால் சுதந்திரம் என்றால் என்ன என்பது எனக்குத் தெரியும். சீர்திருத்தத்தில் இருந்த உற்சாகம் என்னைக் குருடனாக்கி விட்டது. ரகசியமாகவே இருக்கப் போகிறது என்பது நிச்சயமாகிவிடவே, இக்காரியத்தை என் பெற்றோருக்குத் தெரியாதபடி மறைத்து வைப்பது சத்தியத்தினின்று தவறியதாகாது என்றும் என்னையே சமாதானப் படுத்திக் கொண்டேன்.

7. ஒரு துக்கமான சம்பவம் (தொடர்ச்சி)

முடிவில் அந்த நாள் வந்தது. அப்பொழுது நான் இருந்த நிலையை முழுவதும் விவரிப்பதென்பது கஷ்டம். ஒரு பக்கத்தில் சீர்திருத்த ஆர்வம்; வாழ்க்கையில் முக்கியமான மாறுதலைச் செய்யும் புதுமை. மறுபக்கத்தில் இந்தக் காரியத்தைத் திருடனைப் போல ஒளிந்து கொண்டு செய்ய வேண்டியிருக்கிறதே என்ற வெட்கம். இந்த இரண்டில் எது என்னிடம் மேலோங்கி இருந்தது என்பதை என்னால் சொல்லமுடியாது. ஆற்றங்கரையில் தன்னந்தனியான இடத்தைத் தேடி அங்கே சென்றோம். அங்கே என் வாழ்க்கையிலேயே முதல் தடவையாக மாமிசத்தைப் பார்த்தேன். கடை ரொட்டியும் அதோடு இருந்தது. அந்த இரண்டும் எனக்குப் பிடிக்கவில்லை. ஆட்டிறைச்சி, தின்பதற்குத் தோலைப்போல் கடினமாக இருந்தது. என்னால் அதைத் தின்னவே முடியவில்லை. எனக்கு அருவருப்பாக இருந்தது. தின்ன முடியாதென்று விட்டுவிட்டேன்.

அதன் பிறகு அன்றிரவெல்லாம் எனக்குத் தூக்கமே வரவில்லை. ஒரு பயங்கரம் எனக்குச் சதா இருந்து கொண்டிருந்தது. கொஞ்சம் கண் அயரும் போதெல்லாம், உயிரோடு ஓர் ஆடு என் வயிற்றுக்குள் இருந்து கொண்டு கத்துவதுபோல் தோன்றும். திடுக்கிட்டு எழுவேன். செய்து விட்ட காரியத்திற்காக மனம் உறுத்திக் கொண்டே இருக்கும். ஆனால் புலால் உண்பது ஒரு கடமை என்று எனக்கு நானே நினைவுபடுத்திக் கொள்வேன், உற்சாகத்தையும் அடைவேன்.

என் நண்பர் பிடித்த பிடியைச் சாமானியத்தில் விட்டுவிடக் கூடியவர் அல்ல. இறைச்சியை ருசியுள்ள பலகாரங்களாகத் தயார் செய்து, அவை கண்ணுக்கும் அழகாக இருக்கும்படி செய்ய ஆரம்பித்தார். அவற்றைச் சாப்பிடுவதற்கு இப்பொழுதெல்லாம் ஆற்றங்கரையில் தன்னந் தனியான இடத்தைத் தேடிப் போவதும் இல்லை. ராஜாங்க மாளிகை ஒன்று கிடைத்தது. மேஜை நாற்காலிகளெல்லாம் போடப்பட்டிருந்த அம்மாளிகையின் போஜன மண்டபத்தை, அங்கிருந்த சமையற்காரனுடன் பேசி, அந்த நண்பர் ஏற்பாடு செய்திருந்தார்.

இந்தத் தூண்டிலில் நான் விழுந்துவிட்டேன். கடை ரொட்டியிடம் எனக்கு இருந்த வெறுப்பையும், ஆடுகளிடம் கொண்டிருந்த இரக்கத்தையும் ஒருவாறு போக்கிக்கொண்டு விட்டேன். தனி மாமிசம் எனக்குப் பிடிக்கவில்லையென்றாலும் மாமிசப் பலகாரங்களை ருசித்துச் சாப்பிட்டு வந்தேன். இவ்விதம் சுமார் ஓராண்டு நடந்து வந்தது. ஆனால் ஆறு தடவைகளுக்கு மேல் இத்தகைய விருந்துகளை நாங்கள் சாப்பிட்டு விடவில்லை. ஏனெனில், தினந்தோறும் எங்களுக்கு ராஜாங்க மாளிகை கிடைக்கவில்லை. அத்துடன் மாமிசப் பலகாரங்களைத் தயாரிப்பது அதிக செலவுள்ளதாகையால் அடிக்கடி தயாரிப்பது என்பதிலும் கஷ்டங்கள் இருந்தன. இந்தச் சீர்திருத்தத்திற்குக் கொடுக்க என்னிடம் பணம் இல்லை. ஆகையால் இந்தச் செலவுக்கு வேண்டியதையெல்லாம் என் நண்பர் தான் தேடிக்கொள்ள வேண்டியிருந்தது. அவருக்கு எப்படிப் பணம் கிடைத்தது என்பதும் எனக்குத் தெரியாது. என்னை மாமிசம் தின்பவனாக்கி விடவேண்டும் என்பதில் அவர் உறுதியுடன் இருந்தால் இதற்கு அவர் எப்படியோ பணம் சம்பாதித்து வந்தார். ஆனால், இதில் அவருடைய சக்திக்கும் ஓர் அளவு இருந்திருக்கவே வேண்டும். எனவே, இந்த விருந்துகள் சுருக்கமாகவும், நீண்ட நாட்களுக்கு ஒரு முறையும்தானே நடைபெற முடியும்?

இந்த ரகசிய விருந்துகளைச் சாப்பிடும் சந்தர்ப்பம் கிடைக்கும் போதெல்லாம் இரவில் வீட்டில் சாப்பிடுவது என்பது இயலாத காரியம். வந்து சாப்பிடும்படி வழக்கம்போல என் தாயார் கூப்பிடுவார். வேண்டாம் என்று கூறுவதற்குக் காரணம் என்ன என்றும் கேட்பார். எனக்கு இன்று பசியே இல்லை. எதோ வயிற்றில் கோளாறு இருக்கிறது என்று சொல்லிவிடுவேன். இவ்விதம் நான் சாக்குப் போக்குச் சொல்லும் போது, என் மனம் வேதனைப்படாமல் இராது. நான் பொய் சொல்லுகிறேன், அதுவும் தாயாரிடம் பொய் சொல்லுகிறேன் என்பதை அறிவேன். அதோடு நான் மாமிசம் சாப்பிடுகிறேன் என்பது என் தாயாருக்கும் தந்தைக்கும் தெரிந்து விடுமாயின் அவர்கள் அதிர்ச்சியடைந்து வருந்துவார்கள் என்பதும் எனக்குத் தெரியும். இவற்றை நான் அறிந்திருந்தது, என் உள்ளத்தை அரித்துத் தின்று கொண்டே இருந்தது.

ஆகவே, எனக்கு நானே பின்வருமாறு சொல்லிக் கொண்டேன்: ‘மாமிசம் சாப்பிவேண்டியது முக்கியம்தான்; நாட்டின் சாப்பாட்டில் சீர்திருத்தம் செய்ய வேண்டியதும் அவசியமே என்றாலும், தாயிடமும் தந்தையிடமும் பொய் சொல்லி ஏமாற்றிக் கொண்டிருப்பது மாமிசம் சாப்பிடாததைவிட அதிக மோசமானது. ஆகையால், அவர்கள் உயிரோடு இருக்கும் வரையில் நான் மாமிசம் சாப்பிடுவதற்கில்லை. அவர்களுக்குப் பிற்காலம் நான் சுதந்திரம் பெற்றுவிடுவேன். அப்பொழுது நான் மாமிசத்தைப் பகிரங்கமாகவே சாப்பிடுவேன். ஆனால், அச்சமயம் வரும் வரையில் நான் அதைச் சாப்பிடாமல் இருந்து விடுவேன்.’

நான் செய்துகொண்ட இந்த முடிவை என் நண்பருக்குத் தெரிவித்தேன். அதன் பின்னர் மாமிசத்தை நான் சாப்பிட்டதில்லை. தங்கள் குமாரர்களில் இருவர் மாமிசம் சாப்பிடுகிறவர்கள் ஆகிவிட்டனர் என்பது என் பெற்றோருக்குத் தெரியவே தெரியாது. பெற்றோரிடம் பொய் சொல்லக் கூடாது என்ற எனது புனிதமான ஆசையின் காரணமாகவே மாமிசம் சாப்பிடுவதை நான் விட்டேன். ஆனால், என் நண்பருடன் பழகுவதை மாத்திரம் விடவில்லை. அவரைச் சீர்திருத்த வேண்டுமென்று நான் கொண்ட ஆர்வம் எனக்கே பெருந்தீங்காக விளைந்தது. இந்த உண்மையை அப்பொழுதெல்லாம் நான் அறிந்து கொள்ளவே இல்லை.

இதே சிநேகம், என் மனைவிக்கே நான் துரோகம் செய்யும் படியும் செய்திருக்கும். ஆனால், ஏதோ ஒரு சிறு மயிரிழையில் தப்பிக் கொண்டேன். என் நண்பர் ஒரு நாள் என்னை ஒரு விபசாரி வீட்டிற்கு அழைத்துச் சென்றார். அங்கே நான் எவ்விதம் நடந்து கொள்ள வேண்டும் என்பதையெல்லாம் சொல்லிக் கொடுத்து என்னை உள்ளே அனுப்பினார். எல்லாம் முன்கூட்டியே ஏற்பாடு செய்யப்பட்டிருந்தது. கொடுக்க வேண்டிய பணத்தையும் கொடுத்தாயிற்று. பாவத்தின் வாய்க்குள் போய்விட்டேன். ஆனால் கடவுள் தமது எல்லையில்லாக் கருணையினால் என்னைத் தடுத்துக் காத்தார். இந்தப் பாவக்குழிக்குள் போனதுமே பார்வையை இழந்தவன்போல் ஆகி விட்டேன். பேசவும் நா எழவில்லை. படுக்கையில் அப்பெண்ணின்

பக்கத்தில் உட்கார்ந்தேன். ஆனால் ஒரு வார்த்தை கூட என்னால் பேச முடியவில்லை. ஆகவே, அவள் பொறுமையை இழந்து விட்டாள். என்னைத் திட்டி, அவமதித்து வெளியே போகச் சொல்லி விட்டாள். எனது ஆண்மைக்கே இதனால் இழுக்கு ஏற்பட்டு விட்டதாக அப்பொழுது நினைத்தேன். இந்த அவமானத்தினால் நான் பூமிக்குள் புதைந்துவிட வேண்டும் என்றும் விரும்பினேன். ஆனால் என்னைக் காத்தருளியதற்காக அப்பொழுதிலிருந்து நான் கடவுளுக்கு நன்றி தெரிவித்து வருகிறேன். என் வாழ்க்கையில் இதுபோலவே நடந்த மற்றும் நான்கு சம்பவங்களும் எனக்கு நினைவிருக்கின்றன. அநேகமாக இவற்றிலெல்லாம் என்னளவில் நான் செய்த முயற்சியைவிட எனது நல்லதிருஷ்டமே என்னைக் காத்தது. கண்டிப்பான அறநெறியைக் கொண்டு கவனித்தால், இந்தச் சம்பவங்களையெல்லாம் ஒழுக்கத் தவறுகள் என்றே சொல்ல வேண்டும். ஏனெனில், மனதில் சிற்றின்ப இச்சை இருந்தது. அது காரியத்தைச் செய்துவிட்டதற்குச் சமமே. ஆனால் சாதாரண நோக்கோடு கவனிப்பதாயின், உடலினால் ஒரு பாவ காரியத்தைச் செய்துவிடாதவன் காப்பாற்றப்பட்டவனே என்று கருதப்படுவான். நான் காப்பாற்றப்பட்டேன் என்பதும் இந்த அர்த்தத்திலேதான்.

சில செயல்களிலிருந்து தப்புவது, அப்படித் தப்புகிறவனுக்கும் அவனைச் சுற்றியிருப்போருக்கும் தெய்வாதீனமாக நிகழும் ஒரு காரியமாக இருக்கிறது. அவனுக்கு நல்லது இன்னதென்பதில் திரும்ப உணர்வு ஏற்படும்போது, அவ்விதம் தப்பிவிட்டதற்காக கடவுளின் கருணைக்கு நன்றியுள்ளவனாகிறான். மனிதன் என்னதான் முயன்றாலும் அது முடியாமல் அடிக்கடி ஆசையின் வலையில் சிக்கிக் கொண்டு விடுகிறான் என்பதை நாம் அறிவோம். அப்படி அவன் சிக்கிக்கொண்டாலும், கடவுள் குறுக்கிட்டு அவனைக் காத்து வருவதும் உண்டு என்பதையும் அறிவோம். இவையெல்லாம் எவ்விதம் நிகழ்சின்றன? மனிதன் எவ்வளவு தூரம் தன் இஷ்டம்போல் நடந்துகொள்ளக் கூடியவனாக இருக்கிறான்? எவ்வளவு தூரம் சந்தர்ப்பங்களுக்கு அவன் அடிமையாயிருக்கிறான்? விதி எங்கே வந்து புகுகிறது? என்பனவெல்லாம் நம்மால் அறிய இயலாத மர்மங்கள். அவை என்றும் மர்மங்களாகவே இருந்து வரும். இனிக் கதையைத்

தொடர்ந்து கவனிப்போம். என் நண்பரின் சகவாசம் தீமையானது என்பதை அறிய, இந்த விபசாரி நிகழ்ச்சி கூட என் கண்களைத் திறந்து விடவில்லை. எனவே, நான் எதிர்பாராத வகையில் அவரிடம் இருக்கும் சில குறைகளை என் கண்ணாலேயே கண்ட பிறகுதான் என் கண் திறந்தது. அது வரையில் நான் மற்றும் பல கசப்பான மருந்துகளை விழுங்கியாக வேண்டியிருந்தது. நாம் காலவாரியாகப் போய்க் கொண்டிருக்கிறோமாகையால், அவற்றைக் குறித்துப் பின்னால் கூறுகிறேன்.

என்றாலும் ஒரு விஷயம் அதே சமயத்தில் நடந்ததாகையால் அதைப்பற்றி இப்பொழுது நான் கூறவே வேண்டும். என் மனைவிக்கும் எனக்கும் ஏற்பட்ட அபிப்பிராய பேதங்களுக்கு ஒரு காரணம், இந்த நண்பரோடு நான் சேர்ந்திருந்ததே என்பதில் சந்தேகமில்லை. மனைவியிடம் அளவற்ற அன்பும் சந்தேகமும் கொண்ட கணவன் நான். என் மனைவி மீது நான் கொண்டிருந்த சந்தேகத் தீயை இந்த நண்பர் ஊதி வளர்த்துவிட்டார். அவருடைய கூற்று உண்மைதானா என்று நான் சந்தேகிக்கவே இல்லை. அவர் கூறியவைகளைக் கேட்டுவிட்டு என் மனைவியை அடிக்கடி துன்புறுத்தி வந்தேன். இவ்வாறு இம்சை புரிந்த குற்றத்திற்காக என்னை நான் ஒருபோதும் மன்னித்துவிடவில்லை. அநேகமாக ஒரு ஹிந்து மனைவியே இத்தகைய கஷ்டங்களையெல்லாம் பொறுமையாக சகித்துக் கொள்ளக் கூடும். இதனாலேயே பெண்ணைப் பொறுமையின் அவதாரம் என்று போற்றுகிறேன். ஒரு வேலைக்காரனைத் தவறாகச் சந்தேகித்து விட்டால் அவன் வேலையைவிட்டுப் போய் விடுவான். அதேபோல, மகனைச் சந்தேகித்தால் தந்தையின் வீட்டைவிட்டே அவன் வெளியேறி விடுவான். நண்பனைத் தவறாகச் சந்தேகித்தால், நட்பை முறித்துக் கொள்ளுவான். மனைவி, தன் கணவன் பேரில் சந்தேகம் கொண்டால் சும்மா இருந்துவிடுவாள். ஆனால் அவள் மீது கணவன் சந்தேகம் கொண்டுவிட்டாலோ அவளுக்கு நாசமே. அவள் எங்கே போவது? ஒரு ஹிந்து மனைவி, கோர்ட் மூலம் விவாகரத்துப் பெற முடியாது. சட்டத்தில் அவளுக்குப் பரிகாரம் இல்லை. என் மனைவியையும் நான் இத்தகைய நிர்க்கதியான நிலைமைக்குக் கொண்டு போய்விட்டதை என்னால் மறக்கவே முடியாது; என்னை மன்னித்துவிடவும் முடியாது.

அகிம்சா தருமத்தை, அதன் எல்லா அம்சங்களிலும் நான் உணர்ந்த பின்னரே, சந்தேகத்தின் புரை என்னைவிட்டு ஒழிந்தது. அப்பொழுதுதான் பிரம்மச்சரியத்தின் மகிமையை உணர்ந்தேன். அப்பொழுதுதான் மனைவி, கணவனின் வாழ்க்கைத் துணைவியும், தோழியுமேயன்றி அவனுக்கு அவள் அடிமையல்ல என்பதையும், அவனுடைய சுக துக்கங்களில் எல்லாம் அவனோடு சமபங்கு வகிப்பவள் என்பதையும், கணவனைப்போலத் தன் வழியில் நடந்து கொள்ள அவளுக்குச் சுதந்திரம் உண்டு என்பதையும் தெரிந்து கொண்டேன். அவநம்பிக்கைகளும் சந்தேகங்களும் நிரம்பிய அந்த இருளான நாட்களைக் குறித்து எண்ணும் போதெல்லாம் என்னுடைய தவறுக்காகவும், காமக் குரூரத்துக்காகவும் என்னையே நான் வெறுத்துக் கொள்ளுகிறேன். என் நண்பரிடம் நான் கொண்டிருந்த குருட்டுத்தனமான ஈடுபாட்டுக்காகவும் வருந்துகிறேன்.

8. திருட்டும் பரிகாரமும்

புலால் உண்ட காலத்திலும், அதற்கு முன்னாலும், நான் செய்த வேறு சில தவறுகளையும் சொல்ல வேண்டியிருக்கிறது. இவை விவாகத்திற்கு முன்போ, விவாகமான உடனேயோ நடந்தவை. நானும் என் உறவினர் ஒருவரும் புகை பிடிப்பதில் விருப்பம் கொண்டோம். சிகரெட் பிடிப்பதில் நல்லது உண்டு என்று நாங்கள் கண்டதோ, சிகரெட் புகையின் வாசனை எங்களுக்கு பிரியமாக இருந்ததோ இதற்கு காரணம் அல்ல. எங்கள் வாய்களிலிருந்து ஏராளமாகப் புகை விடுவதில் ஒருவகையான இன்பம் இருப்பதாகக் கற்பனை செய்து கொண்டோம். என் சிற்றப்பாவுக்குச் சிகரெட் பிடிக்கும் பழக்கம் உண்டு. அவர் புகை பிடிப்பதைப் பார்த்தபோது நாங்களும் அவரைப்போல் செய்ய வேண்டும் என்று நினைத்தோம். ஆனால் எங்களிடம் காசு இல்லை. ஆகவே, என் சிற்றப்பா பிடித்துவிட்டுப் போடும் சிகரெட்டுத் துண்டுகளைத் திருடி உபயோகிக்க ஆரம்பித்தோம்.

ஆனால், சிகரெட்டுத்துண்டுகள் எப்பொழுதும் கிடைப்பதில்லை. கிடைத்தாலும் அதிலிருந்து அதிகப் புகை வருவதும் இல்லை. ஆகவே, பீடி வாங்க வேலைக்காரன் பணத்திலிருந்து காசு திருடக் கிளம்பினோம். ஆனால் பீடியை வாங்கி எங்கே வைப்பது என்று பிரச்சனை வந்தது. பெரியவர்கள் முன்னிலையில் நாங்கள் பீடி பிடிக்க முடியாது. சில வாரங்கள் வரையில் திருடிய காசுகளைக் கொண்டே ஒருவாறு சமாளித்துக் கொண்டோம். இதற்கு மத்தியில் ஏதோ ஒரு செடியின் தண்டு, துவரங்கள் உள்ளது என்றும், சிகரெட்டைப் போல அதைப் பிடிக்கலாம் என்றும் கேள்விப்பட்டோம். அதைத் தேடிப் பிடித்து இந்த வகையான புகை பிடிக்கலானோம்.

இவை போன்றவைகளினாலெல்லாம் எங்களுக்குத் திருப்தி உண்டாகவே இல்லை. எங்கள் இஷ்டம் போல் செய்ய எங்களுக்கு சுதந்திரம் இல்லையே என்ற உணர்ச்சி மனத்தில் எழுந்தது. பெரியவர்களின் அனுமதியில்லாமல் எதையும் நாங்கள் செய்ய முடியாதிருந்தது, பொறுக்க முடியாததாகத்

தோன்றியது. கடைசியாக வாழ்வே முற்றும் வெறுத்துப் போய்த் தற்கொலை செய்து கொண்டு விடுவது என்ற முடிவுக்கு வந்து விட்டோம்!

ஆனால் தற்கொலை செய்து கொள்ளுவது எப்படி? விஷம் எங்கிருந்து எங்களுக்குக் கிடைக்கும்? ஊமத்தம் விதை சரியான விஷமுள்ளது என்று கேள்வியுற்றோம். அவ்விதையைத் தேடிக் கொண்டு காட்டுக்குப் போய் அதைக் கொண்டு வந்துவிட்டோம். மாலை நேரம் இதற்கு நல்லவேளை என்று முடிவாயிற்று. கேதார்ஜி கோயிலுக்கு போய் அங்கே விளக்குக்கு நெய் வார்த்தோம்; சுவாமி தரிசனம் செய்து கொண்டோம். பிறகு ஒதுக்குப் புறமான ஒரு மூலைக்குப் போனோம். ஆனால் எங்களுக்குத் துணிச்சல் வரவில்லை. உடனேயே செத்துப் போகாமல் இருந்து விட்டால்? அதோடு தற்கொலை செய்து கொள்ளுவதால் தான் என்ன நன்மை? சுதந்திரமின்மையைத்தான் ஏன் சகித்துக் கொள்ளக் கூடாது? என்றாலும் இரண்டு, மூன்று விதைகளை விழுங்கிவிட்டோம். இன்னும் அதிகமாகத் தின்னத் தைரியமில்லை. எங்கள் இருவருக்குமே சாவதற்குப் பயம். மனத்தைத் தேற்றிக் கொள்ள ராம்ஜி கோயிலுக்குப் போய் தற்கொலை எண்ணத்தையே விட்டுவிடுவது என்று முடிவு செய்தோம்.

தற்கொலை செய்துகொள்ள எண்ணுவதைப் போலத் தற்கொலை செய்து கொண்டு விடுவது அவ்வளவு எளிதானதே அல்ல என்பதைப் புரிந்துக் கொண்டேன். அதிலிருந்து, யாராவது தற்கொலை செய்துகொள்ளுவதாக மிரட்டிக் கொண்டிருக்கிறார்கள் என்று நான் அறிந்தால், நான் கொஞ்சமும் பயப்படுவதே இல்லை. தற்கொலை எண்ணத்தினால் முடிவாக ஒரு நன்மையும் உண்டாயிற்று. துண்டுச் சிகரெட்டுகளைப் பொறுக்கிப் புகை பிடிக்கும் வழக்கத்தையும், புகை பிடிப்பதற்காக வேலைக்காரனின் காசைத் திருடுவதையும் நாங்கள் இருவரும் விட்டுவிட்டோம்.

நான் வயதடைந்துவிட்ட பின்பு, புகைப் பிடிக்கவேண்டும் என்று விரும்பியதே இல்லை. புகை பிடிக்கும் பழக்கம், காட்டு மிராண்டித்தனமானது, ஆபாசமானது, தீமையை விளைவிப்பது என்று நான் எப்பொழுதும் கருதி வந்திருக்கிறேன். உலகம்

முழுவதிலும் புகை பிடிப்பதில் இவ்வளவு வெறி ஏன் இருக்கிறது என்பது விளங்கவே இல்லை. புகை பிடிப்பவர்கள் நிரம்பிய வண்டியில் பிரயாணம் செய்யவே எனக்குச் சகிப்பதில்லை. எனக்கு மூச்சுத் திணறி விடுகிறது.

இந்தத் திருட்டையும்விட மிக மோசமான ஒன்று, அதற்குச் கொஞ்சம் பின்னால் நான் செய்த குற்றமாகும். பன்னிரெண்டு அல்லது பதின்மூன்று வயதிருக்கும்போது காசுகள் திருடினேன்; வயது எனக்கு இன்னும் குறைவாகவே இருந்திருக்கலாம். நான் செய்த மற்றொரு திருட்டோ, எனக்குப் பதினைந்து வயதாக இருக்கும்போது, இச்சமயம், மாமிசம் தின்னும் என் அண்ணனின் கைக்காப்பிலிருந்து கொஞ்சம் தங்கத்தைத் திருடினேன். இந்த அண்ணன் இருபத்தைந்து ரூபாய் கடன் பட்டிருந்தார். அவர் கையில் கெட்டித் தங்கக் காப்பு அணிந்திருந்தார். அதிலிருந்து கொஞ்சம் தங்கத்தை வெட்டி எடுத்துவிடுவது கஷ்டமன்று.

சரி, அப்படியே செய்யப்பட்டது, கடனும் தீர்ந்தது. ஆனால், இக்குற்றம் என்னால் பொறுக்க முடியாததாயிற்று. இனித் திருடுவதே இல்லை என்று முடிவு கட்டிக் கொண்டேன். இக்குற்றத்தை என் தந்தையாரிடம் ஒப்புக் கொண்டு விடுவது என்றும் தீர்மானித்தேன். ஆனால், சொல்லத் துணிவு வரவில்லை. என் தந்தையார் என்னை அடிப்பார் என்று நான் பயப்படவில்லை. எங்களில் யாரையுமே அவர் அடித்ததாக எனக்கு ஞாபகமில்லை. அவருக்கு நான் உண்டாக்கக்கூடிய மனவேதனையைக் குறித்தே அஞ்சினேன். அதற்கும் துணிந்துதான் ஆகவேண்டும் என்று தோன்றியது. எல்லாவற்றையும் அவரிடம் சொல்லி விட்டாலன்றிப் பாவம் தீராது என்று கருதினேன்.

என் குற்றத்தை ஒரு கடிதத்தில் எழுதி என் தந்தையிடம் கொடுத்து, மன்னிப்புக் கேட்பதென்று கடைசியாகத் தீர்மானித்தேன். ஒரு துண்டுக் காகிதத்தில் அதை எழுதி நானே என் தந்தையாரிடம் கொடுத்தேன். அக்குறிப்பில் நான் என் குற்றத்தை ஒப்புக் கொண்டிருந்ததோடு அதற்குக் தக்க தண்டனையை எனக்குக் கொடுக்குமாறும் கேட்டிருந்தேன். என் குற்றத்திற்காக அவர் தம்மையே தண்டித்துக் கொள்ள வேண்டாம் என்றும் முடிவில் அவரைக் கேட்டுக் கொண்டிருந்தேன். இனித் திருடுவது இல்லை என்றும் நான் பிரதிக்ஞை செய்து கொண்டேன்.

குற்றத்தை ஒப்புக்கொண்டு எழுதியிருந்த காகிதத்தை என் தந்தையாரிடம் நான் கொடுத்தபோது என் உடலெல்லாம் நடுங்கியது. அப்பொழுது அவர் பவுந்திர நோயினால் பீடிக்கப்பட்டுப் படுத்த படுக்கையாக இருந்தார். சாதாரண மரப்பலகையே அவர் படுக்கை. என் கடிதத்தை அவரிடம் கொடுத்துவிட்டு, அப்பலகைக்கு எதிரில் உட்கார்ந்தேன்.

அவர் முழுவதையும் படித்தார். முத்துத் துளிகள் போல் அவர் கன்னங்களில் கண்ணீர் வழிந்து காகிதத்தை நனைத்தது. ஒரு கணம் கண்ணை மூடிக்கொண்டு சிந்தித்தார். பிறகு கடிதத்தைக் கிழித்தெறிந்தார். அக்கடிதத்தைப் படிப்பதற்காக எழுந்து உட்கார்ந்தவர், திரும்பவும் படுத்துக் கொண்டார். நானும் கதறி அழுதேன். என் தந்தையார் அனுபவித்த வேதனையை நான் காண முடிந்தது. நான் ஓவியக்காரனாக இருந்தால் அக்காட்சி முழுவதையும் இன்று சித்திரமாக எழுதிவிட முடியும். அது இப்பொழுதும் மனத்தில் தெளிவாக இருந்து வருகிறது.

முத்துப்போன்ற அந்த அன்புத்துளிகள் என் உள்ளத்தைச் சுத்தப்படுத்தி, என் பாவத்தையும் அலம்பிவிட்டன. அத்தகைய அன்பை அனுபவித்தவர்கள் மட்டுமே, அது இன்னது என்பதை அறிய முடியும். அன்புக் கணைகளினால் எய்யப்பட்டவன் எவனோ, அவனே அறிவான் அதன் சக்தியை என்று ஒரு பாடலும் கூறுகிறது. அகிம்சா தருமத்தை அறிவதற்கு இது எனக்குச் சரியானதோர் பாடமாயிற்று. இதில் தந்தையின் அன்பைத் தவிர வேறு எதையும் நான் அப்பொழுது காணவில்லை. ஆனால், இன்றோ, அதுதான் சுத்தமான அகிம்சை என்று அறிகிறேன். அத்தகைய அகிம்சை எல்லாவற்றிலும் வியாபிப்பதாகி விடும்போது, அது தொட்டதையெல்லாம் தன்மயமாக்கி விடுகிறது. அதனுடைய சக்திக்கு ஓர் எல்லையே இல்லை.

இவ்விதமான உயர்வான மன்னிக்கும் குணம் என் தந்தைக்கு இயல்பானதன்று. கோபமடைவார், கடுஞ்சொற்களைக் கூறுவார், தலையில் அடித்துக் கொள்ளுவார் என்றெல்லாம் நான் நினைத்திருந்தேன். ஆனால், அவரோ அவ்வளவு அற்புதமாக அமைதியுடன் இருந்தார். மறைக்காமல் எல்லாவற்றையும் நான் ஒப்புக்கொண்டதே இதற்குக் காரணம் என்று நம்புகிறேன். மன்னிப்பு அளிப்பதற்கு உரிமை உள்ளவரிடம் குற்றத்தை

ஒளியாது ஒப்புக்கொண்டு விடுவதோடு, இனி அத்தகைய பாவத்தைச் செய்வதில்லை என்றும் உறுதிமொழி கூறுவதே செய்த குற்றத்திற்காகச் சரியான வகையில் வருத்தப்படுவதாகும். என் குற்றத்தை நான் ஒப்புக் கொண்டுவிட்டது, என்னைப் பற்றிக் கவலையே இல்லை என்று என் தந்தையாரை உணரும்படி செய்தது என்பதை அறிவேன். என் மீதுள்ள அவரது அன்பையும் அளவு கடந்து அதிகரிக்கும்படி இது செய்தது.

9. தந்தையின் மரணமும் என் இரு அவமானங்களும்

நான் இப்பொழுது கூறப்போகின்றவை என்னுடைய பதினாறாவது வயதில் நடந்தவை. பவுந்திர நோயினால் என் தந்தை படுத்த படுக்கையாக இருந்தார் என்பதை முன்பே கண்டோம். அவருக்கு வேண்டிய பணிவிடைகளை என் தாயாரும் வீட்டு வேலைக்காரரான ஒரு கிழவரும், நானும் செய்து வந்தோம். என்னுடையன ஒரு தாதிக்குரிய வேலைகள். முக்கியமாகப் புண்ணுக்கு மருந்து வைத்துக் கட்டுவது, என் தந்தைக்கு மருந்து கொடுப்பது, வீட்டிலேயே தயாரிக்க வேண்டியிருந்த மருந்துகளைச் சேர்த்துத் தயாரிப்பது ஆகியவை அவை. ஒவ்வொரு நாள் இரவும் அவருக்குக் கால் பிடித்துவிடுவேன். போகுமாறு அவர் சொன்னதுமோ, அல்லது அவர் தூங்கிய பிறகோதான் போய் படுத்துக் கொள்ளுவேன். இப்பணி செய்வதற்கு நான் பிரியப்பட்டேன். இதில் நான் எப்பொழுதேனும் அசட்டையாக இருந்து விட்டதாக எனக்கு நினைவில்லை. எனது அன்றாடக் கடமைகளை நிறைவேற்றியது போக பாக்கியிருக்கும் நேரத்தைப் பள்ளிக்கூடத்துக்குப் போவதிலும் என் தந்தையாருக்குப் பணிவிடை செய்வதிலும் கழிப்பேன். அவர் என்னை அனுமதிக்கும் போதோ, அவருக்கு உடம்பு கொஞ்சம் நன்றாக இருக்கும் போதோ மாத்திரம் மாலையில் உலாவிவிட்டு வரப்போவேன்.

அது, என் மனைவி பிள்ளைப்பேற்றை எதிர்பார்த்திருந்த சமயமும் ஆகும். அந்த ஒரு சந்தர்ப்பத்தை இன்று நான் எண்ணிப் பார்க்கும்போது, அது எனக்கு இரட்டை அவமானம் என்பதை உணருகிறேன். அச்சமயத்தில் நான் பள்ளி மாணவனாகையால் நான் புலனடக்கத்தைக் கைக்கொண்டிருக்க வேண்டும். ஆனால், அப்படி செய்யாது போனது ஓர் அவமானம். படிப்பு விஷயத்தில் என் கடமையென நான் கருதியதையும், என் பெற்றோரிடம் பக்தியுடனிருப்பது அதையும்விட இன்னும் பெரிய கடமை என நான் கொண்டிருந்ததையும் மறக்கும்படி காமவெறி

செய்துவிட்டது, இரண்டாவது அவமானமாகும். சிரவணன் போல இருக்க வேண்டும் என்பது குழந்தைப் பருவம் முதலே என் லட்சியமாக இருந்தது. ஒவ்வோர் இரவும், என் தந்தையாரின் பாதங்களை என் கைகள் பிடித்துவிட்டுக் கொண்டிருக்கும் போது என் மனம் மாத்திரம் என் படுக்கையறையை வட்டமிட்டுக் கொண்டிருக்கும். அதுவும், மதம், வைத்திய சாஸ்திரம், பகுத்தறிவு ஆகியவைகளெல்லாம் ஒருமித்து மனைவியுடன் உடல் சேர்க்கை கூடாது என்று தடுக்கும் ஒரு சமயத்தில் எனக்கு அந்த மனநிலை. என் வேலையிலிருந்து விடுபடும் போதெல்லாம் மிக்க மகிழ்ச்சியுறுவேன். தந்தைக்கு வணக்கம் செலுத்திவிட்டு நேரே படுக்கை அறைக்குப் போவேன்.

அதே சமயத்தில் என் தந்தையின் நிலையும் நாளுக்கு நாள் மோசமாகிக் கொண்டு வந்தது. ஆயுர்வேத வைத்தியர்கள் தங்கள் களிம்புகளையெல்லாம் போட்டுப் பார்த்துவிட்டனர். ஹக்கீம்கள் தங்கள் பிளாஸ்திரிகளையெல்லாம் போட்டுப் பார்த்துவிட்டார்கள். உள்ளூர் அரைகுறை வைத்தியர்களும் தங்கள் தனி உபாயங்களை எல்லாம் கையாண்டுவிட்டனர். ஓர் ஆங்கில சர்ஜனும் தமது திறமையைப் பிரயோகித்துப் பார்த்துவிட்டார். சத்திர சகிச்சை ஒன்றே கடைசியாகச் செய்யக்கூடிய ஒரே காரியம் என்று அவர் சிபாரிசு செய்தார். ஆனால், குடும்ப வைத்தியர் இதை ஆட்சேபித்தார். அவ்வளவு முதிர்ந்த வயதில் சத்திர சிகிச்சை செய்வதை அவர் ஒப்புக்கொள்ளவில்லை. அந்த வைத்தியர் திறமை வாய்ந்தவர்; பிரபலமானவர். ஆகையால், அவர் யோசனையே ஏற்றுக் கொள்ளப்பட்டது. சத்திர சிகிச்சை கைவிடப்பட்டது. அதற்காக வாங்கிய மருந்துகளுக்கு அளவே இல்லை. சத்திர சிகிச்சைக்கு வைத்தியர் அனுமதித்திருந்தால் புண் எளிதில் ஆறியிருக்கும் என்பது என் எண்ணம். இந்த சிகிச்சையும் பம்பாயில் அப்பொழுது பிரபலமாக இருந்த ஒரு சர்ஜன் செய்ய வேண்டும். ஆனால், கடவுள் சித்தம் வேறுவிதமாக இருந்து விட்டது. சாவு நிச்சயம் என்று இருக்கும்போது சரியான பரிகாரம் யாருக்குத் தோன்றும்? சத்திர சிகிச்சைக்குச் சேகரிக்கப்பட்டு, இப்பொழுது வீணாகப் போன பொருளுடன் என் தந்தை பம்பாயிலிருந்து திரும்பினார். இனி அதிக காலம் உயிரோடிருப்போம் என்ற நம்பிக்கை அவருக்கும் இல்லாமல் போயிற்று. மேலும் மேலும் பலவீனமாகிக் கொண்டு வந்தார்.

இதனால் மலஜலங்களைப் படுக்கையில் இருந்தவாறே கழிக்கும் படி அவருக்குச் சொல்ல வேண்டியதாயிற்று. ஆனால், கடைசி நேரம் வரையில் அவர் அப்படிச் செய்ய மறுத்து விட்டார். அதிக சிரமத்துடன் பிடிவாதமாகப் படுக்கையிலிருந்து எழுந்து போயே மலஜலம் கழித்து வந்தார். வைஷ்ணவ தருமத்தின் புறத் தூய்மையைப் பற்றிய விதிகள் அவ்வளவு கண்டிப்பானவை.

இத்தகைய சுத்தம் முற்றும் அவசியமே என்பதில் சந்தேகம் இல்லை. ஆனால், சுத்தத்தைக் கண்டிப்பாக அனுசரிப்பதும், நோயாளிக்குக் கொஞ்சமேனும் அசௌகரியம் இல்லாமல், படுக்கையையும் கொஞ்சமும் அப்பழுக்கு இல்லாமல் வைத்துக் கொண்டு, குளிப்பது உட்பட எல்லாக் காரியங்களையும் படுக்கையிலேயே செய்யலாம் என்பதை மேனாட்டு வைத்திய சாத்திரம் நமக்குக் கற்றுக் கொடுத்திருக்கிறது. அத்தகைய சுத்தம் வைஷ்ணவ தருமத்திற்கு முற்றும் பொருத்தமானது என்றே நாம் கருத வேண்டும். ஆனால், படுக்கையைவிட்டு எழுந்து போயே ஆகவேண்டும் என்று என் தந்தையார் வற்புறுத்தியது அப்பொழுது எனக்கு ஆச்சரியத்தையே உண்டாக்கியது. அதை நான் வியந்தேனேயன்றி வேறுவிதமாகக் கருதவில்லை.

பயங்கரமான அந்த இரவும் வந்தது. என் சிறிய தகப்பனார் அப்பொழுது ராஜ்கோட்டில் இருந்தார். என் தந்தையின் தேக நிலை மோசமாகிக் கொண்டிருக்கிறதென்ற செய்தியறிந்து அவர் ராஜ்கோட்டுக்கு வந்ததாக எனக்குக் கொஞ்சம் ஞாபகம். இந்தச் சகோதரர்கள் ஒருவருக்கொருவர் பலமான அன்பு கொண்டவர்கள். என் சிற்றப்பா, நாளெல்லாம் என் தந்தையாரின் படுக்கைக்கு அருகிலேயே உட்கார்ந்திருப்பார். எங்களையெல்லாம் தூங்கப்போகச் சொல்லிவிட்டு, அவர் மட்டும் என் தந்தையாரின் படுக்கைக்குப் பக்கத்திலேயே பிடிவாதமாகப் படுத்துக் கொள்ளுவார். தந்தையாரின் நிலை என்னவோ ஆபத்தாகவே இருந்தது. ஆனால், அது எமனின் இரவாக இருக்கும் என்று யாரும் கனவுக்கூடக் காணவில்லை.

அப்பொழுது இரவு 10–30 அல்லது 11 மணி. நான் தந்தையாருக்குக் கால் பிடித்துக் கொண்டிருந்தேன். எனக்குப் பதிலாக அவ்வேலையைத் தாம் பார்த்துக் கொள்ளுவதாக என் சிறிய தகப்பனார் கூறினார். மகிழ்ச்சியுற்றேன். நேரே

படுக்கையறைக்குப் போனேன். பாவம், என் மனைவி அயர்ந்து தூங்கிக் கொண்டிருந்தாள். ஆனால், நான் அங்கே போன பிறகு அவள் எவ்வாறு தூங்க முடியும்? அவளை எழுப்பினேன். ஐந்து அல்லது ஆறு நிமிடங்களுக்கெல்லாம் வேலைக்காரன் கதவைத் தட்டினான். திகிலுடன் துடித்து எழுந்தேன். "கிளம்புங்கள்; அப்பாவுக்குக் கடுமையாக இருக்கிறது" என்றான். அவருடைய தேக நிலை மிகவும் மோசமாகவே இருந்தது என்பதை நான் அறிவேன். ஆகவே, அச்சமயத்தில் கடுமையாக இருக்கிறது என்றால் அதன் பொருள் இன்னதென்பதை ஊகித்துக் கொண்டேன். படுக்கையிலிருந்து குதித்தெழுந்தேன். "என்ன விஷயம், சொல்?" என்றேன். "தந்தை காலமாகி விட்டார்" என்றான்.

ஆகவே, எல்லாம் முடிந்து போயிற்று! என் கைகளைப் பிசைந்து கொண்டேன். அளவு கடந்த வெட்கத்தையும் வேதனையையும் அடைந்தேன். என் தந்தையார் இருந்த அறைக்கு ஓடினேன். காமவெறி மாத்திரம் என்னைக் குருடனாக்காமல் இருந்திருக்குமாயின் கடைசி நேரத்தில் தந்தையாரிடமிருந்து பிரிந்ததால் விளைந்த சித்திரவதை எனக்கு நேர்ந்திராது என்பதைக் கண்டேன். அவருடைய பாதங்களைப் பிடித்து விட்டுக் கொண்டிருப்பேன்; என் கரங்களிலேயே அவர் ஆவி பிரிந்திருக்கும். இப்பொழுதோ, அந்தப் பாக்கியம் என் சிறிய தகப்பனாருக்குக் கிடைத்தது. அண்ணனிடம் அவருக்கு அளவற்ற பக்தி இருந்ததனால், அவருக்குக் கடைசி சேவைகளைச் செய்யும் கௌரவத்தை அவர் தேடிக்கொண்டார்! மரணம் நெருங்கிவிட்டது என்பதை என் தந்தையார் அறிந்து கொண்டு, பேனாவும் காகிதமும் கொண்டு வருமாறு சமிக்ஞை செய்திருக்கிறார். இறுதிக் கிரியைகளுக்கு வேண்டிய ஏற்பாடுகளைச் செய்யுங்கள் என்று எழுதியிருக்கிறார். பிறகு தம் கையில் அணிந்திருந்த காப்பையும், தங்கத் துளசி மணிமாலையையும் கழற்றித் தூரத்தில் வீசிவிட்டு, ஒரு கண நேரத்தில் உயிரை நீத்திருக்கிறார்.

முந்திய ஓர் அத்தியாயத்தில் எனக்கு ஏற்பட்ட அவமானத்தைப் பற்றிக் கூறினேன். என் தந்தை சாகும் தறுவாயிலிருந்த நெருக்கடியான நேரத்தில் நான் விழித்திருந்து பணிவிடை செய்ய

வேண்டியிருக்க, எனக்குக் காமவெறி ஏற்பட்டதைப் பற்றி அவமானமே அது. இது என் வாழ்க்கையில் ஏற்பட்ட கறை. இதை என்றுமே என்னால் அழிக்கவோ, மறக்கவோ முடிந்ததில்லை. என் பெற்றோரிடம் எனக்கு எல்லையற்ற பக்தி உண்டெனினும், அதற்காக எதையும் தியாகம் செய்திருப்பேனாயினும், சோதித்துப் பார்த்ததில், அந்தப் பக்தி மன்னிக்க முடியாத வகையில் குறைபாட்டுடனேயே இருந்தது. ஏனெனில், அதே சமயத்தில் என் மனம் காமத்தின் பலமான பிடிப்பில் இருந்து வந்தது. இதை எப்பொழுதும் நினைத்துப் பார்ப்பேன். ஆகையால் நான் விசுவாசமுள்ள கணவனாக இருந்தாலும் காமவெறியன் என்றே என்னை என்று கருதலானேன். காமத்தின் விலங்கிலிருந்து விடுபட எனக்கு அதிக காலமாயிற்று. அதை வெல்வதற்குள் நான் எத்தனையோ கடுஞ்சோதனைகளைக் கடக்க வேண்டியிருந்தது.

எனது இரு அவமானங்களைப் பற்றிய இந்த அத்தியாயத்தை முடிக்கும் முன்பு, என் மனைவியின் வயிற்றில் பிறந்த அந்தப் பரிதாபகரமான சிசு, மூன்று, நான்கு நாட்கள் கூட உயிரோடு இருக்கவில்லை என்பதையும் நான் கூற வேண்டும். இதைத் தவிர வேறு எதையும் எதிர்பார்ப்பதற்கில்லை. மணமாகி இருப்பவர்களெல்லாம் என்னுடைய உதாரணத்தைக் கண்டு எச்சரிக்கை அடைவார்களாக.

10. சமய அறிவின் உதயம்

எனது ஆறு அல்லது ஏழாவது வயதிலிருந்து பதினாறாம் பிராயம் வரையில் நான் பள்ளிக்கூடத்தில் படித்து வந்தேன். மதத்தைத் தவிர மற்ற எல்லாவிதமான விஷயங்களைப்பற்றியும் எனக்குப் போதித்தார்கள். உபாத்தியாயர்கள், தங்கள் அளவில் எவ்விதமான சிரமமுமின்றி எனக்குச் சொல்லிக் கொடுத்திருக்கக் கூடியவை எனக்குக் கிடைக்கவில்லை என்றே கூறுவேன். என்றாலும், அக்கம் பக்கங்களிலிருந்தும் கொஞ்சம் கொஞ்சமாக சமய ஞானம் பற்றி நான் அறிந்து வந்தேன். சமயம் என்பதை அதன் விரிவான கருத்தில் – தன்னைத் தானே அறிதல் அல்லது ஆன்ம ஞானம் என்ற பொருளிலேயே நான் உபயோகிக்கிறேன்.

வைஷ்னவக் குடும்பத்தில் பிறந்தவனாகையால் நான் அடிக்கடி விஷ்ணு கோயிலுக்குப் போகவேண்டியிருந்தது. ஆனால் அது என் மனதை ஒரு போதும் கவரவில்லை. அதன் பகட்டும் ஆடம்பரமும் எனக்குப் பிடிக்கவே வில்லை. அதோடு ஒழுக்கவீனமான காரியங்கள் பல அங்கே நடக்கின்றன என்ற வதந்திகளையும் கேள்விப்பட்டேன். ஆகவே, கோயிலுக்குப் போவதில் எனக்கு சிரத்தையில்லை. இதனால், விஷ்ணு கோயிலிலிருந்து நான் எதையும் பெறவில்லை.

ஆனால், கோயிலில் நான் பெற முடியாது போனதை, எங்கள் குடும்ப வேலைக்காரக் கிழவியான என் செவிலித் தாயிடமிருந்து பெற்றேன். ரம்பா என்பது அவள் பெயர். அவளுக்கு என் மீதிருந்த பிரியம் இன்னும் என் நினைவில் இருக்கிறது. எனக்குப் பேய், பிசாசுகளின் பயம் இருந்தது என்று முன்பே கூறியிருக்கிறேன். ராம நாமத்தைத் திரும்பத் திரும்ப உச்சரிப்பதே அந்தப் பயத்தைப் போக்குவதற்கான மருந்து என்று எனக்கு ரம்பா யோசனை கூறினாள். அவள் கூறிய பரிகாரத்தில் எனக்கு இருந்த நம்பிக்கையைவிட அவளிடம் எனக்கு அதிக நம்பிக்கையுண்டு ஆகையால், பேய் பிசாசுகளிடம் எனக்கு இருந்த பயத்தைப் போக்கிக் கொள்ளுவதற்கு இளம் பிராயத்திலிருந்தே ராம நாம ஜபம் செய்வேன். இது தொடர்ந்து

நடக்கவில்லை. ஆனால் குழந்தைப் பருவத்தில் விதைக்கப்பட்ட அந்த நல்ல விதை வீணாகப் போய் விடவில்லை. அந்த நல்ல பெண்மணியான ரம்பா விதைத்த விதையினாலேயே ராம நாமம் இன்று எனக்குப் பொய்க்காத அருமருந்தாக இருந்து வருகிறது என்று நினைக்கிறேன்.

இந்தச் சமயத்தில் ராமாயண பக்தரான என் பெரியப்பா பிள்ளை ஒருவர், நானும் என் சின்ன அண்ணனும் ராமரட்சை கற்றுக் கொள்வதற்கு ஏற்பாடு செய்தார். அதை மனப்பாடம் செய்தோம். ஒவ்வொரு நாளும் காலையில் குளித்த பிறகு வழக்கமாக அதைப் பாராயணம் செய்து வந்தோம். நாங்கள் ராஜ்கோட்டை அடைந்ததும் அதை மறந்துவிட்டோம். ஏனெனில் அதில் எனக்கு அவ்வளவாக நம்பிக்கை இல்லை. நான் அதைப் பாராயணம் செய்து வந்ததற்கு ஒரு காரணம், சுத்தமான உச்சரிப்புடன் ராமரட்சையை என்னால் பாராயணம் செய்ய முடிகிறது என்பதில் நான் கொண்டிருந்த பெருமையேயாகும்.

என்றாலும், என்னுள் ஆழ்ந்த கவர்ச்சியை உண்டாக்கியது, என் தந்தையார் எதிரில் ராமாயணம் படிக்கப்பட்டு வந்ததாகும். என் தந்தை நோயுற்றிருந்த சமயம் கொஞ்ச காலம் போர்பந்தரில் இருந்தார். அங்கே மாலை நேரத்தில் ராமயணத்தைப் படிக்கச் சொல்லிக் கேட்பார். அவ்விதம் ராமாயணம் வாசித்து வந்தவர் சிறந்த ராம பக்தர். அவர் பிலேஸ்வரைச் சேர்ந்த லதா மகராஜ் என்பவர். அவருக்கு குஷ்ட நோய் இருந்து குணமாகிவிட்டது. எந்த மருந்தினாலும் அவருக்குக் குணமாகிவிடவில்லை என்றும், பிலேஸ்வரர் கோயிலில் மகாதேவர் சிலைக்கு அர்ச்சனை செய்து, பிறகு தூரப் போடப்படும் வில்வ இலைகளைத் தமது உடலில், குஷ்டத்தால் பாதிக்கப்பட்ட இடங்களில் வைத்துக் கட்டியதாலும், விடாமல் ராமநாம ஜபம் செய்ததாலுமே அந்நோய் அவருக்குக் குணமாயிற்று என்றும் சொல்லுவார்கள். அவருடைய நம்பிக்கை அவர் நோயைப் போக்கியது என்பார்கள். நாங்கள் என்னவோ இக்கதையை நம்பினோம். லதா மகராஜ் எங்கள் வீட்டில் ராமாயணம் வாசிக்க ஆரம்பித்தபோது அவர் உடலில் குஷ்டநோய் என்பதே இல்லை என்பது உண்மை. அவருக்கு இனிமையான சாரீரம் இருந்தது. கண்ணிகளையும் விருத்தங்களையும் பாடுவார். அவற்றை விளக்கிப் பொருள்

சொல்லுவார். சொல்லும்போதே மெய் மறந்து அவர் பரவசமாகிவிடுவதோடு கேட்போரையும் மெய் மறந்திருக்கச் செய்துவிடுவார். அப்பொழுது எனக்குப் பதின்மூன்று வயது இருக்கும். என்றாலும், அவர் வாசிப்பதைக் கேட்டு நான் பரவசமாகிவிட்டது எனக்கு இன்னும் நினைவிருக்கிறது. ராமாயணத்தினிடம் எனக்கு ஆழ்ந்த பக்தி ஏற்படுவதற்கு அடிகோலியதே அதுதான். பக்தி நூல்களிலெல்லாம் தலையாய நூல் துளசிதாஸரின் ராமாயணமே என்று நான் இன்று கருதுகிறேன்.

இதற்கு சில மாதங்கள் கழிந்து நாங்கள் ராஜ்கோட்டிற்கு வந்தோம். ராமாயண பாராயணம் எதுவும் இங்கே நடைபெறவில்லை. ஒவ்வொர் ஏகாதசி தினத்தன்றும் பாகவதம் படிப்பது வழக்கம். சில சமயங்களில் நான் கேட்கப் போவேன். ஆனால், அதைப் படித்தவரோ, கேட்போருக்கு உருக்கம் உண்டாக்கக் கூடியவர் அன்று. பாகவதம் சமய உணர்ச்சியை உண்டாக்க வல்ல நூல் என்பதை இன்று நான் காணுகிறேன். அதைத் தீவிரமான சிரத்தையுடன் குஜராத்தி மொழியில் படித்திருக்கிறேன். ஆனால், என்னுடைய இருபத்தொரு நாள் உண்ணாவிரத காலத்தில் பாகவதத்தின் மூலத்திலிருந்து சில பகுதிகளைப் பண்டித மதன் மோகன மாளவியா படிக்க நான் கேட்டேன். பண்டித மாளவியாவைப் போன்ற ஒரு பக்தர் அதைப் படிக்கச் சிறு வயதிலேயே நான் கேட்டிருந்தால் அப்போதிருந்தே அதன் மீது எனக்கு விருப்பு ஏற்பட்டிருக்கும் என்பது தெரிந்தது. அந்த வயதில் உருவாகும் அபிப்ராயங்கள் ஒருவருடைய சுபாவத்தில் ஆழ வேரூன்றி விடுகின்றன. அந்தக் காலத்தில் இதுபோன்ற மற்றும் பல நல்ல நூல்களைப் படிக்கக் கேட்கும் பாக்கியம் எனக்கு இல்லாது போயிற்றே என்ற வருத்தம் என்னைவிட்டு என்றும் நீங்காது.

என்றாலும் ஹிந்து சமயத்தின் எல்லா உட்பிரிவுகள் சம்பந்தமாகவும், மற்றச் சகோதர சமயங்கள் விஷயத்திலும் சகிப்புத் தன்மையுடன் இருக்கும் ஆரம்பப் பயிற்சியும் எனக்கு ராஜ்கோட்டிலேயே கிடைத்தது. ஏனெனில், என் தந்தையும் தாயாரும் விஷ்ணு கோயிலுக்குப் போவதோடு சிவன் கோயிலுக்கும், ராமர் கோயிலுக்கும் போவார்கள்.

அங்கெல்லாம் சிறுவர்களாகிய எங்களையும் அழைத்துப் போவார்கள்; அனுப்புவார்கள். ஜைன பிக்ஷுக்கள் அடிக்கடி என் தந்தையைப் பார்க்க வருவார்கள். ஜைனர்கள் அல்லாத எங்கள் வீட்டில் சாப்பிடும் அளவுக்கும் அவர்கள் தாராளமாக நடந்து கொள்ளுவார்கள். சமய விஷயங்களைக் குறித்தும், உலக விவகாரங்களைக் குறித்தும் என் தந்தையுடன் அவர்கள் பேசுவார்கள்.

இதல்லாமல் அவருக்கு முஸ்லீம், பார்ஸி நண்பர்களும் உண்டு தங்கள் சமயங்களைப் பற்றி அவர்கள் இவரிடம் பேசுவார்கள். எப்பொழுதுமே அவர்கள் கூறுவனவற்றிற்கு மதிப்புக் கொடுத்தும், பெரும்பாலும் சிரத்தையுடனும் இவர் கேட்பார். என் தந்தையாருக்கு நான் பணிவிடை செய்து வந்ததால் அவர்கள் பேசிக் கொண்டிருப்பதைக் கேட்கும் வாய்ப்பு எனக்கு அடிக்கடி கிட்டியது. மற்றச் சமயங்களிடம் சகிப்புத் தன்மையுடன் நடந்து கொள்ளும் பண்பை இவைகளெல்லாம் சேர்ந்தே என்னுள் வளர்ந்தன.

அச்சமயம் கிறிஸ்தவ மதம் மாத்திரம் இதற்கு ஒரு விலக்காக இருந்தது அதனிடம் எனக்கு ஒருவகை வெறுப்பு இருந்தது. அதற்கு ஒரு காரணமும் உண்டு. அக்காலங்களில் கிறிஸ்தவப் பாதிரிமார்கள், உயர்நிலைப் பள்ளிக்கு அருகில் தெருத் திருப்பத்தில் நின்றுகொண்டு ஹிந்துக்களையும் அவர்களுடைய தெய்வங்களையும் தூஷித்துக் கொண்டிருப்பார்கள். இதை என்னால் சகிக்க முடிவதில்லை. அவர்கள் சொல்லுவதைக் கேட்க ஒரே ஒரு தடவை மாத்திரமே நான் அங்கே நின்றிருப்பேன். இந்தப் பரீட்சை இனி வேண்டாம் என்று நான் தீர்மானித்து விட்டதற்கு அது ஒன்றே போதுமானதாயிற்று. ஏறக்குறைய அதே சமயத்தில் பிரபலமான ஹிந்து ஒருவர் கிறிஸ்தவத்திற்கு மதம் மாற்றப்பெற்றார் என அறிந்தேன். அவர் 'ஞானஸ்நானம்' செய்விக்கப் பெற்ற போது, மாட்டிறைச்சி தின்று, மதுபானமும் குடிக்க வேண்டியிருந்தது என்றும், தமது உடையையும் அவர் மாற்றிக் கொள்ள வேண்டியதாயிற்று என்றும் ஊரெங்கும் ஒரே பேச்சாக இருந்தது. அது முதல் அவர் ஐரோப்பிய உடையுடன் தொப்பியும் போட்டுக் கொண்டு அங்குமிங்கும் போக ஆரம்பித்தாராம். இவையெல்லாம்

எனக்கு வெறுப்பை உண்டாக்கின. 'மாட்டிறைச்சி தின்ன வேண்டும் என்றும், குடிக்கவேண்டும் என்றும், தமது சொந்த உடையை மாற்றிக் கொண்டுவிட வேண்டும் என்றும், ஒருவரைக் கட்டாயப் படுத்தும் ஒரு மதம், மதம் என்ற பெயருக்கே நிச்சயமாக அருகதையில்லாதது' என்று நான் எண்ணினேன். புதிதாக மதம் மாறியவர், தமது மூதாதையாரின் மதத்தையும், பழக்க வழக்கங்களையும், நாட்டையும் தூஷித்துப் பேசவும் தலைப்பட்டு விட்டார் என்றும் கேள்விப்பட்டேன். இவைகளெல்லாம் கிறிஸ்தவத்தின் மீது எனக்கு வெறுப்பை உண்டாக்கின.

மற்றச் சமயங்களிடம் சகிப்புத் தன்மை கொள்ள நான் கற்றிருந்தேன் என்றால், உண்மையில் எனக்கு கடவுளிடம் திடமான நம்பிக்கை இருந்தது என்பது பொருளல்ல. அந்த சமயத்தில் மனுஸ்மிருதியையும் நான் படிக்க நேர்ந்தது. படைப்பைப் பற்றியும், அது போன்ற விஷயங்களைக் குறித்தும் அதில் கூறப்பட்டிருந்த கதை எனக்கு அவ்வளவாக நம்பிக்கை ஊட்டுவதாயில்லை. இதற்குமாறாக நாஸ்திகத்தை நோக்கி ஓரளவுக்கு என்னைச் சாயும்படியும் அது செய்தது.

என் பெரியப்பா பிள்ளை ஒருவர் உண்டு. அவர் இன்றும் இருக்கிறார். அவருடைய அறிவாற்றலில் எனக்கு அபார மதிப்பு உண்டு. எனக்கு இருந்த சந்தேகங்களையெல்லாம் குறித்து அவரிடம் கேட்டேன். ஆனால் அவற்றைத் தீர்த்துவிட அவரால் இயலவில்லை. "உனக்கு வயதானதும் இந்தச் சந்தேகங்களை எல்லாம் நீயே தீர்த்துக் கொண்டு விடுவாய். இந்த வயதில் இப்படிப்பட்ட சந்தேகங்கள் உனக்குத் தோன்றலாகாது" என்று பதில் சொல்லி, அவர் என்னை அனுப்பிவிட்டார். என் வாய் அடைப்பட்டுப் போயிற்று. ஆயினும், மனம் திருப்பதியடையவில்லை. மனுஹ்மிருதியில் உணவு பற்றியும் அது போன்றவை குறித்தும் கூறப் பட்டிருந்தவை, தினசரி வழக்கத்திற்கு மாறுப்பட்டவை என எனக்குத் தோன்றின. இதில் எனக்கு உண்டான சந்தேகத்திற்கும் அதே பதில்தான் கிடைத்தது. அறிவு வளர வளர, அதிகமாகப் படிக்க படிக்க, அதை நான் நன்றாகப் புரிந்து கொள்ளுவேன் என்று எனக்கு நானே சொல்லிக் கொண்டேன்.

மனுஸ்மிருதி, அக்காலத்தில் அகிம்சாதருமத்தை எனக்கு போதிக்கவிலலை என்பது மாத்திரம் உண்மை. நான் புலால் உண்ட கதையைக் கூறியிருக்கிறேன். அதை மனுஸ்மிருதி ஆதரிப்பதாகத் தோன்றியது. பாம்புகள், மூட்டைப் பூச்சி முதலியவைகளைக் கொல்லுவது முற்றும் நியாயமானதே என்று கருதினேன். மூட்டைப் பூச்சிகள் போன்ற ஜந்துகளைக் கொல்லுவது ஒரு கடமை எனக் கருதி அந்த வயதில் அவற்றை நான் கொன்றது எனக்கு நினைவிருக்கிறது.

ஆனால், ஒன்று மாத்திரம் என்னுள் ஆழ வேரூன்றியது. 'ஒழுக்கமே எல்லாவற்றிக்கும் அடிப்படை; சத்தியமே ஒழுக்கமெல்லாவற்றிற்கும் சாரமும்' என்று நான் கொண்ட உறுதியே அது. சத்தியம் என் ஒரே லட்சியமாயிற்று. ஒவ்வொரு நாளும் அதன் மகிமை வளரலாயிற்று. அதற்கு நான் கொண்ட பொருளும் விரிவாகிக் கொண்டே வந்தது.

அதேபோல நன்னெறியைப் போதிக்கும் ஒரு குஜராத்திப் பாடலும் என் அறிவையும் உள்ளத்தையும் கொள்ளை கொண்டது. தீமை செய்தோருக்கும் நன்மையே செய் என்ற அப்பாடலின் போதனை, என் வாழ்க்கையில் வழிகாட்டும் தருமமாயிற்று. அதில் எனக்கு அதிக பிரேமை உண்டாகி விட்டதால் அதை மேற்கோளாகக் கொண்டு பற்பல சோதனைகளையும் செய்யத் தொடங்கினேன். மிக அற்புதமானவை என நான் எண்ணும் அப்பாடலின் வரிகள் இவை:

'உண்ணும் நீர் தந்த ஒருவனுக்குக் கைம்மாறாய்
விண்ணமுதைப்போல் அன்னம் விரும்பிய படைத்திடுவாய்.
அன்போடு கும்பிட்டால் அடிபணிந்து நீ தொழுவாய்.
செம்பான காசுக்குச் செம்பொன்னைத் தந்திடுவாய்.
உயிர்காத்தோன் துன்பத்தை உயிர்கொடுத்து நீ துடைப்பாய்.
செயலாலும் சொல்லாலும் சிந்தையினாலும் பெரியோர்
சின்னஞ்சிறு உதவி செய்தவர்க்கு எந்நாளும்
ஒன்றுக்குப் பத்தாய் உவந்து செய்வர் பேருதவி,
வையத்தார் எல்லோரும் ஒன்றெனவே மாண்புடையோர்
ஐயப்பா டின்றி அறிந்திருக்கும் காரணத்தால்
இன்னாசெய்தாரை ஒறுக்க, அவர் நாண
நன்னயம் செய்து விடுவர் இந்நானிலத்தே.'

11. இங்கிலாந்து போக ஆயத்தம்

1887–ல் நான் மெட்ரிகுலேஷன் பரீட்சையில் தேறினேன். அப்பொழுது அகமதாபாத், பம்பாய் ஆகிய இரு இடங்களில் அப்பரீட்சை நடப்பது வழக்கம். நாட்டின் பொதுவான வறுமை நிலை காரணமாக இயற்கையாகவே சமீபத்தில் இருக்கும், அதிகச் செலவில்லாத இடத்திற்கே கத்தியவார் மாணவர்கள் சென்றனர். என் குடும்பத்தின் வறுமையினால் நானும் அவ்விதமே செய்ய வேண்டியதாயிற்று. ராஜ்கோட்டிலிருந்து அகமதாபாத்துக்கு முதன் முதலாக, அதிலும் துணையின்றி, நான் பிரயாணம் செய்தது அப்பொழுதுதான்.

மெட்ரிகுலேஷன் பரீட்சையில் தேறிய பின் நான் கல்லு}ரியில் சேர்ந்து தொடர்ந்து படித்து வர வேண்டும் என்று வீட்டிலிருந்த பெரியவர்கள் விரும்பினர். பவநகரில் ஒரு கல்லூரி இருந்தது, பம்பாயிலும் இருந்தது. பவநகரில் படித்தால் செலவு அதிகமாகாதாகையால் அங்கே போய்ச் சாமளதாஸ் கல்லூரியில் சேருவதென முடிவு செய்தேன். அவ்வாறே சேர்ந்தும் விட்டேன். ஆனால், அங்கே எனக்குத் திக்குத் திசை புரியவில்லை. எல்லாமே எனக்குக் கஷ்டமாக இருந்தது. நான் சிரத்தை எடுத்துக் கொள்ளவில்லை என்பது இருக்கட்டும், முதலில் பேராசிரியர்களின் பிரசங்கங்களே எனக்குப் புரியவில்லை. இது அப்பேராசிரியர்களின் குற்றமன்று. அக்கல்லூரி பேராசிரியர்கள் முதல்தரமானவர்கள் என்று பெயர் பெற்றவர்கள். ஆனால், நான் தான் கல்லூரிப் படிப்புக்குப் பண்படுத்தப் படாதவனாய் இருந்தேன். ஆறு மாதமானதும் வீடு திரும்பினேன்.

மாவ்ஜி தவே என்ற கல்வியறிவுள்ள பிராமணர், எங்கள் குடும்பத்திற்கு நண்பரும் ஆலோசகருமாக இருந்தார். அவர் புத்திக் கூர்மையுள்ளவர். என் தந்தையார் இறந்த பிறகும் கூட அவர் எங்கள் குடும்பத்துடன் தொடர்பு வைத்திருந்தார். விடுமுறைக்கு நான் ஊர் போயிருந்த போது ஒரு முறை அவர் எங்கள் வீட்டுக்கு வந்தார். என் தாயாருடனும் என் தமையனாருடனும் பேசிக்கொண்டிருந்தபோது என் படிப்பைப்

பற்றியும் விசாரித்தார். நான் சாமளதாஸ் கல்லூரியில் படிக்கிறேன் என்பதை அறிந்ததும் அவர் பின்வருமாறு கூறினார்: 'இப்பொழுது காலம் மாறிப் போய்விட்டது. தக்க படிப்பு இல்லாமல் உங்களில் யாரும் உங்கள் தந்தையின் பதவிக்கு வர முடியாது. இப்பொழுது இப்பையன் இன்னும் தொடர்ந்து படித்துக் கொண்டிருப்பதால், அப்பதவிக்கு இவனைத் தயார் செய்வதில் கவனம் செலுத்த வேண்டும். இவன் பி.ஏ. பட்டத்தைப் பெறுவதற்கு நான்கு அல்லது ஐந்து ஆண்டுகளாகவது ஆகும். அப்படிப் பெறும் பட்டம், இவனை ஓர் அறுபது ரூபாய்ப் பதவிக்குத்தான் தகுதியுடையவனாக்குமேயின்றித் திவான் பதவிக்கு தகுதியுடையவானாக்காது. என் மகனைப் போல் இவனும் சட்டம் படித்துத் தேர்ச்சி பெறவும் அதிக காலமாகும். அதற்குள் திவான் பதவியைப் பெற முயலும் வக்கீல்கள் எராளமாகி விடுவார்கள். இதையெல்லாம்விட இவனை இங்கிலாந்துக்கு அனுப்புவது எவ்வளவோ மேல் என்று எனக்குத் தோன்றுகிறது. பாரிஸ்டராவது மிக எளிது என்று என் மகன் கேவல்ராம் கூறுகிறான். மூன்று வருடங்களில் இவன் திரும்பி விடலாம், செலவும் நான்கு முதல் ஐயாயிரத்திற்கு மேல் ஆகாது. இங்கிலாந்திலிருந்து இப்பொழுதுதான் வந்திருக்கும் அந்தப் பாரிஸ்டரைப் பாருங்கள், எவ்வளவு நாகரிகமாக அவன் வாழ்க்கை நடத்துகிறான்! கேட்டால் போதும், அவனுக்குத் திவான் பதவி கிடைத்துவிடும். இவ்வருடமே மோகன்தாஸை இங்கிலாந்துக்குக் கட்டாயம் நீங்கள் அனுப்பிவிடவேண்டும் என்றே நான் கூறுவேன். இங்கிலாந்தில் கேவல்ராமுக்கு அநேக நண்பர்கள் இருக்கிறார்கள். அவர்களுக்கெல்லாம் அவன் அறிமுகக் கடிதங்கள் கொடுப்பான். மோகன்தாஸ் அங்கே சுகமாக இருந்துவிட்டு வரலாம்!'

மாவ்ஜி தவேயை, ஜோஷிஜி என்று சொல்லுவது வழக்கம் அவர் என்னைத் திரும்பிப் பார்த்து, "இங்கே படிப்பதைவிட இங்கிலாந்துக்குப் போகவே நீ விரும்புகிறாயல்லவா?" என்று முழு நம்பிக்கையுடன் கேட்டார். இதைவிட எனக்கு மகிழ்ச்சி தரக்கூடியது வேறு எதுவும் இருக்க முடியாது. கஷ்டமான கல்லூரிப் படிப்புடன் நான் தொல்லைப்பட்டுக் கொண்டிருந்தேன். ஆகையால், இந்த யோசனையை உடனே ஏற்றுக் கொண்டு, "என்னை எவ்வளவு சீக்கிரத்தில்

அனுப்புகிறீர்களோ அவ்வளவுக்கு நல்லது'' என்றேன். சீக்கிரத்தில் பரீட்சைகளில் தேறிவிடுவது என்பது எளிதான வேலையே அல்ல. எனவே, ''என்னை வைத்தியத் தொழில் பயிற்சிக்கு அனுப்பக் கூடாதா?'' என்று கேட்டேன்.

என் சகோதரர் உடனே குறுக்கிட்டு இவ்வாறு கூறினார்: ''அது தந்தைக்குப் பிடிப்பதேயில்லை. அவர் உன்னை மனத்தில் வைத்துக் கொண்டே, 'பிணங்களை அறுத்துச் சோதிப்பது வைஷ்ணவர்களாகிய நமக்குத் தகாது' என்று சொன்னார். நீ வக்கீல் ஆக வேண்டும் என்றுதான் அவர் விரும்பினார்.''

ஜோஷிஜி இடைமறித்துத் கூறியதாவது: ''காந்திஜியைப் போல் வைத்தியத் தொழில் கூடாது என்பவனல்ல நான். நமது சாத்திரங்களும் அதற்கு விரோதமாகக் கூறவில்லை. ஆனால், ஒரு வைத்தியப் பட்டம் உன்னைத் திவான் ஆக்கிவிடாது. நீ திவானாக வேண்டும்; சாத்தியமானால் இன்னும் பெரிய பதவியையும் பெற வேண்டும் என்று நான் விரும்புகிறேன். அப்படி ஆனால் தான் உன்னுடைய பெரிய குடும்பத்தை நீ காப்பாற்ற முடியும். காலம் வேகமாக மாறிக்கொண்டே போகிறது. நாளுக்கு நாள் கஷ்டமாகிக் கொண்டும் வருகிறது. ஆகையால், மிகப் புத்திசாலித்தனமான காரியம் பாரிஸ்டராகி விடுவதுதான்!'' என் தாயாரைப் பார்த்து அவர் கூறியதாவது: ''இப்பொழுது நான் புறப்பட வேண்டும். நான் கூறியதை நன்றாக யோசிக்கும்படி கேட்டுக்கொள்ளுகிறேன். நான் திரும்ப இங்கே வரும்போது, இங்கிலாந்துக்குப் புறப்படுவதற்கான ஏற்பாடுகளைக் குறித்து நான் அறியலாம் என்று எதிர் பார்க்கிறேன். ஏதாவது ஒருவகையில் நான் உதவி செய்ய முடியுமென்றால் நிச்சயமாக எனக்குத் தெரிவியுங்கள்.''

ஜோஷிஜி போய்விட்டார். நானும் மனக்கோட்டைகள் கட்டலானேன்.

என் மூத்த சகோதரரின் மனம் மிகப் பரபரப்படைத்து விட்டது. என்னை அனுப்புவதற்கு வேண்டிய பணத்திற்கெல்லாம் என்ன செய்வது? என்னைப் போன்ற ஓர் இளைஞனை நம்பித் தன்னந்தனியாக வெளிநாடுகளுக்கு அனுப்புவது சரியா?

என் தாயாருக்கும் ஒரே மனக்குழப்பம் ஆகிவிட்டது. என்னை விட்டுப் பிரிய அவர் விரும்பவில்லை. ஆகவே, எனக்குச்

சாக்குப் போக்குச் சொல்லிவிட முயன்றார். "இப்பொழுது சிறிய தகப்பனார்தான் நம் குடும்பத்தில் பெரியவர். அவரை முதலில் கலந்து ஆலோசிக்க வேண்டும். அவர் ஒப்புக்கொண்டால் இவ்விஷயத்தைப் பற்றி யோசிப்போம்" என்றார்.

என் சகோதரருக்கு இன்னும் ஒரு யோசனை தேன்றிற்று. அவர் என்னிடம் பின்வருமாறு கூறினார்: "போர்பந்தர் சமஸ்தானத்தினிடம் உதவியை எதிர்பார்க்க நமக்கு உரிமை இருக்கிறது. ஸ்ரீ லேலி அதற்க நிர்வாக அதிகாரி. நம் குடும்பத்தினிடம் அவருக்கு நல்ல மதிப்பு உண்டு. நமது சிறிய தகப்பானாரிடம் அவர் பிரியமாக இருக்கிறார். இங்கிலாந்தில் நீ படிப்பதற்காக உனக்கு ஏதாவது சமஸ்தான உதவி அளிக்க அவர் சிபாரிசு செய்வது சாத்தியமாகலாம்."

இந்த யோசனை எனக்கும் பிடித்தமானாதாக இருந்தது. போர்பந்தருக்கு உடனே புறப்படுவதற்கு தயாரானேன். அந்தக் காலத்தில் ரயில் கிடையாது. மாட்டு வண்டியில் ஐந்து நாட்கள் போகவேண்டும். நான் பயங்காளி என்பதை முன்னாலேயே கூறியிருக்கிறேன். இங்கிலாந்துக்குப் போகவேண்டும் என்ற ஆசையே என்னை முற்றும் அப்பொழுது ஆட்கொண்டிருந்ததால் அதன் முன்னால் என் பயங்காளித்தனமெல்லாம் ஓடி மறைந்துவிட்டது. தோராஜி வரைக்கும் ஒரு மாட்டு வண்டியை அமர்த்திக் கொண்டேன் போர்பந்தருக்கு ஒரு நாள் முன்னாடியே போய்விட வேண்டும் என்பதற்காகத் தோராஜியில் ஓர் ஒட்டகத்தை அமர்த்தினேன். ஒட்டகத்தில் நான் சவாரி செய்தது அதுதான் முதல் முறை.

கடைசியாகப் போர்பந்தர் போய்ச் சேர்ந்தேன். என் சிறிய தகப்பனாரை சாஷ்டாங்கமாய் வணங்கி எல்லாவற்றையும் அவரிடம் சொன்னேன். அதைப்பற்றி அவர் யோசித்துவிட்டுப் பின்வருமாறு கூறினார்: "மத தருமம் கெடாமல் ஒருவர் இங்கிலாந்தில் இருப்பது சாத்தியம் என்பது எனக்கு நிச்சயமில்லை. நான் கேள்விப்பட்டிருப்பவைகளைக் கொண்டு பார்த்தால் எனக்குச் சந்தேகமாகத்தான் இருக்கிறது. இந்தப் பெரிய பாரிஸ்டர்களை நான் பார்க்கும்போது இவர்கள் வாழ்க்கைக்கும் ஐரோப்பியர் வாழ்க்கைக்கும் எந்த வித்தியாசத்தையும் நான் காணவில்லை. இவர்கள் எந்த உணவையும் சாப்பிடுகிறார்கள்.

இவர்கள் வாயில் சுருட்டு இல்லாமல் இருப்பதே இல்லை. வெட்கமில்லாமல் ஆங்கிலேயரைப் போலவே உடை உடுத்துகிறார்கள். இவையெல்லாம் தம் குடும்ப பாரம்பரியத்திற்குப் பொருந்தாதவை. சீக்கிரத்தில் நான் க்ஷேத்திர யாத்திரைக்குப் புறப்படப் போகிறேன். இன்னும் பல வருடங்களுக்கு நான் உயிரோடிருக்கப் போவதில்லை. மரணத்தின் தருவாயில் இருக்கும் நான், இங்கிலாந்துக்குப் போகவும், கடல் கடக்கவும் உனக்கு அனுமதி கொடுக்க எப்படித் துணிவேன்? ஆனால், உன் வழியில் குறுக்கிடமாட்டேன். இதற்கு முக்கியமாக வேண்டியது உன் தாயாரின் அனுமதி. அவர் அனுமதி கொடுத்துவிட்டால், சுகமாகப் போய் வா. இதில் நான் குறுக்கிடமாட்டேன் என்று அவருக்குத் தெரிவி. என் ஆசி உனக்கு எப்பொழுதும் இருக்கும்.''

"இதைவிட அதிகமாக எதையும் நான் உங்களிடமிருந்து எதிர்பார்க்க முடியாது'' என்றேன். "என் தாயாரின் சம்மதத்தைப் பெற முயல்கிறேன். ஸ்ரீ லேலிக்கு என்னைப் பற்றி நீங்கள் சிபாரிசு செய்கிறீர்களா?'' என்று கேட்டேன்.

"அதை நான் எப்படிச் செய்ய முடியும்?'' என்றார் அவர். "ஆனால் அவர் நல்லவர். உனது உறவு முறையைத் தெரிவித்து, அவரை நீ பார்க்க விரும்புவதாகக் கேள்; நிச்சயமாகப் பார்ப்பார். உனக்கு உதவி செய்யவும் கூடும்'' என்றார்.

என் சிறிய தகப்பனார் எனக்கு ஏன் சிபாரிசுக் கடிதம் கொடுக்கவில்லை என்பதைப் பற்றி என்னால் கூறமுடியாது. நான் இங்கிலாந்துக்குப் போவது மத விரோதமான காரியம் என்ற கருத்து அவருக்கு இருந்ததால் நான் போவதில் நேரடியாக ஒத்துழைக்க அவர் தயங்கினார் என்று ஏதோ கொஞ்சம் எனக்கு ஞாபகம் இருக்கிறது.

ஸ்ரீ லேலிக்கு எழுதினேன். தமது வீட்டில் வந்து பார்க்கும்படி அவர் அறிவித்தார். மாடிப் படிக்கட்டு ஏறிக்கொண்டிருந்தபோதே அவர் என்னைப் பார்த்தார். "முதலில் நீ பி.ஏ. பாஸ் செய். பிறகு வந்து என்னைப் பார். இப்பொழுது உனக்கு எந்த உதவியும் செய்வதற்கில்லை'' என்று சுருக்கமாகச் சொல்லிவிட்டு வேகமாகப் படியேறிப் போய்விட்டார். அவரைச் சந்திப்பதற்காக எவ்வளவோ விரிவான முன்னேற்பாடுகளை எல்லாம்

செய்திருந்தேன். அவரிடம் பேசச் சில வாக்கியங்களைக் கவனமாகக் கற்று வைத்திருந்தேன். தாழ்ந்து தலை வணங்கி, இரு கரங்களாலும் சலாம் போட்டேன் ஆனால், அவையெல்லாம் ஒன்றுக்கும் பயன்படவில்லை.

பிறகு என் மனைவியின் நகைகளைப்பற்றி நினைத்தேன். என் மூத்த அண்ணன் நினைவும் வந்தது. அவரிடம் எனக்கு முழு நம்பிக்கையும் உண்டு. அவர் தாராளமான மனமுடையவர். என்னைத் தம் மகன் போலவே கருதி அன்பு கொண்டிருந்தார்.

போர்பந்தரிலிருந்து ராஜ்கோட்டுக்குத் திரும்பி, அங்கே நடந்ததையெல்லாம் தெரிவித்தேன். ஜோஷிஜியைக் கலந்து ஆலோசித்தேன். அவரோ, அவசியமானால் கடன் வாங்கும் படியும் யோசனை கூறினார். என் மனைவியின் நகைகளை விற்றால் இரண்டாயிரம் அல்லது மூவாயிரம் ரூபாய் கிடைக்கும். அவற்றை விற்றுவிடும் யோசனையையும் கூறினேன். எப்படியும் பணம் தேடிவிடுவதாக என் சகோதரர் வாக்களித்தார்.

என் தாயார் மாத்திரம் இன்னும் என்னை இங்கிலாந்துக்கு அனுப்ப விரும்பாமலேயே இருந்தார். நுட்பமாக எல்லா விவரங்களையும் விசாரித்துக் கொண்டிருந்தார். வாலிபர்கள் இங்கிலாந்துக்குப் போய்க் கெட்டு விடுகிறார்கள் என்று யாரோ ஒருவர் அவருக்குச் சொல்லிவிட்டார். இன்னும் யாரோ ஒருவர், 'அவர்கள் மாமிசம் சாப்பிட ஆரம்பித்து விடுகிறார்கள்' என்று சொல்லிவிட்டார். 'குடிக்காமல் அங்கே அவர்களால் இருக்கவே முடியாது' என்று இன்னும் ஒருவர் சொல்லியிருந்தார். "இவைகளுக்கெல்லாம் நீ என்ன சொல்லுகிறாய்?" என்று என் தாயார் என்னைக் கேட்டார். நான், "என்னை நீங்கள் நம்பமாட்டீர்களா? உங்களிடம் பொய் சொல்லமாட்டேன். 'அவைகளில் எதையும் தீண்டுவதில்லை' என்று உங்களுக்குச் சத்தியம் செய்து கொடுக்கிறேன். அங்கே அப்படிப்பட்ட அபாயம் ஏதாவது இருந்தால் ஜோஷிஜி என்னைப் போக விடுவாரா?" என்றேன்.

"உன்னை நானே நம்பலாம். ஆனால் நீ தொலைவான நாட்டில் இருக்கும்போது எப்படி நம்புவது? எனக்கு ஒரே குழப்பமாக

இருக்கிறது. என்ன செய்வது என்பதே புரியவில்லை. பேச்சர்ஜி சுவாமியைக் கேட்கிறேன்'' என்றார், அன்னை.

பேச்சர்ஜி சுவாமி முன்பு மோத் வணிகர். இப்பொழுது ஜைன சந்நியாசியாகி விட்டார். ஜோஷிஜியைப் போல் இவரும் குடும்பத்திற்கு வேண்டிய ஆலோசனைகளைக் கூறி வருவார். அவர் எனக்கு உதவினார். "மூன்று விரதங்களை அவன் அனுசரிப்பதாக அவனிடம் சத்தியம் வாங்கிக் கொள்ளுகிறேன். பிறகு அவனைப் போகச் செல்லலாம்'' என்றார். அவர் என்னிடம் அப்படியே பிரமாணம் வாங்கினார். 'மதுபானம், பெண், மாமிசம் ஆகியவைகளைத் தொடுவதில்லை' என்று சத்தியம் செய்து கொடுத்தேன். உடனே என் அன்னை அனுமதி தந்தார்.

என்னைக் கௌரவிப்பதற்காக உயர்நிலைப் பள்ளியில் எனக்கு ஒரு பிரிவு உபசாரம் நடத்தினர். ராஜ்கோட்டைச் சேர்ந்த ஒரு வாலிபன், இங்கிலாந்துக்குப் போகிறான் என்றால் அது சாமானிய விசயமன்று! நன்றி தெரிவிப்பதற்கென்று சில வார்த்தைகள் எழுதி வைத்திருந்தேன். அதைப் படிக்க நான் எழுந்தபோது எனக்கு எவ்விதம் தலை சுற்றியது. உடம்பெல்லாம் எவ்விதம் நடுங்கியது என்பது இன்னும் நினைவிருக்கிறது.

எங்கள் வீட்டுப் பெரியவர்களின் ஆசிர்வாதத்தைப் பெற்று நான் பம்பாய்க்குப் புறப்பட்டேன். ராஜ்கோட்டிலிருந்து நான் பம்பாய்க்குச் சென்றது இதுவே முதல் முறை. என் சகோதரரும் என்னுடன் வந்தார். கைக்கு எட்டியது வாய்க்கு எட்டுவதற்குள் எத்தனையோ விபத்துக்களும், சமாளித்தாக வேண்டிய கஷ்டங்களும் பம்பாயில் காத்திருந்தன.

12. சாதிக் கட்டுப்பாடு

பிறந்து சில மாதங்களே ஆன குழந்தையுடன் என் மனைவியை விட்டுவிட்டு, என் தாயாரின் அனுமதியையும் ஆசிர்வாதங்களையும் பெற்றுக்கொண்டு நான் குதூகலமாகப் பம்பாய்க்குப் புறப்பட்டேன். அங்கே போய்ச் சேர்ந்ததும், ஜூன், ஜூலை மாதங்களில் இந்து மகாசமுத்திரத்தில் கொந்தளிப்பு அதிகமாக இருக்கும் என்றும், நான் இப்பொழுதுதான் முதல் முறையாகக் கப்பல் பிரயாணம் செய்வதால் நவம்பர் மாதம் வரையில் நான் கப்பலேற அனுமதிக்கக் கூடாது என்றும் நண்பர்கள் என் சகோதரரிடம் கூறினர். இப்பொழுதுதான் புயல் காற்றினால் ஒரு கப்பல் மூழ்கி விட்டது என்றும் யாரோ சொன்னார்கள். இதனால் என் சகோதரருக்கு மனக்கலக்கம் உண்டாயிற்று. உடனே கப்பல் பிரயாணம் செய்ய என்னை அனுமதிக்கும் அபாயத்திற்கு உடன்பட அவர் மறுத்து விட்டார். என்னைப் பம்பாயில் ஒரு நண்பரிடம் விட்டுவிட்டுத் தம் வேலைகளைக் கவனிக்க அவர் ராஜ்கோட்டுக்குத் திரும்பினார். என் பிரயாணச் செலவுக்கென்று வைத்திருந்த பணத்தை ஒரு மைத்துனரிடம் கொடுத்து, வைத்திருக்கச் சொல்லிவிட்டு, எனக்குத் தேவையான உதவிகளையெல்லாம் செய்யுமாறு, சில நண்பர்களிடம் சொல்லிப் போனார்.

பம்பாயில் நாளை எண்ணிக்கொண்டே காலம் கழித்தேன். இங்கிலாந்துக்குப் போகப்போவதைப் பற்றி ஓயாமல் கனவு கண்டு கொண்டிருந்தேன்.

இதற்கு மத்தியில் நான் வெளிநாட்டுக்குப் போகப் போவதைக் குறித்து என் சாதியினர் பரபரப்படைந்தார்கள். மோத் வணிக சாதியைச் சேர்ந்த யாரும் இதுவரை இங்கிலாந்துக்குப் போனதில்லை; நான் போகத் துணிந்தால், எனக்குத் தக்க சிட்சை விதிக்க வேண்டும்! சாதியினரின் பொதுக்கூட்டம் ஒன்றைக் கூட்டினர். அதன் முன்னால் ஆஜராகுமாறு எனக்குக் கட்டளை அனுப்பினார். நானும் போனேன். திடீரென்று எனக்கு எப்படி அவ்வளவு தைரியம் வந்தது என்பது

எனக்கே தெரியவில்லை. எதற்கும் அஞ்சாமல், கொஞ்சமும் தயக்கமின்றிக் கூட்டத்திற்கு முன்னால் போனேன். சாதி நாட்டாண்மைக்காரரான சேத் எனக்குத் தூர பந்து. என் தந்தையாருக்கு மிகவும் வேண்டியவராயிருந்தார். என்னைப் பார்த்து அவர் பின்வருமாறு கூறினார்:

“இங்கிலாந்துக்குப் போவதென்று நீ ஏற்பாடு செய்திருப்பது சரியல்ல என்பது நம் சாதியினரின் அபிப்பிராயம். வெளிநாடுகளுக்குக் கப்பல் பிரயாணம் செய்வதை நம் மதம் அனுமதிக்கவில்லை. நம் மத தருமங்களைக் கைவிடாமல் அங்கே வசிப்பதே சாத்தியமில்லை என்று நாங்கள் கேள்விப் பட்டிருக்கிறோம். ஐரோப்பியருடன் சேர்ந்து சாப்பிடவும் குடிக்கவும் வேண்டிவரும்!”

இதற்கு நான் சொன்ன பதிலாவது: “இங்கிலாந்துக்குச் செல்வது நம் மதத்திற்கு விரோதம் என்று நான் கருதவில்லை. மேற்கொண்டு படிப்பதற்காகவேதான் நான் அங்கே போக உத்தேசித்திருக்கிறேன். நீங்கள் எவற்றைக் குறித்து அதிகமாகப் பயப்படுகிறீர்களோ அந்த மூன்றையும் தீண்டுவதில்லை என்று என் தாயார் முன்னிலையில் சத்தியம் செய்து கொடுத்திருக்கிறேன். அந்தப் பிரதிக்ஞை என்னைப் பாதுகாக்கும் என்று நான் நிச்சயமாயிருக்கிறேன்.”

இதற்குச் சேத், “அங்கே நமது மதாசாரங்களைக் கடைப்பிடித்து நடப்பது சாத்தியமே அல்ல என்று நாங்கள் சொல்லுகிறோம். எனக்கும் உன் தந்தைக்கும் இருந்த உறவு, உனக்குத் தெரியும். ஆகவே, நான் கூறும் புத்திமதியை நீ கேட்க வேண்டும்” என்றார்.

“அந்த உறவுகளையெல்லாம் நான் அறிவேன். நீங்கள் எனக்குப் பிதாவைப் போன்றவர். ஆனால் இதில் நான் வேறு எதுவும் செய்வதற்கில்லை. இங்கிலாந்துக்குச் செல்வதென்று தீர்மானித்து விட்டதை நான் மாற்றுவதற்கில்லை. என் தந்தையின் நண்பரும் ஆலோசகரமான கற்றறிந்த ஒரு பிராமணர், நான் இங்கிலாந்து செல்வதில் எந்தவித ஆட்சேபமும் இருப்பதாகச் சொல்லவில்லை. என் தாயாரும், சகோதரரும் எனக்கு அனுமதி கொடுத்திருக்கிறார்கள்” என்றேன்.

“என்றாலும், சாதிக்கூட்டத்தின் கட்டளையை நீ மீறி நடக்கப் போகிறாயா?”

“எனக்கு வேறு வழியில்லை. இவ்விஷயத்தில் சாதி தலையிடக் கூடாது என்றே நான் நினைக்கிறேன்.”

இதைக் கேட்டதும் சேத்துக்குக் கோபம் வந்துவிட்டது. கடுமையாகப் பேசினார். அதற்கெல்லாம் அசையாமல் உட்கார்ந்திருந்தேன். எனவே, சேத் வருமாறு உத்தரவு பிறப்பித்தார். “இன்று முதல் இப்பையனை சாதிப் பிரஷ்டம் செய்யப்பட்டவனாக நடத்த வேண்டும். இவனுக்கு யார் உதவி செய்தாலும், இவனை வழியனுப்ப யார் துறைமுகத்திற்குச் சென்றாலும். அவர் ஒரு ரூபாய் நான்கணா அபராதம் விதிக்கப் படுவார்!”

இந்த உத்தரவைக் கேட்டு நான் கலங்கிடவில்லை. சேத்திடம் விடைபெற்றுக் கொண்டு திரும்பினேன். இதை என் சகோதரர் எப்படி ஏற்பாரோ என்றே பயந்திருந்தேன். அதிர்ஷ்டவசமாக, அவர் உறுதியுடன் இருந்தார். சேத்தின் கட்டளை எதுவானாலும் நான் போவதைத் தாம் அனுமதிப்பதாகக் கடிதம் எழுதி எனக்கு உறுதி கூறினார்.

என்றாலும், கப்பல் ஏறிவிடவேண்டும் என்ற என் ஆர்வத்தை இச்சம்பவம் அதிகமாக்கி விட்டது. என் சகோதரரைக் கட்டாயப்படுத்தி அவர் மனத்தை மாற்றிவிடுவதில் அவர்கள் வெற்றி பெற்று விட்டால் என்னவாகும்? எதிர்பாராதது ஏதோ நிகழ்ந்து விடுகிறதென்று வைத்துக்கொள்ளுவோம். அப்பொழுது? எனக்குள்ள சங்கடத்தைக் குறித்து இப்படியெல்லாம் எண்ணி நான் சஞ்சலப்பட்டுக் கொண்டிருந்தபோது, பாரிஸ்டர் ஆவதற்காக ஜுனாகத் வக்கீல் ஒருவர், செப்டம்பர் 4–ஆம் தேதி புறப்படும் கப்பலில் இங்கிலாந்துக்குப் போகிறார் என்று கேள்வியுற்றேன். என்னைக் கவனித்துக் கொள்ளுமாறு என் சகோதரர் சொல்லிப் போயிருந்த நண்பர்களைச் சந்தித்து, விஷயத்தைக் கூறினேன். அத்தகைய துணையுடன் போவதற்கு வாய்த்த சந்தர்ப்பத்தை இழந்து விடக்கூடாது என்று அவர்களும் ஒப்புக் கொண்டார்கள். காலம் தாழ்த்துவதற்கே இல்லை. அனுமதியளிக்குமாறு என் சகோதரருக்குத் தந்தி கொடுத்தேன். அவரும் அனுமதித்தார். பணத்தைக் கொடுக்கும்படி என் மைத்துனனைக் கேட்டேன். ஆனால் , அவரோ, சேத்தின் உத்தரவைக் குறிப்பிட்டு, தாம் சாதிப் பிரஷ்டன் ஆக முடியாது

என்று சொல்லிவிட்டார். பிறகு நான் குடும்ப நண்பர் ஒருவரை நாடினேன். கப்பல் கட்டணத்துக்கும் சில்லரைச் செலவுக்கும் வேண்டிய அளவுக்கு எனக்குப் பண உதவி செய்யுமாறும் அக்கடனை என் சகோதரரிடமிருந்து வாங்கிக் கொள்ளும்படியும் கேட்டுக் கொண்டேன். இந்த நண்பர் என் கோரிக்கைக்கு ஒப்புக் கொண்டதோடு என்னை உற்காசப்படுத்தியும் அனுப்பினார். அவரிடம் மிக்க நன்றியுடையவனானேன். அந்தப் பணத்தில் ஒரு பகுதியைக் கொண்டு உடனே கப்பல் டிக்கெட் வாங்கினேன். பின்பு பிரயாணத்திற்கு எனக்கு வேண்டியவைகளைத் தயாரிக்கலானேன். இவ்விஷயத்தில் அனுபவம் வாய்ந்த மற்றொரு நண்பர் இருந்தார். உடைகளையும், மற்றவைகளையும் அவர் தயாரித்துக் கொடுத்தார். உடைகளில் சில எனக்குப் பிடித்த மாயிருந்தன, சில எனக்கு கொஞ் சமும் பிடிக்கவில்லை. கழுத்தில் டை கட்டிக்கொள்ளுவதில் பின்னால் நான் பெருமகிழ்ச்சி அடைந்ததுண்டு. ஆனால், அப்பொழுது அது எனக்கு வெறுப்பாயிருந்தது. குட்டைச் சட்டை அணிவது, வெட்கத்தை விட்டும் செய்யும் காரியம் என்று கருதினேன். இங்கிலாந்துக்குப் போகவேண்டும் என்ற ஆர்வமே என்னிடம் மேலோங்கி நின்றதால், அதன் எதிரே இந்த வெறுப்பெல்லாம் மேலோங்கவில்லை. கப்பலில் ஜுனாகத் வக்கீல் ஸ்ரீ திரியம்பக்ராய் மஜ்முதார் செல்ல இருந்த அதே அறையிலேயே நண்பர்கள் எனக்கும் ஏற்பாடு செய்திருந்தனர். என்னைக் கவனித்துக் கொள்ளுமாறும் அவரிடம் கூறினர். அவர் அனுபவமுள்ளவர், நல்ல வயது வந்தவர், உலகமறிந்தவர், நானோ, உலக அனுபவமே இல்லாத பதினெட்டு வயதுச் சிறுவன். என்னைப் பற்றிக் கவலைப்பட வேண்டியதில்லை என்று ஸ்ரீ மஜ்முதார் என் நண்பர்களுக்குக் கூறினார்.

கடைசியாகச் செப்டம்பர், 4–ஆம் தேதி பம்பாயிலிருந்து நான் கப்பலில் புறப்பட்டேன்.

13. முடிவாக லண்டனில்

கப்பல் பிரயாணத்தில் எனக்கு மயக்கம் எதுவும் வரவே இல்லை. ஆனால், நாளாக ஆக எனக்கு அலுப்புத்தான் அதிகமாக இருந்தது. பிரயாணிகளின் சாப்பாட்டு வசதிக்காரியஸ்தரிடம் பேசக்கூட எனக்குக் கூச்சமாக இருந்தது. ஆங்கிலத்தில் பேசி எனக்குப் பழக்கமே இல்லை. நாங்கள் இருந்த இரண்டாம் வகுப்பில் ஸ்ரீ மஜ்முதாரைத் தவிர மற்றெல்லோரும் ஆங்கிலேயர்கள். அவர்களுடன் என்னால் பேச முடியவில்லை. அவர்கள் என்னிடம் வந்து ஏதேனும் பேசினால், அவர்கள் சொல்லுவது என்ன என்பதைப் புரிந்துகொள்ளுவதும் கஷ்டமாக இருந்தது. புரிந்து கொண்டாலும் என்னால் பதில் சொல்ல முடியவில்லை. பேசுவதற்கு முன்னால் ஒவ்வொரு வாக்கியத்தையும் மனத்திற்குள் நான் சொல்லிப் பார்த்துக் கொள்ள வேண்டியிருந்தது. கத்தியையும் முள்ளையும் கொண்டு எடுத்துச் சாப்பிடவும் எனக்குத் தெரியாது. பரிமாறப் போகும் உணவு வகையைக் குறிப்பிடும் சீட்டில் கண்டவைகளில் மாமிசம் கலவாத பண்டம் எது என்று கேட்டுத் தெரிந்து கொள்ளவும் அப்பொழுது எனக்குத் தைரியமில்லை. ஆகையால், சாப்பாட்டு அறைக்குச் சென்று உட்கார்ந்து நான் சாப்பிடவே இல்லை. என் அறையிலேயே சாப்பிட்டு விடுவேன். நான் சாப்பிட்டதெல்லாம் பெரும்பாலும் நான் உடன்கொண்டு வந்திருந்த மிட்டாயும் பழங்களுமே. ஸ்ரீ மஜ்முதாருக்கு இத்தகைய சங்கடம் எதுவுமே தோன்றவில்லை. அவர் எல்லோருடனும் சகஜமாகப் பழகிக் கொண்டிருந்தார். நாளெல்லாம் நான் அறைக்குள்ளேயே அடைப்பட்டுக் கிடப்பேன். மேல் தளத்தில் அதிகம் பேர் இல்லாதபோதுதான் அங்கே போகத் துணிவேன். ஆனால் ஸ்ரீ மஜ்முதாரோ மேல் தளத்திற்கு அடிக்கடி போய் உலாவுவார். பிரயாணிகளுடன் கூடிப் பழகி, அவர்களுடன் தாராளமாகப் பேசும்படி அவர் எனக்கு அடிக்கடி சொல்லுவார். வக்கீல்களுக்குப் பேச்சுச் சாமர்த்தியம் இருக்க வேண்டும் என்பார். வக்கீல் தொழிலில் தமது அனுபவங்களையும் எடுத்துக் கூறுவார். ஓர் அந்நிய மொழியில் பேசும்போது தவறு ஏற்படுவது

சகஜம் என்றும், ஆகையால் அதைப் பொருட்படுத்தாமல் சாத்தியமான ஒவ்வொரு சந்தர்ப்பத்திலும் ஆங்கிலேயத்திலேயே பேசும்படியாகவும் எனக்கு அவர் புத்திமதி கூறினார். ஆனால், அவர் என்ன சொல்லியும் எனக்கு இருந்த கூச்சத்தை மாத்திரம் போக்கடிக்கவே முடியவில்லை.

ஆங்கிலப் பிராணி ஒருவர், என்மீது பிரியம் கொண்டு என்னைப் பேச்சுக்கு இழுத்தார். அவர் என்னை விட மூத்தவர். நான் என்ன சாப்பிட்டேன், நான் யார், நான் எங்கே போகிறேன், நான் இப்படிக் கூச்சப்படுவது ஏன் என்றெல்லாம் அவர் என்னை விசாரித்தார். சாப்பாட்டு அறைக்கு வந்து எல்லோருடனும் சாப்பிடும்படியும் சொன்னார். மாமிசம் சாப்பிடுவதில்லை என்று நான் பிடிவாதமாகக் கூறியதைக் கேட்டுச் சிரித்தார். நாங்கள் செங்கடலை அடைந்ததும் அவர் நட்பும் முறையில் பின்வருமாறு கூறினார்: “அதெல்லாம் இதுவரை மிகவும் சரி. ஆனால், பிஸ்கே குடாக்கடல் போய்ச் சேர்ந்ததும் உம்முடைய தீர்மானத்தையெல்லாம் மாற்றிக் கொண்டுவிட வேண்டியதுதான். இங்கிலாந்தில் குளிர் அதிகமாகையால் மாமிசம் சாப்பிடாமல் அங்கே யாருமே உயிர் வாழ முடியாது.”

“அங்கும் மாமிசம் சாப்பிடாமல் மனிதர் இருக்க முடியும் என்று கேள்விப்பட்டிருக்கிறேன்” என்றேன்.

“அதெல்லாம் வெறும் கதை. இதை நிச்சயமாக நம்பும். புலால் உண்ணாமல் அங்கே இருப்பார் எனக்குத் தெரிந்த வரையில் யாருமே இல்லை. நான் குடிக்கிறேன். ஆனால் உம்மையும் குடிக்குமாறு நான் சொல்லவில்லையல்லவா ? மாமிசம் சாப்பிடாமல் அங்கே உயிர் வாழ முடியாதாகையால் நீர் புலால் உண்டே ஆக வேண்டும் என நினைக்கிறேன்” என்றார்.

“உங்கள் அன்பான புத்திமதிக்கு என் நன்றி, ஆனால், புலாலைத் தீண்டுவதில்லை என்று என் அன்னைக்கு நான் சத்தியம் செய்து கொடுத்துவிட்டு வந்திருக்கிறேன். ஆகையால் அதைத் தின்னுவது என்பதை நான் நினைப்பதற்கும் இல்லை. அதைத் தின்னாமல் இருப்பது சாத்தியமில்லை என்று கண்டால் நான் இந்தியாவுக்கு திரும்பி விடுவேனேயன்றி அங்கே இருக்க வேண்டும் என்பதற்காக மாமிசம் தின்னமாட்டேன்” என்றேன்.

பிஸ்கே குடாக்கடலை அடைந்தோம். மாமிசம் தின்பதும் குடிப்பதும் அவசியம் என்ற உணர்ச்சி அப்பொழுதும் எனக்கு ஏற்படவில்லை. மாமிசமே சாப்பிடாமல் இருந்ததற்கு அத்தாட்சிப் பத்திரங்களைச் சேகரித்து வைத்துக் கொள்ளுமாறு சொல்லியிருந்தார்கள். ஆதலால், அத்தகைய அத்தாட்சி ஒன்று எழுதித் தருமாறு அந்த ஆங்கில நண்பரிடம் கேட்டேன். அவரும் மகிழ்ச்சியுடன் கொடுத்தார். அதைக் கொஞ்ச காலம் பத்திரமாக வைத்தும் இருந்தேன். ஆனால் மாமிசம் சாப்பிடுகிறவர்களும் அத்தகயை அத்தாட்சியைப் பெற்றுவிட முடியும் என்பதை நான் பின்னால் கண்டது அத்தாட்சி பத்திர விஷயத்தில் எனக்கிருந்த மோகம் போய் விட்டது. என் வார்த்தையில் நம்பிக்கை இல்லையென்றால் இவ்விஷயத்தில் அத்தாட்சிப் பத்திரம் வைத்திருந்துதான் என்ன பயன்?

முடிவாக, சௌத்தாம்டன் துறைமுகம் போய்ச் சேர்ந்தோம். அன்று சனிக்கிழமை என்றே எனக்கு ஞாபகம். கப்பலில் இருந்த போது கறுப்பு உடை தரித்திருந்தேன். என் நண்பர்கள் தயாரித்துக் கொடுத்த வெள்ளைக் கம்பளி உடையைக் கப்பலிருந்து இறங்கும்போது போட்டுக்கொள்ளுவது என்று வைத்திருந்தேன். இறங்கம்போது வெள்ளை உடை அணிந்தால் அழகாயிருக்கும் என்று நினைத்தேன்.

ஆகவே, வெள்ளை கம்பளி ஆடை உடுத்திக் கொண்டு இறங்கினேன். அப்பொழுது செப்டம்பர் மாதக் கடைசி, அத்தகைய உடை உடுத்தியவன் நான் ஒருவனே என்பதைக் கண்டேன். மற்றவர்களெல்லாம் கிரிண்ட்லே கம்பெனியின் ஏஜெண்டிடம் தங்கள் சாமான்களை எல்லாம் ஒப்படைத்து விட்டு இறங்கினார்கள். நானும் அப்படியே செய்ய வேண்டும் என்று என் சாமான்களை – சாவி உட்பட அந்த ஏஜெண்டிடம் ஒப்பித்தேன்.

என்னிடம் நான்கு அறிமுகக் கடிதங்கள் இருந்தன. டாக்டர் பி.ஜே. மேத்தா, ஸ்ரீ தளபத்ராம் சுக்லா, ராஜகுமாரர் ரஞ்சித் சிங் ஜி, தாதாபாய் ஆகிய நால்வருக்குமே அக்கடிதங்கள். லண்டனில் விக்டோரியா ஹோட்டலில் போய்த் தங்கும்படி கப்பலில் யாரோ ஒருவர் சொன்னார். அதன்படி நானும் ஸ்ரீ மஜ்முதாரும் அங்கே போனோம். நான் ஒருவனே வெள்ளையுடையுடன்

இருப்பது எனக்குப் பெரிய அவமானமாக இருந்தது. மறுநாள் ஞாயிற்றுக்கிழமை. ஆகையால், என் சாமான்களைக் கிரிண்ட்லே கம்பெனியார் அதற்கு மறுநாளே கொண்டுவந்து சேர்பார்கள் என்று ஹோட்டலில் கூறியதும் எனக்கு ஆத்திரம் வந்துவிட்டது.

டாக்டர் மேத்தாவுக்கு சௌத்தாம்டனிலிருந்து தந்தி கொடுத் திருந்தேன். அன்றிரவு எட்டு மணிக்கு அவர் என்னைப் பார்க்க வந்தார். மிக்க அன்புடன் எனக்கு முகமன் கூறினார். நான் வெள்ளை கம்பளி உடை தரித்திருப்பதைப் பார்த்துச் சிரித்தார். நாங்கள் பேசிக்கொண்டிருந்தபோது அவருடைய உயரத் தொப்பியை எடுத்தேன். அது அவ்வளவு மிருதுவாக இருக்கிறது என்பதை அறிய அதைத் தடவி பார்த்தேன். தெரியாமல் எதிர்ப்புறமாகத் தடவி விட்டேன். அது ஒரு பிராணியின் மிருதுவான ரோமத்தால் ஆனது. எனவே, நான் தடவியதனால் அந்த ரோமமெல்லாம் கலைந்து விட்டது. நான் செய்ததையெல்லாம் ஒரு மாதிரி கோபத்துடன் டாக்டர் மேத்தா பார்த்துவிட்டு என்னைத் தடுத்தார். ஆனால் , விஷயம் நடந்தது நடந்துவிட்டது. இச்சம்பவம் வருங்காலத்திற்கு எனக்கு ஓர் எச்சரிக்கையாயிற்று. ஐரோப்பிய மரியாதைச் சம்பிரதாயங்களில் நான் கற்ற முதல் பாடம் இது. அந்தச் சம்பிரதாய விவரங்களைப் பற்றி டாக்டர் மேத்தா வேடிக்கையாகவே எனக்குப் பாடம் கற்பித்தார். ‘‘பிறருடைய சாமான்களைத் தொடாதீர்’’ என்றார். ‘‘ஒருவர் முதன்முதலில் அறிமுகமானதும் இந்தியாவில் கேட்பதுபோல் அவரிடம் கேள்விகளெல்லாம் போடாதேயும்; இரைந்து பேசக்கூடாது; பேசிக் கொண்டிருக்கையில் இந்தியாவில் நாம் கூப்பிடுவதைப் போல் யாரையும், ‘ஸார்’ என்று கூப்பிடக்கூடாது. வேலைக்காரர்களும் கீழிருப்பவர்களும் மாத்திரமே அப்படிக் கூப்பிடுவார்கள்’’ என்றார். இப்படியெல்லாம் பல விஷயங்களை எனக்கு போதித்தார். ஹோட்டலில் தங்கினால் செலவு அதிகமாகும் என்றும், தனிப்பட்ட ஒரு குடும்பத்தினருடன் தங்கியிருப்பதே நல்லது என்றும் சொன்னார். அதைப் பற்றித் திங்கட்கிழமை யோசிப்பதென்று ஒத்திவைத்தோம்.

ஹோட்டல் வாசம் – எனக்கும் சரி, ஸ்ரீ மஜ்முதாருக்கும் சரி, சங்கடமானதாக இருந்தது. அதோடு, செலவும் அதிகமாயிற்று.

மால்டாவிலிருந்து எங்களுடன் கப்பலில் வந்த ஒரு சிந்திக்காரர் ஸ்ரீ மஜ்முதாருக்கு நண்பரானார். லண்டன் அவருக்குப் புதிதல்ல. ஆகவே, நாங்கள் தங்குவதற்கு அறை பார்த்துத் தருவதாக அவர் சொன்னார். நாங்களும் ஒப்புக் கொண்டோம். திங்கட்கிழமை எங்கள் சாமான்கள் வந்த சேர்ந்ததும் ஹோட்டல் கணக்கைத் தீர்த்து விட்டு, சிந்தி நண்பர் எங்களுக்காக வாடகைக்கு அமர்த்திய அறைகளில் இருக்கப் போய்விட்டோம். ஹோட்டலுக்கு நான் 3 பவுன் கொடுக்கவேண்டி வந்தது! அந்தத் தொகையைக் கண்டதும் நான் அதிர்ச்சியடைந்தேன் என்பது எனக்கு நினைவிருக்கிறது. செலவு இவ்வளவு அதிகமாக இருந்ததே ஒழிய, அங்கே நான் எதுவும் சாப்பிடாமல் பட்டினி கிடந்தேன் என்றே சொல்ல வேண்டும்! அங்கே கொடுத்த சாப்பாட்டில் எதுவுமே எனக்குப் பிடிக்கவில்லை. ஓர் உணவு எனக்குப் பிடிக்கவில்லை என்று வேறொன்றைக் கொண்டுவரச் சொன்னால், இரண்டுக்கும் சேர்த்துப் பணம் கொடுக்க வேண்டி வந்தது. இதெல்லாம் இப்படி இருக்க உண்மை என்னவென்றால் பம்பாயிலிருந்து கொண்டு வந்த ஆகாரதிகளைக் கொண்டே நான் காலம் கழிக்கலானேன்.

புது அறையிலும் எனக்கு மன நிம்மதியே இல்லை. வீட்டு நினைவும், நாட்டு நினைவுமே எனக்கு இடைவிடாமல் இருந்து கொண்டிருந்தன. என் அன்னையின் அன்பு அடிக்கடி என் நினைவுக்கு வரும். இரவில் கண்ணீர் பெருகி, கன்னங்களில் அருவியாக வழியும். வீட்டைப் பற்றிய எல்லாவித நினைவுகளும் வந்துவிடவே தூங்கவே முடியவில்லை. என் துயரத்தை யாரிடமாவது சொல்லி ஆறுதல் அடையலாம் என்றால் அதற்கும் வழியில்லை. என் துயரத்தை யாரிடமாவது சொல்லிக்கொள்ள முடிந்திருந்தாலும் அதனாலும் ஒரு பயனும் இராது. ஏனெனில், எனக்கு எதுவும் ஆறுதல் அளிக்க முடியாது என்பதை நான் அறிவேன். மக்கள், அவர்களுடைய பழக்க வழக்கங்கள் அவர்களுடைய வீடுகள் எல்லாமே விசித்திரமாக இருந்தன. ஆங்கில மரியாதை முறைகள் விஷயத்திலோ எனக்கு எதுவுமே தெரியாது. ஆகையால், எங்கே தவறு செய்துவிடுவேனோ என்பதற்காக எப்பொழுதும் எச்சரிக்கையாகவே இருக்க வேண்டியிருந்தது. சைவ உணவு விரதமோ அதிகப்படியானதோர் அசௌகரியம். நான் சாப்பிடக்கூடிய ஆகார வகைகளும்

ருசியற்றவைகளாகவும் சப்பென்றும் இருந்தன. எனவே, இருதலைக் கொள்ளி எறும்பு போல் ஆனேன். இங்கிலாந்து வாசத்தை என்னால் சகிக்க முடியவில்லை ஆனால், இந்தியாவுக்கு திரும்பிவிடுவது என்பதையோ நினைக்கக்கூட முடியாது. வந்தது வந்துவிட்டேன், மூன்று ஆண்டுகள் இருந்து முடித்துவிட வேண்டும் என்று கூறியது, என் அந்தராத்மா.

14. விரும்பி மேற்கொண்ட விரதம்

விக்டோரியா ஹோட்டலில் என்னைப் பார்க்கலாம் என்று எதிர்பார்த்துத் திங்கட்கிழமையன்று டாக்டர் மேத்தா அங்கே சென்றார். அங்கிருந்து நாங்கள் போய்விட்டோம் என்பதை அறிந்தார். எங்கள் புதுவிலாசத்தைத் தெரிந்துகொண்டு, எங்கள் அறைகளுக்கு வந்து என்னைப் பார்த்தார். கப்பலில் நான் செய்துவிட்ட தவறினால் என் உடம்பில் படை வந்துவிட்டது. அலம்புவதற்கும் குளிப்பதற்கும் கப்பலில் கடல் நீரையே உபயோகித்து வந்தோம். அந்நீரில் சவுக்காரம் கரையாது. சோப்பு உபயோகிப்பது நாகரிகத்திற்கு அழகு என்று கருதி நான் சோப்புத தேய்த்துக் கடல் நீரில் குளித்தேன். அதன் பலனாக உடம்பு சுத்தமாவதற்குப் பதிலாகப் பிசு பிசுப்பாயிற்று. இதனால் உடம்பில் படை வந்துவிட்டது. அதை டாக்டர் மேத்தாவுக்குக் காட்டினேன். அவர் காடித் திராவகத்தை போடச் சொன்னார். அதைப் போட்டதும் ஒரே எரிச்சலெடுத்து, நான் கதறி அழுதது எனக்கு இன்னும் நினைவிருக்கிறது. டாக்டர் மேத்தா, என் அறையையும் அதில் நான் சாமான்கள் வைத்திருந்ததையும் பார்த்தார். அதில் தமக்குக் கொஞ்சமும் திருப்தியில்லை என்பதற்கு அறிகுறியாகத் தலையை அசைத்தார். “இந்த இடம் உதவாது” என்றார். “நாம் இங்கிலாந்துக்கு வருவது படிப்பிற்கு மாத்திரம் அல்ல. முக்கியமாக ஆங்கிலேயரின் வாழ்க்கையிம், பழக்க வழக்கங்களிலும் அனுபவம் பெறுவதற்காகவும் வருகிறோம். இதற்கு நீர் ஓர் ஆங்கிலக் குடும்பத்துடன் வசிப்பது நல்லது. ஆனால் நீர் அப்படி வசிப்பதற்கு முன்னால் ... என்பவருடன் சிறிது காலம் இருந்து பயிற்சி பெற வேண்டும் என்று நினைக்கிறேன். அவரிடம் உம்மை அழைத்துப் போகிறேன்” என்றும் கூறினார்.

அவருடைய யோசனையை நன்றியறிதலுடன் ஏற்றுக் கொண்டு, அந்த நண்பரின் அறைகளுக்கே குடிபோனேன். அவர் முழு அன்புடன் என்னைக் கவனித்துக் கொண்டார். தமது சொந்த சகோதரனைப் போலவே பாவித்து என்னை நடத்தினார்.

ஆங்கிலேயரின் நடை உடை பாவனைகளையெல்லாம் எனக்கு கற்றுக் கொடுத்தார். ஆங்கில மொழியில் பேசவும் கற்றுக் கொடுத்தார். என்றாலும், என் சாப்பாட்டு விஷயம்தான் சங்கடமான பிரச்சனையாயிற்று. உப்போ, மசாலையோ இல்லாமல் வேகவைத்த காய்கறிகள் எனக்கு பிடிக்கவே இல்லை. எனக்காக என்ன சமைப்பதென்று புரியாமல் எங்களுக்கு உணவளித்த வீட்டு அம்மாள் திகைத்தார். காலை ஆகாரத்திற்கு ஓட்ஸ் தானியக் கஞ்சி இருக்கும். அது கூடியவரை வயிற்றை நிரப்பும். ஆனால், மத்தியானச் சாப்பாட்டிலும் இரவுச் சாப்பாட்டிலும் எப்பொழுதும் எனக்குப் பட்டினிதான். அந்த நண்பர் மாமிசம் சாப்பிடும்படி ஓயாமல் எனக்கு எடுத்துக் கூறிக் கொண்டே இருந்தார். நானும் என் விரதத்தை அதற்குச் சமாதானமாகக் கூறிவிட்டுப் பேசாமல் இருந்துவிடுவேன். மத்தியானச் சாப்பாட்டிற்கும் இரவு உணவுக்கும் எங்களுக்குப் பசலைக் கீரையும் ரொட்டியும் ஜாமும் இருக்கும். நானோ நன்றாகச் சாப்பிடுகிறவன். பெருவயிறு படைத்தவன். ஆனால் இரண்டு மூன்று ரொட்டித் துண்டுகளுக்கு அதிகமாகக் கேட்பது சரியல்லவென்று தோன்றிதால் அதிகமாகக் கேட்கவும் எனக்கு வெட்கம். போதாதற்கு மத்தியானத்திலும், இரவிலும் சாப்பாட்டில் பாலும் கிடையாது. இந்த நிலையைக் கண்டு அந்த நண்பருக்கு வெறுத்துப் போய் விட்டது. அவர் பின்வருமாறு சொன்னார்: "நீர் என் சொந்தச் சகோதரனாக இருந்தால் மூட்டை கட்டி ஊருக்கு அனுப்பியிருப்பேன். இங்குள்ள நிலையை அறியாமல், எழுத்து வாசனையே இல்லாத ஒரு தாயாரிடம் செய்து கொடுத்த சத்தியத்திற்கு என்ன மதிப்பு உண்டு ? அது ஒரு விரதமே அல்ல. சட்டப்படி அதை ஒரு விரதமாகவும் கருதுவதற்கில்லை. அத்தகைய ஒரு சத்தியத்தில் விடாப்பிடியாக இருப்பது மூடநம்பிக்கையைத் தவிர வேறொன்றுமில்லை. மேலும், இந்தப் பிடிவாதத்தினால் இங்கே உமக்கு எந்தவிதப் பயனும் உண்டாகாது என்பதையும் கூறுகிறேன். மாமிசத்தை முன்பு சாப்பிட்டதாகவும், அது உமக்குச் சுவையாக இருந்தது என்றும் ஒப்புக் கொள்ளுகிறீர், எங்கே முற்றும் அவசியமில்லையோ அங்கே நீர் அதைச் சாப்பிட்டிருக்கிறீர். அவசியமான இடத்தில் உண்ணமாட்டேன் என்கிறீர், இது என்ன பரிதாபம்!"

ஆனால் நான் பிடிவாதமாக இருந்தேன். நாள் தவறாமல் அவர் இதைக் குறித்து என்னிடம் தர்க்கம் செய்துகொண்டே இருப்பார். முடியாது என்று எப்பொழுதும் அவருக்குப் பதில் சொல்லி விடுவேன். அவர் தர்க்கம் செய்யச் செய்ய நானும் அதிகப் பிடிவாதக்காரனாவேன். கடவுளின் பாதுகாப்பைக் கோரித் தினமும் பிரார்த்திப்பேன். அதை அடையவும் அடைவேன். கடவுளைப் பற்றிய ஞானம் அப்பொழுதே எனக்கு இருந்தது என்பதல்ல, நம்பிக்கை தான் அது. எனக்குச் செவிலித் தாயாக இருந்த அந்த நல்ல ரம்பா விதைத்த நம்பிக்கையின் விதையே வேலை செய்து வந்தது.

ஒரு நாள் அந்த நண்பர், பெந்தாம் எழுதிய பயன்படுவதன் தத்தவம் (Theory of UtilitEey) என்ற நூலை எனக்குப் படித்துக் காட்டினார். எனக்கு ஒன்றுமே புரியவில்லை. அதன் நடை நான் புரிந்துகொள்ள முடியாத அளவுக்குக் கடினமாக இருந்தது. அதன் பொருளை விளக்கவும் ஆரம்பித்தார். அப்பொழுது நான் சொன்னேன்: "தயவு செய்து என்னை மன்னித்துவிடுங்கள், இந்த நுட்பமான விஷயங்களெல்லாம் எனக்கு விளங்கமாட்டா. மாமிசம் சாப்பிடுவது அவசியம் என்பதை ஒப்புக்கொள்ளுகிறேன். ஆனால் நான் கொண்ட விரதத்திற்குப் பங்கம் செய்ய முடியாது. இதைப் பற்றி என்னால் விவாதிக்கவும் முடியாது. அப்படியே உங்களோடு விவாதித்தாலும் வெற்றி பெற முடியாதென்பதும் நிச்சயம். நான் முட்டாள் பிடிவாதக்காரன் என்று என்னை விட்டு விடுங்கள். என் மீது நீங்கள் கொண்டிருக்கும் அன்பை உணருகிறேன். என் நலத்தில் நீங்கள் அக்கறை கொண்டிருக்கிறீர்கள் என்பதையும் அறிகிறேன். எனக்காக நீங்கள் கவலைப்படுவதனாலேயே இதைப் பற்றி அடிக்கடி எனக்கு கூறி வருகிறீர்கள் என்பதையும் அறிவேன். ஆனால், நான் உங்கள் புத்திமதிப்படி நடக்க முடியாது. விரதம் விரதமே. அதற்குப் பங்கம் செய்ய என்னால் ஆகாது."

அந்த நண்பர் ஆச்சரியத்தோடு என்னை உற்றுப் பார்த்தார். புத்தகத்தை மூடி வைத்துவிட்டு, "நல்லது. இனிமேல் உம்மிடம் வாதம் செய்யமாட்டேன்" என்றார். நான் மகிழ்ச்சியடைந்தேன். பிறகு இது விஷயமாக என்னிடம் அவர் விவாதிக்கவே இல்லை.

ஆனால், என் விஷயத்தில் கவலைப்படுவதை மாத்திரம் அவர் விட்டுவிடவில்லை. அவர் புகை பிடிப்பார், குடிப்பார். ஆனால் அப்படி செய்யுமாறு என்னை அவர் கேட்டதே இல்லை. உண்மையில் இந்த இரண்டு பழக்கங்களும் எனக்குக் கூடாது என்றே சொல்லி வந்தார். மாமிசம் சாப்பிடாவிடில் நான் பலவீனமாகிவிடுவேன், அதனால், இங்கிலாந்தில் நான் சுகமாக வசிக்க முடியாது போகும் என்பது ஒன்றே அவருடைய கவலையெல்லாம்.

இப்படி ஒரு மாதம் நான் பயிற்சி பெற்றேன். நண்பரின் வீடு ரிச்மாண்டில் இருந்தது. வாரத்தில் இரண்டொரு முறைகளுக்கு மேல் லண்டனுக்குப் போவது சாத்தியமில்லை. ஆகவே, லண்டனுக்கு அருகில் உள்ள ஏதாவது ஒரு குடும்பத்தோடு என்னைத் தங்க வைக்க வேண்டும் என்று டாக்டர் மேத்தாவும் ஸ்ரீ தளபத் ராம் சுக்லாவும் முடிவு செய்தனர். மேற்குக் கென்சிங்கனில் ஓர் ஆங்கிலோ இந்தியரின் வீட்டைக் கண்டுபிடித்து, ஸ்ரீ சுக்லா என்னை அங்கே கொண்டு போய் விட்டார். அந்த வீட்டுக்கார அம்மாள் விதவை. என்னுடைய விரத்தைக் குறித்து அவரிடம் கூறினேன். என்னைச் சரியாகக் கவனித்துக் கொள்ளுவதாக அம்மூதாட்டி வாக்களித்தார். அவர் வீட்டில் வசிக்கலானேன். அங்கும் கூட அநேகமாக நான் பட்டினி கிடக்கவே நேர்ந்தது.

மிட்டாயும் பலகாரங்களும் அனுப்புமாறு வீட்டுக்கு எழுதியிருந்தேன். ஆனால், எதுவும் இன்னும் வந்து சேரவில்லை. அங்கே கொடுத்த சாப்பாடெல்லாம் எனக்குச் சப்பென்று இருந்தது. சாப்பாடு பிடித்திருக்கிறதா என்று அம்மூதாட்டி தினமும் என்னைத் கேட்டார். ஆனால், அவர்தான் என்ன செய்வார் ? முன்பு இருந்தது போலவே இன்னும் எனக்கும் கூச்சம் இருந்தது. முதலில் பரிமாறியதை விட அதிகமாக எதையும் கேட்கும் துணிவு எனக்கு இல்லை. அந்த அம்மாளுக்கு இரு பெண்கள். அதிகப்படியாக இரண்டொரு ரொட்டித் துண்டுகளை அப்பெண்கள் வற்புறுத்தி எனக்கு வைப்பார்கள். ஆனால், ஒரு முழு ரொட்டிக்குக் குறைந்த எதனாலும் என் வயிறு நிரம்பாது என்பது அவர்களுக்குத் தெரியவே இல்லை!

ஆனால், இதற்குள் எனக்குக் கால் முளைத்துவிட்டது. இன்னும் என் பாடங்களை நான் படிக்க ஆரம்பிக்கவில்லை. ஸ்ரீ சுக்லா

தூண்டியதன் பேரில் அப்பொழுதுதான் பத்திரிகைகளைப் படிக்க ஆரம்பித்தேன். இந்தியாவில் நான் செய்திப் பத்திரிகைகளைப் படித்ததே இல்லை. இங்கே தொடர்ந்து படித்து வந்தால் பத்திரிகைகளை, படிப்பதில் எனக்குச் சுவை ஏற்பட்டது. டெய்லி நியூஸ், டெய்லி டெலிகிராப், பால்மால் கெஜட் ஆகிய பத்திரிகைகளைப் எப்பொழுதும் மேலெழுந்த வாரியாகப் படிப்பேன். இதற்கு ஒரு மணி நேரத்திற்கு மேல் ஆகாது. ஆகவே, அங்கும் இங்கும் சுற்ற ஆரம்பித்தேன். சைவச் சாப்பாடு விடுதி எங்காவது இருக்கிறதா என்று தேட முற்பட்டேன். அத்தகைய சாப்பாட்டு விடுதிகள் நகரில் இருக்கின்றன என்று நான் தங்கியிருந்த வீட்டுக்கார அம்மாள் கூறியிருந்தார். தினம் பத்துப் பன்னிரண்டு மைல் தூரம் சுற்றுவேன். மலிவான சாப்பாட்டு விடுதிக்குப் போய் அங்கே வயிறு நிறைய ரொட்டியைத் தின்பேன். என்றாலும், எனக்கு திருப்தி ஏற்படாது. இவ்வாறு சுற்றி அலைந்து வரும் போது ஒரு நாள் பாரிங்டன் தெருவில் ஒரு சைவச் சிற்றுண்டிச் சாலையைக் கண்டுபிடித்தேன். அதைக் கண்டதும், தன் மனத்துக்கு இனியதைக் கண்டதும் ஒரு குழந்தை என்ன குதூசலம் ஏற்படுமோ அவ்வளவு ஆனந்தம் எனக்கு உண்டாயிற்று. அதற்குள் போகும் முன்பு, கதவுக்கு அருகில் கண்ணாடி ஜன்னலில் விற்பனைக்காகப் புத்தகங்கள் வைக்கப்பட்டிருந்ததைக் கண்டேன். அவற்றில் சால்ட் எழுதிய சைவ உணவின் முக்கியத்துவம் என்ற புத்தகமும் இருந்தது. ஒரு ஷில்லிங் கொடுத்து அதை வாங்கிக் கொண்டு நேரே சாப்பாட்டு அறைக்குச் சென்றேன். இங்கிலாந்துக்கு வந்த பிறகு நான் வயிறார உண்ட முதல் சாப்பாடு இதுதான். கடவுள் எனக்குத் துணை செய்துவிட்டார்.

சால்ட் எழுதிய அந்த நூலை ஒரு வரிவிடாமல் படித்து முடித்தேன். அது என் மனதைப் பெரிதும் கவர்ந்தது. அந்த புத்தகத்தைப் படித்த நாள் முதற்கொண்டே, என் இஷ்டத்தின் பேரில் நான் சைவ உணவு விரதம் பூண்டவனானேன் என்று நான் சொல்லிக் கொள்ள முடியும். என் தாயாரின் முன்பு நான் விரதம் எடுத்துக் கொண்ட நாளை வாழ்த்தினேன். சத்தியத்தைக் காப்பாற்ற வேண்டும் என்பதற்காகவும், நான் எடுத்துக் கொண்டிருந்த விரதத்திற்காகவுமே இதுவரை நான் புலால் உண்ணாமல் இருந்து வந்தேன் ஆனால், அதே சமயத்தில்

ஒவ்வோர் இந்தியரும் மாமிசம் சாப்பிடுபவராக வேண்டும் என்று விரும்பி வந்தேன். ஒரு நாள் நானும் தாராளமாகவும், பகிரங்கமாகவும் அப்படிச் சாப்பிடுபவன் ஆகவேண்டும் என்றும், மற்றவர்களையும் இதற்குத் திருப்ப வேண்டும் என்றும் கருதி, அந்த நாளை ஆவலுடன் எதிர்பார்த்துக் கொண்டிருந்தேன். ஆனால், இப்பொழுது நான் சைவ உணவு விரதத்தை விரும்பி மேற்கொண்டுவிட்டதால், இதைப் பரப்புவதே என் வாழ்வின் லட்சியமாயிற்று.

15. ஆங்கிலக் கனவானாக நடிப்பு

சைவ உணவில் நான் கொண்ட நம்பிக்கை நாளுக்கு நாள் வளர்ந்து வந்தது. உணவு சம்பந்தமான ஆராய்ச்சி நூல்களைப் படிக்க வேண்டும் என்ற பசியை சால்ட்டின் புத்தகம் எனக்கு உண்டாக்கிற்று. சைவ உணவைப் பற்றிக் கிடைத்த புத்தகங்களையெல்லாம் வாங்கிப் படித்தேன். ஹோவார்டு வில்லியம்ஸ் எழுதியிருந்த உணவு முறையின் தருமம் (The Ethics of Diet) என்ற நூல், ஆதிகாலத்திலிருந்து இன்றைய வரையில் மனிதரின் உணவு வகையைப் பற்றி எழுதப் பெற்ற எல்லாப் புத்தகங்களின் வரலாற்றுச் சரித்திரத்தையும் கூறுகிறது. பித்தகோரஸ், ஏசுநாதரிலிருந்து தற்காலத்தில் வாழ்கிறவர்கள் வரை, எல்லாத் தத்துவஞானிகளும், தீர்க்கதரிசிகளும் சைவ உணவு உட்கொள்ளுபவர்களாகவே இருந்திருக்கிறார்கள் என்பதைக் காட்டவும் இந்த நூல் முயன்றிருக்கிறது.

டாக்டர் அன்னா கிங்க்ஸ் போர்டு எழுதிய உணவுமுறையில் சரியான வழி (The Perfect way in Diet) என்ற நூலும் கவர்ச்சி கரமானது. தேகாரோக்கியத்தையும், சுகாதாரத்தையும் குறித்து டாக்டர் அலின்சன் எழுதியிருந்தவையும் அதே போல உதவியாக இருந்தன. நோயாளியின் ஆகாரத்தை ஒழுங்குபடுத்துவதன் மூலமே நோயைக் குணமாக்கும் முறையை அந்த நூலில் அவர் எடுத்துக் கூறியிருந்தார். அவர் சைவ உணவு மாத்திரமே சாப்பிடுகிறவர். ஆகையால், தம்மிடம் வரும் நோயாளிகளுக்கும் கண்டிப்பான சைவ உணவு யோசனையைச் சொல்லி வந்தார். இந்த நூல்களையெல்லாம் படித்ததன் பலனாக, உணவாராய்ச்சி செய்வதும் என் வாழ்க்கையில் முக்கியமான இடம் பெற்றுவிட்டது. ஆரம்பத்தில் தேகசுகத்தை முக்கியமாகக் கருதியே பெரும்பாலும் இந்தச் சோதனைகளைச் செய்து வந்தேன். ஆனால், பிறகோ சமயப்பற்று, இச்சோதனைகளுக்குப் பிரதானமான நோக்கமாயிற்று.

இதன் நடுவில் என் நண்பர் என்னைப் பற்றிக் கவலைப்படுவதை விடவில்லை. மாமிசம் சாப்பிடுவதில் எனக்கு இருக்கும்

ஆட்சேபங்களில் நான் பிடிவாதமாகவே இருந்து வந்தால், என் உடல் இளைத்து போவதோடு நான் மண்டுவாகவும் இருந்துவிடுவேன் என்று கருதினார். ஏனெனில், மாமிசம் சாப்பிடாதிருந்தால் ஆங்கிலேய சமூகத்தில் நான் சகஜமாகப் பழக முடியாது என்றும் அவர் நினைத்தார். என் மீது அவர் கொண்டிருந்த அன்பினாலேயே இப்படியெல்லாம் எண்ணினார். சைவ உணவின் பெருமையைப் பற்றி கூறும் நூல்களில் கவனம் செலுத்த நான் தலைப்பட்டு விட்டேன் என்பதை அறிந்ததும், அப் புத்தகங்கள் என் புத்தியைக் குழப்பி விடுமே என்று பயந்தார். என் படிப்பை மறந்து விட்டு, அந்த ஆராய்ச்சிகளிலெல்லாம் இறங்கிப் பித்தனாகிவிடுவேன் என்றும் அஞ்சினார்.

ஆகையால், என்னைச் சீர்திருத்துவதற்காகச் கடைசி முயற்சி ஒன்றையும் செய்தார். ஒருநாள், நாடகம் பார்க்கப் போகலாம் என்று என்னை அழைத்தார். நாடகம் பார்க்கும் முன்பு இருவரும் ஹால்பர்ன் போஜன விடுதியில் சாப்பிடுவது என்றும் ஏற்பாடு செய்திருந்தார். அந்த போஜன விடுதியின் கட்டடம் அரண்மனை போன்றே எனக்குத் தோன்றியது. மேலும், விக்டோரியா, ஹோட்டலில் இருந்து வந்து விட்டப் பிறகு, நான் சாப்பிடப் போன முதல் பெரிய விடுதியும் இதுதான். அந்த ஹோட்டலில் இருந்த போது நான் திக்குத் திசை தெரியாதவனாகவே இருந்ததால் அங்கே ஏற்பட்ட அனுபவம் எதுவும் எனக்கு இங்கே உதவியாக இருந்துவிடவில்லை. சங்கோஜத்தினால் நான் கேள்வி எதுவும் கேட்கமாட்டேன் என்று எண்ணியே என் நண்பர் என்னை இந்த விடுதிக்கு அழைத்து வரத் திட்டமிட்டு இருந்தார் என்று தெரிந்தது. அநேகர் அங்கே சாப்பிட்டுக் கொண்டு இருந்தார்கள். அவர்களுக்கு மத்தியில் நானும் என் நண்பரும் ஒரு மேஜையின் முன் சாப்பிட உட்கார்ந்தோம். முதலில் சூப் வந்தது. அது என்ன சூப் என்பது தெரியாமல் திகைத்தேன். ஆனால் அதைப் பற்றி நண்பரிடம் கேட்கும் தைரியம் எனக்கு வரவில்லை.

ஆகவே, பரிசாரகரைக் கூப்பிட்டேன், நண்பர் நிலைமையைக் கவனித்துக் கொண்டார். "என்ன விஷயம்" என்று என்னைக் கடுமையாகக் கேட்டார். "சூப் சைவ சூப்தானா என்று விசாரிக்க விரும்பினேன்" என்று அதிகத் தயக்கத்துடனேயே

சொன்னேன். "நாகரீகமான சமூகத்தில் பழகுவதற்கு நீர்க் கொஞ்சமும் தகுதியில்லாதவர்" என்று அவர் ஆத்திரத்தோடு கூறினார். "இங்கே சரியானபடி நடந்துகொள்ள உம்மால் முடியாது என்றால் வெளியே போய் விடும். வேறு ஏதாவது ஒரு சாப்பாட்டு விடுதியில் சாப்பிட்டுவிட்டு வந்து எனக்காக வெளியில் காத்திரும்" என்றார் இதைக் கேட்டு நான் மகிழ்ச்சியடைந்தேன். வெளியிலும் போய்விட்டேன். பக்கத்திலேயே சைவ உணவு விடுதி ஒன்று இருந்தது. ஆனால் அது அப்பொழுது மூடப்பட்டுவிட்டது. ஆகையால், அன்றிரவு சாப்பாடே இல்லாமல் பட்டினி கிடந்தேன். அந்த நண்பருடன் நாடகத்திற்கு சென்றேன். ஆனால், செய்துவிட்ட அசந்தர்ப்பமான காரியத்தைக் குறித்து அவர் ஒரு வார்த்தைக் கூடப் பேசவில்லை. என்னைப் பொறுத்தவரையிலோ, நான் சொல்வதற்கு எதுவுமில்லை.

எங்களிடையே நட்புமுறையில் ஏற்பட்ட கடைசிப் பூசல் இதுவே. எங்களுக்குள் இருந்த உறவை இது கொஞ்சமும் பாதித்து விடவில்லை. என் நண்பர் எடுத்துக் கொண்ட முயற்சிகளுக்கெல்லாம் காரணம், அவர் என் மீது கொண்டிருந்த அன்பே என்பதை நான் அறியமுடிந்தது. அந்த அன்பைப் போற்றவும் போற்றினேன். எண்ணத்திலும், செயலிலும் எங்களுக்குள் வேற்றுமை இருந்தது உண்மை என்றாலும் அவர் மீது நான் அதிக மதிப்புக் கொண்டேன்.

அதனால், எனக்காக அவர் கொண்டிருந்த கவலையைப் போக்கி விட வேண்டும் என்று தீர்மானித்தேன். இனி நாகரீகக் குறைவாக நடந்து கொள்ளமாட்டேன். சைவ உணவு விரதம் கொண்ருப்பதால் என்னிடம் இருந்த குறைக்கு ஈடு செய்ய நாகரீக சமூகத்திற்குத் தகுதியான மற்றக் காரியங்களையெல்லாம் அனுசரித்து நாகரீகமாக நடந்து கொள்பவன் ஆகிவிட்டேன் என்று அவருக்கு உறுதியளிக்க வேண்டும் என்பதே என் முடிவு. இதற்காக ஆங்கிலக் கனவானாகவே ஆகிவிடுவதற்கு வேண்டிய அசாத்தியமான காரியங்களையெல்லாம் செய்ய முற்பட்டேன்.

பம்பாயில் தைத்த உடைகளையே தறித்துக் கொண்டிருந்தேன். அந்த உடை ஆங்கிலச் சமூகத்திற்குப் பொருத்தமானதன்று என்று எண்ணினேன். ராணுவக்கடற்படை ஸ்டோரில் புதிய உடை

வாங்கினேன். பத்தொன்பது ஷில்லிங் விலையில் ஒரு சிம்னி – பாட் தொப்பி வாங்கினேன். அந்தக் காலத்தில் அது மிகவும் அதிகமான விலை. லண்டனில் நாகரீக வாழ்க்கைக்கு மத்திய இடமான பாண்ட் தெருவில், மாலையில் போட்டுக்கொள்ளும் உடுப்பு ஒன்று வாங்கி பத்துப் பவுனை பாழாக்கினேன். உத்தமரும் உயர் குணம் படைத்தவருமான என் சகோதரருக்கு எழுதி கடிகார இரட்டைவட தங்கச் சங்கிலி ஒன்றை அனுப்பி வைக்கும் படியும் செய்தேன். கடையில் கட்டி விற்கும் கழுத்து டை அணிவது நாகரீகத்திற்குச் சரியல்லவாகையால், 'டை' யை நானே கட்டிக் கொள்ளும் வித்தையயும் கற்றுக்கொண்டேன். இந்தியாவில் குடும்ப நாவிதர் எனக்கு க்ஷவரம் செய்து விடும்போது மாத்திரமே முகக் கண்ணாடியை பார்க்கும் ஆடம்பரம் எனக்கு அனுமதிக்கப்பட்டிருந்தது. இங்கோ, ஒரு பெரிய கண்ணாடி முன்னால் நின்று, என்னைப் பார்த்துக் கொள்வதிலும் 'டை'யைச் சரிபடுத்திக் கொள்வதிலும் நாகரீகத்திற்கு ஏற்றாற்போல் தலைவாரிக் கொள்வதிலும் தினம் 10 நிமிட நேரத்தை வீணாக்குவேன். என் தலை மயிர் மிருதுவானதன்று. ஆகவே, அதைச் சீவிச் சரியாகப்படியவைப்பது தினமும் ஒரு போராட்டமாகி விட்டது. ஒவ்வொரு முறையும் தலையில் தொப்பியை வைக்கும் போதும் எடுக்கும் போதும் தலை மயிரை சரிபார்க்க கை தானாகவே தலைக்குப் போய்விடும். நாகரீக சமூகத்தினரின் நடுவே உட்கார்ந்திருக்கும் போது, ஒவ்வொரு சமயமும் கை இதற்காகவே தலையில் வேலை செய்து கொண்டிருக்கும். மற்றொரு நாகரீகப் பழக்கத்தைப் பற்றியோ சொல்லவே வேண்டியதில்லை.

நாகரீகத்தோற்றம் அளிப்பதற்கு இவ்வளவும் போதாதென்று, ஆங்கிலக் கனவானாவதற்கு வேண்டியவை என கருதப்பட்ட மற்ற அம்சங்களிலும் கவனத்தை செலுத்தினேன். நடனம் ஆடக் கற்றக் கொள்ளுவதும், பிரெஞ்சு மொழி கற்பதும், பிரசங்கவன்மையும் ஓர் ஆங்கிலக் கனவானுக்கு அவசியம் என்றார்கள். பிரெஞ்சு, பக்கத்து நாடான பிரான்ஸின் மொழி என்பது மாத்திரம் அல்ல, ஐரோப்பா கண்டத்தில் ஒரு நாட்டினர் மற்றொரு நாட்டினருடன் பேசுவதற்குப் பொது மொழியாகவும் அது இருந்தது. எனக்கு அக் கண்டம் முழுவதையும் சுற்றிப் பார்க்க வேண்டும் என்ற ஆசை. ஒரு நடனப் பயிற்சி வகுப்பில்

சேர்ந்து நடனம் கற்றுக் கொள்ளுவதெனத் தீர்மானித்து, சில மாதங்களுக்கு மூன்று பவுன் கட்டணமும் செலுத்தினேன். மூன்று வாரங்களில் இதில் ஆறு பாடங்களைக் கற்றிருப்பேன். ஆனால், தாளகதிக்கு ஏற்ப நடனமாடுவது என்பது என்னால் ஆகவில்லை. பியானோ வாத்திய இசையைப் பின்பற்ற முடியாது போகவே தாளத்தை அனுசரிக்கவும் இயலவில்லை.

அப்படியாயின் பிறகு என்ன செய்வது? ஒரு சன்னியாசி, எலி உபத்திரவத்தைப் போக்க ஒரு பூனை வளர்த்தார் என்றும் பூனைக்குப் பால் வேண்டுமே என்பதற்காகப் பிறகு ஒரு பசுவும் வளர்த்தார் என்றும், பசுவைக் கவனிக்க ஓர் ஆள் வைத்தார் என்றும், அப்புறம் சன்னியாசி ஒரு குடும்பஸ்தர் ஆகிவிட்டார் என்றும் ஒரு கதை உண்டு. துறவியின் குடும்பம் வளர்ந்ததைப் போல என்னுடைய ஆசைகளும் வளர்ந்தன. மேனாட்டுச் சங்கீதத்தை ரசிக்கத் தெரிந்து கொள்ளுவதற்காக நான் பிடில் வாசிக்கக் கற்றுக்கொள்ள வேண்டும் என்று எண்ணினேன். ஆகவே, மூன்று பவுன் கொடுத்து பிடில் வாங்கினேன். அதைச் சொல்லிக் கொடுக்க அதைவிட அதிக தொகை கொடுத்தேன். பிரசங்கத் திறமை வர போதிப்பதற்காக மூன்றாவது ஆசிரியர் ஒருவரைப் பிடித்து அவருக்கு ஆரம்பக் கட்டணமாக ஒரு கினி (21 ஷில்லிங்) கொடுத்தேன். இதற்குப் பாடப் புத்தகமாக பெல் எழுதிய ‘ஸ்டான்டார்டு எலக்யூஷனிஸ்ட்’ என்ற புத்தகத்தை அவர் சிபாரிசு செய்தார். அதையும் வாங்கினேன். பிட்டின் பிரசங்கம் ஒன்றைப் படிக்கத் தொடங்கினேன்.

ஆனால், ஸ்ரீ பெல் என் காதில் எச்சரிக்கை மணியை அடித்தார். நானும் விழித்துக் கொண்டு விட்டேன்.

வாழ் நாளெல்லாம் நான் இங்கிலாந்திலேயே இருக்கப் போவதில்லை என்பதை எனக்கு நானே சொல்லிக் கொண்டேன். அப்படியிருக்க, பேச்சுவன்மையைக் கற்றுக் கொள்ளுவதால் என்ன பயன்? அதோடு நாட்டியமாடுவது என்னை எப்படி ஒரு கனவான் ஆக்கி விடும்? பிடில் வாசிக்க நான் இந்தியாவிலும் கற்றுக் கொள்ளலாம். நானோ மாணவன். ஆகவே என் படிப்பையே நான் கவனித்துக் கொண்டு போக வேண்டும். பாரிஸ்டராவதற்கு வேண்டியத் தகுதியையே நான் அடைய வேண்டும். என்னுடைய ஒழுக்கம் என்னைக் கனவானாக்கினால்

அதுவே போதும். இல்லையானால் அந்த ஆசையை நான் விட்டுவிட வேண்டியதே.

இவையும், இவை போன்ற எண்ணங்களும் என்னைப் பற்றிக் கொண்டன. பிரசங்கப் பயிற்சிக்காக நான் அமர்த்திக் கொண்டிருந்த ஆசிரியருக்கு இந்த என் எண்ணங்களையெல்லாம் ஒரு கடிதத்தில் எழுதினேன். மேற்கொண்டு பாடல் கற்றுக் கொள்ள வராததற்கு மன்னிக்குமாறும் கேட்டுக் கொண்டேன். நான் கற்றுக் கொண்டதெல்லாம் இரண்டு மூன்று பாடங்களே. இதே போல் நடன ஆசிரியருக்கும் எழுதி விட்டேன். பிடில் வாத்தியாரிடம் நேரில் போய், வந்த விலைக்குப் பிடிலை விற்றுவிடுமாறு கேட்டுக் கொண்டேன். அப்பெண்மணி என்னிடம் நட்புடன் பேசினாள். ஆகவே, நான் தவறான வழியில் போய்க் கொண்டிருக்கிறேன் என்பதை உணர்ந்த விதத்தை அவரிடம் கூறினேன். முற்றும் உருமாறுதல் அடைந்துவிட வேண்டும் என்பதில் நான் கொண்டிருந்த முடிவை ஏற்று அவர் உற்சாகப்படுத்தினார்.

ஆங்கிலக் கனவான் ஆகி விட வேண்டும் என்பதில் எனக்கு இருந்த மோகம் சுமார் மூன்று மாதங்கள் இருந்திருக்கும். அதற்குப் பின் மாணவனாகி விட்டேன். உடை, சம்பிரதாயப்பூர்வமாக இருக்க வேண்டும் என்பதில் கவனம் செலுத்துவது மாத்திரம் பல ஆண்டுகள் என்னிடம் இருந்து வந்தது.

16. மாறுதல்கள்

நாட்டியத்திலும், அது போன்றவைகளிலும் நான் செய்த சோதனை என் வாழ்க்கையில் நெறி தவறிப் போய்விட்ட ஒரு கட்டம் என்று யாரும் ஊகித்துக் கொண்டுவிட வேண்டாம். அச்சமயத்திலும்கூட நான் மதி மயங்கிப் போய்விடவில்லை என்பதை வாசகர்கள் கவனித்திருப்பார்கள். ஆங்கிலக் கனவானாவதில் எனக்கு மோகம் இருந்த அந்தக் காலத்திலும் கூட, என் வரையில் ஓரளவுக்கு என்னுள் ஆன்ம சோதனையும் இல்லாது போகவில்லை. நான் செலவு செய்த ஒவ்வொரு பார்த்திங்(காலணா)குக்கும் கணக்கு வைத்திருந்தேன். செலவு செய்வதைத் தீர யோசித்தே செய்து வந்தேன். வண்டிச் சத்தம், தபால் செலவு, பத்திரிக்கை வாங்கச் செலவிட்ட சில காசுகள போன்ற சிறு செலவினங்களையும் கூடக் கணக்கில் எழுதுவேன். தினந்தோறும் படுக்கப் போவதற்கு முன்னால் கணக்கை கூட்டி இருப்புக் கட்டுவேன். அப்பொழுதிலிருந்தே இப்பழக்கம் என்னிடம் நிலைத்து விட்டது. இதன் பலனாக, பொதுப் பணத்தை லட்சக்கணக்கில் நான் கையாள நேர்ந்தபோது அதைச் செலவிடுவதில் கண்டிப்பான சிக்கனத்தை அனுசரிக்க என்னால் முடிந்ததோடு, நான் நடத்திய எல்லா இயக்கங்கள் சம்பந்தமாகவும் வெளிக்கடன் எதுவும் இல்லாமல் எப்பொழுதுமே கையில் மிச்சத் தொகையே இருந்திருக்கிறது என்பதை அறிவேன். என் வாழ்க்கையின் இந்த அனுபவத்தை ஒவ்வோர் இளைஞரும் பாடமாகக் கொண்டு, தம்மிடம் வரும் தொகை ஒவ்வொன்றுக்கும், தாம் செலவிடுவதற்கும் கணக்கு வைக்க வேண்டியதை ஒரு கடமையாகக் கொள்ளட்டும். அப்படிச் செய்தால் என்னைப் போல் முடிவில் நன்மையையே அடைவார்கள்.

என் வாழ்வு முறையை நானே கண்டிப்பாகக் கவனித்து வந்தால், செலவில் சிக்கனம் செய்ய வேண்டியதன் அவசியத்தை நான் அறிய முடிந்தது. ஆகையால், எனக்கு ஆகும் செலவைப் பாதியாகக் குறைத்துவிடுவது என்று தீர்மானித்தேன்.

போக்குவரத்துக்கு வண்டிச் சத்தம் கொடுப்பதிலேயே அதிகத் தொகை செலவாகிறது என்பது கணக்கிலிருந்து தெரிந்தது. அதோடு, ஒரு குடும்பத்தில் நான் வசித்து வந்ததால் வாரந்தோறும் தவறாமல் குறிப்பிட்ட தொகை அவர்களுக்குக் கொடுக்க வேண்டியிருந்தது. அத்துடன், அக்குடும்பத்தினரை மரியாதைக்காக ஹோட்டலுக்கு அழைத்துச் செல்வது, அவர்களுடன் விருந்துகளுக்குப் போவது போன்ற வகையிலும் செலவாகி வந்தது. முக்கியமாகக் கூடவரும் நண்பர்கள், பெண்மணியாக இருந்தால், எல்லாச் செலவுகளையும் ஆணே செய்ய வேண்டும் என்பது அவர்கள் வழக்கம். இதனாலெல்லாம் போக்குவரத்துச் செலவு மிக அதிகமாக இருந்தது. வெளியில் சாப்பிடுவதனால் – வீட்டில் சாப்பிடாமல் இருந்ததற்காக வாராந்திரக் கணக்கில் எதுவும் குறைத்துக் கொடுக்க முடியாதாகையால், அதிகப்படி செலவுகளையும் குறைத்துவிடலாம் என்று எனக்குத் தோன்றிற்று.

ஆகவே, இனி ஒரு குடும்பத்துடன் வசிப்பதற்குப் பதிலாகத் தனியாக அறைகளை வாடகைக்கு அமர்த்திக் கொள்ளுவது என்று முடிவு செய்தேன். எனக்கு இருக்கும் வேலையை அனுசரித்து, என் குடியிருப்பையும் ஓர் இடத்திலிருந்து மற்றோர் இடத்திற்கு மாற்றிக்கொள்ளவும் அதே சமயத்தில் அதனால் அனுபவம் பெறவும் தீர்மானித்தேன். எனக்கு வேலையிருக்கும் இடத்திற்கு அரைமணி நேரத்தில் நடந்து போய்விடக் கூடியதாகவும், அதனாலும் செலவு குறைவதாகவும் இருக்கும் வகையிலும், அறைகளைத் தேர்ந்தெடுக்க வேண்டும். இதற்கு முன்னால் நான் எங்காவது வெளியில் போவதாயிருந்தால் ஏதாவது ஒரு வண்டியை அமர்த்திக் கொள்ளுவேன். இனி நடந்தே போவதென்றால் நடப்பதற்கு வேண்டிய அவகாசத்தையும் தேடிக்கொள்ள வேண்டும். புதிய ஏற்பாட்டில் நடையும் சிக்கனமும் சேர்ந்திருந்தன. அதன்படி வண்டி வாடகை கொடுத்து மிச்சமானதோடு தினம் எட்டு அல்லது பத்து மைல் நடையும் எனக்கு கிடைத்தது. முக்கியமாக நீண்ட தூரம் நடந்த இந்தப் பழக்கத்தினாலும், இங்கிலாந்தில் இருந்த வரையில் நான் நோயே இல்லாமல் இருந்தேன், என் உடலும் உரம் பெற்றது.

இவ்வாறு நான் இரண்டு அறைகளுள்ள ஓர் இடத்தை வாடகைக்கு அமர்த்திக்கொண்டேன். அதில் ஓர் அறை, உட்கார்ந்து வேலை

செய்வதற்கு, மற்றொன்று படுக்கையறை. எனது லண்டன் வாழ்க்கையில் இது இரண்டாவது கட்டம். மூன்றாவது கட்டம் இனிமேல்தான் வரவேண்டும்.

இந்த மாறுதல்களினால் என் செலவுகள் பாதியாகத் குறைந்தன. ஆனால், எனக்கிருந்த அவகாசத்தை எப்படிப் பயன்படுத்திக் கொள்ளுவது? பாரிஸ்டர் பரீட்சைக்கு அதிகமாகப் படிக்க வேண்டியதில்லை என்பது எனக்குத் தெரியும். ஆகையால் நேரத்திற்குப் பஞ்சம் இருப்பதாகத் தோன்றவில்லை. ஆங்கில மொழியில் எனக்குத் திறன் போதாமல் இருந்ததே எனக்கு தீராக் கவலையாக இருந்து வந்தது. முதலில் பி.ஏ. பட்டம் பெற்று, பிறகு என்னிடம் வா என்று ஸ்ரீ வேலி (பிற்காலத்தில் ஸர் பிரடரிக்) சொன்ன சொற்கள் இன்னும் என் செவிகளில் ஒலித்துக் கொண்டே இருந்தன. பாரிஸ்டர் பரீட்சையில் தேறுவதோடு மாத்திரமின்றி இலக்கியக் கல்வியிலும் நான் ஏதாவது ஒரு பட்டத்தைப் பெறவேண்டும் என்று எண்ணினேன். ஆக்ஸ்போர்டு, கேம்பிரிட்ஜ் சர்வகலா சாலைகளின் படிப்பு முறைகளைப் பற்றி விசாரித்தேன் சில நண்பர்களையும் கலந்து ஆலோசித்தேன். இந்த இரு சர்வகலாசாலைகளில் ஒன்றில் சேருவது என்று நான் முடிவு செய்தால், அதனால் செலவு அதிகமாவதோடு, இங்கிலாந்தில் தங்குவதற்கு நான் தயாராயிருக்கும் காலத்தைவிட அதிக காலம் தங்கவும் நேரும் என்று கண்டேன்.

கஷ்டமான தொரு பரீட்சையில் தேறிவிட்டேன் என்று திருப்பதிப்பட நான் விரும்பினால், லண்டன் மெட்ரிகுலேஷன் பரீட்சையில் நான் தேறிவிடலாம் என்று ஒரு நண்பர் யோசனை கூறினார். அப்படியானால் அதிகக் கஷ்டப்பட்டு உழைக்க வேண்டியிருக்கும். பொது அறிவும் விருத்தியாகும். இதற்குச் செலவு அதிகப்படியாக ஒன்றும் ஆகிவிடாது என்பது தெரிந்தது. இந்த யோசனை எனக்குப் பிடித்திருந்தது. ஆனால், அப்பரீட்சைக்குப் படிக்க வேண்டியிருந்த பாடங்களோ என்னைப் பயமுறுத்தி விட்டன. லத்தீனையும், தற்கால ஐரோப்பிய மொழி ஒன்றையும் கட்டாயமாகப் படித்தாக வேண்டும். லத்தீனைப் படிப்பது எப்படி? ஆனால் அந்த நண்பரோ, அம்மொழியைப் படித்தாக வேண்டும் என்று பரிந்து

பேசினார். வக்கீல்களுக்கு லத்தீன் மிகவும் பயனுள்ள மொழி. சட்டப் புத்தகங்களைப் புரிந்துகொள்ள லத்தீன் தெரிந்திருப்பது உபயோகமாக இருக்கும். ரோமன் சட்டம் பற்றிய ஒரு பரீட்சை முழுவதையும் லத்தீன் மொழியில்தான் எழுதவேண்டியிருக்கும். லத்தீன் படித்துவிட்டால் ஆங்கில மொழியிலும் நல்ல ஆற்றல் இருக்கும் என்றார். நண்பர் கூறியது நல்லது என்றே தோன்றியது. என்னதான் கஷ்டமாக இருந்தாலும் சரி, லத்தீன் படித்து விடுவது என்று தீர்மானித்தேன். இதற்கு முன்னாலேயே பிரெஞ்சு மொழி படிக்க ஆரம்பித்து விட்டேன். ஆகவே, நான் படித்தாக வேண்டிய இக்கால மொழியாக அதையே வைத்துக் கொள்ளலாம் என்று நினைத்தேன். மெட்ரிகுலேஷனுக்குத் தயார் செய்வதற்கென்று தனிப்பட்டவர் வைத்திருந்த, வகுப்பில் சேர்ந்தேன். பரீட்சைக்குப் போவதற்கு எனக்கு ஐந்து மாதங்களே இருந்தன. இது அசாத்தியமான வேலை என்று எனக்குத் தோன்றிற்று. ஆங்கிலக் கனவானைப் போல் ஆகிவிட வேண்டும் என்று ஆசைப்பட்டுக் கொண்டிருந்த நான், இப்பொழுது கருத்துள்ள மாணாக்கனாக என்னை மாற்றிக்கொண்டு விட்டேன். என் கால அட்டவணையை நிமிஷக் கணக்கு வரையில் துல்லியமாக வகுத்துக்கொண்டேன். ஆனால் குறிப்பிட்ட காலத்திற்குள் மற்றப் பாடங்களுடன் லத்தீனையும், பிரெஞ்சு மொழியையும் நான் படித்துவிட முடியும் என்பதற்கு என் அறிவோ, திறமையோ துணை செய்வதாயில்லை. இதன் பலனாக லத்தீன் பரிட்சையில் தவறிவிட்டேன். இதற்காக வருத்தப் பட்டேனாயினும் மனம் தளர்ந்து விடவில்லை.

இதற்குள் லத்தீன் மொழியில் இன்னும் ஒரு பரீட்சைக்குப் போனால் நன்றாயிருக்கும் என்று எண்ணினேன். விஞ்ஞானத்தில் நான் படித்தது ரசாயனம். மிக மிகக் கவர்ச்சிகரமான படிப்பாக இருந்திருக்க வேண்டிய அது, எனக்கு ருசிக்காமல் போனதற்குக் காரணம், சோதனைகள் நடத்துவதற்கு இடமில்லாது போனதே. இந்தியாவில் அது கட்டாயப் பாடங்களில் ஒன்றாக இருந்தது. ஆகவே, லண்டன் மெட்ரிகுலேஷன் பரீட்சைக்கு அதைப் பாடமாக எடுத்துக்கொண்டேன். என்றாலும், இத்தடவை ரசாயனத்திற்குப் பதிலாக வெப்பம், வெளிச்சத்தைப் பற்றிப் படிப்பதென முடிவு செய்தேன். இதைப் படிப்பது சுலபம் என்றார்கள், எனக்கும் சுலபமாகவே இருந்தது.

மற்றொரு சோதனைக்கு நான் என்னைத் தயார் செய்துகொண்டதோடு மேற்கொண்டும் என் வாழ்க்கையை எளிமையானதாக்கிக் கொள்ளவும் முயன்றேன். அடக்கமான என் குடும்ப நிலைமைக்கு ஏற்றதாக என் வாழ்க்கை முறை இல்லை என்பதை உணர்ந்தேன். பண உதவி வேண்டும் என்று அடிக்கடி நான் தெரிவிக்கும் போதெல்லாம் என் சகோதரர் பெருந்தன்மையோடு பணம் அனுப்பிக்கொண்டே இருந்தார். இப்படிப் பணம் அனுப்புவதற்ககாக அவர் அனுபவிக்கும் அநேக கஷ்டங்களை எண்ணிப் பார்த்தேன். அது மனத்திற்குப் பெரும் வேதனையாக இருந்தது. மாதத்திற்கு எட்டு முதல் பதினைந்து பவுன் வரையில் செலவு செய்து கொண்டிருந்தவர்களில் அநேக மாணவர்களுக்கு உபகாரச் சம்பள வசதி இருந்தது என்பதை அறிந்தேன். மிக எளிய வாழ்க்கை நடத்திக் கொண்டிருந்த மாணவர்களின் உதாரணமும் என் முன்னால் இருந்தது. என்னைவிட எளிய வாழ்க்கை நடத்திக் கொண்டிருந்த பல ஏழை மாணவர்களையும் நான் பார்க்க நேர்ந்தது.

அவர்களில் ஒரு மாணவர், சேரிப் பகுதியில் வாரத்திற்கு இரண்டு ஷில்லிங்குக்கு ஓர் அறையை அமர்த்திக் கொண்டு. அதில் இருந்து வந்தார். லோகார்ட்டிலிருக்கும் மலிவான கோக்கோக் கடைகளில் வேளைக்கு இரண்டு பென்ஸ் செலவில் கோக்கோ குடித்து, ரொட்டி தின்று, தம் சாப்பாட்டை முடித்து விடுவார். அவரைப் பின்பற்றுவதென நினைப்பதே என்னால் முடியாது. ஆனால், இரண்டு இரண்டு அறைகளை வைத்துக் கொண்டிருப்பதற்குப் பதிலாக ஓர் அறையை அமர்த்திக் கொள்ளலாம் என்று நினைத்தேன். அப்படிச் செய்தால் மாதத்திற்கு நான்கிலிருந்து ஐந்து புவன் மிச்சப்படும். எளிய வாழ்க்கை நடத்துவதைப் பற்றிய புத்தகங்கள் சிலவற்றைப் படித்தேன். இரண்டு அறை ஜாகையை விட்டுவிட்டு, ஓர் அறையை அமர்த்திக்கொண்டேன்.

ஒரு ஸ்டவ் அடுப்பும் வாங்கினேன். காலை ஆகாரத்தை வீட்டிலேயே சமைத்துக் கொள்ளவும் ஆரம்பித்தேன். நான் சமைக்க வேண்டியிருந்ததெல்லாம் ஓட்ஸ் கஞ்சி வைப்பதும், கோக்கோவுக்கு நீர் கொதிக்க வைப்பதுமேயாகையால் அதற்கு இருபது நிமிடங்களுக்கு மேல் ஆகாது. மத்தியான ஆகாரத்தை

வெளியில் சாப்பிட்டுக் கொள்ளுவேன். இரவில் வீட்டில் ரொட்டி தின்று. கோக்கோ குடிப்பேன். இவ்விதம் தினத்திற்கு ஒரு ஷில்லிங் மூன்று பென்ஸ் செலவில் என்னால் வாழ முடிந்தது. அது கடுமையாகப் படிக்க வேண்டியிருந்த சமயமும் கூட எளிய வாழ்க்கையை நான் மேற்கொண்டதால், படிப்பதற்கு எனக்கு நேரம் அதிகமாக இருந்ததோடு நான் பரீட்சையிலும் தேறினேன்.

இவ்விதம் வாழ்ந்து வந்ததால் என் வாழ்க்கை எந்த வகையிலும் இன்பமற்றதாயிற்று என்று வாசகர்கள் எண்ணிவிட வேண்டாம். இதற்கு மாறாக, இத்தகைய மாறுதல் என் அக வாழ்வையும், புற வாழ்வையும் ஒருமைப்படுத்தியது. அதோடு இந்த வாழ்க்கை, என் குடும்ப நிலைமைக்கும் ஒத்தாக இருந்தது, முன்பு இருந்ததைவிட அதிகமான உண்மையோடும் கூடியதாயிற்று; என் ஆன்மா அடைந்த ஆனந்தத்திற்கு எல்லையே இல்லை.

17. உணவில் பரிசோதனைகள்

மேலும் மேலும் ஆழ்ந்து, நான் ஆன்ம பரிசோதனை செய்யச் செய்ய, எனது அகவாழ்விலும் புறவாழ்விலும் அதிக மாறுதல்களைச் செய்து கொள்ள வேண்டியது அவசியம் என்ற உணர்ச்சி என்னிடம் வளரலாயிற்று. என் செலவுகளிலும், வாழ்க்கை முறைகளிலும் மாறுதல்களைச் செய்தேன். இதற்கு முன்னாலேயே, என் உணவிலும் மாறுதலைச் செய்ய ஆரம்பித்திருந்தேன். சைவ உணவின் முக்கியத்துவத்தைக் குறித்து எழுதிய நூலாசிரியர்கள், அவ்விஷயத்தை வெகு நுட்பமாகப் பரிசீலனை செய்திருந்ததைக் கண்டேன். இவ்விஷயத்தின் மத, விஞ்ஞான, அனுபவ, வைத்திய அம்சங்களையெல்லாம் அவர்கள் ஆராய்ந்திருந்தனர். தருமக் கோட்பாட்டின் ரீதியில் அவர்கள் ஒரு முடிவுக்கு வந்தனர். தாழ்வான உயிரினங்களிலும் மனிதன் உயர்வானவன் என்றால் தாழ்ந்த உயிரினங்களைத் தின்று மனிதன் உயிர் வாழ்வது என்பது அவ்வுயர்வின் நோக்கம் அல்ல. உயர்ந்த இனங்கள் தாழ்ந்த இனங்களைப் பாதுகாக்க வேண்டும். மனிதனுக்கு மனிதன் உதவிக் கொள்ளுவதைப் போல, அவ்விரு இனங்களும் தம்மிடையே பரஸ்பரம் உதவிக் கொள்ள வேண்டும் என்பது அந்நூலாசிரியர்கள் கண்ட முடிவு. மனிதன் உண்பது உயிர் வாழ்வதற்கேயன்றி, சுகானுபவத்திற்காக அல்ல என்பதையும் அவர்கள் தெளிவுபடுத்தியிருந்தார்கள். இதை அனுசரித்து அவர்களில் சிலர், புலால் உண்ணாமல் இருப்பதோடு முட்டை, பால் சாப்பிடுவதும் கூடாது என்று சொன்னார்கள். அதன் படி சாப்பிடாமலும் இருந்தார்கள். மற்றும் சிலர், விஞ்ஞான ரீதியில் வேறு ஒரு முடிவுக்கும் வந்தனர்.

மனிதனின் உடலமைப்பை ஆராய்ந்தால், அவன் உணவைச் சமைத்துத் தின்னப் படைக்கபட்டவன் அல்ல என்பதும் பச்சையாகத் தின்று வாழ வேண்டிய பிராணியே என்பதும் தெளிவாகின்றன என்றார்கள். மனிதன் ஆரம்பத்தில் தாய்ப்பாலை மட்டும் அருந்த வேண்டும், பிறகு பல் முளைத்ததும் கடினமான உணவுகளைச் சாப்பிட வேண்டும் என்றும் இவர்கள் கருதினர்.

வைத்திய சாத்திரத்தின்படி மசாலைகள், ஊறுகாய்களை விலக்கிவிட வேண்டும் என்றும் யோசனை கூறினர். அனுபவ, பொருளாதார விவாதத்தின் பிரகாரம் சைவ உணவு சாப்பிடுவதால் ஏற்படும் செலவே மிகக் குறைவு என்பதையும் அவர்கள் நிரூபித்திருந்தனர். இந்தக் காரணங்களெல்லாம் என் மனத்தில் மாறுதலை உண்டாக்கின. இத்தகைய பலவகைப்பட்ட சைவ உணவுவாதிகளையும் சைவ உணவு விடுதிகளில் சந்தித்தேன். இங்கிலாந்தில் சைவ உணவினர் சங்கமும் ஒன்று இருந்தது. அவர்கள் சொந்தமாக ஒரு வாரப் பத்திரிகையையும் நடத்தினார்கள். அப்பத்திரிகைக்கு நான் சந்தாதாரனானேன். அச்சங்கத்திலும் சேர்ந்து வெகு சீக்கிரத்திலேயே அதன் நிர்வாகக் குழுவிலும் உறுப்பினரானேன். சைவ உணவு பிரசார இயக்கத்தின் தூண்கள் என்று கருதப்பட்ட முக்கியஸ்தர்களுடன் இச்சங்கத்தில் எனக்குப் பழக்கம் ஏற்பட்டது. உணவில் என் சொந்தச் சோதனைகளையும் செய்ய முற்பட்டேன்.

வீட்டிலிருந்து தருவித்திருந்த மிட்டாய்களையும், ஊறுகாய்களையும் சாப்பிடுவதை நிறுத்திவிட்டேன். மனம் வேறு வழியில் திரும்பி விட்டதால், மசாலை மீதிருந்த மோகம் போய்விட்டது. மசாலையின்றிச் சமைத்த கீரை, அப்பொழுது ரிச்மண்டு ஹோட்டலில் சப்பென்று ருசியற்றிருந்தது. இப்பொழுதோ, சும்மா வேக வைத்த கீரையே எனக்கு ருசியாக இருந்தது. ருசியெல்லாம் எண்ணத்தில் தான் இருக்கிறதேயன்றி நாவில் இல்லை என்பதை இதுபோன்ற பல பரீட்சைகள் எனக்குப் போதித்தன.

சிக்கனத்தைக் கவனிக்க வேண்டும் என்பதும் எப்பொழுதும் என் நினைவில் இருந்து வந்தது. தேயிலை, காப்பி போன்ற பானங்கள் தீமை விளைவிப்பவை என்றும், கோக்கோ குடிப்பது நல்லதென்றும் கருதியவர்கள் அக்காலத்தில் அநேகர் உண்டு. உடலுக்கு நன்மையானவைகளை மாத்திரமே ஒருவர் சாப்பிட வேண்டும் என்று திடமாக நான் நம்பியிருந்ததால் தேயிலை, காப்பி போன்ற பானங்களைச் சாப்பிடுவதை விட்டுவிட்டு, அவற்றிக்குப் பதிலாகக் கோக்கோ சாப்பிடலானேன்.

நான் சாப்பிடப்போன உணவு விடுதிகளில் இரண்டு பிரிவுகள் உண்டு. அவற்றில் ஒரு பிரிவில் பல வகையான உணவுகள்

பரிமாறப்படும். ஒருவர், அவற்றில் தாம் விரும்புவதைச் சாப்பிட்டு விட்டு அதற்குரிய பணத்தைக் கொடுக்க வேண்டும். இத்தகைய இரவு சாப்பாட்டுக்கு ஒன்றிலிருந்து இரண்டு ஷில்லிங் வரை செலவாகும். சுமாராகப் பணக்காரராக இருப்போர் இப்பிரிவுக்கே போவார்கள். மற்றொரு பிரிவிலோ, ஆறு பென்ஸுக்குச் சாப்பாடு கொடுப்பார்கள். அதில் ஒரு ரொட்டித் துண்டுடன் மூன்றுவகைப் பண்டங்கள் பரிமாறுவர். நான் அதிகச் சிக்கனமான வாழ்க்கையை நடத்தி வந்தபோது, இந்த இரண்டாவது பிரிவில்தான் சாப்பிடுவது வழக்கம்.

பிரதானமான உணவுப் பரிசோதனையோடு பல சிறு சோதனைகளையும் நடத்தி வந்தேன். உதாரணமாக, மாவுப் பண்டங்கள் எல்லாவற்றையும் ஒரு சமயம் விலக்கியிருந்தேன். மற்றொரு சமயத்திலோ, ரொட்டியும் பழமும் மாத்திரமே சாப்பிட்டு வந்தேன். ஒரு சமயம் பால்கட்டி, பால், முட்டைகள் மாத்திரம் சாப்பிட்டுக் கொண்டிருந்தேன். இந்தக் கடைசிச் சோதனையைக் குறித்துக் கொஞ்சம் கவனிப்பது முக்கியம். இச்சோதனை இரு வாரங்கள் வரையிலும் கூட நீடிக்கவில்லை. மாவு கலந்த பண்டங்களைத் தின்னக்கூடாது என்று சொன்ன சீர்திருத்தக்காரர், முட்டைகளின் மேன்மையைக் குறித்துப் பிரமாதமாகச் சொன்னதோடு அவை மாமிசமாகா என்றும் கூறினார். முட்டையைத் தின்பதால் உயிருள்ள எதற்கும் துன்பம் விளைவித்து விடவில்லை என்பது வெளிப்படையாகத் தெரிந்தது. இந்த வாதத்தில் மயங்கி என் விரதத்தையும் மறந்துவிட்டு, நான் முட்டை தின்ன ஆரம்பித்தேன். ஆனால், நான் இதில் செய்த தவறு தற்காலிகமானதே. நான் கொண்டிருந்த விரத்திற்குப் புதியதொரு வியாக்கி யானத்தையே நான் அனுசரிக்க வேண்டும். மாமிசம் என்பதைப் பற்றிய என் தாயாருடைய கருத்தில் முட்டையும் சேர்ந்ததே என்பதை நான் அறிவேன். இவ்விதம் விரதத்தின் உண்மை கருத்தை நான் கண்டு கொண்டதுமே, முட்டை சாப்பிடுவதையும், அப்பரீட்சையையும் ஒருமிக்க விட்டுவிட்டேன்.

இந்த வாதத்தில் அடங்கிய, கவனிக்கத்தக்க நுட்பமான விஷயம் ஒன்று உண்டு. இங்கிலாந்தில் புலால் என்பதற்கு மூன்று வகையான வியாக்கியானங்கள் கூறப்படுவதை அறியலானேன்.

இதில் முதல் வியாக்கினப்படி, மாமிசம் என்பது பறவைகள், மிருகங்களின் இறைச்சியே. இந்த வியாக்கியானத்தை ஒப்புக்கொள்ளும் சைவ உணவுவாதிகள், பட்சிகள், மிருகங்களின் மாமிசத்தை உண்ணமாட்டார்கள். ஆனால், மீன் சாப்பிடுவார்கள், முட்டைகளும் சாப்பிடுவார்கள் என்பதைச் சொல்லவே வேண்டியதில்லை. இரண்டாவது வியாக்கியானப்படி மாமிசம் என்றால், எலலா உயிர்ப் பிராணிகளின் புலாலுமேயாகும். ஆகையால், இக்கருத்துக் கொண்டவர்கள். மீன் சாப்பிட மாட்டார்களெனினும் முட்டை சாப்பிடுவார்கள். மூன்றாவது வியாக்கியானமோ, உயிர் வாழ்வன எல்லாவற்றின் புலாலும், அவைகளிடமிருந்து கிடைப்பவைகளும் மாமிசம் என்று முடிவு கட்டியிருந்தது. இதன்படி, பால், முட்டைகள் முதலியனவும் மாமிசம் ஆகிவிடுகின்றன. முதல் வியாக்கியானத்தை ஒப்புக் கொள்வதாயின், முட்டை சாப்பிடுவதோடு மட்டுமல்லாமல், மீனும் தின்னலாம். ஆனால், என் அன்னையாரின் வியாக்கியானம் ஒன்றே என்னைக் கட்டுப்படுத்தும் வியாக்கியானம் என்பதில் நான் நிச்சயமாயிருந்தேன். ஆகையால், நான் மேற்கொண்ட விரதத்தின்படி நான் முட்டைகள் தின்னலாகாது, அப்படியே செய்தேன். இதனால் ஒரு கஷ்டம் உண்டாயிற்று.

சைவ உணவு விடுதிகளில் கூடப் பல உணவு வகைகளிலும் முட்டை சேர்க்கிறார்கள் என்பது, விசாரித்ததில் தெரிய வந்ததுதான் அக்கஷ்டம். பலவகையான களிகள், கேக்குகள் ஆகியவைகளில் முட்டைக் கலப்பு உண்டு. எனவே இன்னதில் இன்னது இருக்கிறது என்பது முன்னதாகவே தெரிந்திருந்தாலன்றி, ஒரு குறிப்பிட்ட உணவில் முட்டை கலந்திருக்கிறதா, இல்லையா என்பதைக் கேட்டுத் தெரிந்துக்கொள்ள வேண்டிய சங்கடமான முறையையும் நான் அனுசரிக்க வேண்டியதாயிற்று. என் கடமையை உணர்ந்ததன் காரணமாக எனக்கு இந்தச் சங்கடம் ஏற்பட்ட தெனினும், இது என் உணவை இன்னும் எளிதாக்கி விட்டது. இவ்விதம் எளிதானது எனக்கு இன்னுமொரு தொல்லையையும் உண்டாக்கியது. நான் ருசித்துச் சாப்பிடத் தொடங்கிய பல உணவு வகைகளையும் கைவிட நேர்ந்ததே அத்தொல்லை. இந்தச் சங்கடங்களெல்லாம் சீக்கிரத்தில் மறைந்து விட்டன. ஏனெனில், விரதத்தைக் கண்டிப்பாக அனுசரித்து வருகிறோம் என்பது எனக்கு உள்ளூற ஒரு ருசியை

உண்டாக்கியது. நாவின் ருசியைவிட உள்ளத்தின் இந்த ருசி, தெளிவாக அதிக இன்பத்தையும் சுகத்தையும் தந்ததோடு நிரந்தரமானதாகவும் இருந்தது. என்றாலும், உண்மையான அவதி இனிமேல்தான் ஏற்பட இருந்தது. மற்றொரு விரதத்தைப் பற்றியதே அது. கடவுளின் அருளைப் பெற்றோருக்கு யார்தான் தீங்கு இழைத்துவிட முடியும் ?

விரதங்கள் அல்லது பிரதிக்ஞைகளைக் குறித்து இங்கே சில விஷயங்களைக் கூறுவது பொருத்தமற்றதாகாது. பிரதிக்ஞைகளுக்கு வியாக்கியானம் கூறவதிலேயே உலகமெங்கும் சச்சரவுகள் உண்டாகின்றன். பிரதிக்ஞை என்னதான் தெளிவானதாக இருந்தாலும் சரி, தங்களுடைய காரியத்திற்கு ஏற்றவகையில் அதைப் புரட்டித் திரித்துக் கூறிவிடுகிறார்கள். அப்படிச் செய்கிறவர்களைப் பணக்காரர் களிலிருந்து ஏழைகள் வரையில், அரசர்களிலிருந்து உழவர் வரையில், சமூகத்தின் எல்லா வகுப்பினரிடையேயும் காணலாம். சுயநலம் அவர்களைக் குருடர்கள் ஆக்கிவிடுகிறது. தெளிவற்ற ஒரு மனோ பாவத்தினால் அவர்கள் தங்களைத் தாங்களே ஏமாற்றிக் கொள்ளுவதுடன் உலகத்தையும், கடவுளையும் கூட ஏமாற்றப் பார்க்கிறார்கள்.

ஒரு பிரதிக்ஞையை யோக்கியமாகக் கூறும் வியாக்கியானத்தை ஒப்புக்கொண்டு விடுவதுதான் இதில் சிறந்த வழியாகும். இரண்டு வகையான வியாக்கியானங்கள் சாத்தியமாகும் போது, பலவீனராயிருக்கும் கட்சியினர் கூறும் வியாக்கியானத்தை ஏற்றுக்கொள்ளுவது மற்றோர் சிறந்த வழி. இந்த இரண்டு விதிகளையும் நிராகரித்து விடும்போது அசத்தியத்தின் பலனாக சச்சரவுகளும் துன்பங்களும் எழுகின்றன. எவன் சத்தியத்தை நாடுகிறானோ அவன் ஒருவனே சரியான விதியைப் பின்பற்றுகிறான். வியாக்கியானத்திற்காக, அவன் படித்தவர்களின் ஆலோசனையை நாட வேண்டியதில்லை. மாமிசம் எது என்பதற்கு என் அன்னை கொண்ட வியாக்கியானமே சரியான வழியின் படி எனக்கு உண்மை வியாக்கியானம். இதுவன்றி, என்னுடைய அனுபவ முதிர்ச்சியோ, நான் அதிக அறிவு படைத்து விட்டேன் என்ற அகம் பாவமோ, எனக்குப் போதித்திருக்க கூடிய வியாக்கியானம் உண்மையாகாது.

இங்கிலாந்தில் நான் செய்த உணவுச் சோதனைகளெல்லாம், சிக்கனத்தையும், தேகாரோக்கியத்தையுமே குறிக்கோளாகக் கொண்டு செய்யப்பட்டவை. உணவுப் பிரச்சினைக்கும் மதத்துக்கும் உள்ள சம்பந்தத்தைப்பற்றி நான் தென்னாப்பிரிக் காவுக்குப் போகும் வரையில் சிந்திக்கவே இல்லை. அங்கேதான் நான் கடுமையான சோதனைகளை மேற்கொண்டேன். அவற்றைக் குறித்துப் பின்னால் கூறுகிறேன். என்றாலும் இவைகளுக்கெல்லாம் இங்கிலாந்திலேயே விதை விதைக்கப்பட்டுவிட்டது.

ஒரு மதத்தில் பிறந்தவர்களைவிட அம்மதத்திற்குப் புதிதாக மாறியவர்களுக்கு அம்மதத்தினரிடம் அதிக அன்பு இருப்பது இயல்பு. சைவ உணவு என்பது அப்பொழுது இங்கிலாந்துக்கு ஒரு புதிய தருமம். எனக்கும் அப்படியே. ஏனெனில் மாமிசம் சாப்பிட வேண்டியது அவசியம் என்பதில் திட நம்பிக்கையுள்ளவனாக நான் அங்கே சென்றேன். ஆனால், அறிவாராய்ச்சியின் மூலம் சைவ உணவே சிறந்தது என்ற கொள்கைக்குப் பிறகு மாறி விட்டேன் என்பதை முன்னால் கவனித்தோம். சைவ உணவு சம்பந்தமாகப் புதிதாக மதம் மாறியவனுக்கு இருக்கும் உற்சாகம் எனக்கும் இருந்ததால், நான் வசித்துவந்த பகுதியான பேஸ் வாட்டரில் ஒரு சைவ உணவு சங்கத்தை ஆரம்பிக்கத் தீர்மானித்தேன். ஸர் எட்வின் அர்னால்டு அங்கேதான் வசித்தார். சங்கத்திற்கு உபதலைவராக இருக்குமாறு அவரைக் கேட்டுக் கொண்டேன். வெஜிடேரியன் என்ற சைவ உணவுப் பத்திரிகைக்கு ஆசிரியரான டாக்டர் ஓல்டுபீல்டு சங்கத் தலைவரானார். நான் அதற்குச் செயலாளனானேன். கொஞ்ச காலம் சங்கம் சரிவர நடந்து வந்தது. ஆனால், சில மாதங்களில் எல்லாம் கலைந்து போய்விட்டது. அடிக்கடி ஓர் இடத்திலிருந்து வேறு ஓர் இடத்திற்கு மாறிவிடும் என் பழக்கப்படி அப்பகுதியிலிருந்து நான் குடி பெயர்ந்துவிட்டதே சங்கம் கலைந்து விட்டதற்குக் காரணம். என்றாலும் இந்தக் கொஞ்ச காலச் சாதாரணமான அனுபவமே, ஸ்தாபனங்களை உருவாக்கி நடத்துவதில் எனக்குச் சிறிது பயிற்சியை அளித்திருந்தது.

18. கூச்சமே எனது பாதுகாப்பு

சைவ உணவாளர்கள் சங்கத்தின் நிர்வாகக் குழுவிற்கு நான் தேர்ந்தெடுக்கப் பெற்றேன். இக்குழுவின் கூட்டம் ஒவ்வொன்றுக்கும் நான் தவறாமல் போய்க் கொண்டிருந்தேன். ஆனால், கூட்டங்களில் நான் பேசுவது மாத்திரம் இல்லை. டாக்டர் ஓல்டுபீல்டு என்னிடம் ஒரு சமயம் "நீங்கள் என்னிடம் நன்றாகப் பேசிக் கொண்டிருக்கிறீர்களே! அப்படியிருக்க, கமிட்டிக் கூட்டங்களில் மாத்திரம் நீங்கள் ஏன் வாய் திறப்பதே இல்லை? தேனீக்களில் நீங்கள் ஆண் ஈ போன்றிருக்கிறீர்கள்" என்றார். அவர் இவ்விதம் என்னைக் கேலி செய்ததைப் பாராட்டினேன். தேனீக்கள் எப்பொழுதும் சுறுசுறுப்பாக இருக்கின்றன. ஆண் ஈயோ முற்றும் சோம்பேறியாக இருக்கிறது. இக்கூட்டங்களில் மற்றவர்களெல்லாம் தங்கள் கருத்துக்களை எடுத்துச் சொல்லும்போது நான் மாத்திரம் பேசாமல் சும்மா உட்கார்ந்திருப்பது பெரிய விசித்திரமே. பேசுவதற்கு எனக்கு ஆசை இல்லாமல் இல்லை. ஆனால், பேசத் தெரியாத குறைதான். மற்ற உறுப்பினர்கள் எல்லோரும் என்னைவிட விஷயங்களை நன்கு அறிந்தவர்கள் என்று எனக்குத் தோன்றிற்று. பிறகு வேறு ஒன்றும் நிகழ்ந்துவிடுவது உண்டு. தைரியப்படுத்திக் கொண்டு பேச ஆரம்பிப்பது என்று நான் எண்ணியதும், கூட்டத்தில் அந்த விஷயம் போய், ஒரு புது விஷயம் ஆலோசனைக்கு வந்துவிடும். இப்படியே நீண்ட காலம் நடந்துகொண்டு வந்தது.

இதற்கு மத்தியில் ஒரு முக்கியமான விஷயம் விவாதத்திற்கு வந்தது. கூட்டத்திற்குப் போகாமல் இருந்து விடுவது தவறு என்று நினைத்தேன். எதுவும் பேசாமல், வோட்டுப் போட்டுவிட்டு மாத்திரம் வந்துவிடுவது கோழைத்தனம் என்றும் தோன்றிற்று. பின்வரும் ரீதியில் அந்த விவாதம் எழுந்தது, சங்கத்திற்கு ஸ்ரீ ஹில்ஸ் தலைவராக இருந்தார். அவர் தேம்ஸ் இரும்புத் தொழிற்சாலையின் சொந்தக்காரர். நல்லொழுக்க விஷயத்தில் அவர் கண்டிப்பான கொள்கையுடையவர். அவருடைய பொருளுதவியைக் கொண்டே சங்கம் நடந்து வந்தது என்றும்

சொல்லவேண்டும். கமிட்டியின் உறுப்பினர்களில் பலர் அவருடைய ஆதரவில் வாழ்ந்து வருபவர்கள். சைவ உணவு இயக்கத்தில் பிரசித்தி பெற்றவரான டாக்டர் அல்லின்ஸனும் இக்கமிட்டியில் ஓர் உறுப்பினார். அச்சமயம் புதிதாகக் கிளம்பிய கர்ப்பத்தடை இயக்கத்தை ஆதரிப்பவர் இவர். கர்ப்பத்தடை முறைகளை அவர் தொழிலாளரிடையே பிரச்சாரம் செய்துவந்தார். இம்முறைகள் ஒழுக்கத்தின் வேரையே அறுப்பவையாகும் என்று ஸ்ரீ ஹில்ஸ் கருதினார். உணவுச் சீர்திருத்தத்தோடு ஒழுக்கச் சீர்திருத்தமும் சைவ உணவாளர் சங்கத்தின் நோக்கம் என்பது அவருடைய அபிப்ராயம். டாக்டர் அல்லின்ஸன் போன்ற ஒழுக்கத்திற்கு விரோதமான கருத்துள்ளவர்களைச் சங்கத்தில் இருக்க அனுமதிக்கக்கூடாது என்றும் அவர் எண்ணினார்.

ஆகவே, அவரை நீக்கிவிட ஒரு தீர்மானம் கொண்டுவரப்பட்டது. இவ்விஷயம் என் கவனத்தை அதிகமாக் கவர்ந்தது. கர்ப்பத்தடைக்குச் செயற்கை முறைகளை அனுசரிப்பதைப் பற்றி டாக்டர் அல்லின்ஸன் கொண்டிருந்த கருத்து ஆபத்தானது என்றே நானும் கருதினேன். ஒழுக்க நெறியைக் கடைப்பிடிப்வர் என்ற வகையில் டாக்டர் அல்லின்ஸனை எதிர்க்க ஸ்ரீ ஹில்ஸுக்கு உரிமை உண்டு என்று நானும் கருதினேன். அதோடு ஸ்ரீ ஹில்ஸிடமும், அவருடைய உதார குணத்தினிடமும் எனக்கு அதிக மதிப்பு இருந்தது. ஆனால் ஒழுக்கக் கொள்கைகளும், சைவ உணவாளர் சங்கத்தின் நோக்கங்களில் ஒன்று என்று ஒப்புக்கொள்ள ஒருவர் மறுக்கிறார் என்பதற்காக, அவரை அச்சங்கத்திலிருந்து நீக்கிவிடுவதென்பது சரியானதல்ல என்றும் நான் எண்ணினேன். ஒழுக்கக் கொள்கைக்கு ஸ்ரீ ஹில்ஸின் கருத்து, அவருடைய சொந்த அபிப்பிராயமே. சங்கத்தின் தெளிவான கொள்கைக்கும் இதற்கும் எந்தவிதமான சம்பந்தமும் இல்லை. சங்கத்தின் நோக்கம் சைவ உணவுக் கொள்கையைப் பரப்புவதேயன்றி எந்த ஒழுக்க முறையையும் பரப்புவதன்று. ஆகையால், மற்ற ஒழுக்கங்களைப் பொறுத்தவரையில் ஒருவர் என்ன கருத்துக் கொண்டிருந்தாலும், சைவ உணவு மாத்திரமே சாப்பிடும் யாரும் இச்சங்கத்தில் அங்கத்தினராக இருக்கலாம் என்று நான் அபிப்ராயப்பட்டேன்.

என்னைப் போன்ற அபிப்பிராயம் கொண்ட மற்றும் சிலரும் கமிட்டியில் இருந்தனர். ஆயினும் என் சொந்த அபிப்பிராயத்தைக் கூறிவிட வேண்டியது என்னைப் பொறுத்தவரையில் என் கடமை என்று உணர்ந்தேன். அதை எப்படிச் செய்வது என்பதுதான் பிரச்சனை. கூட்டத்தில் பேசும் தைரியம் எனக்கு இல்லை. ஆகையால் என் எண்ணங்களையெல்லாம் எழுதிவிடுவது என்று முடிவு செய்தேன். அவ்வாறே எழுதி, என் சட்டைப் பைக்குள் வைத்துக்கொண்டு படிக்கும் துணிவுகூட எனக்கு வரவில்லை என்றே எனக்கு ஞாபகம். தலைவர் வேறொருவரைக் கொண்டு அதைக் கூட்டத்தில் படிக்கச் செய்தார். முடிவில் இது போன்ற முதல் போராட்டத்திலேயே தோற்கும் கட்சியில் சேர்ந்தவனாக நான் இருந்ததைக் கண்டேன். என்றாலும் என் கட்சி நியாயமானது என்ற திருப்தி எனக்கு இருந்தது. இந்தச் சம்பவத்திற்குப் பிறகு அந்தக் கமிட்டியிலிருந்து நான் ராஜிநாமாச் செய்துவிட்டதாகவே எனக்கு அரைகுறையாக ஞாபகம் இருக்கிறது.

நான் இங்கிலாந்தில் இருந்த காலம் முழுவதிலும் எனக்கு இந்தக் கூச்சம் இருந்து வந்தது. சாதாரணமாக, நண்பர்களைப் பார்த்துவரச் செல்லும் இடங்களில்கூட, அங்கே ஐந்தாறு பேரோ அதற்கு அதிகமானவர்களோ இருந்துவிட்டால், நான் ஊமையாகப் போய்விடுவேன்.

ஒருநாள் ஸ்ரீ மஜ்முதாருடன் வெண்ட்னருக்குச் சென்றேன். அங்கே சைவ உணவுக் குடும்பம் ஒன்றுடன் தங்கினோம் உணவு முறையின் தருமம் என்ற நூலின் ஆசிரியரான ஸ்ரீ ஹோவார்டும் அதே கடலோர ஊரில் தங்கியிருந்தார். நாங்கள் அவரைச் சந்தித்தோம். சைவ உணவைப் பரப்புவதற்காக நடந்த ஒரு கூட்டத்தில் பேசுமாறு அவர் எங்களை அழைத்தார். ஒருவர், தாம் கூட்டத்தில் பேச வேண்டியதை எழுதிப் படிப்பது தவறாகக் கருதப்பட மாட்டாது என்பதை விசாரித்துத் தெரிந்து கொண்டேன். தாங்கள் கூற வேண்டியதை, முன்பின் பொருத்தமாகவும் சுருக்கமாகவும் சொல்லுவதற்காகப் பலர் இவ்விதம் எழுதிப் படிப்பது உண்டு என்பதையும் நான் அறிவேன். நினைவில் இருந்தபடியே பேசுவது என்பது என்னால் முடியாத காரியம். ஆகையால் நான் செய்ய வேண்டிய பிரசங்கத்தை முதலில் எழுதி வைத்துக்கொண்டேன். கூட்டத்தில்

அதைப் படிப்பதற்கு எழுந்தேன், என்னால் முடியவில்லை. நான் எழுதி வைத்திருந்த பிரசங்கம் ஒரே தாளில் முடிந்துவிட்டது. என்றாலும் கண் மங்கலாகிவிட்டது. உடம்பெல்லாம் நடுங்கியது. எனக்காக ஸ்ரீ மஜ்முதார் அப்பிரசங்கத்தைப் படிக்க வேண்டியதாயிற்று. அவர் சொந்தமாகப் பேசியதோ அற்புதமாக இருந்தது. கேட்டவர்கள் கரகோஷம் செய்து குதூகலமாக வரவேற்றனர். என்னுடைய திறமையின்மைக்காக மனம் வருந்தியதோடு என்னைக் குறித்து நானே வெட்கப்பட்டுக் கொண்டேன்.

இங்கிலாந்தில் பொதுக்கூட்டத்தில் பேச நான் கடைசியாக முயன்றது. அங்கிருந்து தாய்நாடு திரும்பிய சமயத்தில்தான். இத்தடவையும் நான் என்னைப் பிறரின் நகைப்புக்கு உரியவனாகச் செய்துகொள்ளுவதில் தான் வெற்றி பெற்றேன். எனது சைவ உணவு நண்பர்களை, முன்னால் நான் கூறியிருக்கும் ஹால்பாரன் ஹோட்டலுக்கு ஒரு விருந்துக்கு அழைத்தேன். சைவ உணவு விடுதிகளில் சைவ உணவு விருந்து வைக்க முடியும் என்பது சரி. ஆனால், மாமிசச் சாப்பாடு போடும் ஹோட்டலிலும் சைவ உணவு விருந்து ஏன் சாத்தியமாகாது போகும்? என்று எனக்குள் நானே சொல்லிக் கொண்டேன். அதன் பேரில் ஹால்பார்ன் ஹோட்டலின் நிர்வாகியிடம் பேசி, சுத்த சைவ உணவு விருந்துக்கு ஏற்பாடு செய்தேன். இப்புதிய பரீட்சையை சைவக் சாப்பாட்டுக்காரர்கள் சந்தோஷமாகப் பாராட்டினார்கள். விருந்துகளெல்லாம் இன்பத்திற்காகவே வைக்கப்படுகின்றன. ஆனால், மேலை நாடுகளிலோ, விருந்தையும் ஓர் அருங்கலையாக வளர்த்திருக்கிறார்கள். அங்கே விருந்துகள் ஆடம்பரமாகவும், சங்கீதம், பிரசங்கங்கள் ஆகியவைகளுடனும் நடத்தப்படுகின்றன. நான் நடத்திய அச்சிறிய விருந்திலும் இந்த ஆடம்பரங்கள் இல்லாது போகவில்லை. ஆகையால், அதில் பிரசங்கங்களும் இருந்தாக வேண்டியதாயிற்று. நான் பேசவேண்டிய சமயம் வந்தபோது பேசுவதற்கு எழுந்து நின்றேன். சில வாக்கியங்களை மாத்திரமே கொண்ட ஒரு சிறு பிரசங்கம் செய்வதென்று அதற்காக யோசித்தும் வைத்திருந்தேன். ஆனால், முதல் வாக்கியம் பேசிய பிறகு மேற்கொண்டு பேச்சு வரவே இல்லை. பார்லிமெண்டு காமன்ஸ் சபையில் அடிஸன் செய்ய முயன்ற முதல் பிரசங்கத்தைக் குறித்து

நான் படித்திருக்கிறேன். 'நான் கருதுகிறேன் (I Conceive)' என்று மும்முறை திரும்பத் திரும்ப அவர் சொன்னார். அதற்கு மேல் அவரால் பேச முடியவில்லை. அப்பொழுது ஒரு கேலிக்காரர் எழுந்து 'இக்கனவான் மும்முறை கருத்தரித்தார். ஆனால் எதுவுமே வெளியே வரவில்லை' என்று சொன்னார். இந்த வரலாற்றை வைத்துக் கொண்டு தமாஷ் பிரசங்கம் ஒன்றைச் செய்துவிடுவது என்று யோசித்து வைத்திருந்தேன். ஆகையால், அக்கதையைச் சொல்ல ஆரம்பித்தேன். முதலியே தடைப்பட்டு என் பேச்சு நின்றுவிட்டது. எனக்கு ஞாபக சக்தி அடியோடு இல்லாது போய்விட்டது. தமாஷான பிரசங்கம் ஒன்று செய்ய முயன்று, என்னையே கேலிக்கு இடமாக ஆக்கிக்கொண்டேன். கனவான்களே என் அழைப்பிற்கு இணங்கி வந்ததற்காக உங்களுக்கு என் நன்றியைத் தெரிவித்துக் கொள்கிறேன் என்று மாத்திரம் சொல்லிவிட்டு உட்கார்ந்து விட்டேன்.

தென்னாப்ரிக்காவில்தான் இந்தக் கூச்சம் என்னை விட்டுப் போயிற்று, என்றாலும் அங்கும் அது முற்றும் போய்விடவில்லை. முன்னால் தயார் செய்து கொள்ளாமல் பிரசங்கம் செய்வதென்பதும் என்னால் முடியாது. முன்பின் தெரியாத ஒரு கூட்டத்தின் முன்னால் பேசுவதற்கு நான் தயங்கினேன். முடிந்தால் பிரசங்கம் செய்யாமலும் தப்பித்துக் கொண்டு விடுவேன். இன்றுகூட நண்பர்களின் கூட்டத்தில் வெறும் பேச்சுப் பேசிக்கொண்டிருக்க என்னால் முடியும் என்று நான் நினைக்கவில்லை, அப்படிச் செய்யவும் மாட்டேன்.

ஆனால், இன்னும் ஒன்றையும் நான் சொல்லவே வேண்டும். என் உடம்புடன் ஒட்டியதாயிருந்த கூச்சத்தினால் சில சமயங்களில் என்னைக் குறித்துப் பிறர் நகைப்பதற்கு இடம் வைத்துக் கொண்டேன் என்பதைத் தவிர அதனால் எனக்கு எவ்விதத்திலும் கெடுதி உண்டாகவில்லை. அதற்கு மாறாக, உண்மையில் அது எனக்கு நன்மையே செய்திருக்கிறது என்பதைக் காண்கிறேன். பேச்சில் எனக்கு இருந்த தயக்கம், ஒரு சமயம் கவலை தருவதாக இருந்திருந்தாலும், இப்பொழுது அது இன்பமானதாக இருக்கிறது. சொற்களைச் சிக்கனமாக உபயோகிக்க எனக்குத் கற்றுக் கொடுத்ததே அதனால் ஏற்பட்ட மிகப் பெரிய நன்மை. என்னுடைய எண்ணங்களைக்

கட்டுப்படுத்திக் கொள்ளும் பழக்கமும் இயற்கையாகவே எனக்கு உண்டாயிற்று. சரியாகச் சிந்திக்காத சொல் எதுவும் என் நாவிலிருந்தோ, பேனாவிலிருந்தோ வெளிவருவதோ இல்லை. இந்த விஷயத்தில் இப்பொழுது நானே எனக்கு நற்சாட்சிப் பத்திரம் அளித்துக் கொள்ள முடியும். நான் பேசியது அல்லது எழுதியது எதற்காகவும் நான் பின்னால் வருத்தப்பட நேர்ந்ததாக எனக்கு நினைவில்லை. இவ்விதம் பல தவறுகளிலிருந்தும் நான் தப்பினேன். வீண் கால விரயமும் எனக்கு நேராதிருந்தது. சத்தியத்தை நாடுகிறவர் அனுசரிக்க வேண்டிய ஆன்மிகக் கட்டுத்திட்டங்களில் மௌனமும் ஒரு பகுதி என்பதை அனுபவம் எனக்குப் போதித்திருக்கிறது.

உண்மையை அறிந்தோ அறியாமலோ மிகைப்படுத்தியும் மறைத்தும் திரித்தும் கூறுவது, மனிதனுக்கு இயற்கையாகவே இருக்கும் ஒரு குறைபாடு. அதனின்றும் தப்புவதற்கு மௌனம் அவசியமானது. அதிகமாகப் பேசாதவர், யோசியாமல் பேச வாய்ப்பு இருக்காது. ஒவ்வொரு சொல்லையும் அவர் நிறுத்தியே பேசுவார். பேச வேண்டும் என்று பெருத்த ஆசையுடன் இருப்போர் பலரைப் பார்க்கிறோம். தம்மையும் பேச அனுமதிக்க வேண்டும் என்று வற்புறுத்தி வரும் பல சீட்டுக்களைப் பெறாத எந்தக் கூட்டத் தலைவரையும் காண முடியாது. பேச அனுமதி கொடுத்துவிட்டாலோ, தங்களுக்கு அளித்த நேரத்தையும் தாண்டி, இன்னும் அதிக நேரம் வேண்டும் எனக் கேட்டு அனுமதியின்றியும் இவர்கள் பேசிக்கொண்டே போகிறார்கள். இத்தகைய பேச்சுக்களினாலெல்லாம் உலகிற்கு எந்தவிதப் பயனும் இருப்பதாகச் சொல்லவே முடியாது. காலத்தை வீணாக்குவதுதான் அது. உண்மையில் எனக்கு இருந்த கூச்சமே, எனக்குக் கேடயமாகவும், கவசமாகவும் ஆயிற்று. நான் வளர்ச்சியடைய அது அனுமதித்தது. சத்திய ஆராய்ச்சியில் அது எனக்கு உதவியையும் செய்தது.

19. பொய்ம்மை ரணம்

இக்காலத்துடன் ஒப்பிட்டுப் பார்க்கும்போது, நாற்பது ஆண்டு களுக்கு முன்னால் இங்கிலாந்தில் இந்திய மாணவர்கள் சொற்பமாகவே இருந்தனர். தங்களுக்கு மணமாகியிருந்தாலும் மணமாகதவர்கள்போல் நடித்து வருவது அவர்களிடம் இருந்த பழக்கம். படிப்புக்கு மண வாழ்க்கை ஏற்றதல்ல என்று அங்கே கருதப்படுகிறது. ஆகையால், பள்ளிக்கூட அல்லது கல்லூரி மாணவர்கள் எல்லோரும் மணமாகாதவர்கள். நம் நாட்டில் சிறந்திருந்த பழங்காலத்திலும் இந்தப் பழக்கமே இருந்தது. அக்காலத்தில் மாணவர்கள் பிரம்மச்சாரிகள் என்றே சொல்லப்பட்டு வந்தனர். ஆனால் இன்றோ குழந்தைப் பருவத்திலேயே விவாகம் செய்து வைத்து விடும் வழக்கம் நம்மிடம் இருக்கிறது. இப்பழக்கம் இங்கிலாந்தில் இல்லவே இல்லை.

ஆகையால் தங்களுக்கு மணமாகிவிட்டது என்று ஒப்புக்கொள்ள இங்கிலாந்தில் இருந்த இந்திய இளைஞர்கள் வெட்கப்பட்டார்கள். இவ்விதம் இவர்கள் பாசாங்கு செய்து வந்ததற்கு மற்றொரு காரணமும் உண்டு. இவர்களுக்கு மணமாகிவிட்டது என்று தெரிந்துவிட்டால், இங்கிலாந்தில் இவர்கள் எந்தக் குடும்பத்தினருடன் வசிக்கிறார்களோ அக்குடும்பங்களின் இளம்பெண்களுடன் வெளியே உலாவப் போவதும், சல்லாபம் செய்வதும் முடியாது போகும். சல்லாபம் அநேகமாகக் குற்றமற்றதேயாகும். பெற்றோர்களே இதற்கு ஆதரவளிக்கிறார்கள். அந்நாட்டில் ஒவ்வோர் இளைஞனும் தனது வாழ்க்கைத் துணைவியைத் தானே தேர்ந்துகொள்ள வேண்டியவனாகிறான். அப்படியிருப்பதால் வாலிபப் பையன்களும், வாலிபப் பெண்களும் அத்தகைய உறவு கொள்ளுவது அங்கே அவசியமாகக் கூட இருக்கலாம் ஆனால், ஆங்கில இளைஞர்களுக்கு முற்றும் இயற்கையானதாக இருக்கும் இத்தகைய உறவுகளில் இங்கிலாந்துக்கு வந்ததும் இந்திய இளைஞர்கள் ஈடுபட்டு விடுவார்களேயாயின், அதன்

முடிவு ஆபத்தில் முடிந்துவிடக்கூடும். அப்படியே ஆகியும் விடுகிறது. நமது வாலிபர்கள், உணர்ச்சி வயப்பட்டுப் போய்ப் பெண்களுடன் தோழமை கொள்ளுவதற்காகப் பொய்யான வாழ்க்கை நடத்தி வருவதைக் கண்டேன். இத்தகைய தோழமை ஆங்கில இளைஞர்கள் விஷயத்தில் என்னதான் குற்றமில்லாததாக இருந்தாலும், இவர்களுக்கு அது விரும்பத்தகாததே. இத்தொத்து நோய் என்னையும் பற்றிக் கொண்டது. எனக்கு மணமாகி, ஒரு குழந்தைக்கும் நான் தந்தையாக இருந்தபோதிலும், மணமாகாதவன் போல் நடித்து வர நானும் தயங்கவில்லை. ஆனால் பாசாங்கு செய்பவனாக இருந்தது எனக்கு இன்பமாயும் இல்லை. எனக்கு இருந்த கூச்சமும் அடக்கமுமே இவ்விஷயத்தில் இன்னும் அதிக தூரம் போய்விடாதவாறு என்னைத் தடுத்தன. நான் வாய்திறந்து பேசவே இல்லை என்றால், என்னுடம் பேசவேண்டும் என்றோ, உலாவப் போகவேண்டும் என்றோ எந்தப் பெண்ணும் எண்ணுவதற்கில்லை.

கூச்சத்தோடு நான் ஒதுங்கியிருந்ததற்கு ஏற்றாற்போல் என்னிடம் கோழைத்தனம் இருந்தது. வெண்ட்னரில் ஒரு குடும்பத்தினருடன் நான் வசித்து வந்தேன். அத்தகைய குடும்பங்களில் வீட்டுக்கார அம்மாளின் மகள் விருந்தினரை உலாவ அழைத்துச் செல்லுவது வழக்கம். என் வீட்டு அம்மாளின் மகள், ஒரு நாள் என்னை வெண்ட்னரைச் சுற்றியுள்ளள அழகான மலைகளுக்கு அழைத்துச் சென்றாள். நானே வேகமாக நடப்பவன், அப்பெண்ணோ என்னையும்விட வேகமாக நடந்தாள். அவளுக்குப் பின்னால் என்னை இழுத்துக்கொண்டு போனாள் என்றே சொல்லலாம். வழியெல்லாம் ஏதோதோ பேசிக்கொண்டே போனாள். அவளுடைய ஓயாத பேச்சுக்குச் சில சமயம், 'ஆம்' அல்லது 'இல்லை' என்று மாத்திரம் மெல்லிய தொனியில் பதில் சொல்லுவேன். அதிகமாக நான் பேசினால், 'ஆம் எவ்வளவு அழகாயிருக்கிறது' என்பேன். அவள் பறவை போல் பறந்து கொண்டிருந்தாள். நானோ எப்பொழுது வீடு திரும்பப் போகிறோம் ? என்று திகைத்துக் கொண்டிருந்தேன்.

இவ்வாறு மலையின் உச்சிக்குப் போய்விட்டோம். திரும்ப எப்படிக் கீழே இறங்குவது என்பதே பிரச்சனை. குதி உயர்வான

பூட்ஸ் போட்டிருந்தும், இருபத்தைந்து வயதுள்ள சுறுசுறுப்பான அப்பெண், அம்புபோலப் பாய்ந்து குன்றிலிருந்து இறங்கி விட்டாள். கீழே நின்றுகொண்டு சிரித்தாள், இறங்கி வரும்படி என்னை உற்சாகப்படுத்தினாள், 'வந்து இழுத்து வரட்டுமா?' என்றும் கேட்டாள். நான் அவ்வளவு கோழையாக இருப்பது எப்படி? எவ்வளவோ கஷ்டத்துடன் சில சமயம் ஊர்ந்தும் கூட எப்படியோ கீழே போய்ச் சேர்ந்துவிட்டேன். 'சபாஷ்' என்று அவள் உரக்கச் சிரித்தாள். அவளால் முடிந்தவரையில் நான் அதிக வெட்கப்படும்படி செய்துவிட்டாள்.

ஆனால் நான் தீங்குறாமல் எங்குமே தப்பிவிட முடியாது. ஏனெனில் புரையோடும் பொய்மைப் புண்ணிலிருந்து என்னைக் காக்க கடவுள் திருவுளம் கொண்டார். வெண்ட்னரைப் போல நீர் நிலையத்தை அடுத்த மற்றோர் ஊரான பிரைட்டனுக்குப் போயிருந்தேன். அது நான் வெண்ட்னருக்குப் போவதற்கு முன்னால் அங்கே ஒரு ஹோட்டலில் சாதாரண வசதிகளுடைய ஒரு கிழ விதவையைச் சந்தித்தேன். என் இங்கிலாந்து வாசத்தின் முதலாண்டில் நடந்தது இது. ஹோட்டலில் சாப்பாட்டுக்குப் பரிமாற இருக்கும் உணவு வகைகளைக் குறிக்கும் பட்டியல் பிரெஞ்சு மொழியில் எழுதப்பட்டிருந்ததால் எனக்குப் புரியவில்லை.

அக்கிழவி உட்கார்ந்திருந்த மேஜையிலேயே நானும் உட்கார்ந்திருந்தேன். நான் அந்த இடத்திற்குப் புதியவன். ஆகையால் விழிக்கிறேன் என்பதை அம்மூதாட்டி கண்டு கொண்டார். எனக்கு உதவி செய்யவும் முன் வந்தார். "நீர் இவ்விடத்திற்குப் புதியவர் என்று தோன்றுகிறது இன்னது வேண்டும் என்று ஏன் கேட்காமல் இருக்கிறீர்?" என்று கேட்டார். அப்பட்டியலை எழுத்துக் கூட்டிப் படித்து, அதில் கண்டவைகளில் என்னென்ன சேர்க்கப்பட்டிருக்கின்றன என்று பரிசாரகரைக் கேட்டுத் தெரிந்து கொள்ள நான் தயார் ஆகிக் கொண்டிருந்த சமயத்தில் அந்த நல்ல மூதாட்டி, மேற்கண்டவாறு குறுக்கிட்டார். நான் அவருக்கு நன்றி செலுத்தினேன். எனக்கு இருந்த கஷ்டத்தையும் விளக்கினேன். "பிரெஞ்சு மொழி எனக்குத் தெரியாததனால் பரிமாறப் படுவதில் எது மாமிசக் கலப்பில்லாதது என்று எனக்கு விளங்கவில்லை" என்றேன்.

“நான் உமக்கு உதவி செய்கிறேன். அப்பட்டியலை உமக்கு விளக்கிக் கூறி, நீர் எதைச் சாப்பிடலாம் என்பதையும் காட்டுகிறேன்” என்றார் அம்மூதாட்டி. வந்தனத்துடன் அவர் உதவியைப் பயன்படுத்திக் கொண்டேன். எங்களுக்குள் ஏற்பட்ட பழக்கத்தின் ஆரம்பம் இது. பின்னர் இது நட்பாக வளர்ந்து, நான் இங்கிலாந்தில் இருந்த வரையிலும், அதற்குப் பிறகு நீண்டகாலமும் கூட, இந்த நட்பு தொடர்ந்து இருந்து வந்தது. அவர் தமது லண்டன் விலாசத்தை எனக்குக் கொடுத்ததோடு ஒவ்வொரு ஞாயிற்றுக்கிழமையும் இரவில் தம் வீட்டுக்கு சாப்பிட வருமாறும் அழைத்தார். விசேஷ சந்தர்ப்பங்களிலும் அவர் என்னை அழைப்பார். என் கூச்சத்தைப் போக்கிக் கொள்ள உதவி செய்வார். இளம் பெண்களை எனக்கு அறிமுகம் செய்து வைத்து, அவர்களுடன் நான் பேசும்படியும் செய்வார். இவ்விதம் பேசுவதில் ஈடுபட்ட பெண்களில் முக்கியமாகக் குறிப்பிட வேண்டியவள், அம் மூதாட்டியின் வீட்டிலேயே வசித்து வந்த ஒருத்தியாவாள். அடிக்கடி நாங்கள் இருவர் மட்டும் தனியாக இருக்கும்படியும் விடப் படுவோம்.

இவையெல்லாம் முதலில் எனக்கும் பெரும் சங்கடமாகவே இருந்தன. பேச்சை முதலில் தொடங்க என்னால் முடியாது. விகடமாகப் பேசி, நகைப்பை உண்டாக்கவும் என்னால் ஆகாது. ஆனால், அப்பெண் எனக்குக் கற்றுக் கொடுத்தாள். நானும் கற்றுக்கொள்ள ஆரம்பித்தேன். நாளாக ஆக, ஞாயிற்றுக்கிழமை எப்பொழுது வரும்? என்று ஆவலுடன் எதிர் பார்க்கலானேன். அந்த இளம் பெண்ணுடன் பேசிக்கொண்டிருப்தையும் விரும்பத்தலைப் பட்டேன்.

அம்மூதாட்டி நாளுக்கு நாள் தமது வலையை விரிவாகப் பரப்பிக் கொண்டே போனார். எங்கள் சந்திப்பில் அவர் அதிகச் சிரத்தை கொள்ளலானார். எங்கள் இருவரைக் குறித்தும் அவருடைய சொந்தத் திட்டம் ஏதாவது இருந்திருக்க கூடும்.

என் நிலைமை அதிகச் சங்கடமானதாயிற்று. ‘எனக்கு மணமாகி விட்டது’ என்பதை முன்னாலேயே அந்த நல்ல மூதாட்டிக்குத் தெரிவித்திருக்கக் கூடாதா? என்று எனக்கு நானே சொல்லிக் கொண்டேன். அப்பொழுது அவர், எங்கள் இருவருக்கும் விவாக நிச்சயம் செய்ய எண்ணியிருக்க மாட்டார். என் பிழையைத்

திருத்திக்கொள்ள இன்னும் காலம் கடந்து போய்விடவில்லை. உண்மையைச் சொன்னால் இனிமேலாவது துயரத்திற்கு உள்ளாகாமல் நான் காப்பாற்றப் பட்டு விடுவேன். என் மனத்தில் இத்தகைய எண்ணங்களுடன் அவருக்கு ஒரு கடிதம் எழுதினேன். அக்கடிதம் ஏறக்குறைய பின்வருமாறு இருந்தது.

‘நாம் பிரைட்டனில் சந்தித்ததிலிருந்து நீங்கள் என்னிடம் அன்புடன் இருந்திருக்கிறீர்கள். தாய், தனது மகனை கவனிப்பதுபோல என்னைக் கவனித்தும் வந்திருக்கிறீர்கள். எனக்கு மணம் ஆகிவிட வேண்டும் என்றும் நீங்கள் எண்ணுகிறீர்கள். அந்த நோக்கத்துடன் இளம் பெண்களை எனக்கு அறிமுகம் செய்து வைத்தீர்கள். விஷயம் முற்றுவதற்கு முன்னால், உங்கள் அன்புக்குத் தகுதியற்றவனாக நான் இருந்திருக்கிறேன் என்பதை நான் உங்களிடம் ஒப்புக் கொண்டுவிட வேண்டும். நான் உங்கள் வீட்டுக்கு வர ஆரம்பித்தபோதே, எனக்கு மணம் ஆகிவிட்டது என்பதை நான் உங்களுக்குச் சொல்லியிருக்க வேண்டும். இங்கிலாந்தில் இருக்கும் இந்திய மாணவர்கள், தங்களுக்கு மணம் ஆகிவிட்டது என்ற உண்மையை மறைத்து விடுகிறார்கள் என்பதை நான் அறிவேன். நானும் அப்படியே செய்தேன்.

‘அப்படி நான் செய்திருக்கவே கூடாது என்பதை இப்பொழுது உணருகிறேன். இன்னும் ஒன்றையும் நான் கூறவேண்டும் சிறு பையனாக இருக்கும்போதே எனக்கு மணம் ஆகிவிட்டது. ஒரு பையனுக்கு நான் தந்தை. இவ்வளவு காலமும் இதையெல்லாம் உங்களுக்குத் தெரியாமல் வைத்திருந்து விட்டதற்காக நான் மனம் நோகிறேன். ஆனால், உண்மையைச் சொல்லிவிடும் தைரியத்தை எனக்குக் கடவுள் இப்பொழுதாவது அளித்ததற்காக மகிழ்ச்சியடைகிறேன். என்னை நீங்கள் மன்னிப்பீர்களா ? நீங்கள் அன்போடு எனக்கு அறிமுகம் செய்து வைத்த பெண்ணிடம் எந்தவிதமான தகாத வழியிலும் நான் நடந்து கொண்டதில்லை என்று உங்களுக்கு உறுதி கூறுகிறேன். நான் எவ்வளவு தூரம் போகலாம் என்பதை அறிவேன். நீங்களோ, எனக்கு மணம் ஆகிவிட்டது என்பதை அறியாமல் எங்களுக்குள் விவாகம் நிச்சயம் ஆவவேண்டும் என்று இயற்கையாகவே விரும்பினீர்கள். இப்பொழுதுள்ள கட்டத்திற்கு மேல் விஷயங்கள் போய்விடாமல் இருப்பதற்காக நான் உங்களிடம் உண்மையைச் சொல்லிவிட வேண்டும்.

‘இக்கடிதம் உங்களுக்குக் கிடைத்த பிறகு. நீங்கள் காட்டிய அன்புக்கு அருகதையற்றவனாக நான் இருந்திருக்கிறேன் என்று நீங்கள் உணர்ந்தால், அது தவறு என்று நான் எண்ண மாட்டேன் என்று உங்களுக்கு உறுதி கூறுகிறேன். உங்களுடைய அன்பினாலும் நீங்கள் என்னிடம் காட்டிய சிரத்தையினாலும் நிரந்தரமான நன்றியறிதலுக்குக் கடமைப்பட்டவனாக என்னைச் செய்திருக்கிறீர்கள். இக்கடிதத்திற்குப் பிறகும், நீங்கள் என்னை நிராகரித்து விடாமல், உங்களுடைய அன்பான வீட்டிற்கு வரத் தகுதியுடையவனாகவே என்னைக் கருதுகிறீர்கள் என்றால் அதற்கு உரியவனாவதற்குப் பாடுபட நான் தவறமாட்டேன், இயற்கையாகவே மகிழ்ச்சியடைவேன். அதை உங்கள் அன்பின் மற்றோர் அறிகுறியாகவும் கொள்ளுவேன்.’

இத்தகைய கடிதத்தை ஒரே சமயத்தில் நான் எழுதியிருக்க முடியாது என்பதை வாசகர் அறியவேண்டும். அதை நான் நிச்சயமாகத் திரும்பத் திரும்பப் பன்முறை திருத்தி எழுதியிருக்க வேண்டும். ஆனால், அதை எழுதிய பிறகு, என் உள்ளத்தை அழுத்திக் கொண்டிருந்த பெருஞ்சுமை நீங்கியது. அநேகமாக அடுத்த தபாலிலேயே அம்மூதாட்டியிடமிருந்து எனக்குப் பதிலும் வந்தது. அது ஏறக்குறையப் பின்வருமாறு:

‘எதையும் ஒளிக்காமல் நீங்கள் எழுதிய கடிதம் கிடைத்து. நாங்கள் இருவருமே மகிழ்ச்சியடைந்ததோடு சந்தோஷத்துடன் சிரித்து விட்டோம். நீங்கள் செய்துவிட்ட, உண்மையை மறைத்த குற்றம் என்று நீங்கள் கூறும் செயல், மன்னிகத்தக்கது. ஆனால் உண்மை நிலைமையை எங்களுக்கு நீங்கள் தெரிவித்துவிட்டது நல்லதே. என் அழைப்பு இன்னும் இருந்து வருகிறது. அடுத்த ஞாயிற்றுக்கிழமை உங்களை நிச்சயமாக எதிர்பார்க்கிறோம் அதோடு உங்கள் குழந்தைக் கல்யாணத்தைப் பற்றிய விவரங்களையெல்லாம் அறிந்து, உங்கள் சங்கடத்தில், நாங்கள் சிரித்து இன்புறுவதையும் எதிர் நோக்குகிறோம். இச்சம்பவத்தினால் நமது நட்பு, ஒரு சிறிதேனும் பாதிக்கப்படவில்லை என்று நான் உறுதி கூறவும் வேண்டுமா?’

இவ்வாறு நான் என்னிடமிருந்து, பொய்மையின் புரையோடிய புண்ணைப் போக்கிக்கொண்டேன். அதற்கு பிறகு – அவசியமாகும் இடங்களிலெல்லாம் எனக்கு மணம் ஆகிவிட்டதைக் குறித்துப் பேச நான் தயங்கியதே இல்லை.

20. சமயங்களுடன் தொடர்பு

நான் இங்கிலாந்தில் இருந்த இரண்டாம் ஆண்டின் இறுதியில் பிரம்மஞான சங்கத்தைச் சேர்ந்த சகோதரர்களுடன் எனக்குப் பழக்கம் உண்டாயிற்று. அவர்கள் இருவரும் மணம் ஆகாதவர்கள். அவர்கள் கீதையைக் குறித்து என்னிடம் பேசினர். ஸர் எட்வின் அர்னால்டு மொழி பெயர்த்திருந்த கீதையை அவர்கள் படித்துக் கொண்டிருந்தனர். அசல் நூலைத் தங்களுடன் சேர்ந்து படிக்க வருமாறு என்னை அழைத்தார்கள். அத்தெய்வீக நூலைச் சமஸ்கிருதத்திலோ, குஜராத்தியிலோ நான் படித்ததில்லையாகையால் எனக்கு வெட்கமாகி விட்டது. நான் கீதையைப் படித்ததேயில்லை. ஆனால், அவர்களோடு சேர்ந்து மகிழ்ச்சியுடன் அதைப் படிப்பேன் என்பதை நான் அவர்களிடம் சொல்லியாக வேண்டியதாயிற்று. சமஸ்கிருதத்தில் எனக்கு இருந்த ஞானம் சொற்பமேயாயினும், மொழிபெயர்ப்பு எந்த இடத்தில் அதன் பொருளைச் சரியாகக் கொண்டுவரத் தவறியிருக்கிறது என்பதைக் கூறும் அளவுக்கு மூலநூல் எனக்கு விளங்கும் என்றும் அவர்களிடம் சொன்னேன். அவர்களோடு சேர்ந்து கீதையைப் படிக்க ஆரம்பித்தேன். அதன் இரண்டாவது அத்தியாத்தில் காணும் சில சுலோகங்களின் கருத்து இது.

இந்திரிய விசயங்களைத் தியானிக்கிற
மனிதனுக்குஅவற்றினிடம் பற்றுதல் உண்டாகிறது.
பற்றுதலிலிருந்து ஆசை உண்டாகிறது,ஆசையிலிருந்து
குரோதம் வளர்கிறது
குரோதத்திலிருந்து மனக்குழப்பம் உண்டாகிறது, குழப்பத்தி
லிருந்த நினைவின்மையும்
நினைவின்மையிலிருந்து புத்தி நாசமும் உண்டாகின்றனபுத்தி
நாசத்தினால் மனிதன் அழிந்துபோகிறான்.

இந்தச் சுலோகங்கள் என் மனத்தில் ஆழப் பதிந்தன. அவை இன்னும் என் காதுகளில் ஒலித்துக் கொண்டிருக்கின்றன. அந்நூல் விலை மதிப்பைக் கடந்த மாணிக்கமாக எனக்குத் தோன்றியது. அதிலிருந்து இந்தக் கருத்து எனக்கு வலுப்பட்டுக்கொண்டே

வந்தது. இதன் பலனாக, சத்தியமான ஞானத்தைப் போதிக்கும் மிகச் சிறந்த நூல் இது என்று நான் எண்ணி வருகிறேன். எனக்கு மனச் சஞ்சலங்கள் ஏற்படும் சமயங்களில் இந்நூல் மதித்தற்கரிய உதவியாக இருந்திருக்கிறது. அநேகமாக கீதையின் ஆங்கில மொழிபெயர்ப்புக்கள் எல்லாவற்றையும் படித்திருக்கிறேன். அவற்றிற்கெல்லாம் ஸர் எட்வின் அர்னால்டின் மொழிபெயர்ப்பே மிகச் சிறந்தது என்று நான் கருதுகிறேன். மூலத்தின் கருத்து ஒரு சிறிதும் மாறுபடாத வகையில் அவர் மொழி பெயர்த்திருக்கிறார். அது மொழிபெயர்ப்பாகவே தோன்றவில்லை. இந்த நண்பர்களுடன் சேர்ந்து, அப்பொழுது கீதையை நான் படித்த போதிலும் அதைத் தீரக் கற்றேன் என்று நான் பாசாங்கு செய்வதற்கில்லை. சில ஆண்டுகள் சென்ற பின்னரே நான் தினந்தோறும் கீதையைப் படிக்கலானேன்.

ஸர் எட்வின் அர்னால்டு எழுதிய, ஆசியாவின் ஜோதி என்ற நூலையும் படிக்கும்படி அச்சகோதரர்கள் என்னிடம் கூறினார். பகவத் கீதையின் மொழிப்பெயர்ப்பாளர்கள் என்று மாத்திரமே ஸர் அர்னால்டை அதுவரையில் எனக்குத் தெரியும். பகவத் கீதையையும்விட இன்னும் அதிகக் கவனத்துடன் அந்நூலைப் படித்தேன். படிக்கக் கையில் எடுத்துவிட்டால் பிறகு அதைக் கீழே வைத்துவிட முடிவதில்லை. அச்சகோதரர்கள் ஒரு சமயம் என்னைப் பிளாவட்ஸ்கி விடுதிக்கு அழைத்து சென்று, பிளாவட்ஸ்கி அம்மையாரையும் ஸ்ரீமதி பெஸன்டையும் எனக்கு அறிமுகம் செய்து வைத்தனர். ஸ்ரீமதி பெஸன்ட் அப்பொழுதுதான் பிரம்மஞான சங்கத்தில் சேர்ந்திருந்தார். அவர் இவ்விதம் மாறிவிட்டதைக் குறித்து நடந்த வாதப் பிரதிவாதங்களைச் சிரத்தையுடன் கவனித்து வந்தேன். இச்சங்கத்தில் சேரும்படி நண்பர்கள் எனக்கும் யோசனை கூறினர். என் மதத்தைப் பற்றியே நான் இன்னும் சரியாகத் தெரிந்து கொள்ளாமல் இருக்கும்போது மத சம்பந்தமான எந்த ஒரு ஸ்தாபனத்திலும் சேர நான் விரும்பவில்லை என்று மரியாதையுடன் கூறி மறுத்துவிட்டேன். அந்தச் சகோதரர்கள் சொன்னதன் பேரில் பிளாவட்ஸ்கி அம்மையார் எழுதிய, பிரம்மஞானத் திறவு கோல் என்னும் நூலை நான் படித்தாகவும் எனக்கு நினைவு இருக்கிறது. ஹிந்து சமயத்தைப் பற்றிய நூல்களைப் படிக்கும் ஆர்வத்தை இந்நூல் எனக்கு ஊட்டியது. ஹிந்து சமயத்தில்

மூடநம்பிக்கைகளே மலிந்து கிடக்கின்றன என்று பாதிரிகள் செய்த பிரச்சாரத்தினால் எனக்கு உண்டாகியிருந்த தவறான எண்ணத்தையும் இந்நூல் போக்கியது.

அதே சமயத்தில் மான்செஸ்டரிலிருந்து வந்த ஓர் உத்தம மான கிறிஸ்தவரை சைவ உணவு விடுதி ஒன்றில் நான் சந்தித்தேன். கிறிஸ்தவத்தைப் பற்றி அவர் என்னிடம் பேசிக் கொண்டிருந்தார். ராஜ்கோட்டில் கிறிஸ்தவ் பாதிரிமார் நடத்தி வந்த பிரச்சாரத்தைக் குறித்த என்னுடைய பழைய நினைவுகளை அவரிடம் கூறினேன். அதைக் கேட்டு, அவர் மனவேதனை அடைந்தார். "நான் சைவ உணவ மாத்திரமே சாப்பிடுபவன், மதுபானமும் அருந்துவதில்லை. கிறிஸ்தவர்கள் அநேகர் மாமிசம் சாப்பிடுகிறார்கள், குடிக்கிறார்கள் என்பதில் சந்தேகமே இல்லை. ஆனால் மது, மாமிசம் சாப்பிடும்படி எங்கள் வேதம் சொல்லவில்லை. தயவு செய்து பைபிளைப் படியுங்கள்" என்றார். அவருடைய யோசனையை ஏற்றுக் கொண்டேன், அவர் எனக்குப் பைபிள் பிரதி ஒன்றும் வாங்கிக் கொடுத்தார். அவரே பைபிள் பிரதிகளை விற்று வந்ததாகவும், படங்கள், அரும்பத அகராதி முதலிய விளக்கங்கள் அடங்கிய ஒரு பைபிள் பிரதியை அவரிடம் நான் வாங்கியதாகவும் எனக்குக் கொஞ்சம் நினைவிருக்கிறது. அதைப் படிக்க ஆரம்பித்தேன். ஆனால் பழைய ஏற்பாட்டைப் படித்துக் புரிந்துகொள்ள என்னால் இயலவில்லை. ஆதி ஆகமத்தையும் அதையடுத்த அத்தியாயங்களையும் படிக்க ஆரம்பித்ததுமே எனக்குத் தூக்கம் வந்துவிடும். ஆனால், பைபிளைப் படித்திருக்கிறேன் என்று சொல்லிக்கொள்ள இயலவேண்டும் என்பதற்காகச் சிரமத்தோடேயே மற்றப் பகுதிகளையும் மேலெழுந்தவாரியாகப் படித்து முடித்தேன். அதில் எனக்கு கொஞ்சமும் சிரத்தை ஏற்படவில்லை, எனக்கு அது விளங்கவும் இல்லை. எண்ணாகமம் என்ற பகுதியைப் படிப்பதற்கே எனக்கு வெறுப்பாக இருந்தது.

ஆனால் புதிய ஏற்பாட்டைப் படித்தபோது எனக்கு முற்றும் மாறான உணர்ச்சி ஏற்பட்டது. முக்கியமாக மலைப்பிரசங்கம் நேரடியாகவே என் உள்ளத்தைக் கவர்ந்துவிட்டது. அதைக் கீதையுடன் ஒப்பிட்டுப் பார்த்தேன். தீமைக்குப் பதிலாகத் தீமையைச் செய்யாதே என்று உங்களுக்குக் கூறுகிறேன்.

உன்னை வலது கன்னத்தில் யாராவது அறைந்தால் மற்றொரு கன்னத்தையும் திருப்பிக் காட்டு. எவனாவது உன் சட்டையை எடுத்துக் கொண்டு விட்டானாயின் உன் போர்வையையும் அவனுக்குக் கொடு என்பன போன்ற உபதேசங்கள் எனக்கு அளவு கடந்த ஆனந்தத்தை அளித்தன. உண்ணும் நீர் தந்த ஒருவனுக்குத் கைம்மாறாய் விண்ணமுதத்தைப் போல் அன்னம் விரும்பிப் படைத்திடுவாய் என்ற ஷாமல்பட்டின் பாடல் உடனே என் நினைவுக்கு வந்தது. கீதை, ஆசிய ஜோதி மலைப்பிரசங்கம் ஆகிய மூன்றும் ஒன்றே என்று கருத என் இளம் மனம் முயன்றது. துறவே, சமயத்தின் தலைசிறந்த அம்சம் என்பது என் மனத்தை மிகவும் கவர்ந்தது.

இவைகளைப் படித்ததனால் மற்றச் சமயாசாரியர்களின் வாழ்க்கை வரலாறுகளையும் படிக்கவேண்டும் என்ற பசி எனக்கு உண்டாகிவிட்டது. கார்லைல் எழுதிய, வீரர்களும் வீரர் வழிபாடும் என்ற நூலைப் படிக்குமாறு ஒரு நண்பர் கூறினார். வீரனைத் தீர்க்கதரிசியாகக் கூறும் அத்தியாயத்தைப் படித்து, முகமது நபியின் பெருமையையும் வீரத்தையும் எளிய வாழ்க்கையையும் பற்றித் தெரிந்துகொண்டேன்.

பரீட்சைக்குப் படிக்க வேண்டியிருந்தது. மற்ற வெளி விஷயங்களைக் குறித்துப் படிக்க நேரம் கிடைப்பதே இல்லை. ஆகையால் சமயங்களைப் பற்றி இன்னும் அதிகமாக நான் தெரிந்து கொள்ள முடியவில்லை. ஆனால், சமய நூல்களை இன்னும் அதிகமாகப் படிக்க வேண்டும் என்று என் மனத்திற்குள் முடிவு செய்து கொண்டேன்.

நாத்திக வாதத்தைக் குறித்து நான் ஒரு சிறிதும் தெரிந்து கொள்ளாமல் இருப்பது எப்படி? பிராட்லாவின் பெயரையும் நாத்திகம் என்று கூறப்படும் அவர் வாதத்தையும் ஒவ்வோர் இந்தியரும் அறிவர் அதைக் குறித்து ஏதோ ஒரு புத்தகத்தைப் படித்தேன். அதன் பெயரை மறந்துவிட்டேன். அதற்கும் முன்னாலேயே நாத்திகம் என்ற பாலைவனத்தைக் கடந்து விட்டேனாகையால், அப்புத்தகம் என் மனத்தை மாற்றிவிடவில்லை. அச்சமயம் ஸ்ரீமதி பெஸண்டின் பெயர் எங்கும் பிரபலமாக இருந்தது. அவர் நாத்திகத்திலிருந்து

ஆத்திகத்திற்குத் திரும்பிவிட்டார். 'நான் பிரம்மஞான சங்கத்தில் சேர்ந்தது ஏன்?' என்று அவர் எழுதியிருந்த நூலையும் படித்தேன்.

ஏறக்குறைய அந்தச் சமயத்தில்தான் பிராட்லா காலமானார். அவர் சடலத்தை வோகிங் கல்லறையில் அடக்கம் செய்தனர். இச்சவ அடக்கச் சடங்கிற்கு நானும் போயிருந்தேன். லண்டனில் இருந்த இந்தியர் எல்லோருமே அதற்குச் சென்றிருந்தனர் என்று நம்புகிறேன். அவருக்குக் கடைசி மரியாதை செய்வதற்காகப் பாதிரிமார் சிலரும் வந்திருந்தனர். அச்சடங்கிலிருந்து திரும்பும்போது ரயிலுக்காக நிலையத்தில் நாங்கள் காத்திருக்க வேண்டியிருந்தது. அப்பொழுது அக்கூட்டத்தில் இருந்த ஒரு தீவிர நாத்திகர், பாதிரிகளில் ஒருவரைக் கேள்வி கேட்க ஆரம்பித்துவிட்டார்.

"சரி கடவுள் ஒருவர் இருக்கிறார் என்று நீங்கள் நம்புகிறீர்கள் அல்லவா?" என்று அவர் கேட்டார்.

"ஆம்" என்று அடக்கமான குரலில் அந்த நல்ல மனிதர் பதில் சொன்னார்.

"இப்பூமியின் சுற்றளவு 28,000 மைல்கள் என்றும் நீங்கள் ஒப்புக் கொள்ளுகிறீர்கள் அல்லவா?" என்று அந்த நாத்திகர் தன்னம்பிக்கையுடன் சிரித்துக்கொண்டே கேட்டார்.

"ஆமாம்" என்றார் பாதிரியார்.

"அப்படியானால் உங்கள் கடவுளின் உருவம் என்ன, அவர் எங்கே இருப்பார் என்பதையும் தயவு செய்து சொல்லுங்கள்."

"சரி; நம்மால் அறிய மாத்திரம் முடிந்தால், அவர் நம் இருவர் உள்ளங்களிலும் வீற்றிருக்கிறார்."

"இதோ பாருங்கள் என்னைக் குழந்தை என்று நினைத்துவிட வேண்டாம்" என்றார், அத்தீவிரவாதி. அதோடு வெற்றிப் பார்வையுடன் எங்களை நோக்கினார்.

பாதிரியாரோ, அடக்கத்துடன் மௌனமாக இருந்து விட்டார். இந்த வாக்குவாதம் நாத்திகத்திடம் எனக்கு இருந்த வெறுப்பை மேலும் அதிகமாக்கி விட்டது.

21. திக்கற்றவர்க்குத் தெய்வமே துணை

ஹிந்து தருமத்தைக் குறித்தும் மற்ற உலக சமயங்களைப் பற்றியும் ஓரளவுக்குத் தெரிந்து கொண்டிருந்தேன். என்றாலும், எனக்கு ஏற்படும் சோதனைகளிலிருந்து என்னைக் காப்பாற்ற அவை போதா என்பதையும் நான் அறிந்திருக்க வேண்டும். சோதனைகளிலிருந்து ஒருவன் சமாளித்து நிற்கும்படி செய்வது எது என்பதை மனிதன் அறிவதில்லை. அதுவும் அச்சமயத்தில் அதைப்பற்றிய அறிவே இருப்பதில்லை, கடவுள் நம்பிக்கை இல்லாதவனாயின் தான் தற்செயலாகத் தப்பிவிட்டதாகக் சொல்லிக் கொள்ளுவான். கடவுள் நம்பிக்கை உள்ளனானால், கடவுளே தன்னைக் காத்தார் என்பான். தனக்கு இருந்த சமயஞானமோ, ஆன்மீகக் கட்டுப்பாடோதான், ஆண்டவன் தன்னிடம் கருணை காட்டியதற்குக் காரணம் என்ற முடிவுக்கு வருவான். அல்லது வரக்கூடும். ஆனால் அவன் ரட்சிக்கப்படும் சமயத்தில் தன்னைக் காத்தது தன்னுடைய ஆன்மீகக் கட்டுப்பாடுதானா, வேறு ஒன்றா என்பதை அவன் அறியான். தனக்கு ஆன்மீக பலம் அதிகம் இருக்கிறது என்று அகம் பாவம் கொண்டிருந்து, முடிவில் அது தூசாகிப் போனதைக் காணாதவர் யார்? சமய ஞானம் சோதனை ஏற்படும் சமயங்களில் வெறும் உமியாகவே தோன்றுகிறது.

சமய ஞானத்தினால் மட்டும் பயனில்லை என்பதை இங்கிலாந்தில் தான் நான் முதன் முதலில் கண்டுகொண்டேன். இதற்கு முன்னால் நிகழ்ந்த சோதனைகளில் நான் எவ்வாறு காப்பாற்றப்பட்டேன் என்பதை என்னால் அவ்வளவாகக் கூற முடியாது. ஏனெனில், அப்பொழுது நான் மிகச் சிறியவன். ஆனால், இப்பொழுதோ எனக்குச் சிறிது அனுபவமும் ஏற்பட்டிருந்தது.

எனக்கு நினைவிருக்கும் அளவில், நான் இங்கிலாந்தில் இருந்த காலத்தில் கடைசி ஆண்டில் அதாவது 1890– இல் சைவ உணவாளர்கள் மகாநாடு ஒன்று போர்ட்ஸ்மவுத்தில் நடந்தது. அதற்கு ஓர் இந்திய நண்பரும். நானும் அழைக்கப்பட்டிருந்தோம்.

போர்ட்ஸ்மவுத் துறைமுகம், மாலுமித் தொழிலில் ஈடுபட்டவர்களையே பெரும்பாலும் கொண்ட பட்டணம் அங்கே தீய நடத்தையுள்ள பெண்களைக் கொண்ட வீடுகள் பல உண்டு. இப்பெண்கள் விபச்சாரத்தையே தொழிலாகக் கொண்டவர்கள் அல்ல. என்றாலும் தங்கள் கற்பு நெறியைக் குறித்து அவர்கள் அவ்வளவாகக் கவலைப்படாதவர்கள். இப்படிபட்ட வீடுகளில் ஒன்றில் நாங்கள் தங்கியிருந்தோம். இதைப்பற்றி வரவேற்புக் கமிட்டிக்கு எதுவுமே தெரியாது என்பதை குறித்து நான் சொல்லத் தேவையில்லை. போர்ட்ஸ்மவுத் போன்ற ஒரு பட்டணத்தில் தங்குவதற்கு நல்ல இடம் எது கெட்ட இடம் எது என்பதைக் கண்டுபிடிப்பது எங்களைப்போல் எப்பொழுதோ ஒரு சமயம் அங்கே போகிறவர்களுக்குக் கஷ்டமாகவே இருந்திருக்கும்.

மகாநாட்டிலிருந்து மாலையில் திரும்பினோம். இரவுச் சாப்பாட்டிற்குப் பிறகு ரப்பர் பிரிட்ஜ் என்ற ஒருவிதச் சீட்டாட்டம் ஆட உட்கார்ந்தோம். அவ்வீட்டுக்கார அம்மாளும் எங்களுடன் சீட்டாடினார். இப்படி வீட்டுக்கார அம்மாளும் சேர்ந்து சீட்டாடுவது, இங்கிலாந்தில் கௌரவான குடும்பங்களிலும் வழக்கம். ஆட்டத்தில் ஈடுபட்டிருப்பவர் ஒவ்வொருவரும் குற்றமற்ற வகையில் கேலியாகப் பேசுவது சாதாரணமானது. ஆனால், இங்கோ என் சகாக்களும் அவ்வீட்டு அம்மாளும் ஆபாசமான பேச்சுக்களைப் பேச ஆரம்பித்தார்கள. என் நண்பர், அக்கலையில் கைதேர்ந்தவர் என்பது எனக்குத் தெரியாது. அது என்னையும் பிடித்துக் கொண்டு விட்டது, நானும் அவ்விதப் பேச்சுக்களில் கலந்து கொண்டேன். சீட்டையும் சீட்டாட்டத்தையும் விட்டுவிட்டு. எல்லை மீறி நான் போய்விட இருந்த சமயத்தில் அந்த நல்ல சகாவின்மூலம் கடவுள் எனக்குத் தெய்வீகமான எச்சரிக்கையைச் செய்தார், தம்பி “உன்னுள் இந்த பிசாசு எங்கிருந்து வந்து புகுந்தது? எழுந்து போய்விடு, சீக்கிரம்” என்று அவர் சொன்னதே அந்த எச்சரிக்கை.

நான் வெட்கம் அடைந்தேன். எச்சரிக்கைப்படி நடந்தேன். நண்பருக்கும் என்னுள்ளே நன்றியறிதலைத் தெரிவித்துக் கொண்டேன். என் அன்னையின் முன்னிலையில் நான் மேற்கொண்டிருந்த விரதத்தை நினைவுபடுத்திக் கொண்டு, அவ்விடத்தில் இருந்து ஓடிவிட்டேன். தடுமாறிக்கொண்டே,

நடுங்கிக் கொண்டே என் அறைக்குச் சென்றேன். துரத்திய வேடனிடம் இருந்து தப்பிய மிருகம் போல் என் இருதயம் துடிதுடித்தது.

என் மனைவியைத் தவிர வேறு ஒரு பெண், என் மனத்தில் காம இச்சையைத் தூண்டிவிட்டது இதுவே முதல் தடவை என்று நினைக்கிறேன். அன்று இரவெல்லாம் எனக்குத் தூக்கமே வரவில்லை. என்ன என்னவோ எண்ணங்களெல்லாம் எனக்கு உண்டாயின. அந்த வீட்டிலிருந்தே போய்விடுவதா? அந்த இடத்தை விட்டே ஓடிவிடுவதா? நான் செய்தது என்ன கொஞ்சம் புத்தி கெட்டுப் போயிருந்தால் என் கதி என்ன ஆகியிருக்கும்? இனி மிகுந்த எச்சரிக்கையுடன் நடந்து கொள்ளுவதென்ற முடிவைச்செய்து கொண்டேன். அவ்வீட்டை விட்டுப் போய்விடும் மாத்திரம் அல்ல, எப்படியாவது அவ்வூரை விட்டே போய்விடுவது என்றும் தீர்மானித்தேன். மகாநாடு இரண்டு நாட்களே நடந்தது. அடுத்த நாள் மாலையே போர்ட்ஸ்மவுத்திலிருந்து நான் புறப்பட்டுவிட்டதாக ஞாபகம். என் நண்பர் மாத்திரம் சில நாட்கள் அங்கே தங்கினார்.

சமயத்தின் சாரத்தைப்பற்றியோ, கடவுளைப்பற்றியோ, அவர் நம்முள் எப்படி வேலை செய்கிறார் என்பதைப் பற்றியோ எனக்கு அப்பொழுது தெரியாது. அச்சமயம் கடவுள் என்னைக் காப்பாற்றினார் என்பதை மாத்திரம் தெளிவற்ற முறையில் நான் அறிந்தேன். சோதனை நேர்ந்த சமயங்களிளெல்லாம் அவரே என்னைக் காத்தார். கடவுள் காப்பாற்றினார் என்ற சொற்றொடருக்கு நான் இன்று ஆழ்ந்த பொருள் கொள்ளுகிறேன் என்பதை அறிவேன். என்றாலும், அதன் முழுப்பொருளையும் நான் இன்னும் அறிந்து கொள்ளவில்லை என்றே உணர்கிறேன். அதன் முழுப் பொருளையும் அறிந்த கொள்ளுவதற்கு மேலான அனுபவம் ஒன்றே உதவ முடியும். என்றாலும், ஆன்மீகத் துறையிலும், வக்கீலாக இருந்தபோதும், ஸ்தாபனங்களை நடத்தியபோதும், ராஜீய விஷயத்திலும் எனக்குச் சோதனைகள் நேர்ந்த சமயங்களிலெல்லாம் கடவுளே என்னைக் காப்பாற்றினார் என்று சொல்ல முடியும். நம்பிக்கைக்கே ஒரு சிறிதும் இடம் இல்லாதபோதும், உதவுவோர் உதவத் தவறித் தேற்றுவாரும் ஓடிவிட்ட சமயத்திலும், எப்படியோ அந்த

உதவி வந்துவிடுவதைக் காண்கிறேன். ஆனால் எங்கிருந்து அது வருகிறது என்பதை நான் அறியேன். இறைவனை வேண்டுவதும், பூசிப்பதும், பிரார்த்திப்பதும் மூட நம்பிக்கைகள் அல்ல. உண்பதும், பருகுவதும், அமர்வதும் , நடப்பதும் எவ்விதம் உண்மையான செயல்களோ அவற்றை விடவும் அதிக உண்மையான செயல்கள் அவை. அவை மட்டுமே உண்மையானவை, மற்றவை யாவும் பொய்யானவை என்று சொல்வதும் மிகையாகாது.

அத்தகைய வழிபாடு அல்லது பிரார்த்தனை, வாக்கு வன்மையைக் காட்டுவதற்கு உரியதன்று. உதட்டிலிருந்து எழும் வணக்கமும் அல்ல அது. இருதயத்திலிருந்து எழுவதே பிரார்த்தனை. ஆகையால், அன்பு ஒன்றைத் தவிர வேறு எதுவுமே அங்கே இல்லாதவாறு, உள்ளத் தூய்மையை நாம் அடைந்து விடுவோமாயின், தானே இனிய கீதம் எழுந்து, இறைவன் அருளைக் கூட்டுவிக்கும். பிரார்த்தனைக்குப் பேச்சுத் தேவையில்லை, உள்ளத்திலிருந்து காமக் குரோதாதிகளையெல்லாம் போக்கிப் புனிதமாக்கிக் கொள்ளுவதற்குத் தகுந்த சாதனை, பிரார்த்தனையே என்பதில் எனக்குச் சிறிதளவும் சந்தேகம் இல்லை. ஆனால், அத்துடன் முழுமையான அடக்கமும் கலந்திருக்க வேண்டும்.

22. நாராயண ஹேமசந்திரர்

ஏறக்குறைய அச் சமயத்தில்தான் நாராயண ஹேமசந்திரர் இங்கிலாந்துக்கு வந்தார். அவர் எழுத்தாளர் என்று கேள்விப்பட்டிருந்தேன். தேசிய சங்கத்தைச் சேர்ந்த குமாரி மானிங் வீட்டில் நாங்கள் இருவரும் சந்தித்தோம். எல்லோருடனும் கலந்து பழகும் குணம் எனக்கு இல்லை என்பது குமாரி மானிங்குக்குத் தெரியும். நான் அவர் வீட்டுக்குப் போனால் வாய் பேசாமல் உட்கார்ந்திருப்பேன். என்னிடம் யாராவது பேசினால் மட்டும் அதற்கு பதில் சொல்வேன். நாராயண ஹேமச்சந்திரரை அப்பெண்மணி எனக்கு அறிமுகம் செய்து வைத்தார். அவருக்கோ ஆங்கிலம் தெரியாது. அவருடைய உடைகளும் விசித்திரமாக இருந்தன. அவருடைய கால்சட்டை விகாரமானது. பார்ஸி மோஸ்தரில் இருந்த அவருடைய பழுப்பு நிறச் சட்டை, கசங்கிப்போய், அழுக்காக இருந்தது. கழுத்தில் 'டையோ, காலரோ' இல்லை. குஞ்சம் வைத்த கம்பளித் தொப்பியைத் தலையில் வைத்திருந்தார். நீண்ட தாடியும் வளர்த்துக் கொண்டிருந்தார்.

அவர் ஒல்லியாகவும் குள்ளமாகவும் இருப்பார். வட்டமான அவர் முகம் முழுவதிலும் அம்மைத் தழும்புகள். அவர் மூக்கு, கூரியதென்றோ சப்பையானதென்றோ சொல்ல முடியாது. எப்பொழுதும் தமது தாடியைக் கையினால் உருவிவிட்டுக் கொண்டே இருந்தார்.

நாகரிகமானவர்கள் கூடியுள்ள இடத்தில் இத்தகைய விசித்திரத் தோற்றத்தோடும், வேடிக்கையான உடையோடும் இருப்பவர் மீதே எல்லோருடைய கவனமும் செல்லும்.

"உங்களை குறித்து நான் நிரம்பக் கேள்விப் பட்டிருக்கிறேன்" என்று அவரிடம் சொன்னேன். "நீங்கள் எழுதிய நூல்கள் சிலவற்றையும் படித்திருக்கிறேன். நான் இருக்கும் இடத்திற்கு அன்பு கூர்ந்து வருவீர்களாயின் மகிழ்ச்சியடைவேன்" என்றேன்.

நாராயண ஹேமசந்திரரின் குரல், கொஞ்சம் கம்மலாக இருக்கும். சிரித்த முகத்துடன் அவர் "வருகிறேன். நீங்கள் எங்கே இருக்கிறீர்கள்?" என்று கேட்டார்.

"ஸ்டோர் வீதியில்" என்றேன்.

"அப்படியானால் நாம் பக்கத்தில்தான் இருக்கிறோம். நான் ஆங்கிலம் கற்றுக்கொள்ள விரும்புகிறேன். எனக்குக் கற்றுக் கொடுக்கிறீர்களா?"

"என்னால் முடிந்த எதையும் கற்றுக் கொடுக்க எனக்கு மகிழ்ச்சியே. என்னால் முடிந்த வரை முயல்கிறேன். நீங்கள் விரும்பினால் உங்கள் இடத்திற்கே வருகிறேன்."

"வேண்டியதில்லை. உங்கள் இடத்திற்கே நான் வருகிறேன். என்னுடன் மொழி பெயர்ப்புப் பயிற்சிப் புத்தகம் ஒன்றும் கொண்டு வருகிறேன்."

இவ்விதம் ஏற்பாடு செய்து கொண்டோம். சீக்கிரத்தில் நாங்கள் நெருங்கிய நண்பர்கள் ஆகிவிட்டோம்.

நாராயண ஹேமசந்திரருக்கு இலக்கணம் என்பதே தெரியாது. குதிரை என்பது வினைச்சொல் என்பார். ஓடு – என்பது பெயர்ச்சொல் என்பார். இப்படிப்பட்ட வேடிக்கையான பல சம்பவங்கள் எனக்கு நினைவு இருக்கின்றன. ஆனால், தம்முடைய இத்தகைய அறியாமைக்காக அவர் கவலைப்படுவதே இல்லை. இலக்கணத்தில் எனக்கு இருந்த சிறிது அறிவும் அவர் விஷயத்தில் பயன்படவில்லை. இலக்கணத்தைக் குறித்துத் தமக்கிருந்த அறியாமை, வெட்கப்பட வேண்டியது என்று அவர் கருதியதே இல்லை என்பது நிச்சயம்.

அவர் கொஞ்சமேனும் கவலைப்படாமல் என்னிடம், "உங்களைப் போல் நான் பள்ளிக் கூடத்திற்குப் போனதே இல்லை. என் கருத்துக்களை எடுத்துச் சொல்வதற்கு இலக்கணம் அவசியம் என்று நான் உணர்ந்ததும் இல்லை. அது சரி, உங்களுக்கு வங்காளி மொழி தெரியுமா? எனக்கு அது தெரியும், நான் வங்காளத்தில் பிரயாணம் செய்திருக்கிறேன். மகரிஷி தேவேந்திரநாத தாகூரின் நூல்களைக் குஜராத்தி பேசும் உலகத்துக்கு அளித்தவனே நான்தான். மற்றும் பல மொழிகளில்

இருக்கும் பொக்கிஷங்களை யெல்லாம் குஜராத்தியில் மொழிபெயர்க்க நான் விரும்புகிறேன். மூலத்திற்கு நேரான மொழிப்பெயர்ப்பை நான் செய்வதில்லை என்பது உங்களுக்கு தெரியும். மூலத்தின் கருத்தைக் கொண்டு வருவதோடு நான் திருப்தியடைந்து விடுகிறேன். என்னைவிட அறிவில் சிறந்தவர்கள் பிற்காலத்தில் இன்னும் அரிய வேலைகளைச் செய்யலாம். ஆனால், இலக்கணத்தின் உதவி இல்லாமலேயே நான் இதுவரை செய்திருப்பதில் திருப்தியடைகிறேன். எனக்கு மராத்தி, ஹிந்தி, வங்காளி ஆகிய மொழிகள் தெரியும் இப்பொழுது ஆங்கிலம் கற்றுக்கொள்ளத் தொடங்கியிருக்கிறேன். ஏராளமான சொற்கள் தெரிந்திருக்க வேண்டும் என்பதே என் விருப்பம். என் ஆசை இதோடு முடிந்துவிட்டதென்று எண்ணுகிறீர்களா ? இல்லவே இல்லை. பிரான்ஸுக்குப் போய்ப் பிரெஞ்சு மொழி கற்க விரும்புகிறேன். அம்மொழியில் இலக்கியச் செல்வம் ஏராளம் என்று கேள்விப்படுகிறேன். சாத்தியமானால் ஜெர்மனிக்குப் போய் ஜெர்மன் மொழியையும் கற்பேன்'' என்று சொன்னார்.

இவ்விதம் அவர் விடாமல் பேசிக்கொண்டே போவார். பிற மொழிகளைக் கற்பதிலும், வெளிநாடுகளில் சுற்றுப் பிரயாணம் செய்வதிலும் அவருக்கு இருந்த ஆசைக்கு எல்லையே இல்லை.

''அப்படியானால் நீங்கள் அமெரிக்காவுக்கும் போவீர்கள் அல்லவா?''

''நிச்சயமாகப் போவேன். புதிய உலகத்தைப் பார்க்காமல் நான் எப்படி இந்தியாவுக்குத் திரும்பிவிட முடியும்?''

''ஆனால், இதற்கெல்லாம் பணத்திற்கு என்ன செய்வீர்கள்?''

''எனக்குப் பணம் எதற்காக? உங்களைப்போல நான் நாசூக்கானவன் அல்ல. எனக்குக் குறைந்த அளவு சாப்பாடும், குறைந்த அளவு உடையும் போதும். என் புத்தகங்களின் விற்பனையிலிருந்தும் என் நண்பர்களிடம் இருந்தும் கிடைப்பதே இதற்குப் போதுமானது. நான் எப்பொழுதும் மூன்றாம் வகுப்பு வண்டியிலேயே பிரயாணம் செய்கிறேன். அமெரிக்காவுக்குப் போகும் போதும் கப்பலில் கடைசி வகுப்பிலேயே நான் போவேன்.''

நாராயண ஹேமசந்திரரின் எளிய வாழ்க்கை அவருக்கே உரியது. அந்த எளிய வாழ்க்கைக்கு ஏற்றாற் போல் இருந்தது அவருடைய கபடமற்ற தன்மையும். கர்வம் என்பதே அவரிடம் கொஞ் சமேனும் இல்லை. ஆனால், நூலாசிரியர் என்பதில் மாத்திரம் தம்முடைய திறமையைப் பற்றிக் கொஞ்சம் அதிகப்படியாகவே அவர் எண்ணிக்கொண்டிருந்தார்.

நாங்கள் தினந்தோறும் சந்திப்போம். எங்கள் இருவருடைய எண்ணங்களும், செயல்களும் அநேக விஷயங்களில் ஒரேமாதிரி இருந்தன. நாங்கள் இருவரும் சேர்ந்து, மத்தியான வேளைகளில் சாப்பிடுவோம். வாரத்திற்கு 17 ஷில்லிங் செலவில் வாழ்ந்து நானே சமைத்துக் கொண்ட சமயம் அது. சில சமயங்களில் அவர் இருந்த இடத்திற்கு நான் போவேன். சில சமயங்களில் அவர் நான் இருந்த இடத்திற்கு வருவார். ஆங்கில தோரணையில் நான் சமையல் செய்துவந்தேன். இந்திய முறைச் சமையல் தவிர வேறு எதுவுமே அவருக்குப் பிடிக்காது. பருப்பு இல்லாமல் அவருக்குச் சரிப்படாது. காரட் முதலியவைகளைக் கொண்டு நான் சூப் தயாரிப்பேன். எனக்கு இப்படியும் ருசி கெட்டுப் போய்விட்டதே என்று அவர் பரிதாபப்படுவார். ஒருநாள் இந்தியக் காராமணியை எங்கோ தேடிப்பிடித்துச் சமைத்து அதைக் கொண்டு வந்தார். நான் மகிழ்ச்சியுடன் அதைச் சாப்பிட்டேன். அதிலிருந்து ஒருவருக்கொருவர் கொடுப்பதும் வாங்கிக் கொள்ளுவதுமான முறை ஆரம்பமாயிற்று. நான் சமைத்ததை அவருக்குக் கொண்டு போய் கொடுப்பேன், அவர் சமைத்ததை எனக்குக் கொண்டு வந்து கொடுப்பார்.

அச்சமயத்தில் கார்டினல் மானிங்கின் பெயர் எங்கும் பிரசித்தமாக இருந்தது. ஜான் பர்ன்ஸ், கார்டினல் மானிங் ஆகிய இருவரின் முயற்சியினால் துறைமுகத் தொழிலாளர் வேலை நிறுத்தம் சீக்கிரத்தில் முடிவுற்றது. கார்டினலின் எளிய வாழ்க்கையைக் குறித்து டிஸ்ரேலி பாராட்டிக் கூறியிருக்கிறார் என்று நாராயண ஹேமசந்திரரிடம் சொன்னேன். “அப்படியானால் அந்த முனிவரை நான் பார்க்க வேண்டும்” என்றார் அவர்.

“அவரோ மிகப் பெரிய மனிதர். அப்படியிருக்க அவரை எப்படிப் பார்க்க முடியும் என்று எதிர் பார்க்கிறீர்கள்?” என்றேன்.

“ஏன் பார்க்க முடியாது? எப்படிப் பார்ப்பது என்பது எனக்குத் தெரியும். எனக்காக என் பெயரில் அவருக்கு நீங்கள் எழுத வேண்டும். நான் ஒரு நூலாசிரியர் என்றும், அவருடைய ஜீவகாருண்ய சேவைகளுக்காக அவரை நேரில் கண்டு வாழ்த்துக் கூற விரும்புகிறேன் என்று எழுதுங்கள். எனக்கு ஆங்கிலம் தெரியாததனால் எனக்கு மொழிபெயர்ப்பாளராக உங்களையும் உடன் அழைத்து வரவேண்டியிருக்கிறது என்றும் எழுதுங்கள்” என்றார்.

அப்படியே நான் கடிதம் எழுதினேன். இரண்டு மூன்று நாட்களில் நாங்கள் சந்திப்பதற்கு நேரத்தைக் குறிப்பிட்டு, கார்டினல் மானிங்கிடமிருந்து கடிதம் வந்தது. ஆகவே, நாங்கள் இருவரும் கார்டினலிடம் போனோம். யாரையாவது பார்க்கப் போகும்போது உடுத்துக் கொள்ளும் சம்பிரதாய உடையை அணிந்துகொண்டு நான் போனேன். ஆனால், நாராயண ஹேமசந்திரரோ, எப்பொழுதும்போல் அதே சட்டையையும் கால் சட்டையையும் போட்டுக் கொண்டே வந்தார். இதை குறித்து நான் கேலிசெய்த போது அவர் கூறியதாவது.

“நாகரிகம் படைத்த நீங்கள் எல்லாம் கோழைகள். மகான்கள், ஒருவருடைய வெளித்தோற்றத்தைக் கண்டு மதிப்பதே இல்லை அவருடைய உள்ளத்தைப் பற்றியே அவர்கள் நினைக்கிறார்கள்.”

கார்டினலின் மாளிகைக்குள் சென்றோம். நாங்கள் போய் உட்கார்ந்ததும், மெலிந்த உயரமான கிழக் கனவான் ஒருவர் வந்து எங்களுடன் கை குலுக்கினார். நாராயண ஹேமசந்திரர் பின் வருமாறு தமது வாழ்த்தைத் கூறினார்: “உங்கள் நேரத்தை அதிகம் வீணாக்க நான் விரும்பவில்லை. உங்கள் பெருமையைக் குறித்து நான் எவ்வளவோ கேள்விப்பட்டிருக்கிறேன். வேலை நிறுத்தம் செய்திருந்தவர்களுக்கு நீங்கள் செய்த சிறந்த சேவைக்காக உங்களிடம் வந்து, நன்றி தெரிவிக்க வேண்டும் என்று எனக்குத் தோன்றியது. உலகத்திலுள்ள மகான்களையெல்லாம் தரிசிப்பது என் வழக்கம். இதனாலேயே தங்களுக்கு நான் இந்தத் தொந்தரவைக் கொடுத்துவிட்டேன்.”

குஜராத்தியில் அவர் சொன்னதை நான் மேற்கண்டவாறு மொழிபெயர்த்துச் சொன்னேன்.

“நீங்கள் வந்ததற்காக நான் அதிக மகிழ்ச்சி அடைகிறேன். லண்டன் வாழ்க்கை உங்களுக்கு ஒத்துக்கொள்ளும் என்றும், இங்குள்ள மக்களுடன் நீங்கள் பழகுவீர்கள் என்றும் நம்புகிறேன். ஆண்டவன் உங்களுக்கு அருள் புரிவானாக” என்றார் கார்டினல்.

இவ்வாறு கூறிவிட்டுக் கார்டினல் எழுந்து நின்று எங்களுக்கு விடையளித்தார்.

ஒரு நாள் நாராயண ஹேமசந்திரர் வேட்டி கட்டி, ஒரு சட்டையை மாத்திரம் அணிந்து கொண்டு, என் இருப்பிடத்திற்கு வந்தார். அச்சமயம் இருந்த வீட்டு அம்மாள் புதியவர். நாராயண ஹேமசந்திரரை அவருக்குத் தெரியாது. இந்த நிலையில் அவர்தான் ஹேமசந்திரருக்குக் கதவைத் திறந்துவிட்டார். அவர் பயந்து போய், என்னிடம் ஓடோடி வந்து, “பைத்தியம்போல் இருக்கும் ஒருவர் உங்களைப் பார்க்க விரும்புகிறார்” என்றார். நான் கதவண்டை போனேன். நாராயண ஹேமசந்திரரைப் பார்த்து, வியப்படைந்தேன். அவருடைய கோலத்தைக் கண்டு திடுக்கிட்டும் போனேன். ஆனால் அவருடைய முகத்திலோ வழக்கமாக இருக்கும் புன்னகையைத் தவிர வேறு எதுவுமே இல்லை.

“தெருவிலுள்ள சிறுவர்கள் உங்களைத் தொடர்ந்து வந்து உங்கள் துணிகளைக் கிழிக்க முற்படவில்லையா?” என்று அவரைக் கேட்டேன். “ஆம், குழந்தைகள் என் பின்னால் ஓடி வந்தனர். அவர்களை நான் பொருட்படுத்தவில்லை. பிறகு சும்மா இருந்துவிட்டார்கள்” என்றார்.

நாராயண ஹேமசந்திரர், லண்டனில் சில மாதங்கள் தங்கியிருந்து விட்டுப் பிறகு பாரிஸூக்குச் சென்றார். பிரெஞ்சு மொழி படிக்கவும், பிரெஞ்சு நூல்களை மொழி பெயர்க்கவும் ஆரம்பித்தார். அவருடைய மொழி பெயர்ப்பைத் திருத்துவதற்குப் போதுமான அளவுக்கு எனக்குப் பிரெஞ்சு மொழி தெரியும். ஆகவே, அதைப் படித்துப் பார்க்க அவர் என்னிடம் கொடுத்தார். அது சாராம்சமேயன்றி மொழிபெயர்ப்பன்று.

கடைசியாக அமெரிக்கா போவது என்ற தமது உறுதியையும் அவர் நிறைவேற்றி விட்டார். அதிகக் கஷ்டப்பட்டே கப்பலில் மூன்றாம் வகுப்பு டிக்கெட் அவருக்குக் கிடைத்தது.

அமெரிக்காவில் இருந்தபோது, ஒரு நாள் வேட்டியும் உள் சட்டையும் மாத்திரம் அணிந்து கொண்டு, அவர் வெளியே வந்து விடவே, ஆபாசமான உடை அணிந்திருந்த குற்றத்திற்காக அவரைக் கைது செய்து வழக்குத் தொடுத்தனர். விசாரணைக்குப் பிறகு அவர் விடுதலையடைந்தார் என்றே எனக்கு ஞாபகம்.

23. மகத்தான கண்காட்சி

1899– இல் பாரிஸில் மகத்தான கண்காட்சி ஒன்று நடந்தது. அதற்காகச் செய்யப்பட்டு வந்த விமரிசையான ஏற்பாடுகளைக் குறித்துப் பத்திரிகையில் படித்திருந்தேன். எனக்குப் பாரிஸைப் பார்க்க வேண்டும் என்ற ஆசை அதிகமாக இருந்தது. ஆகையால், இச்சமயத்தில் அங்கே போனால் இரண்டையுமே பார்த்ததாகும் என்று எண்ணினேன். கண்காட்சியில் முக்கியமாகப் பார்க்க வேண்டி இருந்தது, எப்பீல் கோபுரம். அது முழுக்க முழுக்க இரும்பினால் கட்டப்பட்டது. சுமார் ஆயிரம் அடி உயரம் இருக்கும். கவர்ச்சியான மற்றும் பல பொருள்களும் காட்சியில் இருந்தன. ஆனால், எல்லாவற்றிலும் மிக முக்கியமானதாக இருந்தது அந்தக் கோபுரமே. ஏனெனில் அவ்வளவு உயரமான ஒரு கட்டுக்கோப்பு, விழுந்து விடாமல் எப்போதும் நிற்க முடியாது என்று அதுவரையில் கருதப்பட்டு வந்தது.

பாரிஸில் சைவ உணவு விடுதி ஒன்று உண்டு என்று கேள்விப் பட்டிருந்தேன். அங்கே ஓர் அறையை அமர்த்திக் கொண்டு, ஏழு நாட்கள் தங்கினேன். பாரிஸுக்குப் பிரயாணம் செய்ததிலும் அதைச் சுற்றிப் பார்த்ததிலும் மிகச் சிக்கனமாகவே செலவழித்துச் சமாளித்துக் கொண்டேன். பாரிஸின் அமைப்புப் படத்தையும் கண்காட்சியின் விவரங்களும் படமும் அடங்கிய புத்தகத்தையும் வைத்துக் கொண்டு, அவற்றின் உதவியால் பெரும்பாலும் நடந்தே சென்று, எல்லாவற்றையும் பார்த்தேன். முக்கியமான தெருக்களுக்கும், பார்க்க வேண்டிய இடங்களுக்கும் வழி தெரிய அவைகளே போதுமானவை.

கண்காட்சி மிகப் பெரியது. பலவகையான பொருட்கள் வைக்கப்பட்டிருந்தன என்பதைத் தவிர வேறு எதுவும் எனக்கு இப்பொழுது நினைவு இல்லை. எப்பீல் கோபுரத்தில் இரண்டு, மூன்று தடவை நான் ஏறியதால் அதுமாத்திரம் எனக்கு நன்றாக நினைவிருக்கிறது. அதன் முதல் அடுக்கில் ஒரு சாப்பாட்டு விடுதி இருந்தது. வெகு உயரத்தில் நான் மத்தியானச் சாப்பாடு உண்டேன் என்று சொல்லிக் கொள்ளுவது சாத்தியமாக

வேண்டும் என்ற திருப்திக்காக மாத்திரம் ஏழு ஷில்லிங்கை அங்கே தொலைத்தேன்.

பாரிஸிலுள்ள புராதனமான கிறிஸ்தவாலயங்கள் இன்னும் என் நினைவில் இருக்கின்றன. அவற்றின் கம்பீரமான தோற்றமும் அங்கிருந்த அமைதியும் என்றும் மறக்க முடியாதவை. நோத்ரதாம் கோயிலின் அற்புதமான அமைப்பும், உள்ளே செய்யப்பட்டிருக்கும் விமரிசையான சித்திர வேலைகளும் அழகான சிலைகளும் என்றும் மறக்க முடியாதவை. இத்தகைய தெய்வீகமான கோயில்களைக் கோடிக்கணக்கில் செலவிட்டுக் கட்டியவர்களின் உள்ளங்களில் நிச்சயமாகக் கடவுள் பக்தி இருந்திருக்கவே வேண்டும் என்று எண்ணினேன்.

பாரிஸ் நகரின் நாகரிக வாழ்க்கையைக் குறித்தும், களியாட்டங் களைப் பற்றியும் நான் நிரம்பப் படித்திருந்தேன். அவற்றிற்கான அறிகுறிகள் ஒவ்வொரு தெருவிலும் தென்பட்டன. ஆனால், இக் காட்சிகளுக்கெல்லாம் புறம்பானவைகளாகவே கிறிஸ்தவாலயங்கள் இருந்தன. இக்கோயில்கள் ஒன்றினுள் ஒருவன் போய் விடுவானாயின், வெளியிலுள்ள சப்தங்களையும் சந்தடிகளையும் அவன் மறந்தே போவான். உடனே அவனுடைய தன்மையே மாறிவிடும். கன்னி மேரியின் சிலை முன்பு மண்டியிட்டுத் தொழும் ஒருவனை கடந்து சென்றதுமே அவன் கண்ணியமாகவும் பக்தியோடும் நடந்து கொண்டு விடுவான். இவ்விதம் முழந்தாள் இடுவதும், பிரார்த்தனை செய்வதும் வெறும் மூட நம்பிக்கைகளாக இருக்க முடியாது. கன்னி மேரியின் முன் பயபக்தியுடன் மண்டியிட்டுக் கொண்டு வணங்கியவர்கள் வெறும் சலவைக்கல்லை மாத்திரம் வணங்கியவர்களாக இருக்க முடியாது என்று அப்பொழுது எனக்கு ஏற்பட்ட உணர்ச்சி, அது முதலே என்னுள் வளர்ந்து கொண்டு வந்தது. அவர்கள் கல்லை வணங்கவில்லை, உண்மையான பக்தியால் பரவசம் அடைந்து, அக்கல் எதற்கு அறிகுறியாக நின்றதோ அந்தத் தெய்வீக சக்தியையே அவர்கள் வணங்கினார்கள். இத்தகைய பிரார்த்தனைகளினால் அவர்கள் கடவுளின் மகிமையை வளர்த்தார்களேயல்லாமல் குறைத்து விடவில்லை என்றும் அப்பொழுது எனக்குத தேன்றியதாக நினைவிருக்கிறது.

எப்பீல் கோபுரத்தைப்பற்றியும் இங்கே ஒரு வார்த்தை கூற வேண்டும். அந்தக் கோபுரம் இன்று எவ்விதம் பயன்படுகிறது என்பது தெரியாது. ஆனால், அதைக் குறித்துப் பலர் குறை கூறினர் என்றும், மற்றும் பலர் போற்றினர் என்றும் அப்பொழுது அறிந்தேன். அதைக் குறை கூறியவர்களில் முக்கியமானவர் டால்ஸ்டாய். எப்பீல் கோபுரம் மனிதன் செய்யும் தவறுக்கு ஒரு சின்னமேயன்றி அவனுடைய அறிவுக்குச் சின்னம் அல்ல என்று அவர் கூறினார். போதை தரும் பொருள்களிலெல்லாம் மிக மோசமானது புகையிலை என்று டால்ஸ்டாய் கூறினார். புகையிலைப் பழக்கம் உள்ளவனை, குடிகாரன் கூடச் செய்யத் துணியாத குற்றங்களைச் செய்துவிடும்படி புகையிலை தூண்டிவிடுகிறது என்றார். மதுபானம் ஒருவனைப் பித்தன் ஆக்கி விடுகிறது, புகையிலையோ, அவன் புத்தியை மயக்கி, ஆகாயக் கேட்டை கட்டும்படி செய்கிறது என்றார். அத்தகைய மதிமயக்கத்தில் மனிதன் சிருஷ்டிப்பவைகளில் ஒன்றே எப்பீல் கோபுரம் என்றும் டால்ஸ்டாய் கூறினார். எப்பீல் கோபுரத்தில் கலைத்திறன் எதுவும் இல்லை. கண்காட்சியின் உண்மையான அழகை இது எந்த விதத்திலும் அதிகரித்ததாகவும் சொல்லுவதற்கில்லை. இதைப் பார்ப்பதற்கு ஏராளமான மனிதர்கள் கூடினார்கள். அது புதுமையாகவும், இணையற்ற வகையில் பெரிதாகவும் இருந்ததால், மனிதர்கள் அதில் ஏறியும் பார்த்தனர். கண்காட்சியில் அதை ஒரு விளையாட்டுப் பொம்மை என்றே சொல்லலாம். நாம் குழந்தைகளாக இருந்து கொண்டிருக்கும் வரையில், பொம்மைகள் நமக்குக் கவர்ச்சியாகவே இருக்கும். விளையாட்டு பொருட்களைக்கண்டு மயங்கும் குழந்தைகளே நாம் எல்லோரும் என்ற உண்மையை அக்கோபுரம் நன்றாக எடுத்துக் காட்டுவதாக இருந்தது. அதுவே எப்பீல் கோபுரத்தினால் ஏற்பட்ட பயன் என்றும் சொல்லிக் கொள்ளலாம்.

24. பாரிஸ்டரானேன், ஆனால் பிறகு...?

பாரிஸ்டர் ஆவதற்காகவே நான் இங்கிலாந்துக்குச் சென்றேன். ஆனால், அதைப்பற்றி இதுவரை ஒன்றும் சொல்லாமலேயே தள்ளிவைத்து வந்திருக்கிறேன். அதைப் பற்றிச் சுருக்கமாகச் சொல்ல வேண்டிய சமயம் வந்துவிட்டது.

ஒரு மாணவன், பாரிஸ்டர் ஆவதற்குப் பூர்த்தி செய்ய வேண்டிய நிபந்தனைகள் இரண்டு உண்டு. இதில் ஒன்று, முறையை அனுசரிப்பது. இத்தகைய பன்னிரெண்டு முறைகள் சுமார் மூன்று ஆண்டுகளுக்குச் சமம். மற்றொன்று, பரீட்சைகளில் தேறுவது. முறையை அனுசரிப்பது என்றால், முறைப்படி தின்பது, அதாவது ஒரு கால அளவில் நடக்கும் சுமார் இருபத்து நான்கு விருந்துகளில் குறைந்தது ஆறு விருந்துகளுக்காவது போக வேண்டும். விருந்தில் கலந்து கொள்ளுவதென்றால் சாப்பிட்டாக வேண்டும் என்பது அல்ல. குறிப்பிட்ட நேரத்தில் வந்துவிட்டதாக அறிவித்துக்கொண்டு, விருந்து முடியும்வரை அங்கேயே இருக்க வேண்டும். உண்மையில் ஒவ்வொருவரும் சாப்பிட்டார்கள், குடித்தார்கள், நல்ல உணவு வகைகளும், உயர்ந்த மதுபானங்களும் அங்கே வழங்கப்படும். ஒரு சாப்பாட்டுக்கு இரண்டரை ஷில்லிங்கிலிருந்து மூன்றரை ஷில்லிங் வரையில் ஆகும், அதாவது இரண்டு, மூன்று ரூபாய் ஆகும். ஒருவர் ஹோட்டலில் சாப்பிட்டால் மதுபானத்திற்கு மாத்திரம் அவ்வளவு தொகை கொடுக்க வேண்டி வரும். ஆகையால், இது மிதமானது என்றே கருதப்பட்டது. சாப்பாட்டின் விலையை விட மதுபானச் செலவு அதிகமாவது என்பது இந்தியாவிலுள்ள நமக்கு நாம் நாகரிகம் அடையாதவர்களாக இருந்தால் – ஆச்சரியமாக இருக்கும். முதன் முதலாக எனக்கு இந்த விவரம் தெரிந்தபோது நான் திடுக்கிட்டே போனேன். குடியில் இவ்வளவு பணத்தை வாரி இறைத்துவிட அவர்களுக்கு எப்படித்தான் மனசு வருகிறது என்று ஆச்சரியப்பட்டேன். பிறகு நான் இதைப் புரிந்து கொண்டேன். இந்த விருந்துகளில் அநேகமாக நான் எதுவும் சாப்பிடுவதில்லை. ஏனென்றால்,

நான் சாப்பிடக் கூடியவை ரொட்டியும் வேக வைத்த உருளைக் கிழங்கும், முட்டைக் கோஸுமே. இவையும் எனக்குப் பிடிப்பதில்லையாகையால் ஆரம்பத்தில் இவைகளையும் நான் சாப்பிடுவதில்லை. பின்னால் இவை எனக்கு ருசியாயிருக்க ஆரம்பித்ததும், வேறு பண்டங்களும் வேண்டும் என்று கேட்கும் துணிச்சலும் எனக்கு உண்டாயிற்று.

மாணவர்களுக்கு அளிக்கப்பட்ட விருந்தைவிட, நீதிபதிகளுக்கு அளிக்கும் விருந்து மிகவும் உயர்ந்ததாக இருக்கும். என்னைப் போல ஒரு பார்ஸி மாணவரும் மாமிசம் சாப்பிடாதவர். நீதிபதிகளுக்குப் பறிமாறும் சைவ உணவு வகைகளை எங்களுக்கும் பரிமாற வேண்டும் என்று நாங்கள் இருவரும் மனுச் செய்து கொண்டோம். எங்கள் மனு அங்கீகரிக்கப் பெற்றது. நீதிபதிகளின் மேஜைகளிலிருந்து பழங்களும் மற்றக் கறிகாய்களும் எங்களுக்குக் கிடைக்கத் தொடங்கின.

நான்கு பேர் அடங்கிய ஒரு குழுவிற்கு, இரண்டு பாட்டில் ஒயின் என்ற வகையில் மதுபானம் கொடுத்தனர். நான் அதைத் தொடுவதே இல்லை. ஆகையால், என்னுடன் இருக்கும் மற்ற மூவருக்கும் இரண்டு ஒயின் பாட்டில்களைக் காலி செய்ய வசதி இருந்தது. இதற்காக என்னைத் தத்தம் குழுவில் சேர்த்துக் கொள்ளுவதற்குப் பலர் விரும்பியதால், எனக்கு எப்பொழுதும் கிராக்கி இருந்து வந்தது. ஒவ்வொரு காலப் பகுதியிலும் இந்த நிகழ்ச்சியில் பெரிய விருந்து என்று ஒன்று நடக்கும். போர்ட், ஷெர்ரி ஒயின்களும் அதிகமாக, ஷாம்பேன் போன்ற ஒயின்களும் கொடுக்கப்படும். ஆகையால், அதற்கு வருமாறு எனக்கு விசேஷக் கோரிக்கைகள் வரும். அந்தப் பெரிய விருந்து நாட்களில் எனக்கு கிராக்கி வெகு அதிகம் இருக்கும்.

இத்தகைய விருந்துகள், பாரிஸ்டராவதற்கு மாணவர்களை எவ்விதம் தகுதியுடையவர்கள் ஆக்குகின்றன என்பதை நான் அப்பொழுதும் உணரவில்லை. அதற்குப் பின்னரும் உணரவில்லை. மிகச் சில மாணவரே இத்தகைய விருந்துகளில் கலந்து கொள்ளும் காலம் ஒன்று இருந்தது. அப்பொழுது அம்மாணவர்களும் நீதிபதிகளும் கலந்து பேசுவதற்குச் சந்தர்ப்பங்கள் இருந்தன, பிரசங்கங்களும் நடந்தன. இத்தகைய சந்தர்ப்பங்களினால் அவர்களுக்கு உலக ஞானத்துடன்,

ஒருவகையான மெருகும் வளர்த்துக் கொள்ள முடியும். என் காலத்திலோ, நீதிபதிகளுக்கு என்று தனியாகவே விருந்து மேஜைகள் போடப்பட்டிருந்ததால் அத்தகைய வாய்ப்பு என்றுமே எனக்குக் கிடைக்கவில்லை. இந்த வழக்கத்திற்கு நாளா வட்டத்தில் பொருள் இல்லாமலே போயிற்று. என்றாலும் பழைமையில் பற்றுக் கொண்ட இங்கிலாந்து, அதை விடாமல் வைத்துக் கொண்டிருந்தது.

பரீட்சைக்கு உரிய பாடங்கள் மிகச் சுலபமானவை. பாரிஸ்டர்களை, 'விருந்து பாரிஸ்டர்கள்' என்றும் வேடிக்கையாக அழைப்பது உண்டு. உண்மையில் பரீட்சைகள் ஒரு பயனும் இல்லாதவை என்பது எல்லோருக்கும் தெரியும். என் காலத்தில் ரோமன் சட்டப் பரீட்சை, பொதுச் சட்டப் பரீட்சை என்று இரு பரீட்சைகள் உண்டு. இவற்றிற்கு இன்னவை பாடப் புத்தகங்கள் என்றும் குறிப்பிடப்பட்டிருந்தன. தனித்தனிப் பகுதிகளுக்கும் பரீட்சை எழுதலாம். அப்பாடப் புத்தகங்களை யாரும் அநேகமாக படிப்பதே இல்லை. இரண்டே வாரங்களில் ரோமன் சட்டத்திற்குப் போட்டிருக்கும் குறிப்புக்களை மாத்திரம் மேலெழுந்த வாரியாகப் பார்த்துவிட்டு, ரோமன் சட்டப் பரீட்சையில் பலர் தேறிவிட்டதை நான் அறிவேன். அதே போலப் பொதுச் சட்டத்திற்குள்ள குறிப்புகளை மாத்திரம் இரண்டு மூன்று மாதங்களில் படித்துவிட்டு, அப்பரீட்சையிலும் தேறி விடுவார்கள். கேள்விகள் சுலபமானவை, மாணவர்கள் அளிக்கும் பதில்களுக்கு மார்க் கொடுப்பவர்களும் தாராளமாக நடந்து கொண்டார்கள். ரோமன் சட்டப் பரீட்சைக்குச் செல்பவர்களில் 100–க்கு 95 முதல் 99 வரையில் தேறிவிடுவர். முடிவான பரீட்சையிலும் 100–க்கு 75 அல்லது அதற்கு அதிகமானவர்கள் கூடத் தேறி விடுவார்கள். ஆகையால் பரீட்சையில் தேறாமல் போய்விடுவோமோ என்ற பயமே இல்லை. பரீட்சைகளும் ஆண்டுக்கு ஒரு முறை அல்ல, நான்கு முறைகள் நடந்தன! இதில் கஷ்டம் இருப்பதாகவே யாரும் நினைப்பதற்கில்லை.

ஆனால், நான் மாத்திரம் அவற்றைச் சிரமமானவையாகச் செய்துகொண்டு விட்டேன். பாடப் புத்தகங்கள் எல்லாவற்றையும் படிக்க வேண்டும் என்று கருதினேன். அவைகளைப் படிக்காமல்

இருந்து விடுவது ஒரு மோசடி என்று எண்ணினேன். அவைகளை வாங்குவதில் அதிகப் பணமும் செலவிட்டேன். ரோமன் சட்டத்தை லத்தீன் மொழியிலேயே படிப்பது என்று தீர்மானித்தேன். லண்டன் மெட்ரிகுலேஷன் பரீட்சைக்காக நான் லத்தீன் படித்தது எனக்கு உதவியாக இருந்தது. நான் இவ்விதம் படித்ததெல்லாம் தென்னாப்பரிக்காவில் ரோமன் டச்சு பொதுச் சட்டமாக இருந்ததால் அந்நாட்டில் இருந்தபோது, எனக்கு நன்மையை அளித்தது. ஐஸ்டினியனைப் படித்தது, தென்னாப்பிரிக்காவின் சட்டங்களைப் புரிந்து கொள்ளுவதில் எனக்கு அதிக உதவியாக இருந்தது.

இங்கிலாந்தின் பொதுச் சட்டங்களை நான் கஷ்டப்பட்டுப் படித்து முடிக்க ஒன்பது மாத காலம் ஆயிற்று. புரூம் எழுதிய பொதுச் சட்டம் என்ற நூல் பெரியதாயினும் சுவராஸ்யமானது அதைப் படித்து முடிக்க அதிகக் காலம் ஆகிவிட்டது. ஸ்னெல் எழுதிய 'ஈக்விடி' என்ற நூல் சிறந்த விஷயங்களைக் கொண்டது. ஆனால், புரிந்து கொள்ளுவதுதான் சிரமம். ஓயிட்டும் டூடரும் எழுதிய, முக்கியமான வழக்குகள் என்ற நூலில் சில வழக்குகள் பாடங்கள். இவை கவர்ச்சியானவைகள் ஆகவும், விஷய ஞானத்தைப் போதிப்பவைகள் ஆகவும் இருந்தன. வில்லியமும் எட்வர்டும் எழுதிய 'உண்மையான சொத்து', குடவேயின் 'சொந்தச் சொத்து' ஆகிய நூல்களையும் படித்தேன். வில்லியத்தின் பத்தகத்தைப் படிப்பது கதை படிப்பது போல் இருந்தது. நான் இந்தியாவுக்குத் திரும்பியதும் அதேபோல், குறையாத சிரத்தையுடன் நான் படித்த ஒரே புத்தகம் மேய்னே எழுதிய 'ஹிந்துச் சட்டம்' என்பதாக எனக்கு ஞாபகம். இந்தியச் சட்டப் புத்தகங்களைப் பற்றிச் சொல்ல இது இடமன்று.

பரீட்சைகளில் தேறினேன். 1891, ஜூன், 10–ஆம் தேதி என்னைப் பாரிஸ்டர் ஜாபிதாவில் சேர்த்துக் கொண்டனர். ஜூன், 11–ஆம் தேதி, ஹைக்கோர்ட்டில் பாரிஸ்டராகப் பதிவு செய்து கொண்டேன். 12–ஆம் தேதி இந்தியாவுக்குக் கப்பல் ஏறினேன்.

நான் என்னதான் படித்திருந்தேனாயினும் எனக்குள் இருந்த பயத்திற்கும், சக்தியற்றிருக்கிறேன் என்ற உணர்ச்சிக்கும் முடிவே இல்லை. வக்கீல் தொழிலை நடத்துவதற்குத் தகுதி பெற்றுவிட்டதாக நான் உணரவே இல்லை. எனது இந்தச் சக்தியின்மையைப் பற்றி விவரிக்க ஒரு தனி அத்தியாயமே வேண்டும்.

25. எனது சக்தியின்மை

பாரிஸ்டர் ஆகிவடுவது எளிதாகவே இருந்தது. ஆனால், பாரிஸ்டர் தொழிலை நடத்துவதுதான் மிகக் கஷ்டமாக இருந்தது. நான் சட்டங்களைப் படித்திருந்தேன். ஆனால், சட்டவாதம் செய்யும் முறையைக் கற்றுக் கொள்ளவில்லை. சட்டக் கோட்பாடுகளையெல்லாம் சிரத்தையுடன் படித்திருந்தேன். அவற்றை என் தொழிலில் எப்படிப் பயன்படுத்திக் கொள்ளுவது என்பது மட்டும் எனக்குத் தெரியவில்லை. மற்றவர்களின் சொத்துக்களுக்குக் கெடுதல் ஏற்படாத வகையில் உன் சொத்தைப் பயன்படுத்திக் கொள் என்பது அத்தகைய கோட்பாடுகளில் ஒன்று. ஆனால், ஒரு கட்சிக்காரரின் நலனுக்கு ஏற்றவாறு இந்தக் கோட்பாட்டை எப்படிப் பயன்படுத்துவது என்பது எனக்குத் தெரியவில்லை. இந்தக் கோட்பாட்டின் மேல் எழுந்த முக்கியமான பெரிய வழக்குகளின் விவரங்களையெல்லாம் படித்துப் பார்த்தேன். என்றாலும் வழக்குகளில் அதை அனுசரிக்க முடியும் என்ற நம்பிக்கை எனக்கு ஏற்படவில்லை.

இதுவல்லாமல், இந்தியச் சட்டத்தைக் குறித்து நான் எதுவுமே கற்றுக் கொள்ளவில்லை. ஹிந்து, முகமதியச் சட்டங்களைப் பற்றியோ எனக்கு ஒன்றுமே தெரியாது. ஒரு பிராதைத் தயாரிப்பது எப்படி என்பதையும் நான் தெரிந்து கொள்ளவில்லை. எனவே, திக்குத்திசை தெரியாமல் தவித்தேன். ஸர் பிரோஸ்ஷா மேத்தா, கோர்ட்டுகளில் சிங்கம் போல் கர்ஜிப்பவர் என்று கேள்விப்பட்டிருந்தேன். அந்த வித்தையை இங்கிலாந்தில் அவர் எப்படிக் கற்றுக் கொண்டிருக்க முடியும் என்று ஆச்சரியப்பட்டேன். அவருடைய சட்டஞானத்தை, நான் என்றாவது அடைய முடியும் என்பதற்கே இடமில்லை. ஆனால், இந்தத் தொழில் என் ஜிவனத்திற்கு வேண்டியதாவது கிடைக்குமா என்பதே எனக்குச் சந்தேகமாக இருந்தது.

நான் சட்டம் படித்துக் கொண்டிருந்தபோது இந்தச் சந்தேகங்களும் கவலைகளுமே என்னைப் பிய்த்துக் கொண்டு இருந்தன. என்னுடைய இக்கஷ்டங்களை நண்பர்கள் சிலரிடம் கூறினேன்.

தாதாபாய் நௌரோஜியிடம் போய். அவர் யோசனையைக் கேட்க வேண்டும் என்று ஒரு நண்பர் எனக்குக் கூறினார். நான் இங்கிலாந்துக்கு சென்றபோது தாதா பாய்க்கும் ஓர் அறிமுகக் கடிதம் வைத்திருந்தேன் என்பதை முன்பே கூறியிருக்கிறேன். அதை வெகுகாலம் கழித்தே நான் பயன்படுத்திக் கொண்டேன். பேட்டி காண வேண்டும் என்று அத்தகைய பெரியவரைக் கஷ்டப்படுத்துவதற்கு எனக்கு எந்தவித உரிமையும் இல்லை என்று எண்ணினேன். அவர் எங்காவது பேசப் போகிறார் என்று அறிவிக்கப்பட்டால், அக்கூட்டங்களக்கு நான் போவேன். மண்டபத்தின் ஒரு மூலையில் இருந்து கொண்டு, அவர் பிரசங்கத்தைக் கேட்டுவிட்டு என் கண்களுக்கும் காதுகளுக்கும் கிடைத்த அவ்விருந்தோடு வீடு திரும்புவேன். மாணவர்களுடன் நெருங்கிய தொடர்பு வைத்துக்கொள்ளுவதற்காக அவர் ஒரு சங்கத்தை ஆரம்பித்தார். அதன் கூட்டங்களுக்கு நான் போவேன். மாணவர்கள் விஷயத்தில் தாதாபாய் கொண்டிருந்த சிரத்தையையும் அவர்கள் அவரிடம் கொண்டிருந்த மரியாதையும் கண்டு மகிழ்ந்தேன். நாளாவட்டத்தில் தைரியப்படுத்திக் கொண்டு என்னிடம் இருந்த அறிமுகக் கடிதத்தை அவரிடம் சமர்ப்பித்தேன்.

“நீர் எப்பொழுது வேண்டுமானாலும் வந்து என் புத்திமதியைக் கேட்கலாம்” என்று அவர் கூறினார். ஆனால், அவர் இவ்விதம் கூறியதைப் பயன்படுத்திக் கொண்டு, நான் ஒரு தரமும் அவரிடம் போகவில்லை. மிக முக்கியமான அவசியம் இருந்தாலன்றி அவருக்கு தொந்தரவு கொடுக்கக் கூடாது என்று நினைத்தேன். ஆகையால், எனக்குள்ள கஷ்டங்களைக் குறித்துத் தாதா பாயிடம் கூறுவது என்ற என் நண்பனின் யோசனையை ஏற்றுக் கொள்ள அச்சமயம் நான் துணியவில்லை. ஸ்ரீ பிரடரிக் பின்கட்டைச் சந்திக்குமாறு எனக்கு யோசனை சொன்னது இதே நண்பர்தானா, வேறு ஒருவரா என்பது எனக்கு நினைவு இல்லை. ஸ்ரீ பின்கட், கன்சர்வேடிவ் கட்சியைச் சேர்ந்தவர். ஆனால் இந்திய மாணவர்களிடம் அவர் கொண்டிருந்த அன்போ புனிதமானது. சுய நலமற்றது. பல மாணவர்கள் அவருடைய ஆலோசனையை நாடுவார்கள். உத்தியோகங்களுக்கும் அவரிடம் மனுச் செய்து கொள்ளுவார்கள். அவரும் வேண்டியதைச் செய்வார். நான் அவரைச் சந்தித்துப் பேசியதை என்றுமே மறக்க மடியாது. ஒரு

நண்பனாகவே என்னை அவர் வரவேற்று முகமன் கூறினார். எனக்கு இருந்த நம்பிக்கைகளை நான் சொல்லக் கேட்டதும் அவர் சிரித்து விட்டார். "ஒவ்வொருவரும் பிரோஸ்ஷா மேத்தாவாக இருக்க வேண்டும் என்று நினைக்கிறீரா? பிரோஸ்ஷாக்களும் பத்ருதீன்களும் அபூர்வமாகவே இருப்பார்கள். சாதாரண வக்கீலாக இருப்பதற்கு அசாதாரண ஆற்றல் எதுவும் அவசியமில்லை என்பதை நிச்சயமாக நம்பும். பொதுவான யோக்கியப் பொறுப்பும் உழைப்பும் இருந்தால், ஒருவர் தம்முடைய ஜிவனத்திற்குச் சம்பாதித்துக் கொள்ள அவையே போதும். வழக்குகள் எல்லாமே சிக்கலானவை அல்ல. பொது அறிவை வளர்த்துக் கொள்ளுவதற்கு எந்த அளவு படித்திருக்கிறீர்? அதைச் சொல்லும், பார்ப்போம்" என்றார்.

என்னுடைய சொற்பமான படிப்பை நான் அவருக்குத் தெரிவித்ததும் அவர் ஏமாற்றம் அடைந்தார் என்பதைக் கண்டேன். ஆனால், அந்த ஏமாற்றம் அவருக்குக் கணத்தில் மாறிவிட்டது. உடனே அவர் முகத்தில் அழகிய புன்னகை மலர்ந்தது. அவர் கூறியதாவது, "உமக்குள்ள கஷ்டத்தை நான் அறிகிறேன். உமது பொது அறிவுப் படிப்பு மிகக் கொஞ்சம். ஒரு வக்கீலுக்கு இன்றியமையாததான உலக ஞானம் உமக்கு இல்லை. இந்தியாவின் சரித்திரத்தைக் கூட நீர் இன்னும் படிக்கவில்லை. மனித சுபாவத்தையும் ஒரு வக்கீல் அறிந்திருக்க வேண்டும். முகத்தைப் பார்த்தே ஒருவன் எப்படிப்பட்டன் என்பதைத் தெரிந்து கொள்ள அவரால் முடியவேண்டும். ஒவ்வோர் இந்தியரும் இந்திய சரித்திரத்தை அறிந்திருக்க வேண்டும். வக்கீல் தொழிலுக்கும் இதற்கும் சம்பந்தம் இல்லை, என்றாலும், இதை நீர் அறிந்திருப்பது அவசியம். 1857 சிப்பாய்க் கலகத்தைக் குறித்துக் கேபியும் மாலிஸனும் எழுதியிருக்கும் சரித்திரத்தைக்கூட நீர் படித்ததில்லை எனக் காண்கிறேன். அதை உடன் படிப்பதோடு, மனித சுபாவத்தை புரிந்து கொள்ளுவதற்கு மற்ற இரு புத்தகங்களையும் படியும் லவேட்டரும் ஷெம்மல் பென்னிக்கும் முகபாவங்களைக் குறித்து எழுதியிருக்கும் புத்தகங்களே அவை இரண்டும்."

மதிப்பிற்குரிய இந் நண்பரிடம் நான் மிகுந்த நன்றியறிதல் உள்ளவனானேன். அவர் முன்னிலையில் எனக்கு இருந்த

பயமெல்லாம் பறந்து ஓடிவிட்டதைக் கண்டேன். ஆனால், அவரை விட்டு வந்ததுமே திரும்பக் கவலைப்பட ஆரம்பித்து விட்டேன். வீட்டுக்குத் திரும்புகையில் அவ்விரு புத்தகங்களைப் பற்றி நான் எண்ணியபோது, ஒருவனுடைய முகத்தைக்கொண்டே அவனுடைய குணங்களை அறிவது எப்படி? என்பதே என் மனத்தைச் சதா அலைத்துக் கொண்டிருந்தது. மறுநாள் லவேட்டரின் புத்தகத்தை வாங்கினேன். ஷெம்மல் பென்னிக்கின் புத்தகம் கடையில் கிடைக்கவில்லை... லவேட்டரின் புத்தகத்தைப் படித்தேன். ஈக்விடியைப் பற்றி ஸ்னெல்லின் புத்தகத்தையும் விட இது அதிக கஷ்டமானதாக இருந்ததோடு படிப்பதற்கும் ரசமாக இல்லை. ஷேக்ஸ்பிரியரின் முக பாவத்தைப் பற்றியும் படித்தேன்.

ஆனால், லண்டன் தெருக்களில் அங்கும் இங்குமாக நடந்தகொண்டிருக்கும் ஷேக்ஸ்பியர்களின் முகபாவத்தைக் கொண்டு அவர்களைப் புரிந்து கொண்டுவிடும் ஆற்றல் எனக்கு ஏற்படவில்லை.

லவேட்டரின் புத்தகம் எனக்குப் புதிய அறிவு எதையும் புகட்டிவிடவில்லை. ஸ்ரீ பின்கட்டின் புத்திமதிகள் எனக்கு நேரடியான உதவி எதையும் அளித்துவிடவில்லை. ஆனால், அவருடைய அன்பு எனக்குத் தைரியத்தை ஊட்டியது. அவரது புன்னகை பூத்த கபடமற்ற முகம், என் நினைவில் பதிந்துவிட்டது. 'வெற்றிகரமான ஒரு வக்கீல் ஆவதற்கப் பிரோஸ்ஷா மேத்தாவுக்குள்ள அறிவுக்கூர்மையும், ஞாபக சக்தியும் ஆற்றலும் இருக்க வேண்டும் என்ற அவசியம் இல்லை, யோக்கியப் பொறுப்பும் உழைப்பும் போதும்' என்று அவர் கூறிய புத்திமதியில் எனக்கு நம்பிக்கை ஏற்பட்டது. கடைசியில் கூறப்பட்ட இவ்விரு குணங்களும் என்னிடம் ஓரளவுக்கு இருந்ததால் நான் ஒருவாறு தைரியம் கொண்டேன்.

கேயியும் மாலிஸனும் சிப்பாய் கலகத்தைக் குறித்து எழுதிய புத்தகத்தை இங்கிலாந்தில் இருந்தபோது நான் படிக்க முடியவில்லை. ஆனால், கிடைக்கும் முதல் சந்தர்ப்பத்திலேயே படித்து விட வேண்டும் என்று எண்ணியிருந்ததால் அவற்றைத் தென்னாப்பிரிக்காவில் படித்தேன்.

இவ்விதமான மனச்சோர்வுடனும், அற்ப சொற்பமான நம்பிக்கையுடனும், எஸ்.எஸ். அஸ்ஸாம் என்ற கப்பலில் நான் பம்பாய் வந்து இறங்கினேன். துறைமுகத்தில் கடல் கொந்தளிப்பாக இருந்தது. ஒரு நீராவிப் படகும் மூலமே கப்பலிலிருந்து கரைசேர்ந்தேன்.

இரண்டாம் பாகம்

1. ராய்ச்சந்திர பாய்

பம்பாய் துறைமுகத்தில் கடல் கொந்தளிப்பாக இருந்தது என்று முந்திய அத்தியாயத்தில் கூறினேன். ஜூன், ஜூலை மாதங்களில் அரபுக் கடலில் இவ்விதம் இருப்பது சகஜம். ஏடனிலிருந்து நெடுகவுமே அலை அதிகமாகவே இருந்தது. அநேகமாக எல்லாப் பிரயாணிகளுக்கும் மயக்கமும் வாந்தியுந்தான். நான் ஒருவனே எதுவும் இல்லாமல் சுகமாக இருந்தேன். கப்பலின் மேல் தளத்தில் இருந்து கொண்டு, காற்றின் ஆவேசத்தையும் அலைகள் வேகமாகக் கப்பலில் வந்து மோதுவதையும் பார்த்து ஆனந்தித்துக் கொண்டிருந்தேன். என்னைத் தவிர இரண்டொருவரே காலை ஆகாரம் சாப்பிட வருவார்கள். ஓட்ஸ் கஞ்சித் தட்டை மிக எச்சரிக்கையுடன் மடியில் வைத்துக்கொண்டு சாப்பிடுவேன். கொஞ்சம் உஷாராக இல்லாது போனால் மடியிலெல்லாம் கஞ்சி கொட்டிவிடும்.

வெளிப்புயல், என் அகப்புயலுக்குப் ஒரு சின்னமாகவே இருந்தது. வெளிப்புயல் எவ்விதம் என்னைக் கலங்கச் செய்யவில்லையோ அதைப்போலவே அகப்புயலைக் குறித்தும் நான் கலங்கவில்லை என்று சொல்லலாம் என்றே நினைக்கிறேன். சாதிக்கட்டுப்பாட்டுத் தொல்லை வேறு, என்னை எதிர்நோக்கி நின்றது. பாரிஸ்டர் தொழிலைத் தொடங்குவது சம்பந்தமாக எனக்கு இருந்து வந்த அதைரியங்களை முன்பே சொல்லியிருக்கிறேன். மேலும், நான் சீர்திருத்தக்காரன். எனவே சில சீர்திருத்தங்களை எவ்விதம் ஆரம்பிக்கலாம் என்பதைக் குறித்தும் சிந்தித்துக் கொண்டிருந்தேன். ஆனால், நான் எதிர்பார்த்ததையெல்லாம் விட இன்னும் அதிகக் கஷ்டங்கள் எனக்குக் காத்துக் கொண்டிருந்தன.

என் மூத்த சகோதரர் என்னைச் சந்திப்பதற்காகத் துறைமுகத்திற்கு வந்திருந்தார். அவர், இதற்கு முன்பே டாக்டர் மேத்தாவுடனும் அவருடைய மூத்த சகோதரருடனும் பழக்கமாகிவிட்டார். தமது வீட்டிலேயே நான் தங்க வேண்டும் என்று டாக்டர் மேத்தா வற்புறுத்தியதன் பேரில் நாங்கள் அங்கே சென்றோம்.

இவ்விதம் இங்கிலாந்தில் ஏற்பட்ட பழக்கம் இந்தியாவிலும் தொடர்ந்து இரு குடும்பங்களுக்கும் இடையே நிரந்தரமான நட்பாக வளர்ந்து விட்டது.

என் தாயரைப் பார்க்கவேண்டும் என்று என் உள்ளம் துடித்துக் கொண்டிருந்தது. என்னைத் திரும்ப வரவேற்று, மார்புடன் தழுவி மகிழ, அவர் தமது பூதவுடலுடன் அப்பொழுது இல்லை என்பது எனக்குத் தெரியாது. அவர் காலமாகிவிட்டார் என்ற துக்கச் செய்தி எனக்கு அறிவிக்கப்பட்டது. அதன் பேரில் செய்யவேண்டிய கிரியைகளைச் செய்து முடித்தேன். நான் இங்கிலாந்தில் இருந்தபோதே, என் அன்னை இறந்துவிட்டார். இதை என் சகோதரர் எனக்கு தெரிவிக்கவில்லை. வெளிநாட்டில் இப்பெரும் துக்கத்தின் வேதனை எனக்கு ஏற்பட வேண்டாம் என்று அவர் நினைத்திருக்கிறார். என்றாலும் இப்பொழுது அச்செய்தி எனக்குக் கடுமையான அதிர்ச்சியையே உண்டாக்கியது. ஆனால், அதைக் குறித்து நான் அதிகமாக விவரித்துக் கொண்டு போகக் கூடாது. என் தந்தையார் இறந்தபோது எனக்கு இருந்த துக்கத்தைவிட இது இன்னும் அதிகத் துக்கம் என் உள்ளத்தில் ஆசையோடு வைத்திருந்த நம்பிக்கையெல்லாம் சிதறுண்டு போயின. ஆனால், அழுது புலம்பி என் துக்கத்தை நான் வெளிக்காட்டவில்லை என்பது எனக்கு ஞாபகம் இருக்கிறது. கண்ணீர் பெருகுவதையும் என்னால் தடுத்துவிட முடிந்தது. எதுவுமே நிகழாதது போலவே என் காரியங்களைக் கவனித்து வந்தேன்.

டாக்டர் மேத்தா, பல நண்பர்களை எனக்கு அறிமுகம் செய்து வைத்தார். அவர்களில் அவருடைய சகோதரரான ஸ்ரீ ரேவா சங்கர் ஜகஜீவனும் ஒருவர். அவருக்கும் எனக்கும் இடையே வாழ்நாள் முழுவதும் நீடித்த நட்பு வளர்ந்தது. ஆனால் எனக்கு அறிமுகம் செய்து வைக்கப்பட்டவர்களில் ராய்ச்சந்திரர் – ராஜ்சந்திரர் என்ற கவி முக்கியமானவர் என்பதை நான் குறிப்பிட வேண்டும். அவர் டாக்டர் மேத்தாவின் ஒரு மூத்த சகோதரரின் மாப்பிள்ளை ரேவாசங்கர் ஜகஜீவனி என்ற பெயரில் நடந்து வந்த நகை வியாபாரத்தில் அவர் ஒரு பங்குதாரர். அவருக்கு அப்பொழுது வயது இருப்பத்தைந்துக்கு மேல் இராது. ஆனால் அவரை முதன் முதல் பார்த்ததுமே

அவர் சிறந்த ஒழுக்கமும் புலமையும் உள்ளவர் என்ற உறுதி எனக்கு ஏற்பட்டுவிட்டது. அவர் சதாவதானி என்றும் பெயர் பெற்றிருந்தார். (ஏககாலத்தில் நூறு விஷயங்களை நினைவில் வைத்திருக்கும் அல்லது கவனிக்கும் பேராற்றல் படைத்தவர்). அவர் தமது அபாரமான ஞாபக சக்தியால் செய்யும் சில அருஞ் செயல்களைப் பார்க்கும்படியும் டாக்டர் மேத்தா என்னிடம் கூறினார். ஐரோப்பிய மொழிகளில் எனக்கு எத்தனை சொற்கள் தெரியுமோ அவ்வளவையும் சொல்லி அவற்றைத் திரும்ப ஒப்பிக்கும்படி அவரிடம் கேட்டேன். நான் அந்தச் சொற்களை எந்த வரிசைக் கிரமத்தில் சொன்னேனோ அந்த வரிசைக் கிரமம் ஒரு சிறிதும் தவறாமல் அவர் ஒப்பித்துவிட்டார். அவருடைய அபார சக்தியில் நான் மயங்கிப் போய்விடவில்லையாயினும். அந்த ஆற்றல் எனக்கு இல்லையே என்று பொறாமைப்பட்டேன். ஆனால் அவரைக் குறித்து எனக்குப் பின்னால் தெரியவந்த சில விஷயங்கள் என்னை மயக்கியே விட்டன. சமய நூல்களில் அவருக்கு இருந்த அபார ஞானமும் அப்பழுக்கற்ற அவரது ஒழுக்கமும் ஆத்மானுபூதியை அடைய வேண்டும் என்பதில் அவருக்கு இருந்த தீவிர ஆர்வமுமே என்னை மயக்கியவை. ஆத்மானுபூதியை அடையவேண்டும் என்ற ஒன்றிற்காகவே அவர் வாழ்ந்து வந்தார் என்பதையும் பிறகு கண்டேன். முக்தானந்தரின் பாடல் ஒன்றை அவர் சதா உச்சரித்துக் கொண்டே இருப்பார். அது அவர் உள்ளத்தில் பதிக்கப்பட்டிருந்தது என்றே சொல்ல வேண்டும். அப்பாடலாவது:

நித்தம் யான்செய் வினையதனில்நிமலன் தோற்றம்
காண்பேனேல்,
அத்தன் அருளுக் குரியோனாய்ஆனேன் என்று
அகமகிழ்வேன்;
வித்தும் முதலும் ஆதியுமாய்விளங்கும் நாதன் என் கடவுள்;
முக்தா னந்தன் வாழ்விற்குமூலா தாரம் அவனேகாண்.

ராய்ச்சந்திர பாயின் வியாபாரம் பல லட்சக்கணக்கில் மூலதனம் கொண்டது. முத்து, வைரங்களைச் சோதித்துப் பார்ப்பதில் அவர் கைதேர்ந்தவர். எவ்வளவுதான் சிக்கலான பிரச்னையாக இருந்தாலும், அது அவருக்குக் கஷ்டமானதே அல்ல. ஆனால், அவருடைய வாழ்க்கையில் இவைகளெல்லாம் முக்கியமானவை

அன்று. அவரது வாழ்க்கையில் மிகக் கேந்திரமாக இருந்தது கடவுளை நேருக்கு நேராகக் காணவேண்டும் என்ற ஆர்வம் தான். அவருடைய வியாபார மேஜை மீதிருக்கும் பல நூல்களுள், சில மத நூல்களும், அவருடைய தினக்குறிப்பும் இருக்கும். வர்த்தக வேலை முடிந்ததுமே மத நூல்களையோ தினக்குறிப்பையோ பிரித்து விடுவார். அவர் எழுதிப் பிரசுரமாகியிருக்கும் பல நூல்கள் இந்தத் தினக் குறிப்பிலிருந்து எடுக்கப்பட்டவையே. பலமான வர்த்தக பேரங்களையெல்லாம் பேசி முடித்தவுடனேயே, ஆன்மாவில் பொதிந்து கிடக்கும் ரகசியங்களை எழுத ஆரம்பித்துவிடுகிறார் என்றால், அவர் உண்மையில் சத்தியத்தை நாடுபவராக இருக்க வேண்டுமே அல்லாமல் வியாபாரியாக இருக்க முடியாது என்பது தெளிவானது. ஒரு தடவை இரண்டு தடவையன்று, அநேகமாக எப்பொழுதுமே தேடும் முயற்சியில் இவ்விதம் ஆழ்ந்திருந்ததைக் கண்டேன். சாந்தி நிலையிலிருந்து அவர் மனம் மாறுப்பட்டதாகவே நான் கண்டதில்லை.

எந்த ஒரு வியாபாரமும், சுயநலமும் என்னை அவருடன் பிணைக்கவில்லை என்றாலும், அவருடன் நெருங்கிய தொடர்பு கொண்டு இன்புற்றேன். அப்பொழுது நான் வழக்கே இல்லாத வெறும் பாரிஸ்டர் என்றாலும் என்னைப் பார்க்கும் போதெல்லாம், சமய சம்பந்தமான முக்கியமான விஷயங்களைக் குறித்து என்னிடம் அவர் பேசுவார். அச்சமயம் நான் எதிலும் தெளிவில்லாது, இருளில் வழி தெரியாமல் தடவிக் கொண்டிருப்பவனாகவே இருந்தேன். சமய சம்பந்தமான விவாதங்களில் எனக்கு அதிகச் சிரத்தை இருந்ததாகச் சொல்ல முடியாது. என்றாலும் அவர் பேச்சு எனக்குக் கவர்ச்சி அளிப்பதாக இருந்ததைக் கண்டேன். அதற்குப் பிறகு மதத் தலைவர்கள் பலரையும் மத குருக்களையும் நான் சந்தித்திருக்கிறேன். பல மதங்களின் தலைவர்களைச் சந்திக்க முயன்றும் இருக்கிறேன். ராய்ச்சந்திரரைப் போல அவர்களில் யாருமே என் மனத்தைக் கவர்ந்ததில்லை என்பதை நான் சொல்ல வேண்டும். அவருடைய சொற்கள், என் உள்ளத்தில் நேரே சென்று பதிந்தன. ஒழுக்க சீலத்தில் அவர் கொண்டிருந்த ஆர்வத்தைப் போலவே அவருடைய அறிவாற்றலும் அவரிடம் நான் பெருமதிப்பு வைக்கும்படி செய்தது. அவர் விரும்பி என்னைத் தவறான வழியில் செலுத்திவிட மாட்டார்.

தமது அகநோக்கு எண்ணங்களை எல்லாம் என்னிடம் எப்பொழுதும் அவர் கூறுவார் என்ற உறுதியும் எனக்குப் புலப்பட்டது. ஆகையால், ஆன்மீகத் துறையில் எனக்கு சிக்கல் ஏற்பட்ட சமயங்களிலெல்லாம் அவரே எனக்குப் புகலிடமாக விளங்கினார்.

எனக்கு அவரிடம் எவ்வளவோ மதிப்பு இருந்தும், என் குருநாதராக எனது இதயபீடத்தில் அவரை நான் அமர்த்திக் கொள்ளவில்லை. அந்தச் சிம்மாசனம் இன்னும் காலியாகவே இருக்கிறது. அதில் அமர்வதற்கு ஏற்றவரை இன்னும் தேடிக்கொண்டிருக்கிறேன்.

குருவைக் குறித்தும், ஆன்ம ஞானத்தை அடையும் விஷயத்தில் குருவின் அவசியத்தைப் பற்றியும் கூறும் ஹிந்து தத்துவத்தில் எனக்கு நம்பிக்கை உண்டு. குருவின்றி உண்மையான ஞானம் ஏற்பட முடியாது என்ற தத்துவத்திலும் அதிக உண்மை உண்டு என்றே நினைக்கிறேன். உலக விவகாரங்களில் அரைகுறையான ஆசானைச் சகித்துக் கொள்ள முடியலாம். ஆனால், ஆன்மீக காரியங்களில் சகிக்க முடியாது. பூரணத்துவம் உள்ள ஒரு ஞானியே குருபீடத்தில் அமர அருகதை உடையவர். ஆகையால் அந்தப் பூரணத்துவத்தை நாடுவதில் இடைவிடாது பாடுபடவேண்டும். ஏனெனில் அவனவனுக்கு ஏற்ற குருவையே அவனவன் அடைகிறான். பூரணத்துவத்தை அடைய இடைவிடாது பாடுபடுவது ஒருவரின் உரிமை. அதுவே அதனால் அடையும் பலனும் ஆகும். மற்றவை எல்லாம் கடவுளின் சித்தத்தைப் பொறுத்தவை.

இவ்விதம் ராய்ச்சந்திர பாயை என் உள்ளத்தின் சிங்காதனத்தில் குருவாக அமர்த்திக் கொள்ள என்னால் இயலாவிட்டாலும் அவர் அநேக சந்தர்ப்பங்களில் எவ்விதம் எனக்கு வழிகாட்டியாகவும் உதவி செய்பவராகவும் இருந்திருக்கிறார் என்பதை போகப் போகப் பார்ப்போம். இக்காலத்தவர்களில் என் உள்ளத்தைக் கவர்ந்து என் வாழ்க்கையில் ஆழ்ந்த சுவட்டை விட்டுச் சென்றோர் மூவர் ஆவர். ராய்ச்சந்திரர் தமது ஜீவியத் தொடர்பினாலும், டால்ஸ்டாய், ‘ஆண்டவன் ராஜ்யம் உன்னுள்ளேயே’ என்ற தமது நூலினாலும் ரஸ்கின், ‘கடையனுக்கும் கதிமோட்சம்’ என்ற நூலினாலும் அவ்வாறு செய்தனர். இவர்களைப் பற்றி உரிய இடங்களில் விரிவாகக் கூறுகிறேன்.

2. வாழ்க்கையைத் தொடங்கிய விதம்

என் மூத்த சகோதரர் என்னைப் பற்றி எவ்வளவோ அதிக நம்பிக்கைகளையெல்லாம் வைத்திருந்தார். பணம், பெயர், புகழ் ஆகியவைகளில் அவருக்கு ஆசை அதிகம். அவர் விசாலமான உள்ளம் படைத்தவர். அளவுக்கு மிஞ்சிய தாராள குணமும் உள்ளவர். அதோடு, அவர் கபடமற்ற சுபாவமும் உடையவர் ஆதலின் அவருக்குப் பல நண்பர்கள் இருந்தார்கள். அவர்கள் மூலம் என்னிடம் அதிக கட்சிக்காரர்கள் வரும்படி செய்யலாம் என்று அவர் நம்பினார். அத்துடன் என் வக்கீல் தொழில் பிரமாதமான வருவாய் உள்ளதாக இருக்கப் போகிறது என்றும் எண்ணிக் கொண்டார். அந்த எண்ணத்தில் வீட்டுச் செலவு மிதமிஞ்சிப் போகவும் அனுமதித்து விட்டார். நான் தொழில் நடத்தவதற்குச் செய்ய வேண்டிய முன்னேற்பாடுகளில் எதையும் அவர் பாக்கி வைக்கவில்லை.

நான் வெளிநாட்டுப் பிரயாணம் செய்ததைக் குறித்து, என் சாதியாரிடையே எழுந்த புயல், இன்னும் இருந்து கொண்டே இருந்தது. அது, சாதியை இரண்டு கட்சிகள் ஆக்கிவிட்டது. இதில் ஒரு கட்சியினர் என்னை உடனேயே சாதியில் சேர்த்துக் கொண்டு விட்டனர். மற்றக் கட்சியாரோ, எனக்கு விதித்திருந்த சாதிக் கட்டுப்பாட்டை நீக்குவதில்லை என்று உறுதி கொண்டிருந்தனர். முதல் கட்சியாருக்குத் திருப்தி அளிக்க வேண்டும் என்பதற்காக என் சகோதரர் ராஜ்கோட்டுக்குப் போகும் முன்பு என்னை நாசிக் அழைத்துச் சென்றார். அங்கே புண்ணிய நதியில் என்னை நீராடச் செய்தார். பிறகு ராஜ்கோட்டிற்குப் போனதும், சாதியாருக்கு ஒரு விருந்தும் வைத்தார். இதெல்லாம் எனக்குப் பிடிக்கவே இல்லை. ஆனால், என்னிடம் என் சகோதரருக்கு இருந்த அன்போ எல்லையற்றது. அதே போல் அவரிடமும் எனக்குப் பக்தி உண்டு. ஆகையால், அவர் சொன்னதே சட்டம் என்று மதித்து, அவர் விரும்பியபடியெல்லாம் யந்திரம் போலச் செய்து வந்தேன். இவ்விதம் திரும்பவும் சாதியில் சேர்த்துக் கொள்ளுவதைப் பற்றிய தொல்லை ஒருவாறு தீர்ந்தது.

என்னைச் சாதியில் சேர்த்துக் கொள்ள மறுத்த கட்சியினரிடம் என்னைச் சேர்த்துக் கொள்ள வேண்டும் என்பதற்காக நான் முயலவே இல்லை. அக்கட்சியின் தலைவர்களிடம் எனக்கு வெறுப்புத் தோன்றவும் இல்லை. அவர்களில் சிலர் என்னை வெறுத்தனர். ஆனாலும் அவர்கள் மனம் புண்படும் காரியம் எதையும் செய்து விடக்கூடாது என்பதில் எச்சரிக்கையுடன் நடந்து கொண்டேன். சாதிக்கட்டுப்பாடு சம்பந்தமான விதி முறைகளையெல்லாம் மதித்து நடந்துகொண்டேன். அந்தக் கட்டுப்பாடுகளின் படி என் மாமனார், மாமியார், தமக்கை, மைத்துனர் உட்பட என் உறவினர் யாருமே எனக்குச் சாப்பாடு போடக்கூடாது. ஆகையால், அவர்களில் யார் வீட்டிலும் நான் தண்ணீர் குடிப்பதுகூட இல்லை. இந்தக் கட்டுப்பாட்டை ரகசியமாக மீறிவிட அவர்கள் தயாராக இருந்தனர். பகிரங்கமாகச் செய்யாததை ரகசியமாகச் செய்வது என்பது என் இயல்புக்கே நேர் விரோதமானது.

இவ்விதம் என்மீது குறை கூறுவதற்கே கொஞ்சமும் இடம் வைக்காமல் நான் நடந்து கொண்டதன் பலனாக, எனக்குச் சாதித் தொல்லை ஏற்படுவதற்கே சந்தர்ப்பம் இல்லாது போயிற்று. அது மாத்திரம் அல்ல. என்னைச் சாதியிலிருந்து ஒதுக்கி வைக்கப்பட்டவனாக இன்னும் கருதிக் கொண்டிருந்தவர்களில் பெரும்பாலோர் என்னிடம் அன்போடும் தாராளமாகவும் நடந்து கொண்டார்கள். சாதிக்காக நான் ஏதாவது செய்தாக வேண்டும் என்று எதிர்பாராமலேயே என் தொழிலிலும் அவர்கள் எனக்கு உதவி செய்தார்கள். இந்த நல்ல காரியங்களெல்லாம் என்னுடைய எதிர்ப்பின்மையின் பலனே என்பது எனது திடநம்பிக்கை. சாதியில் என்னைச் சேர்த்துக் கொண்டாக வேண்டும் என்று நான் கிளர்ச்சி செய்திருந்தால், சாதியை இன்னும் பல கட்சிகளாகப் பிரித்துவிட நான் முயன்றிருந்தால், சாதியாருக்கு நான் ஆத்திரத்தை மூட்டியிருப்பின் அவர்களும் நிச்சயம் எதிர்த்துப் பதிலுக்குப் பதில் செய்திருப்பார்கள். இங்கிலாந்திலிருந்த நான் திரும்பயதும் புயலிலிருந்து ஒதுங்கிவிடுவதற்குப் பதிலாக, நான் கிளர்ச்சிச் சுழலில் சிக்குண்டு, பொய் நடிப்பை மேற்கொள்ளுவதற்கு உடந்தையாகவும் இருந்திருப்பேன்.

என் மனைவியுடன் எனக்கு இருந்த உறவு, இன்னும் நான் விரும்பிய வகையில் அமையவில்லை. எனக்கு இருந்த சந்தேகக்

குணத்தை என் இங்கிலாந்து வாசமும் போக்கக் காணோம். சின்ன விஷயத்திற்கெல்லாம் கூட, என் மனைவி மீது முன்போல் சந்தேகப்பட்டு எரிந்து விழுந்து கொண்டிருந்தேன். ஆகையால் நான் கொண்டிருந்த ஆசைகளெல்லாம் நிறைவேறாமலே இருந்தன. என் மனைவி எழுதப் படிக்கத் கற்றுக்கொண்டாக வேண்டும் என்று முடிவு செய்து கொண்டேன். அவளுடைய படிப்புக்கு நான் உதவி செய்ய வேண்டும் என்றும் தீர்மானித்தேன். ஆனால், இதில் என் காமம் வந்து குறுக்கிட்டது. என்னுடைய குறைபாடுகளுக்காக அவள் கஷ்டப்பட வேண்டியதாயிற்று. ஒரு சமயம் அவளை அவளுடைய தந்தையார் வீட்டிற்கு அனுப்பிவிடும் அளவுக்குக்கூட போய்விட்டேன். அவளைக் கொடிய மனத் துயரத்திற்கு ஆளாக்கிய பிறகே, திரும்ப அழைத்துக் கொள்ளச் சம்மதித்தேன். இவையெல்லாம் என்னுடைய பெருந்தவறுகள் என்பதை பின்னால் உணர்ந்தேன்.

குழந்தைகளுக்குக் கல்வி போதிக்கும் விஷயத்தில் சீர்திருத்தம் செய்ய வேண்டும் என்று திட்டம் போட்டிருந்தேன். என் அண்ணனுக்குக் குழந்தைகள் உண்டு. நான் இங்கிலாந்து சென்ற போது, வீட்டில் விட்டுச் சென்ற என் பையனுக்கும் இப்போது நான்கு வயது. அச்சிறு குழந்தைகளுக்குத் தேகாப்பியாசம் சொல்லிக் கொடுத்து, அவர்கள் உடல் வலுப்பெறச் செய்ய வேண்டும் என்பது என் ஆவல். என்னுடைய நேரான மேற்பார்வையில் அக்குழந்தைகளை வளர்க்கவேண்டும் என்றும் நினைத்தேன். இதில் என் சகோதரரின் ஆதரவும் எனக்கு இருந்ததால் என் முயற்சியில் அநேகமாக வெற்றியும் பெற்றேன். குழந்தைகளுடன் கூடியிருப்பதில் எனக்கு அதிகப் பிரியம். அவர்களுடன் விளையாடி, வேடிக்கை செய்து கொண்டிருக்கும் வழக்கம், இன்றைக்கும் என்னிடம் அப்படியே இருந்து வருகிறது. குழந்தைகளுக்கு நான் நல்ல உபாத்தியாயராக இருப்பேன் என்ற எண்ணம் அப்பொழுது முதல் எனக்கு இருந்து வருகிறது.

உணவுச் சீர்திருத்தம் அவசியமானது என்பது தெளிவு. ஏற்கனவே வீட்டில் தேநீரும் காப்பியும் புகுந்துவிட்டன. நான் இங்கிலாந்து திரும்பியதும், ஒருவிதமான ஆங்கிலச் சூழ்நிலை வீட்டில் இருக்கும்படி செய்வதே சரி என்று என்

சகோதரர் நினைத்துவிட்டார். அதனால், எப்பொழுதோ விஷேட சமயங்களில் மட்டும் உபயோகிப்பதற்கென்று வைத்திருந்த பீங்கான் சாமான்கள் முதலியன தினசரி உபயோகத்திற்கே வந்துவிட்டன. என்னுடைய சீர்திருத்தங்கள் அதை பூர்த்தி செய்தன. தேநீருக்கும் காப்பிக்கும் பதிலாக, ஓட்ஸ் கஞ்சியையும் கோக்கோவையும் புகுத்தினேன். உண்மையில் தேநீருடனும் காப்பியுடனும் இவை அதிகப்படியாகவே சேர்ந்துவிட்டன. ஐரோப்பிய உடையையும் புகுத்தி, ஐரோப்பிய மயமாக்குவதைப் பூர்த்தி செய்தேன்.

இவ்வாறு செலவுகள் அதிகமாகிக்கொண்டே போயின ஒவ்வொரு நாளும் புதிய சமான்கள் சேர்க்கப்பட்டு வந்தன யானையைக் கட்டித் தீனிபோடும் கதை ஆகிவிட்டது. இந்தச் செலவுகளுக்கெல்லாம் வேண்டிய பணத்திற்கு எங்கே போவது ? ராஜ்கோட்டில் நான் பாரிஸ்டர் தொழிலை ஆரம்பிப்பதென்றால் அது கேலிக்கு இடமானதாகும். தகுதி பெற்ற ஒரு வக்கீலுக்குத் தெரிந்தது கூட எனக்குத் தெரியாது. என்றாலும், அவருக்குக் கொடுப்பதை விட எனக்குப் பத்துமடங்கு அதிகக் கட்டணம் கொடுக்க வேண்டும் என்று எதிர்பார்த்தேன்! அப்படி என்னை வக்கீலாக வைத்துக் கொள்ள, எந்தக் கட்சிகாரரும் முட்டாள் அல்ல. அப்படிப்பட்ட ஒருவர் கிடைத்துவிடுகிறார் என்றே வைத்துக் கொண்டாலும் என்னுடைய அறியாமையுடன் அகம்பாவத்தையும் மோசடியையும் புதிதாகச் சேர்த்து உலகிற்கு நான் பட்டிருக்கும் கடனை இன்னும் அதிகமாக்கிக் கொள்ளுவதா?

ஹைகோர்ட்டு அனுபவத்தைப் பெறுவதற்கும், இந்திய சட்டத்தைப் படித்துக் கொள்ளுவதற்கும், முடிந்தவரையில் வழக்குகள் கிடைக்கும் படி செய்து கொள்ளுவதற்கும் நான் பம்பாய் போவது நல்லது என்று நண்பர்கள் யோசனை கூறினர். இந்த யோசனையை ஏற்றுக் கொண்டு, அப்படியே பம்பாய்க்குப் போனேன்.

பம்பாயில் என்னைப் போன்றே தகுதியற்றவரான ஒரு சமையற்காரரை வைத்துக் கொண்டு, குடித்தனத்தை ஆரம்பித்தேன் அவர் ஒரு பிராமணர். அவரை வேலைக்காரராகப் பாவித்து நடத்தாமல், குடும்பத்தைச் சேர்ந்த ஒருவராகவே நடத்தினேன்.

அவர், மேலே தண்ணீரை ஊற்றிக்கொள்ளுவாரேயன்றித் தேய்த்துச் குளிக்கமாட்டார். அவருடைய வேட்டி ஒரே அழுக்காயிருக்கும், பூணூலும் அப்படித்தான். சாத்திரங்களைப் பற்றியே அவருக்கு ஒன்றுமே தெரியாது. அவரை விட நல்ல சமையற்காரர் எனக்குக் கிடைப்பது எப்படி?

ரவிசங்கர் என்பது அவர் பெயர். "ரவிசங்கர், உமக்குச் சமையல் தெரியாமல் இருக்கலாம். ஆனால் உமக்குச் சந்தியா வந்தன மந்திரம் முதலியன தெரிந்தே இருக்கவேண்டுமே?" என்று கேட்டேன்.

அதற்கு அவர், "சத்தியாவந்தன மந்திரமா, ஐயா கலப்பையே எங்கள் சந்தியாவந்தனம், மண்வெட்டியே எங்கள் அன்றாட அனுஷ்டானம். அந்த வகையைச் சேர்ந்த பிராமணன் நான். உங்கள் கிருபையைக் கொண்டு நான் வாழவேண்டியவன். இல்லாவிட்டால் எனக்கு விவசாயம் இருக்கவே இருக்கிறது" என்றார்.

ஆகவே, ரவிசங்கருக்கும் நான் ஆசானாக இருக்க வேண்டியதாயிற்று. எனக்கோ வேண்டிய அவகாசம் இருந்தது. சமையல் வேலையில் பாதியை நானே செய்ய ஆரம்பித்தேன். கறிகாய்ச் சமையலில் ஆங்கிலப் பரிசோதனையெல்லாம் புகுத்தினேன். ஓர் எண்ணெய் அடுப்பு வாங்கினேன். ரவிசங்கருடன் அடுப்பாங்கரை வேலைகளைக் கவனிக்கத் தலைப்பட்டேன். பிறருடன் ஒரே பந்தியில் உட்கார்ந்து கொண்டு சாப்பிடுவதில் எனக்கு ஆட்சேபம் இல்லை. ரவிசங்கருக்கும் அது கிடையாது. ஆகவே, இருவரும் சேர்ந்து சுகமாகவே வாழ்க்கை நடத்தி வந்தோம். ஆனால் ஒன்றே ஒன்றுதான் குறுக்கே நின்றது. அதாவது அழுக்காகவே இருப்பது, உணவையும் சுத்தமில்லாமல் வைப்பது என்று ரவிசங்கர் விரதம் கொண்டிருந்தார்.

செலவு அதிகரித்துக் கொண்டே போயிற்று. அதைச் சரிக்கட்டிக் கொள்ளுவதற்கு வருமானமே இல்லை. ஆகையால், பம்பாயில் நான்கு, ஐந்து மாதங்களுக்குமேல் காலம் தள்ள என்னால் முடியவில்லை.

இப்படித்தான் நான் என் வாழ்க்கையை ஆரம்பித்தேன். பாரிஸ்டர் தொழில், கொஞ்ச அறிவும் அதிக ஆடம்பரமும்

உடைய மோசமான தொழில் என்று எனக்குத் தோன்றியது. எனக்கு இருந்த பொறுப்பை எண்ணி, பெரிதும் கவலைக்கு உள்ளானேன்.

3. முதல் வழக்கு

பம்பாயில் இருந்தபோது, ஒரு புறம் இந்தியச் சட்டத்தைப் படிக்கலானேன், மற்றொரு புறமோ, உணவைப் பற்றிய என் ஆராய்ச்சிகள். இதில் வீரசந்திர காந்தி என்ற ஒரு நண்பரும் என்னுடன் சேர்ந்து கொண்டார். என் சகோதரரோ, எனக்குக் கட்சிக்காரர்களைப் பிடிப்பதற்காக அவரளவில் தம்மால் ஆனதையெல்லாம் செய்து கொண்டிருந்தார்.

இந்தியச் சட்டங்களைப் படிப்பது சங்கடமான வேலையாக இருந்தது. சிவில் நடைமுறைச் சட்டத்தைப் படிக்க என்னால் முடியவே இல்லை. ஆனாலும் 'சாட்சிகள் சட்ட' விஷயம் அப்படி இல்லை. வீரசந்திர காந்தி சொலிஸிட்டர் பரீட்சைக்குப் படித்துக் கொண்டிருந்தார். பாரிஸ்டர்களையும் வக்கீல்களையும் குறித்து எல்லாவிதமான கதைகளையும் அவர் எனக்குச் சொல்வார். "ஸர் பிரோஸ்ஷாவின் ஆற்றலுக்குக் காரணமே, சட்டத்தில் அவருக்கு இருக்கும் அபாரமான ஞானம்தான். 'சாட்சிகள் சட்டம்' அவருக்கு மனப்பாடமாகத் தெரியும். அதன் முப்பத்தி ரெண்டாவது பிரிவு சம்பந்தப்பட்ட வழக்குகள் எல்லாவற்றையும் அவர் அறிவார். பத்ருதீன் தயாப்ஜீயின் அற்புதமான விவாத சக்தி, நீதிபதிகளை ஆச்சரியத்தில் மூழ்கும்படி செய்துவிடுகிறது" என்பார். பெரிய வக்கீல்களைப் பற்றிய இத்தகைய கதைகளெல்லாம் என்னுடைய மனச்சோர்வை அதிகமாக்கிவிட்டன.

அவர் மேலும் கூறுவார்: "ஒரு பாரிஸ்டர் ஐந்து அல்லது ஏழு ஆண்டுகளுக்கு வருவாய் இல்லாமல் காத்திருக்க நேருவது அசாதாரணம் அன்று. அதனால்தான் நான் சொலிஸிட்டர் பரீட்சைக்குப் போகிறேன். மூன்று ஆண்டுகளில் உம் வாழ்க்கைப் படகை நீரே செலுத்திக்கொள்ள உம்மால் முடிந்து விட்டால், உம்மை நீர் அதிர்ஷ்டசாலி என்று கருதிக் கொள்ள வேண்டும்."

மாதத்திற்கு மாதம் செலவு அதிகரித்துக் கொண்டே போயிற்று. உள்ளுக்குள் பாரிஸ்டர் தொழிலுக்குத் தயாராகிக் கொண்டுவரும்

போதே, பாரிஸ்டர் என்ற விளம்பரப் பலகையை வெளியில் தொங்கவிடுவது என் மனதுக்குச் சமாதானம் தராத ஒரு விஷயம். இதனால் என் படிப்பில் நான் முழுக் கவனத்தையும் செலுத்த இயலவில்லை. சாட்சியத்தைப் பற்றிய சட்டத்தைப் படிப்பதில் ஓரளவுக்கு எனக்கு விருப்பம் பிறந்தது. மேய்னே என்பவர் எழுதிய ஹிந்து சட்ட புத்தகத்தை ஆழ்ந்த சிரத்தையுடன் படித்தேன். ஆனாலும், ஒரு வழக்கை நடத்துவதற்கான துணிவு எனக்கு இல்லை. சொல்லால் கூறமுடியாத அளவுக்கு நான் அதைரியம் கொண்டிருந்தேன். மாமனார் வீட்டுக்குப் புதிதாக வந்த மருமகளைப் போலத் தவித்தேன்.

அந்தச் சமயத்தில், மமிபாய் என்ற ஒருவரின் வழக்கை நடத்துவதற்கு எடுத்துக் கொண்டேன். அது, ஸ்மால்காஸ் வழக்கு. அந்த வழக்கைக் கொண்டுவந்து கொடுத்த தரகருக்கு ஏதாவது கொஞ்சம் தரகுப் பணம் தர வேண்டும் என்று சொன்னார்கள். அப்படிக் கொடுப்பதற்கு நான் கண்டிப்பாக மறுத்துவிட்டேன்.

“மாதம் மூவாயிரம், நாலாயிரம் சம்பாதிக்கும் பெரிய கிரிமினல் வக்கீலான இன்னார் கூடத் தரகு கொடுக்கிறாரே!” என்றார்கள்.

“அவரை நான் பின்பற்ற வேண்டியதில்லை” என்றேன். “எனக்கு மாதம் ரூ. 300 கிடைத்தாலே போதும். என் தந்தை அதற்கு மேல் சம்பாதிக்கவில்லை” என்றும் கூறினேன்.

“அந்தக் காலமெல்லாம் மலையேறிவிட்டது. இப்பொழுது பம்பாயில், பயப்பட வேண்டிய அளவுக்குச் செலவுகள் கூடி விட்டன. ஆகையால், நீர் சாமர்த்தியமாக நடந்து கொள்ள வேண்டும்” என்றார்கள்.

நான் பிடிவாதமாக இருந்து விட்டேன். தரகுப் பணம் கொடுக்கவில்லை என்றாலும் மமிபாயின் வழக்கு என்னிடம் வந்தது. அது மிகவும் சுலபமான வழக்கு, எனக்கு ரூபாய் 30 கட்டணம் கொடுக்க வேண்டும் என்றேன். கோர்ட்டில் அந்த வழக்கு ஒரு நாளுக்கு மேல் நடக்கும் என்று தோன்றவில்லை.

ஸ்மால்காஸ் கோர்ட்டில் நான் ஆஜராவது அதுவே முதல் தடவை. நான் பிரதிவாதிக்காக ஆஜரானதால் வாதியின் சாட்சிகளை நான் குறுக்கு விசாரணை செய்ய வேண்டும்.

அதற்காக எழுந்தேன் ஆனால் என் தைரியமெல்லாம் போய், தலை சுற்ற ஆரம்பித்து விட்டது. கோர்ட்டு முழுவதுமே சுழலுவதாக எனக்குத் தோன்றிற்று குறுக்கு விசாரணை செய்ய ஒரு கேள்விகூட என் சிந்தனையில் எழவில்லை. நீதிபதி சிரித்திருப்பார், வக்கீல்களும் அக்காட்சியை ரசித்திருப்பார்கள் என்பதில் சந்தேகம் இல்லை. ஆனால், நானோ இதில் எதையுமே காணும் நிலையில் இல்லை. பேசாமல் உட்கார்ந்துவிட்டேன். "இந்த வழக்கை நடத்த என்னால் முடியாது. பட்டேலை அமர்த்திக்கொள்ளலாம். எனக்குக் கொடுத்த கட்டணத்தையும் திருப்பித் தந்து விடுகிறேன்" என்று ஏஜெண்டிடம் சொன்னேன். ரூ. 51 கட்டணம் கொடுப்பதெனப் பேசி, ஸ்ரீ பட்டேல் வக்கீலாக அமர்த்தப்பட்டார் அவருக்கோ இந்த வழக்கு குழந்தை விளையாட்டுப் போன்றதாகும்.

என் கட்சிக்காரர் வெற்றி பெற்றாரா, தோற்றாரா என்பது கூட எனக்குத் தெரியாது. கோர்ட்டை விட்டு அவசரமாகக் கிளம்பினேன். ஆனால் என்னைக் குறித்து எனக்கே வெட்கமாக இருந்தது. வழக்கை நடத்தும் தைரியம் எனக்கு ஏற்படும்வரையில், திரும்பவும் கோர்ட்டுக்குப் போகவே இல்லை. நான் செய்து கொண்ட தீர்மானத்தில் பாராட்டக் கூடியது எதுவும் இல்லை. அவசியத்தை முன்னிட்டு, வேறு வழி இல்லாமலேயே நான் அந்த முடிவுக்கு வந்தேன். தோற்றுப் போவதற்கு என்று வழக்கை என்னிடம் கொண்டு வந்து ஒப்படைக்க யாரும் அவ்வளவு முட்டாளாக இருக்க மாட்டார்கள்.

ஆயினும் பம்பாயில் இன்னும் ஒரு வழக்கு என்னிடம் வரக்காத்திருந்தது. ஒரு விண்ணப்பத்தைத் தயாரிக்க வேண்டி இருந்ததே அது. ஓர் ஏழை முஸ்லீமின் நிலத்தைப் போர்பந்தரில் பறிமுதல் செய்து விட்டார்கள். பெரிய மனிதரான என் தந்தைக்கு ஏற்ற மகனாக நான் இருப்பேன் என்று எண்ணி, அவர் என்னிடம் வந்தார். அவருடைய கட்சியில் பலம் இல்லை என்றே தோன்றிற்று. என்றாலும், விண்ணப்பத்தை அச்சிடும் செலவை அவர் ஏற்றுக் கொள்ள வேண்டும் என்று கூறி, விண்ணப்பம் தயாரிக்க ஒப்புக் கொண்டேன். அதைத் தயாரித்து, நண்பர்களுக்குப் படித்துக் காட்டினேன். அவர்களும் அதை

அங்கீகரித்தார்கள். விண்ணப்பம் தயாரிப்பதிலாவது எனக்குத் தகுதியிருக்கிறது என்ற அளவுக்கு அது எனக்கு நம்பிக்கை ஏற்படும்படி செய்தது. உண்மையிலேயே அந்த ஆற்றல் எனக்கு இருந்தது.

கட்டணம் எதுவுமே வாங்கிக் கொள்ளாமல் நான் விண்ணப்பங்கள் தயாரித்துக் கொடுப்பதாக இருந்தால் என் தொழில் நன்றாக நடக்கும். ஆனால், சாப்பாட்டுக்கு வழி வேண்டுமே? உபாத்தியாயர் தொழிலுக்குப் போய்விடலாமா என்று எண்ணினேன். எனக்கு ஆங்கில ஞானமும் நன்றாக இருந்தது. ஏதாவது ஒரு பள்ளிக்கூடத்தில் மெட்ரிகுலேஷன் மாணவருக்கு ஆங்கிலம் போதிக்கும் வேலை, எனக்குப் பிரியமாக இருந்திருக்கும். இந்த வகையில் என் செலவில் ஒரு பகுதியையாவது சமாளித்தவனாவேன். பத்திரிக்கைகளில் ஒரு விளம்பரத்தைப் பார்த்தேன், 'தினம் ஒரு மணி நேரம் போதிப்பதற்கு ஓர் ஆங்கில ஆசிரியர் தேவை. சம்பளம் ரூ. 75' என்று அந்த விளம்பரத்தில் இருந்தது. ஒரு பிரபலமான உயர்நிலைப் பள்ளியின் விளம்பரமே அது. அந்த உத்தியோகத்திற்கு மனுப் போட்டேன். நேரில் சந்தித்துப் பேச அழைப்பும் வந்தது. அதிக உற்சாகத்தோடு அங்கே போனேன். நான் பி.ஏ. பட்டதாரி அல்ல என்பதை அப் பள்ளிக்கூடத் தலைமை ஆசிரியர் கண்டுகொண்டதும், என்னை நியமிக்க வருத்தத்துடன் மறுத்துவிட்டார்.

"ஆனால், லத்தீனை இரண்டாவது மொழியாகக் கொண்டு நான் லண்டன் மெட்ரிகுலேஷன் பரீட்சையில் தேறியிருக்கிறேனே" என்றேன்.

"உண்மை! ஆனால் எங்களுக்கு பி.ஏ. பட்டதாரியே வேண்டும்" என்று அவர் சொல்லிவிட்டார்.

ஆகவே, வேறு வழியில்லை. மனம் சோர்ந்து போய்க் கைகளைப் பிசைந்து கொண்டேன். என் சகோதரரும் அதிகக் கவலைப்பட்டார். பம்பாயில் மேற்கொண்டும் காலத்தை வீணாக்கிக் கொண்டிருப்பதில் பயனில்லை என்ற முடிவுக்கு இருவரும் வந்துவிட்டோம். எனது சகோதரர், ராஜ்கோட்டில் ஒரு சின்ன வக்கீல். நானும் அங்கே போய்விடுவது என்று முடிவாயிற்று. மனுக்கள், விண்ணப்பங்கள் தயாரிப்பதில்

கொஞ்சம் வேலையை அவர் எனக்குக் கொடுக்கலாம். மேலும் இப்பொழுதே ராஜ்கோட்டில் ஒரு குடித்தனம் இருப்பதால் பம்பாயில் இருக்கும் குடித்தனத்தை எடுத்துவிடுவதால் பணமும் நிரம்ப மிச்சமாகும். இந்த யோசனை எனக்குப் பிடித்தது. இவ்விதம் பம்பாயில் ஆறு மாதங்கள் தங்கி இருந்த பிறகு அங்கே இருந்த என் சிறு குடித்தனத்தை கலைத்து விட்டோம்.

நான் பம்பாயில் இருந்தபோது, தினமும் ஹைகோர்ட்டுக்குப் போவேன். ஆனால் அங்கே ஏதாவது கற்றுக் கொண்டதாக நான் கூறுவதற்கில்லை. அதிகமாகக் கற்றுக் கொள்ளுவதற்கு வேண்டிய சட்ட ஞானம் எனக்கு இல்லை. வழக்குகளின் நடைமுறை எனக்குப் பிடிபடுவதில்லை. ஆகையால், அங்கே தூங்கிவிட்டுத் திரும்புவேன். இதில் எனக்கு கூட்டாளிகள் பலர் இருந்தனர். ஆகவே நான் அவ்வளவாக வெட்கப்படுவதில்லை. கொஞ்ச நாட்களுக்குப் பிறகு ஹைகோர்ட்டில் தூங்குவதே ஒரு நாகரிகம் என்று எண்ணக் கற்றுக்கொண்டுவிட்டதும், இருந்த வெட்க உணர்ச்சியும் கூட என்னை விட்டுப் போய்விட்டது.

பம்பாயில் நான் இருந்ததைப் போல் இந்தத் தலைமுறை யிலும் கட்சிக்காரரே இல்லாத பாரிஸ்டர்கள் யாராவது இருப்பார்களானால் வாழ்க்கை நடத்துவதைப் பற்றிச் சில அனுபவ யோசனைகளை அவர்களுக்குக் கூற விரும்புகிறேன். கீர்காமில் நான் குடியிருந்த போதிலும் வண்டியிலோ, டிராம் வண்டியிலோ போவதே இல்லை. தினமும் ஹைகோர்ட்டுக்கு நடந்தே போவது என்பதை ஒரு விதியாக வைத்துக் கொண்டேன். அங்கே போய்ச் சேர எனக்கு நாற்பத்தைந்து நிமிடங்கள் ஆகும். வீட்டுக்குத் திரும்பும் போதும் அநேகமாக நடந்தே வருவேன். வெயிலில் நடந்து நடந்து அந்தச் சூடும் என்னை எதுவும் செய்வதில்லை. கோர்ட்டுக்கு நடந்து போய் வந்து கொண்டிருந்ததால் அதிகப் பணம் மிச்சமாயிற்று. மேலும் பம்பாயில் என் நண்பர்களில் பலர், வழக்கமாக நோயுற்று வந்தபோது, நான் ஒரு தடவையேனும் நோய்வாய்ப்பட்டதில்லை. நான் பணம் சம்பாதிக்க ஆரமபித்துவிட்ட பிறகும் கூட, காரியாலயத்திற்கு நடந்தே போய்த் திரும்பும் வழக்கத்தை மாத்திரம் விடவே இல்லை. அப்பழக்கத்தின் நன்மைகளை நான் இன்னும் அனுபவித்து வருகிறேன்.

4. முதல் அதிர்ச்சி

ஏமாற்றத்துடன் பம்பாயிலிருந்து புறப்பட்டேன். ராஜ் கோட்டிற்குப் போய் அங்கே என் அலுவலகத்தை அமைத்துக் கொண்டேன். அங்கே என் தொழில் கொஞ்சம் நன்றாகவே நடந்து வந்தது. மனுக்களும், விண்ணப்பங்களும் தயாரித்துக் கொடுப்பதில் சராசரி மாதத்திற்கு ரூ. 300 எனக்குக் கிடைத்து வந்தது. இதற்கு என் சொந்தத் திறமையை விட என் சகோதரரின் செல்வாக்குத்தான் முக்கியமான காரணம். அவருடைய கூட்டாளியான வக்கீலுக்குத் தொழில் நன்றாக நடந்து வந்தது. உண்மையில் முக்கியமானவையாக இருக்கும், அல்லது முக்கியமானவை என்று அவருக்குத் தோன்றும் மனுக்களைத் தயாரிக்கும் வேலையை, அவர், பெரிய பாரிஸ்டர்களிடம் கொடுத்துவிடுவார். அவரிடம் வரும் ஏழைக் கட்சிக்காரர்களுக்காகத் தயாரிக்க வேண்டிய விண்ணப்பங்களே என் பங்கில் விழுந்தன.

வழக்குப் பிடித்துத் தருகிறவர்களுக்குத் தரகுப் பணம் கொடுப்பதில்லை என்ற கொள்கையைப் பம்பாயில் நான் கண்டிப்பாகக் கடைப்பிடித்து வந்தேன். ஆனால், அந்தக் கொள்கையை இப்போது நான் விட்டுக் கொடுக்க வேண்டியதாயிற்று என்பதை நான் ஒப்புக்கொள்ள வேண்டும். இந்த இரண்டு நிலைமைகளுக்கும் வித்தியாசம் உண்டு என்றார்கள். பம்பாயில் தரகுப் பணம், வழக்குத் தரகர்களுக்குக் கொடுக்க வேண்டியிருந்தது. ஆனால் இங்கோ, நம்மை அமர்த்தும் வக்கீலுக்குக் கொடுக்க வேண்டும். அதோடு பம்பாயைப் போன்றே, இங்கும் ஒருவர் கூடப் பாக்கியில்லாமல் எல்லாப் பாரிஸ்டர்களும் தரகு கொடுக்கிறார்கள் என்றும் எனக்குச் சொன்னார்கள். என் சகோதரர் கூறிய வாதத்திற்கு என்னால் பதில் சொல்ல முடியவில்லை. அவர் சொன்னார்: “நான் மற்றொரு வக்கீலுடன் கூட்டாளியாக இருக்கிறேன். உன்னால் செய்ய முடியும் வேலைகள் எல்லாவற்றையும் உனக்கே கொடுத்துவிட வேண்டும் என்றுதான் நான் விரும்புவேன். அப்படியிருக்க, என்

கூட்டாளிக்குத் தரகுத் தொகை கொடுக்க நீ மறுத்துவிட்டால், நிச்சயமாக என் நிலைமை சங்கடமானதாகிவிடும். நீயும் நானும் ஒரே குடும்பமாக இருக்கிறோம். ஆகையால், உனக்குக் கிடைக்கும் ஊதியம் நம் பொது வருமானத்தில் சேர்ந்துவிடுகிறது. எனவே, அதில் எனக்கு ஒரு பங்கு, தானே கிடைத்து விடுகிறது. ஆனால், என் கூட்டாளியின் நிலைமை என்ன? உனக்குக் கொடுக்கும் அதே வேலையை, அவர் வேறொரு பாரிஸ்டரிடம் கொடுக்கிறார் என்று வைத்துக் கொள்ளுவோம். அப்பொழுது இவருக்கு அவரிடமிருந்து நிச்சயமாகத் தரகுப் பணம் கிடைத்துவிடும்!'' இந்த வாதம் என்னை மாற்றிவிட்டது. நான் பாரிஸ்டர் தொழிலை நடத்த வேண்டுமானால் இத்தகைய வேலைகளுக்குத் தரகு கொடுப்பதில் என் கொள்கையை வற்புறுத்தமுடியாது என்பதை உணர்ந்தேன். இப்படித் தான் எனக்குள்ளேயே நான் விவாதித்துக் கொண்டேன். உண்மையைச் சொன்னால் என்னை நானே ஏமாற்றிக்கொண்டேன். என்றாலும் இன்னும் ஒன்றும் கூறுவேன். இங்கே கொடுத்ததைத் தவிர வேறு எந்த வழக்குச் சம்பந்தமாகவும் நான் தரகு கொடுத்ததாக நினைவு இல்லை.

இவ்விதம் என் வாழ்க்கைச் செலவுக்குப் போதுமானதை நான் சம்பாதிக்க ஆரம்பித்துவிட்டேன். என்றாலும் இச்சமயத்தில்தான், என் வாழ்க்கையிலே முதல் அதிர்ச்சியும் எனக்கு உண்டாயிற்று. ஒரு பிரிட்டிஷ் அதிகாரி என்றால் அவர் எப்படியெல்லாம் இருப்பார் என்பதாகக் கேள்விப்பட்டிருக்கிறேன். ஆனால், அச் சமயம் வரையில் அப்படிப்பட்ட ஒருவரை நான் நேருக்கு நேராகப் பார்த்ததில்லை.

போர்பந்தரின் காலஞ்சென்ற ராணா சாகிப் பட்டத்திற்கு வருவதற்கு முன்னால், என் சகோதரர் அவருக்கு காரியதரிசியாகவும் ஆலோசகராகவும் இருந்தார். என் சகோதரர் அந்த உத்தியோகத்தில் இருந்தபோது ராணாவுக்குத் தவறான ஆலோசனைகளைக் கூறிவிட்டார் என்ற ஒரு குற்றச்சாட்டை என் சகோதரரின் தலை மீது இப்பொழுது சுமத்தியிருந்தார்கள். விஷயம் ராஜீய ஏஜெண்டிடம் போய்விட்டது. அவரோ, என் சகோதரர் மீது கெட்ட அபிப்ராயம் கொண்டிருந்தார். நான் இங்கிலாந்தில் இருந்தபோது, இந்த அதிகாரியை அறிவேன்.

ஓர் அளவுக்கு அவர் எனக்கு நண்பராகவும் இருந்தார் என்று சொல்லலாம். அந்தச் சிநேகிதத்தைப் பயன்படுத்திக் கொண்டு, ராஜீய ஏஜெண்டிடம் தம்மைப் பற்றி நான் பேசி, அவருக்கு இருந்த தவறான அபிப்ராயத்தை நான் போக்க வேண்டும் என்று என் சகோதரர் விரும்பினார். இந்த யோசனை எனக்கு கொஞ் சமும் பிடிக்கவே இல்லை. இங்கிலாந்தில் ஏற்பட்ட சொற்ப நட்பை நான் பயன்படுத்திக் கொள்ளப் பார்க்கக்கூடாது என்று எண்ணினேன். என் சகோதரர் செய்தது தவறாகவே இருக்கு மாயின், என் சிபாரிசினால் என்ன பயன்? அவர் குற்றமற்றவர் என்றால் முறைப்படி விண்ணப்பத்தை அனுப்பிவிட்டுத் தாம் நிரபராதி என்ற தைரியத்துடன் முடிவை எதிர் நோக்குவதே சரியானது. ஆனால் நான் கூறிய இந்த யோசனை என் சகோதரருக்குப் பிடிக்கவில்லை. அவர் சொன்னதாவது: "உனக்குக் கத்தியவாரைப் பற்றி ஒன்றுமே தெரியாது. உலக அனுபவமும் உனக்கு போதவில்லை. செல்வாக்கு ஒன்றுதான் இங்கே முக்கியம். உனக்குத் தெரிந்தவரான ஓர் அதிகாரியிடம் என்னைக் குறித்து நீ ஒரு நல்ல வார்த்தை சொல்ல நிச்சயம் முடியும் என்று இருக்கும்போது சகோதரனாகிய நீ, உன் கடமையைத் தட்டிக் கழிப்பது சரியல்ல."

அவருக்கு நான் மறுத்துக் கூற முடியாது. அதனால், என் விருப்பத்திற்கு மாறாகவே அந்த அதிகாரியிடம் போனேன். அவரிடம் போவதற்கு எனக்கு எந்தவிதமான உரிமையும் இல்லை என்பதை அறிவேன். என்னுடைய சுயமதிப்பையும் விட்டுத்தான் நான் அவரிடம் போகிறேன் என்பதையும் நான் நன்றாக அறிந்தே இருந்தேன். ஆயினும் பார்க்கவேண்டும் என்று கோரி, அனுமதியும் பெற்றேன். எங்களுக்குள் இருந்த பழைய பழக்கத்தையும் அவருக்கு நினைவூட்டினேன். ஆனால், இங்கிலாந்திற்கும் கத்தியவாருக்கும் வித்தியாசம் அதிகம் என்பதை உடனே கண்டேன். ஓர் அதிகாரி ஓய்வு பெற்றிருக்கும்போது ஒரு மனிதராகவும் உத்தியோகத்தில் அமர்ந்திருக்கும்போது வேறு மனிதராகவும் ஆகிவிடுகிறார் என்பதையும் அறிந்தேன். என்னைத் தமக்குத் தெரியும் என்பதை நினைவூட்டியதால் அவருடைய கடுகடுப்பு அதிகமானதாகவே தெரிந்தது. "அந்த பழக்கத்தை தவறான வழியில் உபயோகித்துக் கொள்வதற்காக நீர் இங்கே வரவில்லையல்லவா?" என்பதே

அவருடைய கடுகடுப்புக்குப் பொருள்போல் தோன்றியது. அது அவர் முகத்திலும் பிரதிபலித்தது. என்றாலும், நான் வந்த காரியத்தை அவரிடம் சொல்ல ஆரம்பித்தேன். அதற்குள் துரை பொறுமையை இழந்துவிட்டார். “உமது சகோதரர் சூழ்ச்சிக்காரர். அவரைப் பற்றி உம்மிடமிருந்து எதையும் கேட்க நான் விரும்பவில்லை. எனக்கு நேரமும் கிடையாது. ஏதாவது சொல்லிக்கொள்ள வேண்டும் என்று உம் சகோதரர் விரும்பினால் முறைப்படி அதை மனுச் செய்து கொள்ளட்டும்” என்றார். இந்தப் பதில் போதுமானது. இப்படிப்பட்ட பதிலே எனக்குச் சரியானதாகவும் இருக்கலாம். ஆனால், சுயநலம் ஒருவனைக் குருடாக்கி விடுகிறது. நான், என் கதையை சொல்லிக்கொண்டே போனேன். துரை எழுந்து “இப்பொழுது நீர் போய்விட வேண்டும்” என்றார்.

“தயவு செய்து நான் சொல்லுவதை முழுவதும் கேளுங்கள்” என்றேன். இப்படிச் சொன்னதும் அவருக்குக் கோபம் அதிகமாகி விட்டது. அவர் தமது சேவகனைக் கூப்பிட்டு என்னை வெளியே அனுப்பும்படி சொன்னார். அப்பொழுதும் நான் தயங்கிக் கொண்டே நின்றேன். சேவகன் உள்ளே வந்து, என் தோளில் கைபோட்டு என்னை வெளியே தள்ளிவிட்டான்.

துரையும் சேவகனும் போய்விட்டனர். நானும் புறப்பட்டேன். கோபமும் ஆத்திரமும் என் மனத்தில் பொங்கிக் கொண்டிருந்தன. உடனே ஒரு குறிப்பு எழுதி, அதை அவருக்கு அனுப்பினேன். அக்குறிப்பில், “நீங்கள் என்னை அவமானப்படுத்தி விட்டீர்கள். உங்கள் சேவகனைக் கொண்டு என்னைத் தாக்கிவிட்டீர்கள். இதற்குத் தக்க பரிகாரம் செய்யாவிட்டால், நான் உங்கள் மீது வழக்குத் தொடர நேரும்” என்று எழுதியிருந்தேன்.

உடனே அவருடைய சிப்பாயின் மூலம் எனக்கு பின் கண்ட பதிலும் கிடைத்தது: “நீர் என்னிடம் முரட்டுத்தனமாக நடந்து கொண்டீர். போய்விடுமாறு நான் உம்மிடம் கூறியும், நீர் போகவில்லை. உம்மை வெளியே அனுப்புமாறு என் சேவகனுக்கு உத்தரவிடுவதைத் தவிர எனக்கு வேறு வழியில்லை. வெளியே போகுமாறு அவன் சொன்னதற்கும் நீர் போக மறுத்தீர். ஆகவே, உம்மை வெளியே அனுப்புவதற்குப் போதுமான பலாத்காரத்தை அவன் உபயோகிக்க வேண்டியதாயிற்று. உமது

விருப்பம் போல் எந்த நடவடிக்கையை வேண்டுமானாலும் நீர் எடுத்துக் கொள்ளலாம்.''

இந்தப் பதிலை என் சட்டைப் பையில் வைத்துக் கொண்டு இடிந்து போய் வீடு திரும்பினேன். நடந்ததையெல்லாம் என் அண்ணனிடம் சொன்னேன், அவரும் வருத்தப்பட்டார். ஆனால் என்னைத் தேற்றுவது எப்படி என்பது அவருக்குத் தெரியவில்லை. துரைமீது எப்படி வழக்குத் தொடருவது என்பது எனக்குத் தெரியாது போகவே, அவர் தமது வக்கீல் நண்பர்களிடம் இதைக் குறித்துக் கலந்து ஆலோசித்தார். அச் சமயத்தில் ஸர் பிரோஸ்ஷா மேத்தா ராஜ்கோட்டில் இருந்தார். ஏதோ ஒரு வழக்குக்காக அவர்அங்கே வந்திருந்தார். ஆனால், என்னைப் போன்ற ஒரு சின்ன பாரிஸ்டர் அவரைப் போய்ப் பார்க்க எவ்வாறு துணிய முடியும்? அவரை அங்கே ஒரு வழக்கிற்கு அமர்த்தியிருந்த ஒரு வக்கீலின் மூலம் என் வழக்குச் சம்பந்தமான தஸ்தாவேஜுக்களை அனுப்பி, அவருடைய ஆலோசனையைக் கோரினேன். அவற்றைப் பார்த்துவிட்டு, அவர் பின்வருமாறு கூறினாராம்: "அநேக வக்கீல்களுக்கும் பாரிஸ்டர்களுக்கும் இது சாதாரணமான அனுபவம் என்று காந்தியிடம் கூறுங்கள். அவர் இங்கே ஏதோ கொஞ்சம் சம்பாதித்துச் சௌக்கியமாக வாழ விரும்பினால், அக் குறிப்பைக் கிழித்தெறிந்து விட்டு, அவமானத்தையும் சகித்துக் கொள்ளட்டும். துரை மீது வழக்குத் தொடுத்து அவர் அடையப் போவது எதுவும் இல்லை. அதற்கு மாறாக, தம்மையே நாசப்படுத்திக் கொண்டதாகவும் அது ஆகலாம். வாழ்க்கையைப்பற்றி அவர் இன்னும் நிறையத் தெரிந்துகொள்ள வேண்டியிருக்கிறது என்பதையும் அவருக்கு சொல்லுங்கள்.''

இந்தப் புத்திமதி, விஷம்போல எனக்குக் கசப்பாகவே இருந்தது என்றாலும் இதை நான் விழுங்கியே ஆக வேண்டியதாயிற்று. அவமானத்தைச் சகித்துக் கொண்டேன். அதனால் பலனையும் அடைந்தேன். இனி ஒருக்காலும் இத்தகைய சங்கடமான நிலைக்கு என்னை உட்படுத்திக் கொள்ள முயலமாட்டேன் என்று எனக்குள் நானே சொல்லிக் கொண்டேன். அதன்பின் இந்த உறுதியிலிருந்து மாறும் குற்றத்தை நான் செய்ததே இல்லை. இந்த அதிர்ச்சி என் வாழ்க்கையின் போக்கையே மாற்றிவிட்டது.

5. ஆப்பிரிக்கா செல்ல ஏற்பாடு

அந்த அதிகாரியிடம் நான் போனதே தவறு என்பதில் சந்தேகமில்லை. ஆனால், அவர் காட்டிய பொறுமையின்மையும் அளவு கடந்த கோபமும், என் தப்புக்கு மிகவும் அதிகப் படியானவையே. வெளியில் பிடித்துத் தள்ள வேண்டியதற்கான தப்பை நான் செய்துவிடவில்லை. அவருடைய நேரத்தில், நான் சொன்னதைக் கேட்க ஐந்து நிமிடங்களுக்கு மேல் ஆகியிராது. ஆனால், நான் பேசியதே அவருக்குப் பொறுக்கவில்லை. போய்விடும்படி அவர் மரியாதையாக எனக்குச் சொல்லியிருக்கலாம். ஆனால், அவருக்கு அளவுக்கு மீறி அதிகார போதை இருந்தது. பொறுமை என்ற குணத்திற்கும் இந்த அதிகாரிக்கும் வெகு தூரம் என்பது எனக்குப் பின்னால் தெரிந்தது. தம்மைப் பார்க்க வருகிறவர்களை அவமதிப்பதே அவருக்குப் பழக்கமாம். அவருடைய விருப்பத்திற்கு மாறாக ஏதேனும் அற்பக் காரியம் நடந்துவிட்டாலும் அவருக்குக் கோபாவேசம் வந்துவிடுமாம்.

இப்பொழுதே என் வேலைகளில் பெரும்பாலும் அவருடைய நீதிமன்றத்தில் நடந்தாக வேண்டியவை. அவரைச் சமாதானப் படுத்துவது என்பதும் என்னால் ஆகாதது. எப்படியாவது அவருடைய தயவைத் தேடிக்கொள்ள வேண்டும் என்ற விருப்பமும் எனக்கு இல்லை. உண்மையில் அவர் மீது வழக்குத் தொடருவதாக நான் ஒரு முறை அவரைப் பயமுறுத்திவிட்ட பிறகு சும்மா இருந்துவிட நான் விரும்பவில்லை.

இதற்கு மத்தியில் நாட்டின் சில்லரை ராஜிய விஷயங்களைக் குறித்தும் கொஞ்சம் தெரிந்து கொண்டேன். கத்தியவார் அநேக சிறு சிறு சமஸ்தானங்களைக் கொண்ட பகுதியாகையால், ராஜியவாதிகள் ஏராளமாக முளைத்துக் கொண்டிருந்தனர். சமஸ்தானங்கள் ஒன்றுக்கொன்று சூழ்ச்சிகளில் ஈடுபடுவதும் அதிகாரத்திற்கு அதிகாரிகள் சூழ்ச்சிகளில் இறங்குவதும் அங்கே சர்வ சாதாரணம். சமஸ்தானாதிபதிகளோ, எப்பொழுதுமே பிறரை நம்பியிருக்க வேண்டியவர்களாக இருந்தனர். ஆகவே,

இச்சகம் பேசுகிறவர்கள் சொல்லுவனவற்றிற்கெல்லாம் சமஸ்தானாதிபதிகள் செவி சாய்த்து வந்தனர். துரையின் சேவகனைக் கூடச் சரிகட்டி வைத்துக் கொள்ள வேண்டியிருந்தது. துரையின் சிரஸ்தாரே துரைக்குக் கண்களாகவும், காதுகளாகவும், மொழிபெயர்த்துச் சொல்லுபவராகவும் இருந்ததால், அவர், தம் எஜமானனைவிட ஒருபடி மேலானவராகவே இருந்தார். சிரஸ்தார் வைத்தது தான் சட்டம். அவருடைய வருமானம் துரையின் வருமானத்திற்கும் அதிகம் என்பது பிரபலமான விஷயம். இது ஒரு வேளை மிகைப்படுத்திக் கூறப்பட்டதாகவும் இருக்கலாம். என்றாலும் அவர், தமது சம்பளத்திற்கு மிஞ்சிய ஆடம்பர வாழ்க்கையை நடத்திக் கொண்டிருந்தார்.

இந்தச் சூழ்நிலை, விஷமமானது என்று எனக்குத் தோன்றிற்று. இதனால் பாதிக்கப்படாமல் அங்கே எப்படி இருப்பது என்பதே எனக்குத் தீராப் பிரச்சினையாயிற்று.

நான் முற்றும் மனச் சோர்வை அடைந்துவிட்டேன். இதை என் சகோதரர் தெளிவாக அறிந்து கொண்டார். எனக்கு ஏதாவது ஓர் உத்தியோகம் கிடைத்துவிட்டால், இந்தச் சூழ்ச்சிச் சூழ்நிலையிலிருந்து நான் விடுதலை பெற்றுவிடுவேன் என்பதை நாங்கள் இருவருமே உணர்ந்தோம். ஆனால், சூழ்ச்சியையும் தந்திரத்தையும் கையாளாமல் ஒரு மந்திரி வேலையோ, நீதிபதி உத்தியோகமோ கிடைப்பது முடியாத காரியம். துரையுடன் ஏற்பட்ட சச்சரவு, எனது தொழிலை நடத்திக் கொண்டு போவதற்கே இடையூறாக நின்றது.

அச்சமயம் போர்பந்தர், பிரிட்டிஷ் அரசாங்கம் நியமித்த அதிகாரி ஒருவரின் நிர்வாகத்தில் இருந்தது. மன்னருக்கு அதிக அதிகாரங்கள் கிடைக்கும்படி செய்வது சம்பந்தமாக அங்கே எனக்குக் கொஞ்சம் வேலை இருந்தது. விவசாயிகளிடமிருந்து நிலத் தீர்வை அதிகப்படியாக வசூலிக்கப்பட்டு வந்தது சம்பந்தமாகவும் நான் அந்த நிர்வாக அதிகாரியைப் பார்க்க வேண்டியிருந்தது. அந்த அதிகாரி ஓர் இந்தியராக இருந்த போதிலும் அகம்பாவத்தில் துரையையும் மிஞ்சியவராக இருக்கக் கண்டேன். அவர் திறமைசாலியே. ஆனால் அவருடைய திறமையினால் விவசாயிகள் எந்த நன்மையையும் அடைந்து விட்டதாகத் தெரியவில்லை. ராணா மேற்கொண்டு சில

அதிகாரங்களைப் பெறும்படி செய்வதில் நான் வெற்றி பெற்றேன். ஆனால் விவசாயிகளுக்கோ எவ்விதமான கஷ்ட நிவாரணமும் ஏற்படவில்லை. அவர்கள் விஷயம் இன்னது என்பதைக்கூட அந்த அதிகாரி சரிவரக் கவனிக்கவில்லை என்றே எனக்குத் தோன்றியது.

எனவே, இந்த வேலையிலும் நான் ஏமாற்றத்தையே அடைந்தேன் என்று சொல்ல வேண்டும். என் கட்சிக்காரர்களுக்கு நியாயம் வழங்கப்படவில்லை என்று எண்ணினேன். ஆனால் அவர்கள் நியாயத்தை அடையும்படி செய்வதற்கான சக்தி என்னிடம் இல்லை. நான் மேற்கொண்டு ஏதாவது செய்வதென்றால் ராஜிய ஏஜெண்டிடமோ, கவர்னரிடமோ முறையிட்டுக் கொள்ளலாம். ஆனால், அவர்களோ, 'இதில் நாங்கள் தலையிடுவதற்கில்லை' என்று என் அப்பீலை நிராகரித்து விடுவார்கள். இத்தகைய முடிவுகள் சம்பந்தமாக அனுசரிக்க விதிமுறை ஏதாவது இருந்தால், அதைக் கொண்டாவது ஏதாவது செய்ய பார்க்கலாம். ஆனால், இங்கோ, துரையின் இஷ்டமே சட்டம் என்று இருக்கிறது. இதனால் எனக்கு உண்டான ஆத்திரத்தைச் சொல்லி முடியாது.

இதற்கு மத்தியில் போர்பந்தரைச் சேர்ந்த ஒரு மேமன் வியாபாரக் கம்பெனியார், என் சகோதரருக்கு ஒரு கடிதம் எழுதியிருந்தார்கள் அதில் அவர்கள் அறிவித்திருந்ததாவது: "தென்னாப்பிரிக்காவில் எங்களுக்கு வியாபாரம் இருக்கிறது. எங்களுடையது பெரிய வியாபாரக் கம்பெனி. எங்களுடைய பெரிய வழக்கு ஒன்று, அங்கே கோர்ட்டில் நடக்கிறது. 40,000 பவுன் வர வேண்டும் என்பது எங்கள் தாவா. இந்த வழக்கு நீண்ட காலமாக நடந்து கொண்டு வருகிறது. பெரிய வக்கீல்களையும் பாரிஸ்டர்களையும் அமர்த்தியிருக்கிறோம். உங்கள் சகோதரரை அங்கே அனுப்புவீர்களானால் எங்களுக்கும் உதவியாக இருக்கும், அவருக்கும் உதவியாக இருக்கும். வக்கீல்களுக்கு விஷயங்களை எடுத்துக்கூற, எங்களை விட அவரால் நன்கு முடியும். அதோடு, உலகத்தில் புதியதொரு பகுதியைப் பார்க்கும் வாய்ப்பு ஏற்படுவதோடு புதிதாக பலருடன் பழகும் சந்தர்ப்பமும் அவருக்கு கிடைக்கும்."

இந்த யோசனையைக் குறித்து, என் சகோதரர் என்னுடன் விவாதித்தார். வக்கீல்களுக்கு நான் விஷயங்களை எடுத்துச்

சொல்ல மாத்திரம் வேண்டியிருக்குமா, கோர்ட்டிலும் ஆஜராக வேண்டியிருக்குமா என்பது எனக்குத் தெளிவாகவில்லை.

மேலே சொன்ன தாதா அப்துல்லா கம்பெனியின் ஒரு கூட்டாளியான காலஞ்சென்ற சேத் அப்துல் கரீம் ஜவேரியை, என் சகோதரர் எனக்கு அறிமுகம் செய்து வைத்தார். "இந்த வேலை கஷ்டமானதாக இராது என்று சேத் எனக்கு உறுதி கூறினார். பெரிய வெள்ளைக்காரர்களெல்லாம் எங்கள் நண்பர்கள். அவர்களுடன் நீங்கள் பழக்கம் செய்து கொள்ளலாம். எங்கள் கடைக்கும் நீங்கள் பயன்படுவீர்கள். எங்கள் கடிதப் போக்குவரத்தெல்லாம் பெரும்பாலும் ஆங்கிலத்தில்தான். அதிலும் நீங்கள் எங்களுக்கு உதவி செய்யலாம். நீங்கள் எங்கள் விருந்தினரே. ஆகையால், உங்களுக்கு எந்தவிதமான செலவும் இராது" என்றார்.

"என் சேவை உங்களுக்கு எவ்வளவு காலத்திற்குத் தேவை? நீங்கள் அதற்கு என்ன கொடுப்பீர்கள்?" என்று கேட்டேன்.

"ஓர் ஆண்டுக்கு மேல் தேவைப்படாது. உங்களுக்குப் போகவர முதல் வகுப்புக் கப்பல் கட்டணமும், மற்ற எல்லாச் செலவும் போக 105 பவுனும் தருகிறோம்" என்றார்.

நான் அங்கே போவது, பாரிஸ்டர் என்ற முறையிலேயே அன்று அந்தக் கம்பெனியின் ஊழியன் என்ற வகையிலேயே போகிறேன். ஆனால், எப்படியாவது இந்தியாவிலிருந்து போய் விட வேண்டும் என்று விரும்பினேன். அதோடு புதிய நாட்டைப் பார்க்கலாம். புதிய அனுபவங்களைப் பெறலாம் என்ற ஆசையும் இருந்தது. மேலும் 105 பவுனையும் என் சகோதரருக்கு அனுப்பி, குடும்பச் செலவுக்கு உதவி செய்யலாம். எந்தவிதமான பேரமும் பேசாமல் ஒப்புக் கொண்டு, தென்னாப்பிரிக்காவுக்குப் புறப்படுவதற்குத் தயாரானேன்.

6. நேட்டால் சேர்ந்தேன்

இங்கிலாந்திற்குப் புறப்பட்டபோது பிரிவாற்றாமையால் என்ன மனக்கஷ்டம் இருந்ததோ, அத்தகைய உணர்ச்சியெல்லாம் இப்பொழுது தென்னாப்பிரிக்காவுக்குப் புறப்பட்ட போது இல்லை. என் தாயாரோ காலமாகிவிட்டார். எனக்குக் கொஞ்சம் உலக அனுபவமும் ஏற்பட்டுவிட்டது. ராஜ் கோட்டிலிருந்து பம்பாய்க்குப் போவதும் இப்பொழுது மிகச் சாதாரணமாகவே இருந்தது.

இத்தடவை, மனைவியை விட்டுப் பிரிந்து போகிறோமே என்பதைப் பற்றி மாத்திரமே எனக்கு மனக்கஷ்டம் இருந்தது. நான் இங்கிலாந்திலிருந்து திரும்பிய பின்னர். எங்களுக்கு மற்றும் ஒரு குழந்தை பிறந்தது. எங்கள் இருவருக்கும் இடையே இருந்த அன்பு காமக் கலப்பு இல்லாதது என்று இன்னும் சொல்லிவிடுவதற்கு இல்லை. என்றாலும், அது நாளுக்கு நாள் தூய்மையாகி வந்தது. ஐரோப்பாவிலிருந்து நான் திரும்பி வந்த பிறகு, நாங்கள் இருவரும் சொற்பகாலமே சேர்ந்து வாழ்ந்திருக்கிறோம். அவ்வளவு அதிக சிரத்தையுடன் இல்லை என்றாலும் நான் அப்பொழுது அவளுக்கு ஆசிரியன் ஆகியிருந்தேன். சில சீர்திருத்தங்களை அடைவதற்கும் அவளுக்கு உதவி செய்து வந்தேன். அந்த சீர்திருத்தங்களைத் தொடர்ந்து அடைவதென்றால், நாங்கள் இருவரும் அதிகமாகக் சேர்ந்து வாழ்ந்து வரவேண்டியது அவசியம் என்பதை இருவருமே உணர்ந்தோம். ஆனால், தென்னாப்பிரிக்கா செல்வதில் ஏற்பட்ட கவர்ச்சி, பிரிந்து வாழ்வதையும் சகிக்கக் கூடியதாக்கியது. அவளுக்கு ஆறுதலாக இருப்பதற்காக நாம் எப்படியும் ஓர் ஆண்டில் மீண்டும் சந்திப்போம் என்று கூறிவிட்டுப் பம்பாய் செல்ல ராஜ்கோட்டிலிருந்து புறப்பட்டேன்.

தாதா அப்துல்லா கம்பெனியின் காரியஸ்தர் மூலமாகவே கப்பல் டிக்கெட் கிடைக்க வேண்டியிருந்தது. ஆனால், கப்பலிலோ இடமில்லை. அப்பொழுது நான் கப்பல் ஏறவில்லையென்றால் பம்பாயிலேயே தங்கிவிட வேண்டிவரும். "கப்பலில்

முதல் வகுப்பில் இடம் பெறுவதற்காக எங்களால் ஆன முயற்சிகளையெல்லாம் செய்து பார்த்துவிட்டோம். பயனில்லை. மூன்றாம் வகுப்பில் போக நீங்கள் தயாராக இருந்தாலன்றி வேறு வழியில்லை. உங்கள் சாப்பாட்டுக்கு வேண்டுமானால் முதல் வகுப்பில் ஏற்பாடு செய்து விடலாம்'' என்றார், அக்காரியஸ்தர். நான் முதல் வகுப்பிலேயே பிரயாணம் செய்துவந்த காலம் அது. ஒரு பாரிஸ்டர், மூன்றாம் வகுப்பில் எவ்விதம் பிரயாணம் செய்ய முடியும்? ஆகவே, அவர் கூறிய யோசனையை ஏற்றுக்கொள்ள மறுத்துவிட்டேன். முதல் வகுப்பில் இடம் கிடைக்கவில்லை என்பதை நான் நம்பவில்லை. காரியஸ்தரின் நேர்மையில் சந்தேகம் கொண்டேன். அவருடைய சம்மதத்தின் பேரில் கப்பலுக்கே போனேன். அதன் பிரதம அதிகாரியையும் கண்டு பேசினேன். அவர் உள்ளதைச் சொல்லிவிட்டார். ‘‘வழக்கமாக எங்கள் கப்பலில் இப்படி இட நெருக்கடி ஏற்படுவதில்லை. ஆனால், மொஸாம்பிக் கவர்னர் ஜெனரல் அக்கப்பலில் வருகிறார். ஆகையால், இடத்தையெல்லாம் அமர்த்திக் கொண்டு விட்டனர்'' என்றார்.

‘‘என்னையும் எப்படியாவது உள்ளே நுழைந்துவிட உங்களால் முடியாதா?'' என்று கேட்டேன். அவர் உச்சியிலிருந்து உள்ளங்கால்கரை என்னை ஒரு முறை பார்த்துவிட்டு புன்னகை புரிந்தார். ‘‘பிறகு ஒரே ஒரு வழிதான் இருக்கிறது. என் அறையில் அதிகப்படியாக ஓர் இடம் இருக்கிறது. சாதாரணமாக அதைப் பிரயாணிகளுக்குக் கொடுப்பதில்லை. ஆனால், அதை உங்களுக்கு கொடுக்க நான் தயாராக இருக்கிறேன்'' என்றார், கப்பலின் பிரதம அதிகாரி. அவருக்கு நன்றி கூறிவிட்டு, அதற்கு வேண்டிய டிக்கெட்டைக் காரியஸ்தரைக் கொண்டு வாங்கச் செய்தேன். ஆகவே, தென்னாப்ரிக்காவில் என்னுடைய அதிர்ஷ்டத்தைச் சோதிப்பதென்ற முழு உற்சாகத்துடன் 1893, ஏப்ரலில் புறப்பட்டேன்.

எங்கள் கப்பல் அடைந்த முதல் துறைமுகம் லாமு என்பது. சுமார் பதின்மூன்று நாட்களில் அங்கே போய்ச் சேர்ந்தோம். இதற்குள் கப்பல் காப்டனும் நானும் சிறந்த நண்பர்கள் ஆகிவிட்டோம். சதுரங்கம் ஆடுவதில் அவருக்கு அதிகப் பிரியம். ஆனால், அந்த ஆட்டம் அவருக்கு புதியது. ஆகையால்,

தம்மிலும் அதிகக் கற்றுக் குட்டியாக இருப்பவரையே தம்முடன் விளையாடுவதற்குச் சகாவாக அவர் விரும்பினார். எனவே சதுரங்கம் ஆட என்னை அழைத்தார். அவ்விளையாட்டைக் குறித்து எவ்வளவோ கேள்விப்பட்டு இருக்கிறேன். ஆனால், நான் விளையாடியது மாத்திரம் இல்லை. அதை விளையாடினால் அறிவுக்கு அதிகப் பயிற்சி உண்டு என்று விளையாடத் தெரிந்தவர்கள் சொல்லுவார்கள். அதில் எனக்குப் பாடம் சொல்லிக் கொடுக்க காப்டன் முன் வந்தார். அவருக்கு எல்லையற்ற பொறுமை உண்டு. ஆகையால், நான் நல்ல மாணவன் எனக்கண்டார். ஒவ்வொரு சமயமும் தோற்பவன் நானே. இது எனக்குச் சொல்லிக் கொடுக்க வேண்டும் என்பதில் அவருக்கு இன்னும் அதிக ஆர்வத்தை உண்டாக்கியது. சதுரங்கம் விளையாடுவது, எனக்கும் பிடித்திருந்தது. ஆனால், அவ்விருப்பத்தை அக்கப்பலோடு விட்டுவிட்டேன். அந்த ஆட்டத்தைப்பற்றி எனக்கு இருந்த ஞானம், காய்களை நகர்த்தி வைப்பதற்கு மேலே போனதே இல்லை.

லாமுவில் கப்பல் மூன்று, நான்கு மணிநேரம் நின்றது. துறைமுகத்தைப் பார்ப்பதற்காக இறங்கினேன். காப்டனும் இறங்கிப் போனார். ஆனால், அத்துறைமுகம் அபாயகரமானது என்றும், முன்னாலேயே திரும்பி வந்துவிட வேண்டும் என்றும் அவர் எனக்கு எச்சரிக்கை செய்திருந்தார்.

லாமு மிகச் சிறிய ஊர். துறைமுகக் காரியாலயததிற்குச் சென்றேன். அங்கே இந்திய குமாஸ்தர்கள் இருந்ததைக் கண்டு மகிழ்ச்சியடைந்தேன். அவர்களுடன் பேசினேன். ஆப்பிரிக்காக்காரர்களையும் அங்கே பார்த்தேன். அவர்களது வாழ்க்கை முறையை அறிந்து கொள்ளுவதில் எனக்கு அதிகச் சிரத்தை உண்டாயிற்று. அதை அறிந்து கொள்ளவும் முயன்றேன். இதில் கொஞ்சம் நேரமாயிற்று.

அக்கப்பலின் மூன்றாம் வகுப்புப் பிரயாணிகளில் சிலருடன் எனக்குப் பழக்கம் ஏற்பட்டிருந்தது. தரைக்குப் போய்ச் சமைத்து அமைதியாகச் சாப்பிட்டுவிட்டு வரவேண்டும் என்பதற்காக அவர்களும் இறங்கியிருந்தனர். அவர்கள் கப்பலுக்குத் திரும்பிவிடத் தயாராக இருந்ததைக் கண்டதும் எல்லோரும் ஒரே படகில் ஏறிப் புறப்பட்டோம். துறைமுகத்தில் அலை பலமாக

இருந்தது. படகிலோ இருக்க வேண்டியதற்கு அதிகமான பளு இருந்தது. அலைகள் வேகமாக அடித்துக் கொண்டிருந்ததால், கப்பலின் ஏணிக்கு அருகில் படகை நிறுத்துவது என்பது முடியாததாகிவிட்டது. படகு ஏணியைத் தொடும், உடனே ஒரு பலமான அலை வந்து, படகை தூரத்திற்குக் கொண்டு போய்விடும். கப்பல் புறப்படுவதற்கு, முதல் சங்கும் ஊதியாயிற்று. நான் அதிகச் சஞ்சலம் அடைந்து விட்டேன் காப்டன் எங்களுடைய தவிப்பையெல்லாம், மேல்தளத்திலிருந்து பார்த்துக் கொண்டிருந்தார். கப்பல், மேற்கொண்டும், ஐந்து நிமிட நேரம் காத்திருக்க உத்தரவிட்டார். கப்பலுக்கு அருகே மற்றொரு படகு இருந்தது. அதை எனக்காக ஒரு நண்பர், பத்து ரூபாய்க்கு அமர்த்தினார். அதிகப் பளு ஏற்றப்பட்டிருந்த படகிலிருந்து என்னை இப்படகு ஏற்றிக்கொண்டது. ஏணியையோ இதற்குள் உயர்த்தி விட்டார்கள். ஆகையால் என்னைக் கயிறு கொண்டு மேலே தூக்கினார்கள். உடனே கப்பலும் கிளம்பிவிட்டது. மற்ற பிரயாணிகள் ஏற முடியவில்லை. காப்டன் செய்த எச்சரிக்கை, அப்பொழுதுதான் எனக்குப் புரிந்தது.

லாமுக்கு அடுத்த துறைமுகம், மொம்பாஸா. அதன் பிறகு ஜான்ஸிபார் போய்ச் சேர்ந்தோம். அங்கே அதிக காலம் – எட்டு அல்லது பத்து நாள் வரை – தங்கினோம். பிறகு மற்றொரு கப்பலில் ஏறினோம்.

கப்பல் காப்டன் என்னிடம் அதிகப்பிரியம் கொண்டு விட்டார், ஆனால், அந்தப் பிரியம் விபரீதமான முடிவில் கொண்டு போய்விட்டது. உல்லாசமாகப் போய் வரலாம் என்று என்னையும் ஓர் ஆங்கில நண்பரையும் அவர் அழைத்தார். அவருடைய படகிலேயே நாங்கள் கரைக்குப் போனோம். உல்லாசமாகப் போய் வரலாம் என்றால் இன்னது என்பதைப் பற்றி எனக்கு எதுவும் தெரியாது. இத்தகைய விஷயங்களில் நான் எவ்வளவு அனுபவம் இல்லாதவன் என்பதும் காப்டனுக்குத் தெரியாது. ஒரு தரகன் எங்களை நீக்கிரோப் பெண்களின் வீட்டிற்கு அழைத்து சென்றான். அங்கே எங்கள் ஒவ்வொருவருக்கும் ஓர் அறையைக் காட்டி, உள்ளே போகச் சொன்னான். நான் உள்ளே போனதும் வெட்கத்தால் வாய் பேசாமல் அப்படியே நின்றேன். என்னைப் பற்றி அப்பெண் என்ன நினைத்திருப்பாள்

என்பது ஆண்டவனுக்கே தெரியும். காப்டன் அழைத்ததும் நான் போனபடியே வெளியே வந்துவிட்டேன். ஒரு பாவமும் செய்யாத என் நிலையை அவர் தெரிந்து கொண்டார். எனக்கு முதலில் அவமானமாக இருந்தது. ஆனால் அக்காரியத்தை நினைப்பதும் எனக்குப் பயமாக இருந்ததால் அவமான உணர்ச்சி மறைந்தது. அப்பெண்ணைப் பார்த்ததும் என் புத்தி தடுமாறிவிடாமல் இருந்ததைக் குறித்து கடவுளுக்கு நன்றி செலுத்தினேன். எனக்கு இருந்த பலவீனத்திற்காக என்னை நானே வெறுத்தேன். அறைக்குள் போக மறுத்துவிடும் துணிச்சல் எனக்கு இல்லாது போனதைக் குறித்து எனக்கு நானே பரிதாபப்பட்டுக் கொண்டேன்.

என்னுடைய வாழ்க்கையில் ஏற்பட்ட இது போன்ற சோதனைகளில் இது மூன்றாவதாகும். இளைஞர்களில் பலர் ஆரம்பத்தில் ஒரு பாவமும் அறியாதவர்களாக இருந்தும், அவமானம் என்று தவறாக ஏற்பட்டுவிடும் உணர்ச்சியின் காரணமாகப் பாவத்திற்கு இழுக்கப்பட்டு விடுகின்றனர். இதில் தவறிவிடாமல் வெளிவந்து விட்டதற்கு நான் பெருமைப்பட்டுக் கொள்ளக் காரணம் எதுவுமே இல்லை. அறைக்குள் போக நான் மறுத்திருந்தால் அது எனக்குப் பெருமையாக இருந்திருக்கும். என்னைக் காத்தருளியதற்கு கருணைக் கடலான ஆண்டவனுக்கே நான் நன்றி செலுத்த வேண்டும். இச்சம்பவம் கடவுள் மீதுள்ள என் நம்பிக்கையை அதிகமாக்கியது. அவமானம் என்ற தவறான உணர்ச்சியை ஓரளவுக்கு விட்டொழிக்கவும் இச் சம்பவம் எனக்குப் போதித்தது.

இத்துறைமுகத்தில் நாங்கள் ஒரு வாரம் தங்க வேண்டியிருந்ததால் பட்டணத்தில் வசிக்க ஓர் அறையை அமர்த்திக் கொண்டேன். சுற்றுப்புறங்களையெல்லாம் நன்றாகச் சுற்றிப் பார்த்தேன். ஜான்ஸி பார் செடி கொடிகள் நிறைந்து, இயற்கை வளத்தில், மலையாளத்தைப் போல் இருந்தது எனலாம். பிரமாண்டமான மரங்களையும், மிகப் பெரிய பழங்களையும் பார்த்துப் பிரமித்துப் போனேன்.

எங்கள் கப்பல் நின்ற அடுத்த துறைமுகம் மொஸாம்பிக். பிறகு மே மாதக் கடைசியில் நேட்டால் போய்ச் சேர்ந்தோம்.

7. சில அனுபவங்கள்

நேட்டாலின் துறைமுகம், டர்பன். அதை நேட்டால் துறைமுகம் என்பதும் உண்டு. என்னை வரவேற்க அப்துல்லா சேத் துறைமுகத்திற்கு வந்திருந்தார். கப்பல் கரையைத் தொட்டதும், நண்பர்களை வரவேற்கப் பலர் கப்பலுக்கு வருவதைப் பார்த்தேன். அப்படி வருகிறவர்களில் இந்தியர்களுக்கு மரியாதை காட்டப்படுவதில்லை என்பதையும் கவனித்தேன். அப்துல்லா சேத்தை அறிந்தவர்கள் அவரிடம் ஒரு வகையான அகம்பாவத்துடன் நடந்து கொள்ளுவதையும் நான் கவனிக்காது போகவில்லை. அது என் மனத்தை வருத்தியது. ஆனால், அப்துல்லா சேத்துக்கு இதெல்லாம் பழக்கமாகி விட்டது. என்னைப் பார்த்தவர்களும் அது போலவே ஏதோ விசித்திரப் பொருளைப் பார்ப்பது போலப் பார்த்தனர். நான் அணிந்திருந்த உடை, மற்ற இந்தியரிலிருந்து என்னை வேறுபடுத்திக் காட்டியது நான் வங்காளிகள் வைத்துக் கொள்வதைப் போன்ற ஒரு தலைப்பாகையை வைத்துக்கொண்டு, மேலங்கியும் அணிந்திருந்தேன்.

என்னைக் கம்பெனியின் கட்டடத்திற்கு அப்துல்லா சேத் அழைத்துச் சென்றார். அவருடைய அறைக்குப் பக்கத்து அறையில் நான் தங்குவதற்கு ஏற்பாடு செய்திருந்தனர். அவர் என்னை அறிந்து கொள்ளவில்லை. என்னாலும் அவரை அறிந்து கொள்ள முடியவில்லை. என் வசம் அவருடைய சகோதரர் அனுப்பியிருந்த காகிதங்களைப் படித்துவிட்டு, அவர் இன்னும் அதிகக் குழப்பமடைந்தார். யானையைக் கட்டித் தீனி போடச் சொல்லுவது போல என்னைத் தம்முடைய சகோதரர் அனுப்பியிருக்கிறார் என்றே எண்ணினார். என்னுடைய உடையின் கோலத்தையும் வாழ்க்கை முறையையும் பார்த்துவிட்டு, ஐரோப்பியர்களைப் போல் எனக்கும் அதிகச் செலவாகும் என்று நினைத்தவிட்டார். குறிப்பாக எனக்குக் கொடுக்கக்கூடிய வேலையும் அப்பொழுது எதுவும் இல்லை. அவர்கள் வழக்கோ டிரான்ஸ்வாலில் நடந்து கொண்டிருந்தது. என்னை

உடனே அங்கே அனுப்புவது என்பதிலும் அர்த்தமில்லை. என்னுடைய திறமையும் யோக்கியப் பொறுப்பையும் அவர் எந்த அளவுக்கு நம்ப முடியும்? என்னைக் கண்காணிப்பதற்கு அவர் பிரிட்டோரியாவில் இருந்து வர இயலாது. பிரதிவாதிகள் பிரிட்டோரியாவில் இருக்கின்றனர். அவர்கள் என்னை எந்த வழியிலாவது வசப்படுத்திக் கொள்ளக்கூடும் என்று அவர் கருதினார். சம்பந்தப்பட்ட வழக்கைப் பற்றி வேலையை ஒப்படைப்பதற்கில்லை என்றால், வேறு எந்த வேலையை ஒப்படைப்பது? வேறு வேலைகளெல்லாம், அவருடைய குமாஸ்தாக்களே என்னைவிட நன்றாகச் செய்துவிட முடியும். மேலும் தவறு செய்யும் குமாஸ்தாக்களைக் கண்டிக்க முடியுமா? ஆகையால் வழக்குச் சம்பந்தமான வேலை எதையும் என்னிடம் கொடுக்க முடியவில்லையென்றால், ஒரு பயனும் இல்லாமல் என்னை வைத்துக் கொண்டிருக்க நேரும்.

அப்துல்லா சேத், எழுதப் படிக்கத் தெரியாதவர் என்றே சொல்லலாம். ஆனால் மிகுந்த அனுபவ ஞானம் உள்ளவர். அதிக கூர்மையான அறிவு படைத்தவர். தமக்கு புத்திசாலித்தனம் அதிகம் உண்டு என்பதை அவரும் உணர்ந்திருந்தார். பழக்கத்தினால் அதைக் கொண்டு அவர், பாங்க் மானேஜர்களிடமோ, ஐரோப்பிய வர்த்தகர்களிடமோ பேசியும், தமது வழக்குச் சம்பந்தமாக வக்கீல்களிடம் தமது கட்சியை விளக்கியும் வியாபாரத்தை நடத்திக் கொண்டிருந்தார். இந்தியர்களுக்கு அவரிடம் உயர்ந்த மதிப்பு உண்டு. அச்சமயம் இந்தியரின் வியாபார ஸ்தலங்களில் அவருடைய கம்பெனியே மிகப் பெரியது, அல்லது பெரியவைகளில் ஒன்று என்றாவது சொல்ல வேண்டும். இவ்வளவு சாதகமான வசதிகளெல்லாம் இருந்தும், அவருக்குப் பிரதிகூலமானதும் ஒன்று உண்டு. அது, அவர் சுபாவத்திலேயே சந்தேகப் பிராணியாக இருந்ததுதான்.

இஸ்லாம் மதத்தின் சிறப்பில் அவர் பெருமைகொள்ளுபவர். அம்மதத்தின் தத்துவங்களைப் பற்றிப் பேசிக் கொண்டிருப்பதிலும் அவருக்குப் பிரியம் அதிகம். அவருக்கு அரபு மொழி தெரியாது, என்றாலும் பொதுவாகத் திருக் குர் ஆனிலும், இஸ்லாமிய இலக்கியத்திலும் அவருக்கு ஓரளவு நல்ல ஞானம் உண்டு. அவைகளிலிருந்து ஏராளமான உதாரணங்களை உடனுக்கு உடன்

கூறுவார். அவருடன் பழகியதால் இஸ்லாம் மார்க்கத்தைப் பற்றி நன்றாகத் தெரிந்து கொண்டேன். நாங்கள் இருவரும் நெருங்கிப் பழக ஆரம்பித்த பிறகு, சமய விஷயங்களைக் குறித்து நீண்ட நேரம் விவாதித்தும் வந்தோம்.

நான் நேட்டாலுக்கு வந்த இரண்டாம் நாளோ, மூன்றாம் நாளோ, என்னை டர்பன் நீதி மன்றத்திற்கு அழைத்துச் சென்றார். அங்கே என்னைப் பலருக்கு அறிமுகம் செய்து வைத்துத் தம் வக்கீலுக்குப் பக்கத்தில் என்னை உட்கார வைத்தார். மாஜிஸ்டிரேட்டோ, என்னை வெறிக்கப் பார்த்துக் கொண்டே இருந்தார். கடைசியாக, என் தலைப்பாகையை எடுக்கும்படி கூறினார். நான் எடுக்க மறுத்து, கோர்ட்டிலிருந்து வெளியே வந்துவிட்டேன். ஆகவே, இங்கும் எனக்கு போராட்டம் காத்துக் கொண்டிருந்தது.

இந்தியர்களில் சிலர் மட்டும் தங்கள் தலைப்பாகையை எடுத்துவிட வேண்டும் என்று ஏன் வற்புறுத்துகின்றனர் என்பதை அப்துல்லா சேத் எனக்கு விளக்கிச் சொன்னார். முஸ்லிம் உடை தரிப்பவர்கள் மாத்திரம் தலைப்பாகைகளை வைத்துக் கொள்ளலாம் என்றும், மற்றவர்கள் தலைப்பாகையை எடுத்துவிடுவது வழக்கமாக நடந்து வருகிறது என்றும் சொன்னார்.

இந்த நுட்பமான பாகுபாடு புரியும்படி செய்வதற்குச் சில விவரங்களை நான் கூற வேண்டிருக்கிறது. அங்கிருந்த இந்தியர் பல்வேறு கோஷ்டிகளாகப் பிரிக்கப்பட்டிருக்கின்றனர் என்பதை இரண்டு மூன்று நாட்களிலேயே தெரிந்து கொண்டேன். அவர்களில் ஒரு பிரிவு முஸ்லிம் வர்த்தகர்களை கொண்டது. அவர்கள் தங்களை அராபியர் என்று சொல்லிக் கொண்டனர். மற்றொரு பிரிவினர், ஹிந்து குமாஸ்தாக்கள். பார்ஸி குமாஸ்தாக்களின் பிரிவும் இருந்தது. ஹிந்து குமாஸ்தாக்கள் அராபியருடன் சேர்ந்து கொண்டாலன்றி, இங்குமில்லை, அங்குமில்லை என்பதே அவர்கள் கதியாக இருந்தது. பார்ஸி குமாஸ்தாக்களோ, தங்களைப் பாரஸீகர்கள் என்று சொல்லிக் கெண்டனர். இந்த மூன்று பிரிவினருக்குள்ளும் சில சமூக உறவுகள் இருந்தன. இவர்களைத் தவிர பெரிய பிரிவினராக இருந்தவர்கள் ஒப்பந்த தொழிலாளலர்களாகவும், சுயேச்சையான

தொழிலாளராகவும் இருந்த தமிழரும், தெலுங்கரும், வட இந்தியரும் ஆவர். ஐந்து ஆண்டுகள் வேலை செய்வது என்ற ஒப்பந்தத்தின் பேரில் நேட்டாலுக்குச் சென்றவர்களே ஒப்பந்தத் தொழலாளிகள். 'கிரிமிதியர்' என்று இவர்கள் சொல்லப்படுகின்றனர். 'எக்ரிமென்ட்' என்ற ஆங்கிலச் சொல் 'கிரிமித்' என்று திரிந்து, அதிலிருந்து 'கிரிமிதியர்' என்று ஆகியிருக்கிறது. இந்தியர்களுக்குள் இருக்கும் மற்ற மூன்று பிரிவினருக்கும், இவர்களிடம் வர்த்தகத் தொடர்பைத் தவிர வேறு எந்தவிதமான தொடர்பும் இல்லை. பெரும்பான்மையான இந்தியர்கள், தொழிலாளர்கள் வகுப்பையே சேர்ந்தவர்கள். ஆகையால், ஆங்கிலேயர்கள் அவர்களைக் 'கூலிகள்' என்றே அழைத்து வந்தனர். எல்லா இந்தியர்களுமே 'கூலிகள்' அல்லது 'சாமிகள்' என்று அழைக்கப்பட்டனர். 'சாமி' என்பது தமிழர்களின் பெயர்கள் பலவற்றிற்கு விகுதியாக இருப்பது. 'ஸ்வாமி' என்ற சமஸ்கிருதச் சொல்லின் திரிபே 'சாமி'. அச்சொல்லின் பொருள் 'எஜமான்' என்பதே. ஆகையால், தம்மை ஓர் ஆங்கிலேயர் 'சாமி' என்று கூப்பிடும் போது இந்தியர் யாருக்காவது ஆத்திரம் உண்டானால் அவருக்குப் புத்திசாலித்தனமும் இருந்தால், இவ்வாறு ஒரு பதிலைச் சொல்லி வாயடைத்து விடுவார். "என்னை 'சாமி' என்று நீர் கூப்பிடலாம். ஆனால் 'சாமி' என்பதற்கு 'எஜமான்' என்பது பொருள். நான் உம் எஜமான் அல்லவே!" என்பார். இதைக் கேட்டுச் சில ஆங்கிலேயர்கள் வெட்கிப் போவார்கள். மற்றும் சிலரோ, கோபமடைந்து திட்டுவார்கள். சமயம் நேர்ந்தால் அடித்தும் விடுவர். ஏனெனில் 'சாமி' என்ற சொல், இழிவுபடுத்தும் சொல்லைத் தவிர அவர்களைப் பொறுத்தவரை வேறு எதுவும் இல்லை. அச்சொல்லுக்கு 'எஜமான்' என்ற பொருளைக் கூறுவது, அவர்களைப் அவமதிப்பதற்குச் சமம்.

ஆகவே, என்னைக் 'கூலி பாரிஸ்டர்' என்றே அழைத்தார்கள். வர்த்தகர்களும், 'கூலி வர்த்தகர்கள்' என்றே அழைக்கப்பட்டனர். இவ்விதம், கூலி என்ற சொல்லுக்கு உரிய உண்மைப் பொருள் மறைந்து போய் அது எல்லா இந்தியருக்கும் ஓர் அடைமொழி ஆகிவிட்டது. இவ்விதம் அழைக்கப்படுவதைக் கேட்டு, முஸ்லிம் வர்த்தகர் ஆத்திரம் அடைவார். 'நான் கூலியல்ல, அராபியன்' என்பார். அல்லது 'நான் ஒரு வியாபாரி' என்பார்.

ஆங்கிலேயர் மரியாதை தெரிந்தவராக இருந்தால், தாம் தவறாக அழைத்ததற்கு மன்னிப்புக் கேட்டுக் கொள்ளுவார்.

தலைப்பாகை வைத்துக் கொள்ளும் விஷயம் இந்த நிலைமையில் மிக முக்கியமான ஒன்றாக ஆயிற்று. பிறர் உத்தரவிடுகிறார்கள் என்பதற்காக ஒருவர், தமது இந்தியத் தலைப்பாகையைக் கழற்றிவிடுவது என்பது அவமதிப்புக்கு உடன் படுவதாக ஆகும். ஆகவே, இந்தியத் தலைப்பாகையை அணிவதை அடியோடு விட்டுவிட்டு, ஆங்கிலத் தொப்பி போட்டுக் கொள்ளுவதே மேல் என்று நினைத்தேன். அப்படிச் செய்து விட்டால் அவமதிப்பிலிருந்தும், விரும்பத்தகாத விவாதங்களிலிருந்தும் தப்பித்துக் கொள்ளலாம் என்றும் கருதினேன்.

ஆனால், இக்கருத்தை அப்துல்லா சேத் ஒப்புக் கொள்ளவில்லை. "நீங்கள் அவ்விதம் ஏதாவது செய்வீர்களானால் அதனால் பெருந்தீங்கே விளையும். இந்தியத் தலைப்பாகையை அணிந்தே தீருவோம் என்று வற்புறுத்தி வருபவர்களை நீங்கள் கைவிட்டவர்களும் ஆவீர்கள். மேலும், இந்தியத் தலைப்பாகையே உங்கள் தலைக்கு அழகாகவும் இருக்கிறது. நீங்கள் ஆங்கிலத் தொப்பி அணிந்து கொண்டால், உங்களை ஒரு ஹோட்டல் வேலைக்காரன் என்றே நினைத்து விடுவார்கள்" என்று அவர் சொன்னார்.

அவர் கூறிய இப்புத்திமதியில் அனுபவ ஞானமும், தேசாபிமானமும் அடங்கியிருந்ததோடு, ஒரு சிறிய குறுகிய புத்திப் போக்கும் கலந்திருந்தது. அனுபவ ஞானம் இருந்தது தெளிவாகத் தெரிந்த விசயம். தேசாபிமானம் இல்லாதிருந்தால், அவர் இந்தியத் தலைப்பாகை அணிவதை வற்புறுத்தியிருக்க மாட்டார். ஹோட்டல் வேலைக்காரனைக் கேவலப்படுத்தி அவர் கூறியது. ஒரு வகையான குறுகிய புத்திப் போக்கையே வெளிப்படுத்தியது. ஒப்பந்த வேலையாட்களாக வந்த இந்தியரில் ஹிந்துக்கள், முஸ்லிம்கள், கிறிஸ்தவர்கள் ஆகிய மூன்று வகுப்பார் இருக்கின்றனர். இதில் கிறிஸ்தவர்கள் என்போர், கிறிஸ்தவர்களாக மதம் மாறிவிட்ட ஒப்பந்தத் தொழிலாளரின் சந்தததியினர். 1893– இல் கூட இவர்கள் தொகை அதிகமாகவே இருந்தது. இவர்கள், ஆங்கில உடைகளையே அணிந்து வந்தனர். பெரும்பாலானவர்கள் ஹோட்டல் ஊழியர்களாக வேலை

செய்து பிழைத்து வந்தனர். ஆங்கிலத் தொப்பியைக் குறித்து அப்துல்லா சேத் குறை கூறியது, இந்த வகுப்பினரை மனத்திற் கொண்டேயாகும். ஹோட்டலில் பணியாளராக இருப்பது, இழிவான தொழில் என்று கருதப்பட்டது. இன்றும்கூட அநேகரிடம் இந்த எண்ணம் இருந்து வருகிறது.

மொத்தத்தில் அப்துல்லா சேத்தின் புத்திமதி எனக்குப் பிடித்திருந்தது. தலைப்பாகையைப் பற்றிய சம்பவத்தைக் குறித்து பத்திரிகைகளுக்கு எழுதினேன். கோர்ட்டில் நான் தலைப்பாகை அணிந்திருந்தது நியாயமே என்று வாதாடினேன். இவ்விஷயத்தைக் குறித்து பத்திரிகைகளில் பலத்த விவாதம் நடைபெற்றது. பத்திரிகைகள் என்னை, வேண்டாத விருந்தாளி என்றும் வர்ணித்தன. இவ்விதம் நான் தென்னாப்பிரிக்காவுக்கு வந்த சில தினங்களுக்குள்ளேயே இச்சம்பவம் எனக்கு எதிர்பாராத விளம்பரத்தை அளித்தது. சிலர் என்னை ஆதரித்தனர், மற்றும் சிலரோ, இது பைத்தியக்காரத்தனமான துணிச்சல் என்று கூறிப் பலமாகக் கண்டித்தனர்.

நான் தென்னாப்பிரிக்காவில் இருந்த காலம் முழுவதும் கடைசி வரையில், என் தலைப்பாகை என்னிடம் இருந்தது. தென்னாப்பிரிக்காவில் நான் எப்பொழுது, ஏன், தலையில் எதையுமே அணிவதை விட்டேன் என்பதைக் குறித்துப் பிறகு கவனிப்போம்.

8. பிரிட்டோரியாவுக்குப் போகும் வழியில்

டர்பனில் இருக்கும் இந்தியக் கிறிஸ்தவர்களுடன் எனக்குச் சீக்கிரத்திலேயே தொடர்பு ஏற்பட்டது. கோர்ட்டில் மொழி பெயர்ப்பாளராக இருந்த ஸ்ரீபால், ஒரு ரோமன் கத்தோலிக்கர். அவருடன் பழக்கம் வைத்துக் கொண்டேன். பிராட்டஸ்டன்டு மிஷனின் கீழ், அப்பொழுது உபாத்தியாராக இருந்த ஸ்ரீசுபான் காட்பிரேயும் எனக்குப் பழக்கமானார். 1924–ல் இந்தியாவுக்கு வந்த தென்னாப்பிரிக்கத் தூது கோஷ்டியினரில் ஒருவராக இருந்த ஸ்ரீ ஜேம்ஸ் காட்பிரேயின் தந்தையே அவர். அதை போல், காலஞ்சென்ற பார்ஸி ருஸ்தம்ஜி, காலஞ்சென்ற ஆதம்ஜி மியாகான் ஆகியவர்களையும் அச் சமயத்தில் சந்தித்தேன். வியாபார சம்பந்தமாக அல்லாமல் இதற்கு முன்னால் ஒருவரை ஒருவர் இவர்கள் சந்தித்ததே இல்லை. ஆனால், பின்னால் இந்த நண்பர்கள் எல்லோரும் நெருங்கிப் பழக நேர்ந்த விவரத்தைப் போகப் போகப் பார்ப்போம்.

இவ்வாறு நான் புதிது புதிதாக பலருடன் பழக்கம் செய்து கொண்டு வந்த சமயத்தில், கம்பெனிக்கு அவர்களுடைய பிரிட்டோரியா வக்கீலிடமிருந்து ஒரு கடிதம் வந்தது. வழக்கை நடத்துவதற்கு வேண்டிய ஏற்பாடுகளைச் செய்துகொள்ள வேண்டும் என்றும், அப்துல்லா சேத் பிரிட்டோரியாவுக்கு வர வேண்டும் என்றும், இல்லாவிடில் ஒரு பிரதிநிதியையாவது அனுப்ப வேண்டும் என்றும் வக்கீல் எழுதியிருந்தார்.

அக் கடிதத்தை அப்துல்லா சேத் என்னிடம் கொடுத்துப் படிக்கச் சொன்னார். “பிரிட்டோரியாவுக்குப் போகிறீர்களா?” என்று என்னைக் கேட்டார். “உங்களிடமிருந்து வழக்குச் சம்பந்தமான விவரங்களைக் கேட்டுத் தெரிந்து கொண்ட பிறகே அதைப்பற்றி நான் சொல்ல முடியும்” என்றேன். “இப்பொழுது அங்கே நான் செய்ய வேண்டியது இன்னது என்பது தெரியவில்லை” என்றேன். அதன் பேரில் வழக்குச் சம்பந்தமான விவரங்களை எனக்கு விளக்கிக் கூறுமாறு அவர் தமது குமாஸ்தாக்களிடம் கூறினார்.

இவ்வழக்குச் சம்பந்தமாக நான் அரிச்சுவடியிலிருந்தே ஆரம்பிக்க வேண்டியிருக்கிறது என்பதை வழக்குப்பற்றித் தெரிந்து கொள்ள ஆரம்பித்ததுமே கண்டு கொண்டேன். கப்பலில் வரும்போது ஜான்ஸிபாரில் சில தினங்கள் தங்கிய சமயத்தில் அங்கே கோர்ட்டு வேலைகள் எப்படி நடக்கின்றன என்பதைப் பார்க்கக் கோர்ட்டுக்குச் சென்றேன். அப்பொழுது ஒரு பார்ஸி வக்கீல், ஒரு சாட்சியை விசாரித்துக் கொண்டிருந்தார். கணக்குப் புத்தகங்களில் கண்ட பற்று, வரவு இனங்களைக் குறித்து அவர் கேள்விகள் கேட்டு வந்தார். அவையெல்லாம் எனக்குக் கொஞ்சங்கூடப் புரியவில்லை. கணக்குவைக்கும் முறையைக் குறித்துப் பள்ளிக்கூடத்திலோ, பிறகு இங்கிலாந்தில் இருந்தபோதோ நான் கற்றுக் கொண்டதில்லை. நான் எந்த வழக்குக்காகத் தென்னாப்பிரிக்காவுக்குப் போயிருந்தேனோ அந்த வழக்கு, கணக்கு சம்பந்தமானது. கணக்கு வைக்கும் முறையைத் தெரிந்தவர்கள் மாத்திரமே அதைப் புரிந்து கொள்ளவும், விளக்கவும் முடியும். இது பற்று எழுதப்பட்டது, இது வரவு வைக்கப்பட்டது என்றெல்லாம் குமாஸ்தா சொல்லிக் கொண்டே போனார். எனக்கோ மேலும் மேலும் அதிகக் குழப்பமாகிக் கொண்டிருந்தது. பி. நோட்டு (பிராமிசரி நோட்டு) என்றால் என்ன என்பதே எனக்குத் தெரியாது. அகராதியிலும் இந்த வார்த்தையைக் காணவில்லை. என்னுடைய அறியாமையைக் குமாஸ்தாவுக்கு வெளிப்படுத்தினேன். பி. நோட்டு என்றால் பிராமிசரி நோட்டு என்று அவர் சொல்ல, நான் தெரிந்து கொண்டேன். கணக்கு வைக்கும் முறையைப் பற்றிய புத்தகம் ஒன்றை வாங்கி அதைப்படித்தேன். அதன் பிறகு எனக்கு கொஞ்சம் நம்பிக்கை ஏற்பட்டது. வழக்கையும் புரிந்து கொண்டேன். கணக்கு எழுதுவது எப்படி என்பது, அப்துல்லா சேத்துக்கும் தெரியாது, என்றாலும் அவருக்கு இருந்த நல்ல அனுபவ ஞானத்தினால் கணக்கு முறையில் ஏற்படும் எந்தச் சிக்கலையும் உடனே தீர்த்துவிடும் திறமை அவருக்கு இருந்ததைக் கண்டேன்.

“பிரிட்டோரியாவுக்குப் போக நான் தயாராக இருக்கிறேன்” என்று அவரிடம் சொன்னேன்.

“நீங்கள் அங்கு எங்கே தங்குவீர்கள்?” என்று சேத் கேட்டார்.

“நான் எங்கே தங்க வேண்டும் என்று விரும்புகிறீர்களோ அங்கே தங்குகிறேன்” என்றேன்.

“அப்படியானால் நம் வக்கீலுக்கு எழுதுகிறேன். நீங்கள் தங்குவதற்கு வேண்டிய ஏற்பாடுகளை அவர் செய்வார். அதோடு அங்கே இருக்கும் என் மேமன் நண்பர்களுக்கும் எழுதுகிறேன். ஆனால், அவர்களுடன் தங்குங்கள் என்று உங்களுக்குச் சொல்ல மாட்டேன். எதிர்க் கட்சியினருக்குப் பிரிட்டோரியாவில் அதிகச் செல்வாக்கு உண்டு. நமது அந்தரங்கக் கடிதங்களை அவர்களில் எவராவது படித்து விட்டால் அதனால் நமக்கு அதிகத் தீமைகள் ஏற்படும். நீங்கள் எவ்வளவுக்கெவ்வளவு அவர்களுடன் நெருங்கிப் பழகாமல் இருக்கிறீர்களோ அவ்வளவும் நமக்கு நல்லது” என்றார்.

“உங்கள் வக்கீல் என்னை எங்கே இருக்கச் சொல்கிறாரோ அங்கே தங்குகிறேன். இல்லாவிட்டால் நானே என் இருப்பிடத்திற்கு ஏற்பாடு செய்துகொள்ளுகிறேன். நமக்குள் ரகசியமாக இருக்கும் எதையும் மற்றொரு ஆத்மா அறிந்து கொண்டு விடமுடியாது. பிரதிவாதிகளை அறிமுகம் செய்துகொள்ள வேண்டும் என்றே எண்ணியிருக்கிறேன். சாத்தியமானால், இவ் வழக்கைக் கோர்ட்டுக்கு வெளியிலேயே சமரசம் செய்து விட விரும்புகிறேன். எப்படியும் தயாப் சேத் உங்கள் உறவினர்தானே” என்றேன். பிரதிவாதியான சேத் தயாப் ஹாஜி கான் முகம்மது, அப்துல்லா சேத்திற்கு நெருங்கிய உறவினர்.

சமரசம் ஏற்படக்கூடும் என்ற சொல்லைக் கேட்டதுமே சேத் திடுக்கிட்டுவிட்டார் என்பதை நான் காண முடிந்தது. நான் டர்பனில் ஆறு, ஏழு நாட்களாக இருந்திருக்கிறேன். நாங்கள் ஒருவரையொருவர் அறிந்து, புரிந்து கொண்டும் இருக்கிறோம். என்னை வைத்திருப்பது இப்போது யானையைக் கட்டித்தீனி போடுவது போல் இல்லை. ஆகையால் அவர் சொன்னார்: “ஆம்... ம் கோர்ட்டுக்கு வெளியிலேயே சமரசமாகப் போய்விடுவதைவிடச் சிறந்தது எதுவும் இல்லை தான். ஆனால் நாங்கள் எல்லோரும் உறவினர்கள். ஆகையால் ஒருவரையொருவர் நன்றாக அறிந்து கொண்டிருக்கிறோம். தயாப் சேத் அவ்வளவு எளிதில் சமரசத்திற்கு ஒப்புக்கொண்டு விடக் கூடியவரல்ல. நம்மளவில் நாம் கொஞ்சம் அஜாக்கிதையாக

இருந்தாலும், நம்மிடம் இருக்கும் ரகசியங்களை எல்லாம் தெரிந்து கொண்டு, முடிவில் நம்மையே கவிழ்த்திவிடப் பார்ப்பார். ஆகையால் எதையும் தீர யோசித்துச் செய்யுங்கள்.''

''அதைப்பற்றி உங்களுக்குக் கவலை வேண்டாம். வழக்கை குறித்துத் தயாப் சேத்திடமோ, மற்றவர்களிடமோ, நான் பேச வேண்டும் என்ற அவசியம் இல்லை. ஒரு சமரசத்திற்கு வந்து, அனாவசியமான கோர்ட்டு விவகாரக் கஷ்டத்திலிருந்து காப்பாற்றிக் கொள்ளும்படி மாத்திரமே அவருக்குச் சொல்லுவேன்'' என்றேன்.

நான் டர்பன் சேர்ந்த ஏழாவது அல்லது எட்டாவது நாள் அங்கிருந்து புறப்பட்டேன். எனக்கு ரெயிலில் முதல் வகுப்பு டிக்கெட் வாங்கப்பட்டிருந்தது. இரவில் படுக்கையும் வேண்டும் என்றால் அதற்காகத் தனியாக ஐந்து ஷில்லிங் கொடுத்துச் சீட்டுப் பெறுவது அங்கிருந்த வழக்கம். எனக்கு படுக்கை சீட்டும் வாங்கி விட வேண்டும் என்று அப்துல்லா சேத் வற்புறுத்தினார். ஆனால் பிடிவாதத்தினாலும், கர்வத்தினாலும் ஐந்து ஷில்லிங் மிச்சப்படுத்தி விடலாம் என்ற எண்ணத்தினாலும், அதற்கு நான் மறுத்துவிட்டேன்.

''இந்நாடு இந்தியா அல்ல என்பதைக் கவனத்தில் வையுங்கள். எங்களுக்கு போதிய செல்வத்தை ஆண்டவன் அளித்திருக்கிறார். செலவு செய்யவும் முடியும். உங்களுடைய தேவைக்குச் செலவு செய்து கொள்ளுவதில் தயவு செய்து வீண் சிக்கனம் பிடிக்க வேண்டாம்'' என்று சேத் எச்சரிக்கை செய்தார்.

அவருக்கு நன்றி தெரிவித்தேன். ''என்னைப்பற்றிக் கவலைப்பட வேண்டாம்'' என்றேன்.

நான் சென்ற ரெயில், இரவு 9 மணிக்கு நேட்டாலின் தலைநகரான மாரிட்ஸ்பர்க் போய்ச் சேர்ந்தது. அந்த ஸ்டேசனில் பிரயாணிகளுக்குப் படுக்கை கொண்டு வந்து கொடுப்பது வழக்கம் ஒரு ரெயில்வே சிப்பந்தி வந்து எனக்குப் படுக்கை வேண்டுமா என்று கேட்டார். ''வேண்டாம் , என் படுக்கை இருக்கிறது'' என்றேன். அவர் போய்விட்டார். ஆனால் ஒரு பிரயாணி அங்கே வந்து, என்னை மேலும் கீழுமாகப் பார்த்தார். நான் கறுப்பு மனிதன் என்பதை அறிந்ததும் அவருக்கு ஆத்திரம்

வந்துவிட்டது. உடனே போய்விட்டார். பிறகு இரண்டொரு அதிகாரிகளுடன் திரும்பி வந்தார். அவர்கள் எல்லோரும் பேசாமல் இருந்த போது வேறு ஒரு அதிகாரி என்னிடம் வந்து, “இப்படி வாரும். நீர் சாமான்கள் வண்டிக்குப் போக வேண்டும்” என்றார்.

“என்னிடம் முதல் வகுப்பு டிக்கெட் இருக்கிறதே” என்றேன்.

“அதைப்பற்றி அக்கறையில்லை, நீர் சாமான்கள் வண்டிக்குப் போக வேண்டும் என்று நான் சொல்லுகிறேன்” என்றார்.

“நான் உமக்குச் சொல்லுகிறேன். இந்த வண்டியில் பிரயாணம் செய்ய டர்பனில் அனுமதிக்கப்பட்டிருக்கிறேன். எனவே, இதில் தான் நான் பிரயாணம் செய்வேன்” என்றேன்.

“இல்லை. நீர் இதில் போகக்கூடாது. இந்த வண்டியிலிருந்து நீர் இறங்கிவிட வேண்டும். இல்லையானால் உம்மைக் கீழே தள்ளப் போலீஸ்காரனை அழைக்க வேண்டி வரும்” என்றார்.

“அழைத்துக் கொள்ளும் நானாக இவ் வண்டியிலிருந்து இறங்க மறுக்கிறேன்” என்று சொன்னேன்.

போலீஸ்காரர் வந்தார். கையைப் பிடித்து இழுத்து என்னை வெளியே தள்ளினார். என் சாமான்களையும் இறக்கிப் போட்டு விட்டார். சாமான்கள் வண்டிக்குப் போய் ஏற நான் மறுத்து விட்டேன். ரெயிலும் புறப்பட்டுப் போய்விட்டது. போட்ட இடத்திலேயே எனது சாமான்களையெல்லாம் போட்டுவிட்டு, கைப் பையை மாத்திரம் என்னுடன் வைத்துக் கொண்டு, பிரயாணிகள் தங்கும் இடத்திற்குப் போய் உட்கார்ந்தேன். சாமான்கள் ரெயில்வே அதிகாரியின் வசம் இருந்தன.

அப்பொழுது குளிர்காலம். தென்னாப்பிரிக்காவில் உயரமான பகுதியில் குளிர்காலத்தில் குளிர் மிகக் கடுமையாக இருக்கும். மாரிட்ஸ்பர்க் உயரமான இடத்தில் இருந்ததால் அங்கே குளிர் அதிகக் கடுமையாக இருந்தது. என் மேல் அங்கியோ மற்றச் சாமான்களுடன் இருந்தது. அதை ரெயில்வே அதிகாரிகளிடம் போய் கேட்க நான் துணியவில்லை. கேட்டால், திரும்பவும் அவமதிக்கப்படுவேனோ என்று பயந்தேன். எனவே, குளிரில் நடுங்கிக் கொண்டு உட்கார்ந்திருந்தேன். அவ்வறையில்

விளக்கும் இல்லை நடுநிசியில் ஒரு பிரயாணி அங்கே வந்தார். அவர் என்னுடன் பேச விரும்புவது போல் இருந்தது. ஆனால் பேச விரும்பும் நிலையில் நான் இல்லை.

என் கடமை என்ன என்பதைக் குறித்துச் சிந்திக்கலானேன். என்னுடைய உரிமைகளுக்காக போராடுவதா, இந்தியாவுக்குத் திரும்பிவிடுவதா? இல்லாவிடில் அவமானங்களையெல்லாம் பொருட்படுத்தாமல் பிரிட்டோரியாவுக்குப் போய் வழக்கை முடித்துக்கொண்டு, இந்தியாவுக்குத் திரும்புவதா? என் கடமையை நிறைவேற்றாமல் இந்தியாவுக்கு ஓடிவிடுவது என்பது கோழைத்தனமாகும். எனக்கு ஏற்பட்ட கஷ்டம் இலேசானது, நிறத்துவேஷம் என்ற கொடிய நோயின் வெளி அறிகுறி மாத்திரமே அது. சாத்தியமானால், இந்த நோயை அடியோடு ஒழிக்க நான் முயலவேண்டும். அதைச் செய்வதில் துன்பங்களை அனுபவிக்க வேண்டும். நிறத்துவேஷத்தைப் போக்குவதற்கு அவசியமான அளவு மாத்திரமே, நான் தவறுகளுக்குப் பரிகாரம் பெறப் பார்க்க வேண்டும்.

எனவே அடுத்த வண்டியில் பிரிட்டோரியாவிற்குப் புறப்படுவது என்று தீர்மானித்தேன்.

மறுநாள் காலையில் ரெயில்வே ஜெனரல் மானேஜருக்கு நீண்ட தந்தி ஒன்று கொடுத்தேன், அப்துல்லா சேத்துக்கும் அறிவித்தேன். அவர் உடனே ஜெனரல் மானேஜரைப் போய்ப் பார்த்தார். மானேஜரோ, ரெயில்வே அதிகாரிகள் செய்தது சரியே என்றார். ஆனால் நான் சேர வேண்டிய இடத்திற்குப் பத்திரமாகப் போய்ச் சேரப் பார்க்குமாறு தாம் ஸ்டேஷன் மாஸ்டருக்கு அறிவித்து விட்டதாக அப்துல்லா சேத்திடம் கூறினார். என்னைச் சந்தித்து, எனக்கு வேண்டியதைச் செய்யுமாறு மாரிட்ஸ்பர்க்கிலும் மற்ற இடங்களிலும் இருந்த இந்திய வர்த்தகர்களுக்கு அப்துல்லா சேத் தந்திகள் கொடுத்தார். வர்த்தகர்கள் என்னைப் பார்க்க ஸ்டேஷனுக்குப் வந்தார்கள். தாங்கள் அனுபவித்திருக்கும் கஷ்டங்களை யெல்லாம் சொன்னார்கள். எனக்கு நேர்ந்தது சர்வ சாதாரணமான அனுபவம் தான் என்று கூறி, எனக்கு ஆறுதல் அளிக்க முயன்றார்கள். முதல் வகுப்பிலும், இரண்டாம் வகுப்பிலும் பிரயாணம் செய்யும் இந்தியர்கள், ரெயில்வே அதிகாரிகளிடமிருந்தும் வெள்ளையரிடமிருந்தும் தொல்லையை

எதிர்ப்பார்க்கவே நேரும் என்றார்கள். இவ்விதம் துன்பக் கதைகளைக் கேட்பதிலேயே அன்று பொழுது போயிற்று. மாலை வண்டியும் வந்தது. எனக்காக ஏற்பாடு செய்திருந்த இடம் அதில் இருந்தது. டர்பனில் நான் வாங்க மறுத்த படுக்கைச் சீட்டை மாரிட்ஸ்பர்க்கில் வாங்கிக் கொண்டேன். ரெயிலும் என்னைச் சார்லஸ் டவுனுக்கு கொண்டு போய்ச் சேர்த்தது.

9. மேலும் துன்பங்கள்

ரெயில் காலையில் சார்லஸ் டவுன் சேர்ந்தது. சார்லஸ் டவுனுக்கும் ஜோகன்னஸ்பர்க்குக்கும் இடையே அந்த நாளில் ரெயில் பாதை இல்லை. நான்கு சக்கரக் குதிரைக் கோச் வண்டிகளில்தான் போக வேண்டும். அவ்வண்டி, வழியில் உள்ள ஸ்டாண்டர்ட்டனில் விடியும் வரையில் தங்கும். அவ்வண்டியில் போக என்னிடம் சீட்டு இருந்தது. வழியில் மாரிட்ஸ்பர்க்கில் ஒரு நாள் தங்கிவிட்டதால் அது ரத்துச் செய்யப்படவில்லை. அதுவல்லாமல் சார்லஸ் டவுனிலிருந்த கோச் வண்டி ஏஜெண்டுக்கும் அப்துல்லா சேத் தந்தி கொடுத்திருந்தார்.

ஆனால் அந்த ஏஜெண்டுக்கு, என்னை வண்டியில் ஏற்ற மறுத்துவிடுவதற்கு ஏதாவது ஒரு சாக்குப் போக்குத்தான் தேவையாக இருந்தது. ஆகவே நான் அவ்விடத்திற்குப் புதியவன் என்று கண்டு கொண்டதும், உம் டிக்கெட் ரத்தாகி விட்டது என்றார். நான் அவருக்குத் தக்க பதில் அளித்தேன். எனக்கு இடமில்லை என்று அவர் மறுத்ததற்குக் காரணம் வேறு. வண்டியில் இடமில்லை என்பதல்ல. பிரயாணிகளை வண்டிக்குள்ளேயே உட்கார வைக்க வேண்டும். ஆனால், நானோ கூலியாகக் கருதப்பட்டேன். அதோடு புதியவனாகவும் தென்பட்டேன். எனவே, என்னை வெள்ளகாரப் பிரயாணிகளுடன் உட்கார வைக்காமல் இருப்பதுதான் சரி என்று வண்டித் தலைவர் கருதினார். கோச் வண்டியின் காரியங்களைக் கவனித்து வரும் வெள்ளைக்காரருக்குத் தலைவர் என்பது பட்டம். வண்டியில் பெட்டிமீது வண்டியோட்டிக்கு இரு பக்கங்களிலும் இரு ஆசனங்கள் இருந்தன. அவைகளில் ஒன்றில் தலைவர் உட்கார்ந்து கொள்ளுவது வழக்கம். ஆனால் இன்றோ அவர் உள்ளே உட்கார்ந்து கொண்டு, அவருடைய இடத்தை எனக்குக் கொடுத்தார். அது பெரிய அநியாயமும் அவமதிப்பும் ஆகும் என்பதை அறிவேன் என்றாலும், அதையும் சகித்துக் கொள்ளுவது நல்லது என்று நினைத்தேன். கட்டாயப்படுத்தி நான் உள்ளே போய் உட்கார்ந்து கொள்ள முடியாது. வெளியில் உட்கார

ஆட்சேபித்திருந்தால் என்னை ஏற்றிக் கொள்ளாமலேயே வண்டி போயிருக்கும். அதனால் இன்னும் ஒரு நாள் வீணாகியிருக்கும். அதற்கு மறுநாள் என்ன நேரும் என்பதையும் கடவுளே அறிவார். ஆகவே, எனக்குள்ளேயே ஆத்திரப்பட்டுக் கொண்டாலும் அதையெல்லாம் காட்டிக் கொள்ளாமல் வண்டியோட்டிக்குப் பக்கத்தில் உட்கார்ந்தேன்.

சுமார் மூன்று மணிக்கு வண்டி, பார்டேகோப் என்ற இடத்திற்குப் போய்ச் சேர்ந்தது. இப்பொழுது, தலைவர் நான் உட்கார்ந்திருந்த இடத்தில், தாம் உட்கார்ந்து கொள்ள விரும்பினார். சுருட்டுப் பிடிக்க விரும்பியதோடு, கொஞ்சம் காற்றோட்டமாக இருக்கவும் அவர் விரும்பியிருக்கக் கூடும். ஆகவே, வண்டியோட்டியிடமிருந்து ஓர் அழுக்குக் கோணித் துண்டை எடுத்து, வண்டியில் ஏறும் கால்படி மீது அதை விரித்தார். பிறகு என்னைப் பார்த்து "சாமி இதன் மீது நீர் உட்காரும். வண்டியோட்டியின் பக்கத்தில் நான் உட்கார வேண்டும்" என்றார். இந்த அவமதிப்பை என்னால் சகிக்க முடியவில்லை. "என்னை உள்ளே உட்கார வைக்கவேண்டியிருந்தும் நீர்தான் என்னை இங்கே உட்காரவைத்தீர். அந்த அவமதிப்பையும் சகித்துக் கொண்டேன். இப்பொழுது நீர் வெளியே உட்கார்ந்து சுருட்டுப் பிடிக்க விரும்புவதற்காக என்னை உமது காலடியில் உட்காரச் சொல்கிறீர். அப்படி உட்காரமாட்டேன். ஆனால், உள்ளே வேண்டுமானால் உட்காரத் தயார்" என்று பயந்து கொண்டும் நடுங்கிக் கொண்டும் கூறினேன்.

இவ்விதம் நான் தட்டுத் தடுமாறிச் சொல்லிக்கொண்டிருந்த போதே அவர் என்னிடம் வந்து, என் கன்னங்களில் ஓங்கி அறையத் தொடங்கினார். என் கையைப் பிடித்து இழுத்துக் கீழே தள்ளவும் முயன்றார். வண்டியின் பித்தளைக் கம்பிகளை நான் கெட்டியாகப் பிடித்துக் கொண்டேன். மணிக்கட்டுகளின் எலும்புகள் முறிந்தாலும் பிடியை மாத்திரம் விடுவதில்லை என்று உறுதிகொண்டேன். அவர் என்னைத் திட்டி, இழுத்து அடிப்பதும் நான் சும்மா இருப்பதுமாகிய அக் காட்சியைப் பிரயாணிகள் பார்த்துக் கொண்டிருந்தனர். அவரோ பலசாலி, நானோ பலவீனமானவன். பிரயாணிகளில் சிலருக்கு இரக்கம் உண்டாயிற்று. "அவரை விட்டுவிடும். அடிக்காதேயும்.

அவர் மீது குற்றம் இல்லை. அவர் செய்தது சரியே. அவர் அங்கே இருக்க முடியாதென்றால் இங்கே வந்து எங்களுடன் உட்கார்ந்த கொள்ளட்டும்'' என்றனர். ''அது முடியாது'' என்று தலைவர் கத்தினார். ஆனாலும், கொஞ்சம் அவமானம் அடைந்துவிட்டவர் போலவே காணப்பட்டார். என்னை அடிப்பதை நிறுத்திவிட்டார். என் கையை விட்டுவிட்டு, கொஞ்ச நேரம் திட்டிக் கொண்டிருந்தார். வண்டிப் பெட்டியின் மற்றொரு பக்கத்தில் ஹாட்டன்டாட் வேலைக்காரர் உட்கார்ந்திருந்தார். எழுந்து படிக்கட்டில் உட்காரும்படி அவருக்குச் சொல்லி, அவர் காலி செய்த இடத்தில் 'தலைவர்' உட்கார்ந்து கொண்டார்.

பிரயாணிகள் ஏறி அவரவர்களிடத்தில் உட்கார்ந்தனர். ஊதியதும், வண்டியும் வேகமாகப் புறப்பட்டுப் போயிற்று. என் இருதயமோ அதி வேகமாக அடித்துக் கொண்டிருந்தது. சேர வேண்டிய இடத்திற்கு உயிருடன் போய்ச் சேர முடியுமோ என்று எண்ணித் திகைத்தேன். தலைவரோ அடிக்கடி கோபத்துடன் என்னை முறைத்துப் பார்த்துக் கொண்டே இருந்தார். ''இரு ஸ்டாண்டர்ட்டன் போய்ச் சேர்ந்ததும் என்ன செய்கிறேன் என்பதை காட்டுகிறேன்'' என்று விரலை ஆட்டி, உறுமிக் கொண்டே இருந்தார். நான் வாய் திறவாது உட்கார்ந்திருந்தேன், எனக்கு உதவுமாறு கடவுளைப் பிரார்த்தித்தேன்.

இருட்டியதும் ஸ்டாண்டர்ட்டன் போய்ச் சேர்ந்தோம். அங்கே சில இந்திய முகங்களைக் கண்டதும் ஒரு சிறிது ஆறுதல் அடைந்து பெரு மூச்சு விட்டேன். நான் வண்டியிலிருந்து இறங்கியதும் அந்த நண்பர்கள், ''உங்களை வரவேற்று, ஈஸா சேத்தின் கடைக்கு அழைத்துச் செல்ல இங்கே வந்திருக்கிறோம். தாதா அப்துல்லாவிடமிருந்து எங்களுக்குத் தந்தி வந்திருக்கிறது'' என்றார்கள். நான் அதிக மகிழ்ச்சி அடைந்தேன். சேத் ஈஸா ஹாஜி ஸுமாரின் கடைக்குச் சென்றோம். சேத்தும் அவருடைய குமாஸ்தாக்களும் என்னைச் சுற்றி உட்கார்ந்து கொண்டார்கள். நான் பட்ட கஷ்டங்களையெல்லாம் சொன்னேன். கேட்டு அதிக வருத்தப்பட்டார்கள். தங்களுக்கு ஏற்பட்ட மோசமான அனுபவங்களையெல்லாம் கூறி என்னைத் தேற்றினார்கள்.

நடந்ததையெல்லாம் கோச் வண்டிக் கம்பெனியின் ஏஜெண்டுக்கு அறிவிக்க விரும்பினேன். எனக்கு நேர்ந்ததையெல்லாம்

எடுத்துக்கூறி அவருடைய ஆள் என்னை மிரட்டியதையும் அவர் கவனத்திற்கு கொண்டு வந்து ஒரு கடிதம் எழுதினேன். மறுநாள் காலை நாங்கள் புறப்படும்போது மற்ற பிரயாணிகளுடன் என்னை உள்ளே உட்கார வைப்பதாக வாக்குறுதி தரவேண்டும் என்றும் அவரிடம் கேட்டேன். இக்கடிதத்திற்கு ஏஜெண்டு பின் வருமாறு பதிலளித்தார்.

"ஸ்டாண்டர்ட்டனிலிருந்து வேறு ஆட்களைக் கொண்ட பெரிய வண்டி போகிறது. நீங்கள் புகார் செய்யும் அந்த ஆசாமி நாளைக்கு அங்கே இருக்க மாட்டார். மற்ற பிரயாணிகளுடன் உங்களுக்கும் இடம் இருக்கும்." இது ஒருவாறு எனக்கு ஆறுதலை அளித்தது. என்னை அடித்த ஆசாமி மீது வழக்குத் தொடர வேண்டும் என்ற நோக்கமே எனக்கு இல்லை. ஆகவே, அடிப்பட்ட அத்தியாயம் அத்தோடு முடிந்தது.

மறுநாள் காலையில் ஈஸா சேத்தின் ஆள் என்னைக் கோச் வண்டிக்கு அழைத்துச் சென்றார். எனக்கு நல்ல ஆசனம் கிடைத்தது. அன்றிரவு பத்திரமாக ஜோகன்னஸ்பர்க்கை அடைந்தேன்.

ஸ்டாண்டர்டன் சிறு கிராமம், ஜோக்கன்னஸ்பர்க்கோ பெரிய நகரம். அப்துல்லா சேத் ஜோகன்னஸ்பர்க்கிற்கும் தந்தி கொடுத்தார். அங்குள்ள மகமது காஸீம் கம்ருதீன் கம்பெனியின் விலாசத்தையும் என்னிடம் கொடுத்திருந்தார். என்னைச் சந்தித்து அழைத்துப் போவதற்கு கம்பெனியின் ஆள் ஒருவரும் வண்டி நிற்கும் இடத்திற்கு வந்திருந்தாராம். ஆனால், நான் அவரைப் பார்க்கவும் இல்லை. அவர் என்னைத் தெரிந்து கொள்ளவும் இல்லை. ஆகவே, ஒரு ஹோட்டலுக்குப் போவது என்று முடிவு செய்தேன். பல ஹோட்டல்களின் பெயர்கள் எனக்குத் தெரியும். வண்டியை அமர்த்திக் கொண்டு நேரே கிராண்டு நாஷனல் ஹோட்டலுக்கு ஓட்டச் சொன்னேன். மானேஜரைப் பார்த்து, தங்குவதற்கு ஓர் அறை வேண்டும் என்று கேட்டேன். அவர் என்னைக் கொஞ்ச நேரம் உற்றுப் பார்த்தார். "இடம் நிரம்பி விட்டது! வருத்தப் படுகிறேன்" என்று மரியாதையாகக் கூறி, என்னை வழியனுப்பி விட்டார். ஆகவே, முகமது காஸீம் கம்ருதீன் கடைக்கு ஓட்டுமாறு வண்டிக்காரனிடம் கூறினேன். அங்கே அப்துல்கனி சேத், என்னை எதிர் பார்த்துக்

கொண்டிருந்தார். அவர் என்னை அன்போடு வரவேற்றார். ஹோட்டலில் எனக்கு ஏற்பட்ட அனுபவத்தைக் கேட்டு விட்டு, விழுந்து விழுந்து சிரித்தார். “ஹோட்டலில் இருக்க உங்களை அனுமதிப்பார்கள் என்று எப்படி எதிர்பார்த்தீர்கள்?” என்றார்.

“ஏன் அனுமதிக்கமாட்டார்கள்?” என்று நான் கேட்டேன்.

“நீங்கள் இங்கே சில தினங்கள் தங்கியதும் அதைத் தெரிந்து கொள்ளுவீர்கள்” என்றார். “இது போன்றோர் நாட்டில் நாங்கள்தான் வசிக்க முடியும். ஏனெனில், பணம் சம்பாதிப்பதற்காக அவமானங்களைச் சகித்துக் கொள்ளுவதைக் குறித்து நாங்கள் கவலைப்படுவதில்லை. ஆகையால், நாங்கள் இங்கே இருக்கிறோம்” என்றார். அதோடு தென்னாப்பரிக்காவில் இந்தியர் அனுபவித்துவரும் துன்பங்களைப் பற்றிய கதையையும் விரிவாகக் கூறினார். மேலே போகப் போகச் சேத் அப்துல்கனியைக் குறித்து நாம் அதிகமாகத் தெரிந்து கொள்ளுவோம்.

அவர் மேலும் சொன்னதாவது: “உங்களைப் போன்றவர்களுக்கு ஏற்ற நாடல்ல இது. நீங்களோ, நாளை பிரிட்டோரியாவுக்குப் போக வேண்டியிருக்கிறது. மூன்றாம் வகுப்பு வண்டியில்தான் நீங்கள் பிரயாணம் செய்தாக வேண்டும். டிரான்ஸ்வாலில் இருக்கும் நிலைமை, நேட்டாலில் இருக்கும் நிலைமையைவிட மகா மோசமானது. இந்தியருக்கு முதல் இரண்டாவது வகுப்பு டிக்கெட்டுகளைக் கொடுப்பதே இல்லை.”

“இது சம்பந்தமாக நீங்கள் விடாமல் முயன்றிருக்க மாட்டீர்கள்” என்றேன்.

“விண்ணப்பங்கள் அனுப்பியிருக்கிறோம். வழக்கமாக நம்மவர்கள் முதல், இரண்டாம் வகுப்புகளில் பிரயாணம் செய்ய விரும்புவதில்லை என்பதையும் ஒப்புக் கொள்ளுகிறேன்” என்றார் சேத் கனி.

ரெயில்வே விதிகளைத் தருவித்து, அவற்றைப் படித்துப் படித்துப் பார்த்தேன். விதிகளில் ஓரளவு இடம் இருந்ததைக் கண்டேன். டிரான்ஸ்வாலின் பழைய சட்டங்களின் வாசகங்கள் அவ்வளவு திட்டவட்டமாக இல்லை. ரெயில்வே விதிகளோ, அதையும் விடத் திட்டவட்டமில்லாமல் இருந்தன.

“நான் முதல் வகுப்பிலேயே போக விரும்புகிறேன். அப்படிப் போக முடியவில்லையென்றால், பிரிட்டோரியாவுக்கு முப்பத்து ஏழு மைல் தூரமேயாகையால் கோச் வண்டியில் போகிறேன்” என்று சேத்திடம் சொன்னேன்.

இதனால் ஏற்படக் கூடிய காலதாமதத்தையும் பணச் செலவையும் சேத் அப்துல் கனி, எனக்கு எடுத்துக்கூறினார். ஆனால், முதல் வகுப்பில் பிரயாணம் செய்வதென்ற என் யோசனையை ஒப்புக் கொண்டார். அதன் பேரில் ஸ்டேஷன் மாஸ்டருக்கு ஒரு குறிப்பு அனுப்பினேன். நான் பாரிஸ்டர் என்றும், நான் முதல் வகுப்பிலேயே எப்பொழுதும் பிரயாணம் செய்வது வழக்கம் என்றும் அதில் குறிப்பிட்டேன். பிரிட்டோரியாவுக்குச் சீக்கிரத்தில் நான் போக வேண்டியிருக்கிறது என்றும், அவருடைய பதிலுக்காகக் காத்திருக்க நேரமில்லையாகையால் பதிலை ஸ்டேஷனிலேயே நான் வாங்கிக் கொள்ளுவதாகவும், முதல் வகுப்பு டிக்கெட்டை எதிர்பார்க்கிறேன் என்றும் அக்கடிதத்தில் எழுதியிருந்தேன். பதிலை நேரில் வாங்கிக் கொள்ளுவதாக நான் கூறியிருந்ததற்கும் ஒரு காரணம் உண்டு கூலி பாரிஸ்டர் என்றால் எப்படி இருப்பார் என்பதைக் குறித்து ஸ்டேஷன் மாஸ்டருக்கும் ஒரு வகையான எண்ணம் இருக்கக்கூடும். ஆகையால், எழுத்து மூலம் ஸ்டேசன் மாஸ்டர் எனக்குப் பதில் அனுப்புவதாக இருந்தால். இல்லை என்றுதான் எனக்கு நிச்சயமாகச் சொல்லிவிடுவார். எனவே, சரியான ஆங்கில உடையில் அவரிடம் போய், நேரில் பேசினால் முதல் வகுப்பு டிக்கெட் கொடுத்துவிடும்படி செய்து விடக்கூடும் என்று எண்ணினேன். மறுநாள் காலை நாகரிகமான சட்டை, டை முதலியவைகளை அணிந்து கொண்டு, ஸ்டேஷனுக்குப் போய், என் கட்டணத்திற்காக சவரனை டிக்கெட் கொடுக்கும் இடத்தில வைத்து முதல் வகுப்பு ஒரு டிக்கெட் வேண்டும் என்று கேட்டேன்.

“இக் கடிதத்தை நீங்கள்தானே அனுப்பினீர்கள்?” என்று ஸ்டேஷன் மாஸ்டர் என்னைக் கேட்டார்.

“நான் தான் அனுப்பினேன். எனக்கு ஒரு டிக்கெட் கொடுத்தால் அதிக உபகாரமாக இருக்கும். நான் இன்றே பிரிட்டோரியாவுக்குப் போயாக வேண்டும்” என்றேன்.

அவர் சிரித்தார். பச்சாதாபப்பட்டார். பின்வருமாறு சொன்னார்: "நான் டிரான்ஸ்வால்காரன் அல்ல, ஹாலந்துக்காரன். உங்கள் உணர்ச்சியை நான் மதிக்கிறேன். உங்களிடம் எனக்கு அனுதாபமும் உண்டு. உங்களுக்கு டிக்கெட் கொடுக்கவே விரும்புகிறேன். ஆனால், ஒரு நிபந்தனை, உங்களை மூன்றாம் வகுப்பு வண்டிக்குப் போய்விடுமாறு கார்டு கூறினால், என்னை இவ்விஷயத்தில் சிக்க வைத்துவிடக் கூடாது. ரெயில்வே கம்பெனிமீது நீங்கள் வழக்குத் தொடுத்து விடக்கூடாது என்றே கூறுகிறேன். சுகமாகப் போய் சேருங்கள். பார்த்த மாத்திரத்திலேயே நீங்கள் ஒரு கனவான் என்பதைக் காண்கிறேன்."

இவ்விதம் கூறி அவர் எனக்கு டிக்கெட் கொடுத்தார். அவருக்கு நன்றி செலுத்தினேன். தேவையான உறுதி மொழிகளையும் அவருக்கு கொடுத்தேன்.

என்னை வழியனுப்புவதற்காக சேத் அப்துல் கனி, ஸ்டேஷனுக்கு வந்திருந்தார். இச் சம்பவம் அவருக்கு மகிழ்ச்சியையும் ஆச்சரியத்தையும் அளித்தது. ஆனால் அவர் ஓர் எச்சரிக்கையையும் செய்தார். நீங்கள் தொந்தரவில்லாமல் பிரிட்டோரியா போய்ச் சேர்ந்தால், அது கடவுள் கிருபைதான். முதல் வகுப்பு வண்டியில் உங்களைக் கார்டு விட்டுவைக்க மாட்டார் என்றே அஞ்சுகிறேன். அவர் விட்டு வைத்தாலும் பிரயாணிகள் விட்டுவைக்க மாட்டார்கள் என்றார்.

முதல் வகுப்பு வண்டியில் ஏறி உட்கார்ந்து கொண்டேன். வண்டியும் புறப்பட்டு விட்டது. ஜெர்மிஸ்டன் என்ற இடத்தில் டிக்கெட்டுகளைப் பரிசோதிப்பதற்காகக் கார்டு வந்தார். நான் அங்கே இருப்பதைக் கண்டதும் கோபம் அடைந்தார். மூன்றாம் வகுப்பு வண்டிக்குப் போய்விடுமாறு விரலாலேயே சமிக்ஞை செய்தார். என்னிடம் இருந்த முதல் வகுப்பு டிக்கெட்டை அவரிடம் காட்டினேன். "அதைப்பற்றி அக்கறையில்லை. மூன்றாம் வகுப்பு வண்டிக்குப் போய்விடு" என்றார்.

அந்த வண்டியில் என்னைத்தவிர ஆங்கிலப் பிரயாணி ஒருவரும் இருந்தார். அவர் கார்டைக் கண்டித்தார். "அந்தக் கனவானை ஏன் தொந்தரவு செய்கிறீர்கள்? அவரிடம் முதல் வகுப்பு டிக்கெட் இருப்பதை நீர் பார்க்கவில்லையா? அவர் என்னோடு பிரயாணம்

செய்வதைப்பற்றி எனக்குக் கொஞ்சமும் ஆட்சேபம் இல்லை'' என்றார். பிறகு அவர் என்னைப் பார்த்து, ''நீங்கள் இருக்கும் இடத்திலேயே சௌகரியமாக இருங்கள்'' என்றார்.

''ஒரு கூலியுடன் பிரயாணம் செய்ய நீங்கள் விரும்பினால் எனக்கு என்ன கவலை?'' என்று கார்டு முணுமுணுத்தார்.

இரவு எட்டு மணிக்கு ரெயில் பிரிட்டோரியாவைச் சேர்ந்தது.

10. பிரிட்டோரியாவில் முதல் நாள்

தாதா அப்துல்லாவின் அட்டர்னியிடமிருந்து யாராவது என்னைச் சந்திக்கப் பிரிட்டோரியா ஸ்டேஷனுக்கு வருவார்கள் என்று எதிர்பார்த்தேன். குறிப்பாக இந்தியர் எவருடைய வீட்டிலும் தங்கப் போவதில்லை என்று நான் வாக்குறுதி அளித்திருந்தேன். ஆகையால், என்னைச் சந்திக்க இந்தியர் எவருமே ஸ்டேஷனுக்கு வரமாட்டார்கள் என்பது எனக்குத் தெரியும். அட்டர்னியும் யாரையும் அனுப்பவில்லை. நான் அங்கே போய்ச் சேர்ந்த நாள் ஞாயிற்றுக்கிழமை. ஆகையால், அன்று யாரையும் அனுப்ப அவருக்கு சௌகரியப்படவில்லை என்பதைப் பின்னால் தெரிந்து கொண்டேன். என்ன செய்வது என்று தெரியாமல் திகைத்துப் போனேன். எந்த ஹோட்டலிலும் எனக்கு இடம் கொடுக்க மாட்டார்கள் என்று நான் பயந்ததால் எங்கே போவது என்று புரியாமல் விழித்தேன்.

பிரிட்டோரியா ஸ்டேஷன் 1914–ல் இருந்ததற்கும் 1893 இல் இருந்ததற்கும் அதிக வித்தியாசம் உண்டு. அப்பொழுது விளக்குகள் மங்கலாக எரிந்து கொண்டிருந்தன. பிரயாணிகளும் மிகச் சிலரே மற்றப் பிரயாணிகளெல்லாம் போகட்டும் என்று காத்திருந்தேன். டிக்கெட் வசூலிப்பவர் (டிக்கெட் கலெக்டர்) ஓய்வாக இருக்கும் போது அவரிடம் என் டிக்கெட்டைக் கொடுத்துவிட்டு, ஏதாவது ஒரு சிறு ஹோட்டலுக்காவது, நான் தங்கக்கூடிய வேறு இடத்திற்காவது வழி சொல்லும்படி கேட்கலாம் என்று இருந்தேன். அப்படி இல்லையென்றால், இரவு ஸ்டேஷனிலேயே இருந்து விடுவது என்றும் நினைத்தேன். ஆனால், உண்மையில் இதைக் கேட்பதற்குக்கூட எனக்குப் பயமாக இருந்தது. அவர் எங்கே என்னை அவமதித்து, விடுவாரோ? என்று அஞ்சினேன்.

ஸ்டேஷனிலிருந்து எல்லாப் பிரயாணிகளும் போய்விட்டார்கள். நான் டிக்கெட் கலெக்டரிடம் என் டிக்கெட்டைக் கொடுத்து விட்டு விசாரிக்க ஆரம்பித்தேன். அவர் மரியாதையாகவே பதில் சொன்னார் என்றாலும் அவரால் எனக்கு அதிகமாக எந்த

உதவியும் ஏற்படாது என்று கண்டேன். ஆனால் பக்கத்தில் நின்று கொண்டிருந்த ஓர் அமெரிக்க நீக்கிரோவரும் பேச்சில் எங்களுடன் கலந்த கொண்டார்.

“நீங்கள் இந்த இடத்திற்கு முற்றும் புதியவர் என்றும், உங்களுக்கு நண்பர்கள் இங்கே யாரும் இல்லை என்றும் தெரிகிறது. நீங்கள் என்னுடன் வந்தால் உங்களை ஒரு சிறு ஹோட்டலுக்கு இட்டுச் செல்கிறேன். அந்த ஹோட்டலின் சொந்தக்காரர் ஓர் அமெரிக்கர், எனக்கு நன்றாக தெரிந்தவர். அவர் உங்களை ஏற்றுக் கொள்வார் என்றே நினைக்கிறேன்” என்றார் அவர்.

எனக்குச் சந்தேகமாகவே இருந்தது. ஆனாலும் அவருக்கு நன்றி கூறிவிட்டு, அவருடைய யோசனையை ஏற்றுக் கொண்டேன். என்னை அவர் ஜான்ஸ்டனின் குடும்ப ஹோட்டலுக்கு அழைத்துப் போனார். ஸ்ரீ ஜான்ஸ்டனைத் தனியாக அழைத்துப் பேசினார். அவரும் அன்றிரவு தங்குவதற்கு இடம் தருவதாக ஒப்புக் கொண்டார். ஆனால், அன்றிரவுச் சாப்பாட்டைத் தனியாக என் அறையிலேயே சாப்பிட வேண்டும் என்பது நிபந்தனை.

“எனக்கு நிறத் துவேஷம் எதுவுமே கிடையாது என்பதை உங்களுக்கு உறுதியாகக் கூறுகிறேன். ஆனால், என் ஹோட்டலுக்கு வருபவர்களெல்லோரும் ஐரோப்பியர். போஜன அறையில் சாப்பிட உங்களை நான் அனுமதித்தால் அவர்கள் கோபமடைவார்கள். அவர்கள் இங்கிருந்த போய்விட்டாலும் போய்விடக்கூடும்” என்றார் ஸ்ரீ ஜான்ஸ்டன்.

அதற்கு நான், “இன்றிரவுக்கு மாத்திரம் எனக்கு இடம் அளிப்பதாக இருந்தாலும் அதற்காக என் நன்றி. இங்குள்ள நிலைமையை நான் இப்பொழுது அநேகமாகத் தெரிந்து கொண்டிருக்கிறேன். ஆகையால், உங்களுக்கு இருக்கும் கஷ்டங்களையும் அறிகிறேன். என் அறையிலேயே எனக்கு நீங்கள் இரவுச் சாப்பாடு கொடுப்பது பற்றி எனக்குக் கவலையில்லை. நாளைக்கு வேறு ஏதாவது ஏற்பாடு செய்து கொள்ள முடியும் என்று நம்புகிறேன்” என்று கூறினேன்.

பிறகு அவர் என்னை ஓர் அறைக்கு அழைத்துக் கொண்டு போய் விட்டார். சாப்பாடு வரும் என்று எதிர்பார்த்துக் கொண்டிருந்தேன்.

நான் தனியாக இருந்ததால் சிந்தனையில் ஆழ்ந்தேன். அந்த ஹோட்டலில் தங்கியவர்கள் அப்பொழுது அதிகம் பேர் இல்லை. ஆகவே, வேலைக்காரன் சீக்கிரமாகவே சாப்பாடு கொண்டு வருவான் என்று எதிர்பார்த்துக் கொண்டிருந்தேன். ஆனால் ஸ்ரீ ஜான்ஸ்டனே அங்கே வந்தார். “உங்கள் அறையிலேயே நீங்கள் சாப்பிட்டுக் கொள்ளவேண்டும் என்று உங்களிடம் சொன்னது எனக்கே வெட்கமாக இருந்தது. ஆகவே, உங்களைப்பற்றி மற்றவர்களிடம் சொன்னேன். சாப்பாட்டு அறைக்கே நீங்களும் வந்து சாப்பிடுவதில் அவர்களுக்கு ஏதாவது ஆட்சேபம் உண்டா? என்று அவர்களைக் கேட்டேன். தங்களுக்கு எந்தவிதமான ஆட்சேபமும் இல்லை என்றும் நீங்கள் விரும்பும்வரை இங்கே தங்குவதைக் குறித்தும் தங்களுக்குக் கவலையில்லை என்றும் அவர்கள் சொன்னார்கள். ஆகையால், தயவு செய்து சாப்பாட்டு அறைக்கே வாருங்கள். உங்களுக்கு இஷ்டம் இருக்கும் வரை நீங்கள் இங்கேயே தங்கலாம்” என்றும் அவர் கூறினார்.

அவருக்கு மீண்டும் நன்றி கூறினேன். சாப்பாட்டு அறைக்குப் போய்த் திருப்தியாகச் சாப்பிட்டேன்.

மறுநாள் காலை அட்டர்னி ஸ்ரீ ஏ. டபிள்யு. பேக்கரைப் போய்ப் பார்த்தேன். அவரைப்பற்றிய சில விவரங்களை அப்துல்லா சேத் என்னிடம் சொல்லியிருந்தார். ஆகையால் அவர் என்னை அன்போடு வரவேற்றதைக் கண்டு நான் ஆச்சரியப்படவில்லை. என் சுகத்தைக் குறித்தும் பிரியமாக விசாரித்தார். என்னைப் பற்றி எல்லா விவரங்களையும் சொன்னேன். அதன் பேரில் அவர் கூறியதாவது: “இந்த வழக்குக்குச் சிறந்த வக்கீலை அமர்த்தியிருக்கிறோம். ஆகையால், பாரிஸ்டர் என்ற வகையில் உங்களுக்கு எங்களிடம் வேலையில்லை. இந்த வழக்கு நீண்ட காலமாக நடந்து வருவதோடு மிகவும் சிக்கலானதும் கூட. அவசியமான தகவல்களைப் பெறும் அளவுக்கு மாத்திரம் உங்கள் உதவியை ஏற்றுக்கொள்ளுகிறேன். என்னுடைய கட்சிக்காரரிடமிருந்து வேண்டிய விவரங்களையெல்லாம் உங்கள் மூலமே கேட்டுத் தெரிந்து கொள்ள முடியுமாகையால் அவருடன் நான் வைத்துக் கொள்ள வேண்டிய தொடர்பை நீங்கள் எளிதாக்கிவிட்டீர்கள். இது நிச்சயமாக வசதியானதே. நீங்கள் தங்குவதற்கு நான் இன்னும் இடம் பார்க்கவில்லை.

உங்களைப் பார்த்த பிறகு ஏற்பாடு செய்வது நல்லது என்ற இருந்துவிட்டேன். இங்கே பயப்படக்கூடிய வகையில் நிறத்துவேஷம் இருந்து வருகிறது. ஆகையால், உங்களைப் போன்றவர்கள் தங்குவதற்கு இடம் பார்ப்பதென்பது சுலபமல்ல. ஆனால், எனக்கு ஓர் ஏழைப் பெண்ணைத் தெரியும். அவள் ஒரு ரொட்டிக்கடைக்காரரின் மனைவி. அம்மாது உங்களுக்கு இடம் கொடுப்பாள் என்று நினைக்கிறேன். அதனால் அவளுக்கும் வருவாய் இருக்கும். வாருங்கள், அவள் இருக்கும் இடத்திற்குப் போவோம்.''

அப்பெண்மணியின் வீட்டிற்கு என்னை அவர் அழைத்துச் சென்றார். என்னைக் குறித்து தனியாக அவரிடம் பேசினார். வாரத்திற்கு 35 ஷில்லிங் கொடுத்துச் சாப்பிட்டுக் கொண்டு, நான் அங்கே தங்குவதற்கு அப்பெண் சம்மதித்தார்.

ஸ்ரீ பேக்கர், அட்டர்னித் தொழில் செய்து வந்ததோடு மத சம்பந்தமான பிரசங்கங்களும் செய்து வந்தார். அவர் இன்னும் உயிருடன் இருக்கிறார். இப்போது சட்டத் தொழிலை விட்டு விட்டு மதப்பிரசாரம் மட்டும் செய்து கொண்டிருக்கிறார். அவருக்கு நல்ல சொத்து உண்டு. இப்பொழுதும் எனக்குக் கடிதங்கள் எழுதுகிறார். எழுதும் கடிதங்களிலெல்லாம் ஒரே விஷயத்தையே எழுதிக்கொண்டு வருகிறார். எந்த வகையில் கவனித்தாலும் கிறிஸ்தவ சமயம் ஒன்றே எல்லாவற்றிலும் சிறந்தது என்கிறார். ஏசுநாதர் ஒருவரையே கடவுளின் திருக்குமாரர், அவரே மனித வர்க்கத்தின் ரட்ஷகர் என்பதை ஒப்புக்கொள்ளா வரையில் நிரந்தரமான சாந்தியை அடையவே முடியாது என்று வாதிக்கிறார்.

ஸ்ரீ பேக்கரை நான் முதல் முறை சந்தித்துப் பேசியபோதே மத சம்பந்தமான என்னுடைய கருத்துக்களைப்பற்றி அவர் விசாரித்தார். நான் அவருக்கு பின்வருமாறு சொன்னேன்: ''பிறவியினால் நான் ஹிந்து என்றாலும் ஹிந்து தருமத்தைப் பற்றி எனக்கு இன்னும் அதிகமாகத் தெரியாது. மற்ற மதங்களைக் குறித்துத் தெரிந்திருப்பதோ அதைவிடவும் குறைவு. உண்மையில் மத சம்பந்தமாக என் நிலை என்ன? என் நம்பிக்கை எதுவாக இருக்க வேண்டும்? என்பதையே நான் அறிவேன். என் சொந்த மதத்தைக் குறித்துக் கவனமாகப் படிக்க

விரும்புகிறேன். முடிந்த வரையில் பிற சமயங்களைக் குறித்தும் படிக்க எண்ணுகிறேன்.''

இதையெல்லாம் நான் சொல்லக் கேட்டு ஸ்ரீ பேக்கர் சந்தோஷமடைந்தார். அவர் கூறியதாவது: ''தென்னாப்பிரிக்கப் பொதுக் கிறிஸ்தவ பிரசார சபையில் நானும் ஒரு டைரக்டர். என் சொந்த செலவில் ஒரு கிறிஸ்தவாலயம் கட்டியிருக்கிறேன். தவறாமல் அதில் சமயப் பிரசங்கங்கள் செய்து வருகிறேன். நிறத்துவேஷம் என்பதே என்னிடம் இல்லை. எனக்குச் சக ஊழியர் சிலர் இருக்கின்றனர். தினம் பகல் ஒரு மணிக்கு நாங்கள் பிரார்த்தனை செய்து வருகிறோம். அதில் நீங்களும் கலந்து கொள்வீர்களாயின் மகிழ்ச்சியடைவேன். என் சக ஊழியர்களையும் உங்களுக்கு அறிமுகம் செய்து வைக்கிறேன். உங்களைச் சந்திப்பதில் அவர்கள் ஆனந்தமடைவார்கள். அவர்களுடன் பழகுவதை நீங்களும் விரும்புவீர்கள் என்று தைரியமாகக் கூறுவேன். அதோடு நீங்கள் படிப்பதற்குச் சமய நூல்களிலெல்லாம் தலையாய நூல் பைபிளேயாகையால் முக்கியமாக நீங்கள் அதைப் படிக்க வேண்டும் என்று சிபாரிசு செய்கிறேன்.''

ஸ்ரீ பேக்கருக்கு நன்றி கூறினேன். ஒரு மணிக்கு நடக்கும் பிரார்த்தனைக்குச் சாத்தியமானவரை ஒழுங்காக வருவதாகவும் ஒப்புக்கொண்டேன்.

''அப்படியானால், நாளை, பகல் ஒரு மணிக்கு உங்களை இங்கே எதிர்ப்பார்க்கிறேன். பிராரத்தனைக்கு நாம் இருவருமே சேர்ந்து போவோம்'' என்றார். பிறகு விடை பெற்றுக் கொண்டு பிரிந்தோம்.

இந்தப் பேச்சைப்பற்றித் திரும்பச் சிந்தித்துப் பார்க்க எனக்கு அப்பொழுது அவகாசம் இல்லை. ஸ்ரீ ஜான்ஸ்டனின் ஹோட்டலுக்குச் சென்றேன். அவருக்குக் கொடுக்க வேண்டியிருந்ததைக் கொடுத்துவிட்டு, வசிப்பதற்குப் புதிதாக அமர்த்தியிருந்த இடத்திற்குச் சென்று, அங்கேயே என் மத்தியான ஆகாரத்தையும் சாப்பிட்டேன். அவ் வீட்டு அம்மாள் நல்ல பெண்மணி. எனக்காக அவர் சைவ உணவு சமைத்திருந்தார். வெகு சீக்கிரத்திலேயே அக் குடும்பத்தில் நானும் ஒருவன் ஆகிவிட்டேன்.

தாதா அப்துல்லா ஒரு நண்பருக்குக் கடிதம் கொடுத்திருந்தார். அடுத்தபடியாக அவரைப் பார்க்கச் சென்றேன். தென் ஆப்ரிக்காவில் இந்தியருக்கு இருந்த கஷ்டங்களைக் குறித்து, இன்னும் அதிகமான விவரங்களை அவரிடமிருந்து தெரிந்து கொண்டேன். தம்முடனேயே தங்கும்படி அவர் என்னை வற்புறுத்தினார். இதற்காக அவருக்கு நன்றி கூறிவிட்டுத் தங்குவதற்கு வேறு ஏற்பாடுகளைச் செய்து விட்டதாகச் சொன்னேன். எனக்கு ஏதாவது தேவை இருந்தால் அதைக் கேட்கத் தயங்க வேண்டாம் என்றும் அவர் வற்புறுத்திச் சொன்னார்.

இதற்குள் இருட்டிவிட்டது. வீட்டுக்குச் சென்று சாப்பிட்டேன். என் அறைக்குப் போய்ப் படுத்துக்கொண்டு, ஆழ்ந்து சிந்திக்கலானேன். உடனே செய்தாக வேண்டிய வேலை எதுவும் எனக்கு இல்லை. அதைப்பற்றி அப்துல்லா சேத்துக்கு அறிவித்தேன். என்னிடம் ஸ்ரீ பேக்கர் கொண்டிருக்கும் சிரத்தையின் பொருள் என்ன என்பதைப் பற்றிச் சிந்தித்தேன். அவருடைய சகாக்களினால் நான் அடையப்போகும் லாபம் என்ன? கிறிஸ்தவ சமய ஆராய்ச்சியை நான் எந்த அளவுக்கு மேற்கொள்ளுவது? ஹிந்து சமயத்தைப் பற்றிய நூல்களைப் பெறுவது எப்படி? என்னுடைய மதத்தைப் பற்றி முற்றும் தெரிந்து கொள்ளாமல் கிறிஸ்தவத்தைச் சரியான வகையில் நாள் எவ்விதம் புரிந்துகொள்ள முடியும்? ஒரே ஒரு முடிவுக்கே நான் வர முடிந்தது, எனக்குக் கிடைப்பதை எல்லாம் விருப்பு வெறுப்பின்றி நான் படிக்க வேண்டும். கடவுள் காட்டும் வழியை அனுசரித்து, ஸ்ரீ பேக்கரின் கோஷ்டியினருடன் பழக வேண்டும். என் மதத்தைப்பற்றி முற்றும் தெரிந்து கொள்ளுவதற்கு முன்னால், மற்றொரு மதத்தில் சேருவதைப்பற்றி நான் எண்ணவும் கூடாது.

இவ்விதம் சிந்தித்தவாறே தூக்கத்தில் ஆழ்ந்தேன்.

11. கிறிஸ்தவர்களுடன் தொடர்பு

மறுநாள் ஒரு மணிக்கு ஸ்ரீ பேக்கரின் பிரார்த்தனைக் கூட்டத்திற்குச் சென்றேன். அங்கே கன்னி ஹாரிஸ், கன்னி காப், ஸ்ரீ கோட்ஸ் முதலானவர்களுக்கு அவர் என்னை அறிமுகம் செய்து வைத்தார். பிரார்த்தனை செய்வதற்காக எல்லோரும் முழந்தாள் இட்டனர். நானும் அவ்வாறே செய்தேன். ஒவ்வொருவரின் விருப்பத்துக்கும் ஏற்றவாறு, பல காரியங்களை முடித்தருள வேண்டுமென்று கடவுளைத் துதிப்பதே பிரார்த்தனை. அன்றை தினம் அமைதியாகக் கழிய வேண்டும் என்பதும் உள்ளத்தின் கதவுகளை ஆண்டவன் திறக்க வேண்டும் என்பதும் சாதாரணமான பிரார்த்தனைகள். என்னுடைய க்ஷேமத்திற்கென்று பின்வருமாறு ஒரு பிரார்த்தனையும் சேர்த்துக் கொள்ளப்பட்டது: "ஆண்டவனே எங்கள் மத்தியில் வந்திருக்கும் புதிய சகோதரருக்கு வழிகாட்டி அருளும். ஆண்டவனே! எங்களுக்கு நீர் அளித்திருக்கும் சாந்தியை அவருக்கும் அளியும். எங்களைக் காப்பாற்றியிருக்கும் ஏசுநாதர் அவரையும் காப்பாராக. ஏசுவின் பெயராலேயே இவ்வளவும் வேண்டுகிறோம்." இந்தக் கூட்டங்களில் பிரார்த்தனைக் கீதங்கள் பாடுவதோ, வேறுவிதச் சங்கீதமோ இல்லை. ஒவ்வொரு நாளும் விசேஷமாக ஏதாவது ஒன்றைக் கோரிப் பிரார்த்திப்போம். பிறகு கலைந்துவிடுவோம். அது மத்தியானச் சாப்பாட்டு வேளையாகையால் அவரவர்கள் சாப்பிடப் போய்விடுவார்கள். பிரார்த்தனை முடிவதற்கு ஐந்து நிமிடங்களுக்கு மேல் ஆகாது.

ஹாரிஸ், காப் ஆகிய இருவரும் வயது முதிர்ந்த கன்னிப் பெண்கள். ஸ்ரீ கோட்ஸ், குவேக்கர் என்னும் கிறிஸ்தவ கோஷ்டியைச் சேர்ந்தவர். முதற்கூறிய இருவரும் சேர்ந்து ஒரே இடத்தில் வசித்து வந்தனர். இவர்கள் ஒவ்வொரு ஞாயிற்றுக்கிழமையும் மாலை 4 மணிக்குத் தங்கள் வீட்டுக்குத் தேநீர் சாப்பிட வந்துவிடுவிமாறு எனக்கு நிரந்தர அழைப்பு விடுத்தனர்.

ஞாயிற்றுக்கிழமைகளில் நாங்கள் சந்திக்கும் போது, அந்த வாரத்தில், சமய ஆராய்ச்சி சம்பந்தமாக நான் தெரிந்து கொண்டவைகளை ஸ்ரீ கோட்ஸிடம் கூறுவேன். நான் படித்த புத்தகங்களையும், அதனால் எனக்கு ஏற்பட்ட கருத்துக்களையும் பற்றி அவருடன் விவாதிப்பேன். அந்தப் பெண்களோ, தங்களுக்கு ஏற்பட்ட இனிமையான அனுபவங்களைப் பற்றிக் கூறுவார்கள். தாங்கள் கண்ட சாந்தியைக் குறித்தும் பேசுவார்கள்.

ஸ்ரீ கோட்ஸ் கபடமற்ற, உறுதியுள்ள இளைஞர். நாங்கள் இருவரும் சேர்ந்து உலாவப் போவது உண்டு. மற்றக் கிறிஸ்தவ நண்பர்களிடம் அவர் என்னை அழைத்துச் சென்றார்.

நாங்கள் ஒருவருக்கொருவர் நெருங்கிப் பழக ஆரம்பித்து விடவே, தமக்குப் பிடித்தமான புத்தகங்கள் எனக்குக் கிடைக்கும்படி அவர் செய்தார். இவ்விதம் என்னிடம் நிறையப் புத்தகங்கள் சேர்ந்து விட்டன. என் மீது புத்தகச் சுமையை ஏற்றினார் என்றே கூறவேண்டும். உண்மையாகவே அவற்றைப் படிப்பதாக நான் ஒப்புக் கொண்டேன். நான் படிக்கப் படிக்கப் படித்தவைகளைக் குறித்து விவாதித்தும் வந்தோம்.

அத்தகைய புத்தகங்கள் பலவற்றை நான் 1893 இல் படித்தேன். அவை எல்லாவற்றின் பெயர்களும் எனக்கு நினைவில்லை. நான் படித்தவைகளில் சில, ஸிட்டி டெம்பிளைச் சேர்ந்த டாக்டர் பார்க்கர் எழுதிய வியாக்கியானம், ஸ்ரீபியர்ஸன் எழுதிய நிச்சயமான பல ருசுக்கள், ஸ்ரீ பட்லர் எழுதிய உபமானங்கள் முதலியன, இவற்றில் சில பகுதிகள் எனக்கு விளங்கவே இல்லை, சில விஷயங்கள் எனக்குப் பிடித்திருந்தன, மற்றவை எனக்குப் பிடிக்கவில்லை. நிச்சயமான பல ருசுக்கள் என்ற புத்தகம், பைபிளின் மதத்திற்கு ஆதரவாக, அதன் ஆசிரியர் அறிந்து கொண்ட பலவகை ருசுக்களைக் கொண்டது. இப்புத்தகம் என் மனதைக் கவரவில்லை. பார்க்கரின் வியாக்கியானம், ஒழுக்கத்தைத் தூண்டுவதாக இருந்தது. ஆனால் நடைமுறையில் இருக்கும் கிறிஸ்தவக் கோட்பாடுகளில் நம்பிக்கை இல்லாதவர்களுக்கு இந் நூல் எவ்வகையிலும் பயன்படாது. பட்லரின் உபமானங்கள் ஆழ்ந்த கருத்துக்கள நிறைந்த கஷ்டமான நூலாக எனக்குத் தோன்றிற்று. அதைச் சரியாகப் புரிந்துகொள்ள வேண்டுமானால், நான்கு ஐந்து

முறை படிக்க வேண்டும். நாஸ்திகர்களை ஆஸ்திகர்களாகத் திருப்பிவிடும் நோக்கத்துடன் அந்நூல் எழுதப்பட்டிருப்பதாக எனக்குத் தோன்றியது. கடவுள் உண்டு என்பதை நிரூபிப்பதற்காக இப் புத்தகத்தில் கூறப்பட்டுள்ள வாதங்கள் எனக்கு அவசியம் இல்லாதவை. ஏனெனில் சந்தேகிக்கும் அந்தக் கட்டத்தை நான் முன்பே கடந்து விட்டேன். ஆனால், கடவுளின் ஒரே அவதாரம் ஏசுவே, கடவுளிடம் மனிதரைச் சேர்ப்பிக்க வல்லவரும் அவர் ஒருவரே என்பதை நிரூபிப்பதற்காகக் கூறப்பட்டிருந்த வாதங்கள் என் மனத்தைக் கவர்ந்து விடவில்லை.

எனினும் ஸ்ரீ கோட்ஸ் அவ்வளவு சுலபத்தில் தோல்வியை ஒப்புக்கொண்டுவிடக் கூடியவர் அன்று. என் மீது அவருக்கு மிகுந்த அன்பு உண்டு. வைஷ்ணவத்திற்கு அடையாளமான துளசி மணி மாலை, என் கழுத்தில் இருப்பதை அவர் பார்த்தார். அது மூட நம்பிக்கை என்று எண்ணி, அதற்காக மனம் வருந்தினார். ‘‘இந்த மூடநம்பிக்கை உங்களுக்கு ஆகாது, வாருங்கள் அந்த மாலையை நான் அறுத்து எறிந்து விடுகிறேன்’’ என்றார்.

‘‘இல்லை. நீங்கள் அப்படிச் செய்துவிடக் கூடாது. இம் மாலை, என் அன்னை எனக்கு அளித்த தெய்வீக வெகுமதி’’ என்றேன்.

‘‘ஆனால், இதில் உங்களுக்கு நம்பிக்கை இருக்கிறதா?’’ என்று கேட்டார்.

‘‘இம்மாலையிலிருக்கும் தெய்வீக ரகசியம் இன்னது என்பது எனக்குத் தெரியாது. இதை நான் அணியாவிட்டால் எனக்குத் தீமை உண்டாகிவிடும் என்று நான் நினைக்கவும் இல்லை. அன்பினாலும் இது என்னுடைய சுகத்திற்கு உதவியாக இருக்கும் என்ற திட நம்பிக்கையுடனும் என் தாயார் இதை என் கழுத்தில் அணிவித்தார். ஆகையால் தக்க காரணமின்றி இதை நான் எறிந்துவிட முடியாது. அறுந்துவிடுமானால் புதிதாக ஒன்றைப் போட்டுக் கொள்ள வேண்டும் என்ற விருப்பம் எனக்கு இருக்காது. ஆனால், இந்த மாலையை அறுத்துவிட முடியாது’’ என்றேன்.

என் மத விஷயத்தில் ஸ்ரீ கோட்ஸுக்கு மதிப்பு இல்லாதால் என் வாதத்தை அவரால் புரிந்து கொள்ள முடியவில்லை. அஞ்ஞானப் படுகுழியிலிருந்து என்னைக் கரையேற்றிவிட

வேண்டுமென்று அவர் ஆவல் கொண்டிருந்தார். மற்ற மதங்களில் ஓரளவுக்கு உண்மை இருந்தாலும் அதைப் பற்றிக் கவலையில்லை. கிறிஸ்தவத்தை நான் ஒப்புக் கொண்டாலன்றி எனக்கு விமோசனமே இல்லை என்பதை நான் உணர்ந்துவிடச் செய்ய அவர் விரும்பினார். எனக்காக ஏசுநாதர் ஆண்டவனிடம் பரிந்து பேசினாலன்றிப் பாவங்களிலிருந்து நான் மன்னிப்புப் பெற இயலாது என்றும், செய்யும் நற்காரியங்களெல்லாம் பயனற்றுப் போய்விடும் என்றும் நான் உணரச் செய்ய அவர் முயன்றார்.

பல புத்தகங்களை அவர் அறிமுகம் செய்து வைத்ததைப் போலவே, தீவிர மதப்பற்றுள்ள கிறிஸ்தவர்கள் என்று அவர் கருதிய நண்பர்கள் பலரையும் அவர் எனக்கு அறிமுகம் செய்து வைத்தார். இவ்விதம் அறிமுகம் செய்து வைக்கப்பட்டவர்களில் பிளிமத் சகோதரர்களில் ஒருவர், என்னிடம் ஒரு வாதத்தை எடுத்துக் கூறத் தொடங்கினார். அதை நான் கொஞ்சமும் எதிர்பார்க்கவில்லை. அவர் கூறியதாவது:

“எங்கள் மதத்தின் மேன்மையை உங்களால் புரிந்து கொள்ள முடியவில்லை. நீங்கள் செய்துவிட்ட தவறுகளைக் குறித்தே உங்கள் வாழ்க்கையின் ஒவ்வொரு கணத்திலும் நினைத்து வருந்திக் கொண்டும், எப்பொழுதும் அவைகளைத் திருத்திக் கொண்டு அவற்றிற்காகப் பிராயச்சித்தம் செய்து கொண்டும் நீங்கள் இருப்பதாகச் சொல்வதில் இருந்தே அது தெரிகிறது. இந்த இடையறாத வினைச் சுழல் உங்களுக்கு எவ்விதம் விமோசனம் அளிக்க முடியும்? உங்களுக்கு மனச்சாந்தியே இராது. நாம் எல்லோரும் பாவிகளே என்பதை ஒப்புக் கொள்ளுகிறீர்கள். எங்கள் நம்பிக்கை எவ்வளவு பரிபூரணமானது என்பதை இப்பொழுது பாருங்கள். சீர்திருந்துவதற்கும், பிராயச்சித்தம் பெறுவதற்கும் நாம் செய்யும் முயற்சிகளெல்லாம் வீணானவை என்றாலும் நமக்கு கதி மோட்சம் ஏற்பட வேண்டும். பாவத்தின் சுமையை நாம் எவ்விதம் தாங்க முடியும்? அப் பளுவை நாம் ஏசுநாதர் மீது போட்டு விடத்தான் முடியும். அவர் ஒருவரே பாவமற்ற திருக்குமாரர். ‘என்னை நம்புகிறவர் யாரோ அவரே நித்தியமான வாழ்வை அடைவார்’ என்பது அவருடைய திருவாக்கு. கடவுளின் எல்லையற்ற கருணை இதில்தான்

இருக்கிறது. நமது பாவங்களுக்கு ஏசுநாதர் பிராயச்சித்தத்தைத் தேடுகிறார் என்பதை நாம் நம்புவதால், நமது பாவங்கள் நம்மைக் கட்டுப்படுத்துவதில்லை நாம் பாவஞ் செய்யாதிருக்க முடியாது. பாவமே செய்யாமல் இவ்வுலகில் உயிர் வாழ்வது இயலாது. ஆகையால் நமது பாவங்களுக்காக ஏசுநாதர் துன்பங்களை அனுபவித்தார், மனித வர்க்கத்தின் எல்லாப் பாவங்களுக்கும் அவரே பிராயச்சித்தம் தேடினார். அவர் வழங்கும் இந்த மகத்தான விமோசனத்தை ஒப்புக் கொள்கிறவர்கள் மாத்திரமே நிரந்தரமான மனச் சாந்தியைப் பெறமுடியும். உங்களுடைய வாழ்வு எவ்வளவு அமைதியற்றதாக இருக்கிறது என்பதையும் எங்களுக்கு அமைதி எவ்வளவு நிச்சயமாக இருக்கிறது என்பதையும் சிந்தித்துப் பாருங்கள்.''

இந்த வாதம் எனக்குக் கொஞ்சமும் திருப்தியளிப்பதாக இல்லை. எனவே பணிவுடன் பின்வருமாறு பதில் சொன்னேன்: ''எல்லாக் கிறிஸ்தவர்களும் அங்கீகரிக்கும் கிறிஸ்தவம் இதுவேயாயின், இதை நான் ஏற்றுக்கொள்ள முடியாது. என்னுடைய பாவங்களின் விளைவுகளிலிருந்து விமோசனம் பெற்றுவிட வேண்டும் என்று நான் நாடவில்லை. பாவத்திலிருந்தே, அதாவது பாவ எண்ணத்தில் இருந்தே விமோசனம் பெறுவதைத்தான் நான் நாடுகிறேன். அந்த லட்சியத்தை நான் அடையப்பெறும் வரையில் அமைதியின்றி இருப்பதில் திருப்தியடைவேன்.''

நான் இவ்வாறு கூறியதற்குப் பிளிமத் சகோதரர், ''உங்கள் முயற்சி பயனற்றது என்று நான் உறுதியாகக் கூறுகிறேன். நான் கூறியதைக் குறித்து, நீங்கள் மீண்டும் சிந்தித்துப் பாருங்கள்'' என்றார்.

அந்தச் சகோதரர் சொன்னதற்கு ஏற்பவே அவருடைய செயலும் இருந்தது. அறிந்தே அவர் தவறுகளைச் செய்தார். அத்தவறுகளைப் பற்றி எண்ணம் தம்மைக் கவலைக்கு உள்ளாக்கி விடவில்லை என்பதையும் எனக்குக் காட்டி விட்டார்.

ஆனால், தவறுகளைப்பற்றிய இத்தகைய சித்தாந்தத்தை எல்லாக் கிறிஸ்தவர்களுமே நம்பிவிடவில்லை என்பதை இந்த நண்பர்களைச் சந்திப்பதற்கு முன்பே நான் அறிவேன். ஸ்ரீ கோட்ஸ், தம்மைப் பொறுத்தவரையில் கடவுளுக்குப் பயந்தே நடந்து வந்தார். அவருடைய உள்ளம் தூய்மையானது.

நமக்கு நாமே தூய்மை அடைவது சாத்தியம் என்பதில் அவருக்கு நம்பிக்கை உண்டு. ஹாரிஸ், காப் என்ற அவ்விரு பெண்களுக்கும் இதே நம்பிக்கை இருந்தது. நான் படித்த புத்தகங்களில் சில பக்தி ரசம் மிகுந்தவை. ஆகவே எனக்கு ஏற்பட்ட கடைசி அனுபவத்தைக் கொண்டு ஸ்ரீ கோட்ஸ் அதிகக் கவலை அடைந்து விட்டார். என்றாலும், பிளிமத் சகோதரர் கொண்ட தவறான நம்பிக்கையினால் கிறிஸ்தவத்தைக் குறித்து எனக்கு வெறுப்பு ஏற்பட்டுவிடாது என்று நான் ஸ்ரீ கோட்ஸுக்கு கூறியதோடு அவருக்கு உறுதியளிக்கவும் என்னால் முடிந்தது.

எனக்குக் கஷ்டங்களெல்லாம் வேறு இடத்திலேயே ஏற்பட்டன. பைபிளையும், பொதுவாக அதற்கு, ஏற்றுக் கொள்ளப்பட்டிருக்கும் வியாக்கியானத்தையும் பற்றியவையே அவை.

12. இந்தியருடன் தொடர்பை நாடினேன்

கிறிஸ்தவர்களுடன் ஏற்பட்ட பழக்கத்தைக் குறித்து மேற்கொண்டும் எழுதுவதற்கு முன்னால், அதே சமயத்தில் எனக்கு உண்டான மற்ற அனுபவங்களையும் நான் குறிப்பிட வேண்டும்.

நேட்டாலில் தாதா அப்துல்லாவுக்கு என்ன அந்தஸ்து இருந்ததோ அதே அந்தஸ்து, சேத் தயாப் ஹாஜி முகமதுக்கும் பிரிட்டோரியாவில் இருந்தது. அவர் இல்லாமல் பொதுஜன காரியம் எதுவும் அங்கே நடவாது. முதல் வாரத்திலேயே நான் அவரை அறிமுகம் செய்துகொண்டேன். பிரிட்டோரியாவில் இருக்கும் ஒவ்வோர் இந்தியருடன் தொடர்பு வைத்துக்கொள்ள நான் விரும்பியதைக் குறித்து அவரிடம் கூறினேன். அங்கே இந்தியரின் நிலைமையைத் தெரிந்துகொள்ள நான் ஆசைப்படுவதாகவும் அவருக்குத் தெரிவித்தேன். இந்த முயற்சியில் எனக்கு அவருடைய உதவி வேண்டும் என்றும் கோரினேன். உதவியளிக்க அவரும் மகிழ்ச்சியுடன் ஒப்புக் கொண்டார்.

பிரிட்டோரியாவில் இருக்கும் எல்லா இந்தியரையும் கூட்டி வைத்து, டிரான்ஸ்வாலில் அவர்களுக்கு இருந்த நிலையை எடுத்து கூறுவது என்பது எனது முதல் வேலை. இக்கூட்டம், சேத் ஹாஜி முகமது ஜூஸப் வீட்டில் நடந்தது. அவருக்கு என்னை அறிமுகப்படுத்தும் கடிதம் ஒன்றும் என்னிடம் இருந்தது. இக்கூட்டத்திற்கு மிகச் சில ஹிந்துக்களும் வந்திருந்தனரெனினும் பிரதானமாக மேமன் வர்த்தகர்களே வந்திருந்தார்கள். உண்மையில் பிரிட்டோரியாவில் இந்துக்கள் மிகச் சிலரே இருந்தனர்.

இக்கூட்டத்தில் நான் ஆற்றிய சொற்பெருக்கே என் வாழ்க்கையில் நான் செய்த முதல் பிரசங்கம் எனலாம். அங்கே பேசுவதற்குச் சுமாராக விஷயத்தைத் தயார் செய்து கொண்டே போனேன். நான் பேசிய விஷயம் வியாபாரத்தில்

உண்மையைக் கடைப்பிடித்தலைப் பற்றியது. வியாபாரத்தில் உண்மையாக நடந்து கொள்ளுவதென்பது சாத்தியமானதே அல்ல என்று வர்த்தகர்கள் கூறிவருவதை நான் எப்பொழுதும் கேட்டு வந்திருக்கிறேன். அப்படிச் சாத்தியமில்லை என்று நான் அப்பொழுது நினைத்ததில்லை, இப்பொழுதும் நினைக்க வில்லை. வியாபாரமும் உண்மையும் ஒன்றுக்கொன்று பொருந்தாதவை என்று சொல்லும் வர்த்தக நண்பர்கள் இன்றும் இருக்கிறார்கள். வியாபாரம், முற்றும் உலக விவகாரம் என்றும், சத்தியமோ மதத்தைப் பற்றியது என்றும் சொல்லுகிறார்கள். உலக விவகாரத்திற்கு மத விஷயம் முற்றும் வேறானது என்றும் வாதிக்கின்றனர். வியாபாரத்தில் சுத்தமான உண்மைக்கே இடமில்லை. உசிதமான அளவுக்குத்தான் அதில் உண்மை பேச முடியும் என்கின்றனர். அவர்களுடைய அந்தக் கொள்கையை நான் என்னுடைய சொற்பொழிவில் பலமாக எதிர்த்தேன். வர்த்தகர்களுக்கு அவர்களுடைய கடமை உணர்ச்சியை எழுப்பினேன். அக்கடமை இரு வகையானது. அங்குள்ள சில இந்தியரின் நடத்தையே அவர்களுடைய தாய் நாட்டின் கோடிக்கணக்கான சகோதர மக்களின் தன்மையை இந்நாட்டார் அறிவதற்கு அளவு கோல் ஆகிறது. ஆகையால், ஓர் அந்நிய நாட்டில் உண்மையுள்ளவர்களாக, இருக்க வேண்டிய பொறுப்பு, அவர்களுக்கு மேலும் அதிகமாகிறது.

சுற்றிலும் இருந்த ஆங்கிலேயருடன் ஒப்பிட்டுப் பார்த்தால் நம் மக்களின் பழக்கங்கள், சுகாதாரக் குறைவாக இருந்ததைக் கவனித்திருந்தேன். ஆகையால் அதை அங்கே கூடியிருந்தவர்களின் கவனத்திற்குக் கொண்டு வந்தேன். ஹிந்துக்கள், முஸ்லிம்கள், பார்ஸிகள், கிறிஸ்தவர்கள், குஜராத்திகள், மதராஸிகள், பஞ் சாபிகள், சிந்திகள், கச்சிக்காரர்கள், சூரத்காரர்கள் என்றெல்லாம் இருக்கும். பாகுபாடுகளையெல்லாம் மறந்துவிட வேண்டியதன் அவசியத்தையும் வற்புறுத்தினேன். முடிவாக, மற்றொரு யோசனையும் கூறினேன். குடியேறியிருக்கும் இந்தியரின் கஷ்டங்களைக் குறித்துச் சம்பந்தப்பட்ட அதிகாரிகளுக்கு முறையிட்டுக் கொள்ளுவதற்கு ஒரு சங்கத்தை அமைத்துக் கொள்ளவேண்டும் என்றேன். அச்சங்கத்திற்குச் சாத்தியமான அளவுக்கு என் நேரத்தையும் சேவையையும் அளிக்க நான் தயாராக இருக்கிறேன் என்றும் அறிவித்தேன்.

என்னுடைய சொற்பொழிவு அங்கே கூடியிருந்தவர்களின் மனத்தை நன்கு கவர்ந்தது என்பதைக் கண்டேன்.

என் பேச்சைத் தொடர்ந்து விவாதம் நடந்தது. எனக்கு வேண்டிய விவரங்களையும் சேகரித்துக் கொடுப்பதாகச் சிலர் முன்வந்தனர். இது எனக்கு உற்சாகத்தை அளித்தது. என் சொற்பொழிவைக் கேட்டவர்களில் மிகச் சிலருக்கே ஆங்கிலம் தெரியும் என்பதையும் அறிந்தேன். அந்நாட்டில் ஆங்கிலம் தெரிந்திருப்பது பயனுள்ளதாக இருக்கும் என்று நான் கருதியதால் அவகாசம் இருப்பவர்கள் ஆங்கிலம் கற்றுக் கொள்ளுமாறு யோசனை கூறினேன். அதிக வயதாகிவிட்ட பிறகும்கூட ஒரு மொழியைக் கற்றுக்கொண்டு விடுவது சாத்தியமே என்று நான் அவர்களுக்குச் சொன்னதோடு, அப்படிக் கற்றுக்கொண்ட சிலரைப் பற்றியும் உதாரணமாக எடுத்துக் கூறினேன். அதைச் சொல்லிக் கொடுப்பதற்கென்று ஒரு வகுப்பை ஆரம்பித்தால் அதில் வந்து போதிக்கிறேன் என்றேன். விரும்பினால் நானே அவர்கள் வீட்டுக்குப் போய்ச் சொல்லிக் கொடுக்க தயார் என்றும் கூறினேன்.

இம்மொழியைப் போதிக்க வகுப்பு எதுவும் ஆரம்பிக்கப் படவில்லை. ஆனால், தங்களுக்கு இருக்கும் வசதியைப் பொறுத்துக் கற்றுக்கொள்ளத் தாங்கள் தயாராய் இருப்பதாக மூன்று இளைஞர்கள் அறிவித்தனர். இதற்கு அவர்கள் விதித்த நிபந்தனை, அவர்களுடைய இடத்திற்கு நான் போய்ச் போதிக்க வேண்டும் என்பது. அவர்களில் இருவர் முஸ்லிம்கள் – ஒருவர் நாவிதர் மற்றொருவர் குமாஸ்தா, – மூன்றாமவர் ஹிந்து. இவர் ஒரு சில்லைரைக் கடைக்காரர். அவர்களுடைய சௌகரியப்படி போய்ச் சொல்லிக் கொடுக்க ஒப்புக்கொண்டேன். சொல்லிக் கொடுப்பதில் எனக்குள்ள தகுதியைப்பற்றி எனக்கு எந்தவிதமான சந்தேகமும் இல்லை. என் மாணவர்கள் சளைத்துப் போனாலும் போகலாமே ஒழிய, நான் சளைக்கமாட்டேன். சில சமயங்களில் நான் அவர்கள் இருக்கும் இடத்திற்குப் போகும்போது அவர்கள் தங்கள் வேலையில் ஈடுபட்டிருப்பார்கள். என்றாலும் பொறுமையை இழந்து விடுவதில்லை. ஆங்கிலத்தில் புலமை பெறும் வகையில் அதைக் கற்றுக் கொள்ள வேண்டும் என்று இம்மூவரில் எவருக்கும் விருப்பம் இல்லை. ஆனால்,

இவர்களில் இருவர் சுமார் எட்டு மாத காலத்தில் நல்ல அபிவிருத்தியை அடைந்தனர் என்று சொல்லலாம். இருவர், கணக்கு எழுதவும், வியாபார சம்பந்தமான சாதாரணக் கடிதங்களை எழுதவும் போதுமான அளவுக்கு ஆங்கிலம் கற்றுக்கொண்டார்கள். ஆனால் , நாவிதருக்கோ இம்மொழியைக் கற்பதிலிருந்த ஆசை, தமது வாடிக்கைகாரர்களிடம் பேசக்கூடிய அளவிற்குத் தெரிந்தால் போதும் என்பதோடு நின்றது. இவ்விதம் படித்ததனால், இம்மாணவர்களில் இருவர், நல்ல வருமானம் பெறுவதற்கான தகுதியை அடைந்தனர்.

முன்னால் கூறிய பொதுகூட்டத்தின் பலன் எனக்குத் திருப்தி அளித்தது. இத்தகைய பொதுக்கூட்டங்களை வாரத்திற்கு ஒரு முறை கூட்டுவது என்று முடிவு செய்யப்பட்டது என்றே எனக்கு ஞாபகம். மாதம் ஒருமுறை கூட்டுவது என்றும் முடிவு செய்திருக்கக்கூடும். அநேகமாகத் தவறாமல் கூட்டங்கள் நடந்து வந்தன. அச்சமயங்களில் அவரவர்களின் அபிப்பிராயங்களைத் தாராளமாக எடுத்துக் கூறி வந்தனர். இதன் பலன் என்னவென்றால், பிரிட்டோரியாவில் எனக்குத் தெரியாத இந்தியர் எவருமே இல்லை என்று ஆகிவிட்டதுதான். அவர்களின் ஒவ்வொருவரின் நிலைமையையுங்கூட நான் அறிந்திருந்தேன். பிரிட்டோரியாவில் இருக்கும் பிரிட்டிஷ் ஏஜண்டு ஜேகோபஸ் டி வெட்டுடனும் பழக்கம் வைத்துக் கொள்ள வேண்டும் என்று இது என்னை ஊக்குவித்தது. இந்தியரிடம் அவருக்கு அனுதாபம் உண்டு. ஆனால் அவருக்கு இருந்த செல்வாக்கோ மிகச் சொற்பம். என்றாலும் தம்மால் இயன்றவரை உதவி செய்வதாக அவர் ஒப்புக் கொண்டார். நான் விரும்பும் போது தம்மை வந்த பார்க்கும்படியும் என்னை அழைத்தார்.

பிறகு ரெயில்வே அதிகாரிகளுக்கு எழுதினேன். ரெயில்வே பிரயாணம் செய்வது சம்பந்தமாக இந்தியருக்கு இருந்து வரும் கஷ்டங்கள், ரெயில்வேக்களின் விதிகளின் படியும் நியாயமற்றவை என்பதை அவர்களுக்கு எடுத்துக் காட்டினேன். ரெயில்வே அதிகாரிகளிடமிருந்து எனக்குப் பதில் வந்தது. தக்க உடையுடன் இருக்கும் இந்தியருக்கு, முதல் இரண்டாம் வகுப்பு டிக்கெட்டுகள் கொடுக்கப்படும் என்று அந்தப் பதிலில்

கூறியிருந்தார்கள். சரியானபடி ஒருவர் உடையணிந்திருக்கிறார் என்பதை முடிவுசெய்யும் அதிகாரம் ஸ்டேஷன் மாஸ்டரிடமே இருப்பதால் அந்தப் பதில் இந்தியருக்குப் போதுமான கஷ்ட நிவாரணம் அளிப்பதாக இல்லை.

இந்தியர் சம்பந்தமான சில தஸ்தாவேஜுகளைப் பிரிட்டிஷ் ஏஜண்டு எனக்குக் காட்டினார். இதே போன்ற தஸ்தாவேஜுகளைத் தயாப் சேத்தும் எனக்குக் கொடுத்தார். ஆரஞ்ச் பிரீ ஸ்டேட்டிலிருந்து இந்தியர் எவ்வளவு கொடூரமாக விரட்டியடிக்கப் படுகிறார்கள் என்பதை அவைகளைக் கொண்டு அறிந்துகொண்டேன்.

சுருங்கச் சொன்னால், டிரான்ஸ்வாலிலும் ஆரஞ்சு பிரீ ஸ்டேட்டிலும் இருக்கும் இந்தியரின் சமூக, பொருளாதார, ராஜீய நிலையைக் குறித்து நன்றாக ஆராய்ந்து தெரிந்து கொள்ளுவதற்கு நான் பிரிட்டோரியாவில் இருந்தது வசதியளித்தது எனலாம். இந்த ஆராய்ச்சி எதிர்காலத்தில் எனக்கு மதிப்பதற்கரிய உதவியாக இருக்கப் போகிறது என்பது அப்பொழுது எனக்குத் தெரியாது. ஆண்டு முடிவிலோ, ஆண்டு முடிவதற்கு முன்னாலேயோ, வழக்கு முடிந்துவிட்டால் அதற்கும் முன்பே, நான் இந்தியாவுக்குத் திரும்பி விடலாம் என்றே நினைத்து வந்தேன். ஆனால், கடவுளின் சித்தமோ வேறுவிதமாக இருந்துவிட்டது.

13. கூலியாக இருப்பதன் துன்பம்

டிரான்ஸ்வாலிலும் ஆரஞ்சு பிரீ ஸ்டேட்டிலும் இருந்த இந்தியரின் நிலைமையைக் குறித்து விபரமாகக் கூறுவதற்கு இது இடமன்று. அதைக் குறித்து விபரமாக அறிந்து கொள்ள விரும்புகிறவர்கள் நான் எழுதியிருக்கும் தென்னாப்பிரிக்க சத்தியாக்கிரகத்தின் சரித்திரம் என்ற நூலில் பார்க்குமாற யோசனை கூறுகின்றேன். என்றாலும் அதைக் குறித்து இங்கே சுருக்கமாகக் கூற வேண்டியது அவசியம்.

ஆரஞ்சு பிரீ ஸ்டேட்டில், 1858–ல் செய்யப்பட்ட விசேஷ சட்டத்தின் படி, இந்தியருக்கு முன்னால் இருந்த உரிமைகள் எல்லாமே பறிக்கப்பட்டு விட்டன. அங்கே இந்தியர் இருக்க விரும்பினால் ஹோட்டல்களில் வேலைக்காரர்களாக மாத்திரமே இருந்து வர முடியும். இல்லாவிடில் இதுபோன்ற கீழத்தரமான ஊழியம் செய்துகொண்டிருக்க வேண்டும். சொற்ப நஷ்ட ஈடு கொடுத்து, வியாபாரிகள் விரட்டப்பட்டு விட்டனர். விண்ணப்பங்களும் மகஜர்களும் அனுப்பினார்கள், ஒன்றும் பயனில்லை.

டிரான்ஸ்வாலில் 1885–ல் கடுமையான சட்டம் ஒன்றை இயற்றினர். 1886–ல் இச்சட்டத்தில் சிறுமாறுதல்களைச் செய்தார்கள். திருத்தப்பட்ட அச்சட்டத்தின்படி இந்தியர் எல்லோரும் டிரான்ஸ்வாலுக்குள் போவதற்குக் கட்டணமாக ஆளுக்கு 3 பவுன் தலைவரி செலுத்த வேண்டும். அவர்களுக்கென்று ஒதுக்கப்படும் பகுதிகளில் அல்லாமல் அவர்கள் வேறு எங்குமே சொந்தமாக நிலம் வைத்துக் கொள்ளக் கூடாது. ஆனால், அனுபவத்தில் அந்த ஒதுக்கப்பட்ட பகுதிகளிலும் நிலம் அவர்களுக்குச் சொந்தமாவதில்லை. இந்தியருக்கு வாக்குரிமை இல்லை. இவை யாவும் ஆசியாக்காரர்களுக்கு என்று செய்யப்பட்ட விசேஷச் சட்டத்தினால் நடந்தன. கறுப்பர்களுக்கு என்று இயற்றப்பட்ட சட்டங்களும் அவர்கள் விஷயத்தில் அமுல் செய்யப்பட்டன. பின்னால் கூறிய இச்சட்டங்களின் படி, இந்தியர் பொது நடைபாதைகளில்

நடக்கக் கூடாது அனுமதிச்சீட்டு இல்லாமல் இரவு 9 மணிக்குப் பிறகு வீட்டை விட்டு வெளியே வரவும் கூடாது. இந்தக் கடைசி விதி, இந்தியரைப் பொறுத்தவரையில், சந்தர்ப்பத்திற்கு ஏற்றாற் போல் உபயோகிக்கப்பட்டு வந்தது. தங்களை, அரபுக்கள் என்று சொல்லிக் கொண்டவர்களுக்குச் சலுகை காட்டுவதற்காக இந்த விதியிலிருந்து அவர்களுக்கு விலக்களித்தார்கள். இவ்விதம் அளிக்கப்பட்ட விதி விலக்கும் இயற்கையாகவே போலீஸாரின் இஷ்டத்தைப் பொறுத்ததாகத்தான் இருந்து வந்தது.

அவ்விரு சட்டங்களினாலும் ஏற்பட்ட கஷ்டங்களை நான் அனுபவிக்க நேர்ந்தது. நான் அடிக்கடி இரவில் ஸ்ரீ கோட்ஸ°டன் உலாவ வெளியே போவேன். இரவு 10 மணிக்கு முன்னால் வீடு திரும்புவதில்லை. போலீஸார் என்னைக் கைது செய்துவிட்டால் என்ன செய்வது? இவ்விஷயத்தில் என்னை விட ஸ்ரீ கோட்ஸ°க்குத் தான் அதிகக் கவலை. தம்முடைய நீக்ரோ வேலைக்காரர்களுக்கு அவர் அனுமதிச்சீட்டுக் கொடுக்க வேண்டியிருந்தது. ஆனால், எனக்கும் அவர் எப்படிச் சீட்டுக் கொடுப்பது? வேலைக்காரனுக்குத் தான் எஜமான் இத்தகையச் சீட்டுக் கொடுக்கலாம். எனக்கும் ஒரு சீட்டு வேண்டும் என்று கேட்டிருந்தால், அப்படிச் சீட்டுக் கொடுக்க ஸ்ரீ கோட்ஸ் தயாராக இருந்தாலும், அவரால் கொடுக்க முடியாது. ஏனெனில் அவ்விதம் கொடுப்பது மோசடியாகக் கருதப்பட்டிருக்கும்.

ஆகவே, ஸ்ரீ கோட்ஸோ, அவருடைய நண்பர் ஒருவரோ, என்னை அரசாங்க அட்டர்னியான டாக்டர் கிராஸே என்பவரிடம் அழைத்துச் சென்றனர். நாங்கள் இருவருமே ஒரே இடத்தில் பாரிஸ்டரானவர்கள் என்பது தெரியவந்தது. இரவு 9 மணிக்குப் பிறகு வீட்டிற்கு வெளியே இருப்பதற்கு எனக்கு அனுமதிச்சீட்டு வேண்டியிருக்கிறது என்ற விஷயம் அவருக்கு அதிக வருத்தத்தை அளித்தது. எனக்கு அவர் தமது அனுதாபத்தைத் தெரிவித்துக் கொண்டார். எனக்கு அனுமதிச் சீட்டுக் கொடுப்பதற்கு உத்தரவிடுவதற்குப் பதிலாக, எந்த நேரத்திலும் போஸீஸாரின் குறுக்கீடு இல்லாமல் நான் வெளியில் நடமாடுவதற்கு எனக்கு உரிமை அளித்து, ஒரு கடிதத்தை எழுதிக் கொடுத்தார். நான் வெளியில் செல்லும் போதெல்லாம் அக்கடிதத்தை எப்பொழுதும் என்னிடம் வைத்திருந்தேன். உண்மையில்

அக்கடிதத்தை உபயோகித்துக் கொள்ள வேண்டிய சந்தர்ப்பமே எனக்கு ஏற்பட வில்லையென்றால் அது தற்செயலேயன்றி வேறில்லை.

டாக்டர் கிராஸே என்னைத் தம் வீட்டிற்கு அழைத்தார். நாங்கள் நண்பர்கள் ஆகிவிட்டோம் என்று சொல்லலாம். நான் எப்பொழுதாவது அவர் வீட்டிற்குப் போவேன். ஜோகன்னஸ்பர்க்கில் பப்ளிக் பிராசிக்யூடராக இருந்த அவருடைய பிரபலமான சகோதரர், அவர் மூலம் எனக்கு அறிமுகமானார். போயர் யுத்தத்தின் போது, ஓர் ஆங்கில அதிகாரியைக் கொல்ல அவர் சதி செய்தார் என்று ராணுவக் கோர்ட்டில் அவர் மீது வழக்குத் தொடரப்பட்டு அவர் ஏழு வருடச் சிறைத் தண்டனையை அடைந்தார். அவர் வக்கீல் தொழில் செய்யக்கூடாது என்று நீதிபதிகளும் அவரைத் தடுத்து விட்டனர். ஆனால் யுத்தம் முடிந்ததும் அவரை விடுதலை செய்து விட்டனர். டிரான்ஸ்வாலில் வக்கீலாக இருக்க அவரை கௌரவமாக அனுமதித்து விடவே, வக்கீல் தொழிலை நடத்தி வரலானார்.

இந்தத் தொடர்புகள் பின்னால் என்னுடைய ராஜீய வாழ்க்கைக்கு உதவியாக இருந்ததோடு, என் பெரும் பகுதி வேலைகளையும் சுலபமாக்கி விட்டன.

நடைபாதையில் நடப்பது சம்பந்தமாக இருந்த சட்ட விதிகள் எனக்கு இன்னும் அதிகக் கஷ்டத்தைக் கொடுத்தன. நான் எப்பொழுதுமே உலாவுவதற்குப் பிரஸிடெண்டு தெரு வழியாக ஒரு மைதானத்திற்குப் போவேன். பிரஸிடெண்டு (ஜனாதிபதி) குரூகரின் வீடு அந்தத் தெருவில்தான் இருந்தது. அது மிகவும் அடக்கமான ஆடம்பரமில்லாத கட்டிடம். அதன் முன்னால் தோட்டமும் இல்லை. பக்கத்தில் இருந்த மற்ற வீடுகளுக்கும் அதற்கும் வித்தியாசமே இல்லை. பிரிட்டோரியாவின் லட்சாதிபதிகள் பலருடைய வீடுகள் அவர் வீட்டைப் போல் அல்லாமல் அதிக ஆடம்பரமாக இருந்தன. அவற்றைச் சுற்றித் தோட்டங்களும் இருந்தன. ஜனாதிபதி குரூகரின் எளிய வாழ்வு, மிகப் பிரசித்தமானதாகும். அவர் வீட்டுக்கு முன்னாலிருந்த போலீஸ் காவலைக் கொண்டே அது ஒரு முக்கியமான அதிகாரியின் வீடு என்பது தெரியும். நான் எப்பொழுதும்

அவ்வீட்டிற்கு எதிரிலுள்ள நடைபாதை வழியாக அங்கிருந்த போலீஸ் பாராக்காரனைக் கடந்து செல்வது வழக்கம் எந்த விதமான தடையோ, தகராறோ ஏற்பட்டதே இல்லை.

அங்கே காவலுக்கு இருந்த போலீஸ்காரனை அடிக்கடி மாற்றி வந்தார்கள். ஒரு நாள் அவ்விதம் காவலுக்கு இருந்த போலீஸ்காரர் எனக்குக் கொஞ்சமேனும் எச்சரிக்கை செய்யாமலும், நடைபாதையை விட்டுப் போய்விடும்படி சொல்லாமலும் என்னை உதைத்துத் தெருவில் தள்ளிவிட்டார். நான் திகைத்துப் போனேன். அவர் இவ்விதம் நடந்து கொண்டதைக் குறித்து அவரிடம் நான் கேட்க முற்படுவதற்கு முன்னால் ஸ்ரீ கோட்ஸ் சப்தம் போட்டு என்னைக் கூப்பிட்டார். அவர் அச்சமயம் அந்த வழியாகக் குதிரைமீது வந்து கொண்டிருந்தார். அவர் என்னிடம் வந்து "ஸ்ரீ காந்தி நடந்ததையெல்லாம் நான் பார்த்தேன். அந்த ஆள்மீது நீங்கள் வழக்குத் தொடருவீர்களானால், கோர்ட்டில் உங்களுக்காக நான் மகிழ்ச்சியுடன் சாட்சி சொல்வேன். இவ்வளவு முரட்டுத்தனமாக நீங்கள் தாக்கப்பட்டதற்காக நான் மிகவும் வருந்துகிறேன்" என்றார்.

அதற்கு நான், "நீங்கள் வருந்த வேண்டாம். பாவம், அவருக்கு என்ன தெரியும்? கறுப்பு மனிதர்கள் எல்லோரும் அவருக்கு ஒரே மாதிரிதான். என்னை இப்பொழுது நடத்தியதைப் போல அவர் நீக்கிரோக்களையும் நடத்துகிறார் என்பதில் சந்தேகமில்லை. என்னுடைய சொந்தக் குறை எதற்காகவும் கோர்ட்டுக்குப் போவதில்லை என்பதை நான் ஒரு விதியாகக் கொண்டிருக்கிறேன். ஆகையால், அவர் மீது வழக்குத்தொடரும் உத்தேசமில்லை" என்றேன்.

உடனே, ஸ்ரீ கோட்ஸ், "உங்கள் உயரிய குணத்திற்கு அது சரி. ஆனால், அதைக் குறித்து மறுபடியும் சிந்தியுங்கள். இப்படிப்பட்டவனுக்கு நாம் பாடம் கற்பிக்க வேண்டும்" என்றார். பின்னர் அந்தப் போலீஸ்காரரிடம் பேசினார். அவரைக் கண்டித்தார். போலீஸ்காரர் போயர் ஆனபடியால் இருவரும் டச்சு மொழியில் பேசினர். அவர்கள் என்ன பேசினார்கள் என்பது எனக்கு விளங்கவில்லை. ஆனால், அவர் என்னிடம் மன்னிப்புக் கேட்டுக் கொண்டார். அப்படிக் கேட்பதற்கு அவசியமே இல்லை. ஏனெனில், அவரை முன்பே நான் மன்னித்து விட்டேன்.

ஆனால் திரும்பவும் அத்தெரு வழியாக நான் போகவே இல்லை. அந்த ஆள் இருந்த இடத்தில் வேறு ஆள் வந்திருக்கக் கூடும். இந்தச் சம்பவத்தை அறியாமல் புதிதாக இருக்கும் ஆளும் இதே போல நடந்து கொண்டுவிடக் கூடும். அனாவசியமாக நான் ஏன் இன்னும் ஓர் உதையை வலிய வாங்க வேண்டும்? எனவே நான் வேறு வழியில் போகத் தொடங்கினேன்.

குடியேறியிருக்கும் இந்தியரிடம் எனக்குள்ள அனுதாபத்தை இச்சம்பவம் அதிகமாக்கி விட்டது. இத்தகைய சட்ட விதிகள் சம்பந்தமாக முதலில் பிரிட்டிஷ் ஏஜண்டைப் பார்ப்பது, பிறகு அவசியம் என்று தெரிந்தால் பரீட்சார்த்தமாக ஒரு வழக்கைப் போட்டுப் பார்ப்பது என்பதைக் குறித்து இந்தியர்களுடன் விவாதித்தேன்.

இவ்விதம் அங்கே இந்தியருக்கு இருந்து வந்த மிகக் கஷ்டமான நிலையை, அதைப்பற்றிப் படிப்பதனாலும் கேள்விப்படுவதனாலும் மாத்திரம் அன்றி, என் சொந்த அனுபவங்களினாலும் மிக நன்றாக அறிந்துக்கொண்டேன். தென்னாப்பிரிக்கா, சுயமரியாதையுள்ள இந்தியனுக்கு உகந்த நாடன்று என்பதைக் கண்டேன். இத்தகைய நிலைமையில் மாறுதல் ஏற்படும்படி செய்வது எப்படி என்ற கேள்வியே என் மனத்தில் மேலும் மேலும் எழுந்தவண்ணம் இருந்தது. ஆனால், அப்பொழுது என்னுடைய முதன்மையான கடமை தாதா அப்துல்லாவின் வழக்கைக் கவனிப்பதே.

14. வழக்குக்கான தயாரிப்பு

பிரிட்டோரியாவில் நான் இருந்த அந்த ஓராண்டு, என் வாழ்க்கையிலேயே மிக மதிப்பு வாய்ந்த அனுபவத்தை எனக்கு அளித்தது. பொதுஜனப் பணியைக் கற்றுக்கொள்ளும் வாய்ப்பு எனக்கு இங்கேதான் கிடைத்தது. இங்கே அச்சேவைக்கான ஓரளவு ஆற்றலையும் பெற்றேன். என்னுள் சமய உணர்ச்சி ஜீவ சக்தியுள்ளதாக ஆனதும் இங்கேதான். மேலும், வக்கீல் தொழில் சம்பந்தமான உண்மையான ஞானத்தையும் இங்கேதான் அடைந்தேன். தொழிலுக்குப் புதிதாக வரும் பாரிஸ்டர், அனுபவமுள்ள ஒரு பாரிஸ்டரிடம் அறிந்து கொள்ளும் விஷயங்களை இங்கே அறிந்து கொண்டேன். வக்கீல் தொழிலை என்னால் நடத்த முடியும் என்ற நம்பிக்கையும் எனக்கு இங்கேதான் ஏற்பட்டது. அதே போல ஒரு வக்கீலின் வெற்றிக்கான ரகசியங்களையும் இங்கேதான் அறிந்தேன்.

தாதா அப்துல்லாவின் வழக்கு, சிறிய வழக்கே அல்ல. 40,000 பவுன் கிடைக்க வேண்டும் என்று வழக்குத் தொடரப்பட்டது. வியாபாரத்தின் கொடுக்கல் வாங்கலில் இவ்வழக்கு ஏற்பட்டதால் கணக்குச் சம்பந்தமான நுணுக்கங்கள் இதில் அதிகம் இருந்தன. வழக்கிடப்பட்ட தொகையில் ஒரு பகுதி பிராமிசரி நோட்டுக்காகவும் பிராமிசரி நோட்டுகள் தருவதாகக் கூறியதற்கும் வரவேண்டிய தொகை. பிராமிசரி நோட்டுகள் மோசடியாக வாங்கப்பட்டவை. அவற்றிற்குப் போதுமான நியாயம் இல்லை என்பது பிரதிவாதி தரப்பு வாதம். இந்தச் சிக்கலான வழக்கில் உண்மையையும் சட்டத்தையும் பற்றிய விஷயங்கள் ஏராளமாக அடங்கியிருந்தன.

இரு தரப்பாரும் பெரிய அட்டர்னிகளையும் வக்கீல்களையும் அமர்த்தியிருந்தனர். ஆகவே, அவர்கள் வேலை செய்யும் விதத்தைத் தெரிந்து கொள்ளுவதற்கு எனக்குச் சிறந்த வாய்ப்புக் கிடைத்தது. வாதியின் கட்சியை அட்டர்னிக்கு எடுத்துக் கூறுவதும், வழக்குச் சம்பந்தமான ஆதாரங்களைச் சேகரிப்பதுமான வேலை என்னிடம் ஒப்படைக்கப்பட்டது.

அவற்றில் அட்டர்னி எந்த அளவுக்கு எடுத்துக் கொள்ளுகிறார், நான் தயாரித்துக் கொடுப்பதில் எதை அவர் நிராகரித்து விடுகிறார் என்பதைக் கவனித்து வருவதே ஒரு போதனையாயிற்று. அதோடு அட்டர்னி தயாரித்துக் கொடுக்கும் விவரங்களில் எவ்வளவை வக்கீல் உபயோகித்துக் கொள்ளுகிறார் என்பதையும் நான் அறிய முடிந்தது. சட்ட நுணுக்கங்களை அறிந்து கொள்ளுவதற்கும், சாட்சியங்களை ஒழுங்குபடுத்துவதற்கும் எனக்குள்ள திறமையை அளந்து அறிவதற்குச் சாத்தியமானதாக இந்த வழக்குத் தயாரிப்பு வேலை உதவுவதையும் கண்டேன்.

இந்த வழக்கில் மிக அதிகமான சிரத்தை எடுத்துக் கொண்டேன். அதில் நான் முற்றும் மூழ்கியிருந்தேன் என்றே சொல்ல வேண்டும். பற்று வரவு சம்பந்தமான எல்லாத் தஸ்தாவேஜுகளையும் படித்தேன். என் கட்சிக்கார் அதிகத் திறமைசாலி. என்னிடம் முழு நம்பிக்கையும் கொண்டிருந்தார். இதனால் என் வேலை எளிதாயிற்று. கணக்கு வைக்கும் முறையைக் குறித்தும் ஓரளவுக்குப் படித்துத் தெரிந்து கொண்டிருந்தேன். கடிதப் போக்குவரத்துக்களெல்லாம் பெரும்பாலும் குஜராத்தியிலேயே இருந்ததால் அவற்றை நான் ஆங்கிலத்தில் மொழிபெயர்க்க வேண்டியதாயிற்று. இதனால் மொழிபெயர்க்கும் ஆற்றலும் எனக்கு அதிகமாயிற்று.

நான் முன்னால் கூறியிருப்பதைப்போல், சமய சம்பந்தமான விஷயங்களிலும், பொது வேலைகளிலும் நான் அதிக சிரத்தை கொண்டிருந்தபோதிலும் என் நேரத்தில் கொஞ் சத்தை அவற்றிற்குச் செலவிட்டு வந்தாலும், அப்பொழுது எனக்கு அதிக முக்கியமானவையாக இருந்தவை அவை அல்ல. எனக்கு இருந்த முக்கியமான சிரத்தையெல்லாம் வழக்குச் சம்பந்தமான வேலைகளைக் கவனிப்பதே. சட்டத்தைப் படிப்பது, அவசியமாகும் போது அச்சட்ட சம்பந்தமான வழக்குகளைத் தேடியெடுப்பது ஆகியவைகளில் ஈடுபட்டு, மிஞ் சிய நேரங்களில்தான் மற்ற வேலைகளைக் கவனிப்பேன். இதன் பலனாக, வழக்கின் இரு தரப்பினரின் தஸ்தாவேஜுகளெல்லாம் என்னிடம் இருந்ததால் கட்சிக்காரர்களையும்விட நன்றாக வழக்கைப் பற்றிய விவரங்கள் எனக்குத் தெரிந்திருந்தன.

காலஞ்சென்ற ஸ்ரீபின்கட், 'விவரங்களே சட்டத்தில் முக்கால் பாகம்' என்று புத்திமதி கூறியிருந்தார். அதை நான் நினைவு

படுத்திக் கொண்டேன். தென்னாப்பிரிக்காவின் பிரபல பாரிஸ்டரான காலஞ்சென்ற ஸ்ரீ லியோனார்டும் இந்த உண்மையைப் பின்னால் உறுதிப்படுத்தினார். என்னிடம் ஒப்படைக்கப்பட்டிருந்த ஒரு வழக்கில் என் கட்சிக்காரர் பக்கம் நியாயம் இருந்தாலும், சட்டம் அவருக்கு விரோதமாக இருப்பதாகத் தோன்றியதைக் கண்டேன். என்ன செய்வதென்று தெரியாமல் ஸ்ரீ லியோனார்டின் உதவியை நாடினேன். அவ்வழக்கின் விவரங்கள் அதிக அனுகூலமாக இருக்கின்றன என்று அவர் கருதினார். அவர் பின்வருமாறு கூறினார். 'ஒரு விஷயத்தை நான் அறிந்துகொண்டிருக்கிறேன். வழக்கைப் பற்றிய விவரங்களில் மாத்திரம் நாம் ஜாக்கிரதையாக இருந்தால், சட்டம் தன்னைத் தானே கவனித்துக் கொள்ளும். ஆகையால் இந்த வழக்கின் விவரங்களை நாம் இன்னும் ஆழ்ந்து கவனிப்போம்.' அவர் என்னிடம் இவ்விதம் கூறி, வழக்கைப்பற்றி மேலும் ஆராய்ந்து கொண்டு, மீண்டும் தம்மை வந்து பார்க்கும் படி கூறினார். விவரங்களை நான் திரும்ப ஆராய்ந்தபோது அதே விவரங்கள் எனக்குப் புதியவிதமாகத் தென்பட்டன. இதற்கு ஆதரவாக இருக்கக்கூடிய ஒரு பழைய தென்னாப்பிரிக்க வழக்கும் எனக்கு அகப்பட்டது. அதிக ஆனந்தம் அடைந்தேன். ஸ்ரீ லியோனார்டிடம் சென்று எல்லாவற்றையும் சொன்னேன். "சரி, வழக்கில் வெற்றி பெற்றுவிடுவோம். ஆனால், எந்த நீதிபதி இதை விசாரிக்கப் போகிறார் என்பதை மாத்திரம் நாம் கவனத்தில் வைத்திருக்க வேண்டும்" என்றார்.

தாதா அப்துல்லாவின் வழக்குக்கு வேண்டிய காரியங்களை நான் பார்த்துக்கொண்டிருந்த பொழுது, ஒரு வழக்கில் விவரங்களே அதிக முக்கியமானவை என்பதை நான் முற்றும் உணர்ந்து கொள்ளவில்லை. விவரங்கள் என்பவை, உண்மையாக நடந்த செயல்களாகும். நாம் உண்மையை அனுசரித்துப் போனால் இயற்கையாகவே சட்டம் நம் உதவிக்கு வருகிறது. தாதா அப்துல்லாவின் வழக்கில், விவரங்கள் மிகவும் அனுகூலமானவைகளாக இருந்ததால் சட்டமும் நிச்சயமாக அவருக்கு அனுகூலமாகவே இருக்கும் என்பதைக் கண்டேன். வாதியும் பிரதிவாதியும் உறவினர்கள். இருவரும் ஒரே ஊர்க்காரர்கள் ஆனால், விவகாரம் தொடர்ந்து நடத்தப்படுமானால் இரு தரப்பினருமே அழிந்து விடுவார்கள்

என்பதையும் கண்டு கொண்டேன். வழக்கு எவ்வளவு காலத்திற்கு நடந்த கொண்டு போகும் என்பது யாருக்கும் தெரியாது. கோர்ட்டில் வழக்காடி ஒரு முடிவுக்கு வந்தே தீருவது என்று, வழக்கைத் தொடர்ந்து நடக்க விட்டுவிட்டால் காலவரையறையின்றி அது நடந்து கொண்டே போகும். இதனால் இரு தரப்பாருக்கம் நன்மை இல்லை. ஆகையால், வழக்கு உடனேயே தீர்ந்துவிடுவது நல்லது என்று இரு தரப்பாரும் விரும்பினார்கள்.

தயாப் சேத்திடம் போய், வழக்கை மத்தியஸ்தத்திற்கு விட்டுத் தீர்த்துக் கொள்ளுமாறு கேட்டுக் கொண்டு யோசனையும் கூறினேன். அவர் வக்கீலிடமும் அதைக் குறித்து யோசிக்கும்படியும் கூறினேன். இரு தரப்பினருக்கும் நம்பிக்கை வாய்ந்த ஒருவரை மத்தியஸ்தராக நியமித்து விட்டால் வழக்கு சீக்கிரத்தில் தீர்ந்துவிடும் என்றும் யோசனை கூறினேன். கட்சிக்காரர்கள் இருவரும் பெரிய வியாபாரிகள். என்றாலும், அவர்களுடைய வசதிகள் எல்லாவற்றையுமே விழுங்கிவிடும் அளவுக்கு, வக்கீல் கட்டணங்கள் பெருகிக்கொண்டே போயின. அவர்கள் இருவரின் கவனம் முழுவதும் இந்த வழக்கிலேயே ஈடுபட்டிருந்ததால் மற்ற வேலைகளைக் கவனிப்பதற்கு அவர்களுக்கு நேரமே இல்லை. இதற்கிடையே ஒருவருக்கொருவர் விரோதமும் வளர்ந்து கொண்டு போயிற்று. இத் தொழிலில் எனக்கு வெறுப்பும் ஏற்பட்டு விட்டது. இரு தரப்பு வக்கீல்களும் அவர்கள் வக்கீல்கள் என்ற முறையில் அவரவர்கள் தரப்புக்குச் சாதகமான சட்ட நுட்பங்களைக் கிளப்பிக்கொண்டே இருக்க வேண்டியது அவர்களுடைய கடமையாயிற்று. வெற்றி பெறும் கட்சிக்காரர், தாம் செலவழித்த தொகை முழுவதையும் செலவுத் தொகையாக எதிர்த் தரப்பிலிருந்து பெற்று விடுவதில்லை என்பதையும் முதன் முதலாக அப்பொழுது தான் நான் கண்டேன். கோர்ட்டுக் கட்டணச் சட்டத்தின் படி வாதி, பிரதிவாதிகளுக்கு இவ்வளவுதான் செலவுத் தொகையாக அனுமதிக்கலாம் என்று விதிகள் நிர்ணயிக்கப்பட்டிருக்கின்றன. ஆனால், அட்டர்னிக்குக் கட்சிக்காரர் உண்மையில் கொடுக்கும் தொகையோ, அந்த விதிகளில் கண்டதற்கு மிக அதிகமாக இருந்தது. இதையெல்லாம் என்னால் சகிக்க முடியவில்லை. இரு தரப்பினரிடமும் நட்புக் கொண்டு, இருவரையும்

சமரசம் செய்து வைத்துவிடுவதுதான் எனது கடமை என்பதை உணர்ந்தேன். சமரசம் செய்து வைத்துவிட என்னாலான முயற்சிகளையெல்லாம் செய்தேன். கடைசியாக தயாப் சேத் சம்மதித்தார். ஒரு மத்தியஸ்தரும் நியமிக்கப்பட்டார். அவர் முன்னிலையில் வழக்கு விவாதிக்கப்பட்டு, தாதா அப்துல்லா வெற்றி பெற்றார்.

ஆனால் அதோடு நான் திருப்தி அடைந்து விடவில்லை. தீர்ப்பான தொகையை. என் கட்சிக்காரர் உடனே வசூலிக்க நடவடிக்கை எடுப்பதென்றால், தீர்ப்புத் தொகை முழுவதையும் உடனே கட்டி விடுவதென்பது தயாப் சேத்தினால் முடியாத காரியம். மேலும், தென்னாப்பிரிக்காவில் வசித்து வந்த போர்பந்தர் மேமன்களிடம் உறுதியான கொள்கை ஒன்று இருந்தது. பட்ட கடனைச் செலுத்த முடியாமல், இன்ஸால்வென்ட்டாகி விடுவதை விடச் செத்துவிடுவது மேல் என்பது அவர்கள் கொள்கை. மொத்தத் தொகையான 37,000 பவுனையும், செலவுத் தொகையும் உடனே செலுத்திவிடுவது என்பது தயாப் சேத்தினால் முடியாது. ஒரு தம்படியும் குறையாமல் முழுத் தொகையையும் செலுத்திவிடவே அவர் விரும்பினார்.

இன்ஸால்வென்ட்டாகி விடவும் அவர் விரும்பவில்லை. இதற்கு ஒரே வழிதான் உண்டு. நியாயமான தவணைகளில் அத்தொகையைப் பெறத் தாதா அப்துல்லா ஒப்புக்கொள்ள வேண்டும். அவரும் இணங்கினார். நீண்டகாலத் தவணையில் தயாப் சேத் பணம் கட்டுவதை அனுமதிக்க ஒப்புக்கொண்டார். வழக்கை, மத்தியஸ்தத்திற்கு விடுவதற்கு இரு தரப்பினரும் சம்மதிக்கும்படி செய்வதைவிடத் தொகையைத் தவணையில் செலுத்துவது என்ற சலுகையைப் பெறுவதில்தான் எனக்கு அதிகச் சிரமம் இருந்தது. ஆனால் ஏற்பட்ட முடிவைக் குறித்து, இரு தரப்பாரும் மகிழ்ச்சி அடைந்தனர். பொது ஜனங்களிடையே அவர்களுடைய மதிப்பும் உயர்ந்தது. எனக்கு ஏற்பட்ட ஆனந்தத்திற்கு எல்லையே இல்லை. உண்மையான வக்கீல் தொழிலை நான் கற்றுக் கொண்டேன். பிளவுப்பட்டிருக்கும் கட்சிக்காரர்களை ஒன்றாக்குவதே வக்கீலின் உண்மையான வேலை என்பதை உணர்ந்து கொண்டேன். இந்தப் பாடம் என்னுள் அழிக்க முடியாதபடி நன்றாகப் பதிந்துவிட்டது.

ஆகையால் நான் வக்கீலாகத் தொழில் நடத்திய இருபது ஆண்டுகளில் நூற்றுக்கணக்கான வழக்குகளில், தனிப்பட்ட முறையில் சமரசம் செய்து வைத்துவிடுவதிலேயே என் காலத்தின் பெரும் பகுதி கழிந்தது. இதனால் எனக்கு நஷ்டம் எதுவுமே இல்லை. பண நஷ்டமும் இல்லை; நிச்சயமாக ஆன்ம நஷ்டம் இல்லவே இல்லை.

15. சமய எண்ணத்தின் எழுச்சி

கிறிஸ்தவ நண்பர்களிடம் எனக்கு ஏற்பட்ட அனுபவங்களைக் குறித்துத் திரும்பவும் சொல்ல வேண்டிய சமயம் இப்பொழுது ஏற்பட்டிருக்கிறது.

எனது வருங்காலத்தைப் பற்றிய கவலை ஸ்ரீ பேக்கருக்கு அதிகமாகிக் கொண்டு வந்தது. வெல்லிங்டனில் நடந்த மகாசபைக்கு அவர் என்னைப் அழைத்துச் சென்றார். சமயத் தெளிவைப் பெறுவதற்கு அதாவது வேறுவிதமாகச் சொன்னால் சுயத் தூய்மையைப் பெறும் பொருட்டு என்று புராட்டஸ்டண்டு கிறிஸ்தவர்கள், இத்தகைய மகாசபைகளைச் சில ஆண்டுகளுக்கு ஒரு முறை கூட்டுவது வழக்கம். சமயத்தைச் சீராக்குவது அல்லது சமய புனருத்தாரணம் என்ற இதைச் சொல்லலாம். வெல்லிங்டன் மகாசபையும் இந்த வகையைச் சேர்ந்ததுதான். அந்த மகாசபைக்குத் தலைமை தாங்கியவர் அப் பகுதியில் பிரசித்தமாயிருந்த பாதிரியாரான பூஜ்ய ஆண்ட்ரு மர்ரே என்பவர். அந்த மகா சபையில் இருக்கும் பக்திப் பரவசச் சூழ்நிலையும், அதற்கு வந்திருப்பவர்களின் உற்சாகமும் சிரத்தையும் என்னைக் கட்டாயம் கிறிஸ்தவ மதத்தைத் தழுவும்படி செய்தே தீரும் என்று ஸ்ரீ பேக்கர் நம்பியிருந்தார்.

அவருடைய முடிவான நம்பிக்கையெல்லாம் பிரார்த்தனையின் சக்தியிலேயே இருந்தது. பிரார்த்தனையில் அவர் திடமான நம்பிக்கை வைத்திருந்தார். மனப்பூர்வமான பிரார்த்தனைக்குக் கடவுள் செவி சாய்க்காமல் இருந்து விடமாட்டார் என்றும் அவர் திடமாக நம்பினார். இதற்குப் பிரிஸ்டலின் ஜார்ஜ் முல்லர் போன்றவர்களின் உதாரணத்தையும் அவர் எடுத்துக் கூறுவார். அவர், தமது அன்றாடத் தேவைகளுக்குக் கூடக் கடவுளைப் பிரார்த்தித்துவிட்டு, அவரையே நம்பி இருந்துவிடுவாராம். பிரார்த்தனையின் சக்தியைக் குறித்து அவர் கூறுவதை யெல்லாம் எவ்விதத் துவேசமும் இல்லாத கவனத்துடன் கேட்டுக் கொண்டிருந்தேன். ‘என் மனச் சாட்சி மாத்திரம் ஆக்ஞாபித்து விடுமாயின் நான் கிறிஸ்தவ சமயத்தைத் தழுவி விடுவேன்.

இவ்விதம் நான் செய்வதை எதுவும் தடுத்து விட முடியாது' என்று அவரிடம் உறுதி கூறினேன். அந்தராத்மா காட்டும் வழியில் நடக்க நான் நீண்ட காலமாகவே கற்றுக் கொண்டிருந்ததால், எந்தவிதத் தயக்கமும் இன்றி அவருக்கு இந்த வாக்குறதியை நான் அளித்தேன். அதற்கு விரோதமாக நடப்பதென்றால், முடியாது என்பதோடு, அது எனக்கு வேதனையாகவும் இருக்கும்.

எனவே, நாங்கள் வெல்லிங்டனுக்குச் சென்றோம். என்னைப் போன்ற, 'கறுப்பு மனிதனை' அழைத்துப் போய் அங்கே சமாளிப்பது ஸ்ரீ பேக்கருக்குக் கஷ்டமாகிவிட்டது. முற்றும் என்னாலேயே பல சமயங்களிலும் அசௌகரியங்களை அவர் அனுபவிக்க வேண்டியதாயிற்று. பிரயாணத்தின் நடுவில் ஞாயிற்றுக்கிழமை குறுக்கிட்டது. ஸ்ரீ பேக்கரும் அவருடைய சகாக்களும் புண்ணிய நாளான ஞாயிற்றுக்கிழமைகளில் பிரயாணம் செய்யமாட்டார்கள். ஆகவே இடையில் ஒரு நாள் பிரயாணத்தை நிறுத்த வேண்டி வந்தது. ஸ்டேஷன் ஹோட்டல் மானேஜர் எவ்வளவோ விவாதத்திற்குப் பிறகு என்னை ஹோட்டலில் வைத்துக் கொள்ளச் சம்மதித்த போதிலும் சாப்பாட்டு அறையில் என்னை அனுமதிக்க மாத்திரம் மறுத்துவிட்டார். எளிதில் விட்டுக் கொடுக்கிறவர் அல்ல, ஸ்ரீ பேக்கர். ஹோட்டலில் வந்து தங்குகிறவர்களின் உரிமையைக் குறித்து அவர் எவ்வளவோ வாதாடினார். என்றாலும், அவருக்கு இருந்த கஷ்டத்தை நான் அறிய முடிந்தது. வெல்லிங்டனிலும் நான் ஸ்ரீ பேக்கருடனேயே தங்கினேன். என்னால் அவருக்கு ஏற்பட்ட அசௌகரியங்களை மறைக்க அவர் என்னதான் முயன்ற போதிலும் அவற்றை நான் அறியாமல் இல்லை.

இந்த மகாசபை, பக்தியுள்ள கிறிஸ்தவர்களைக் கொண்டது. அவர்களுக்கு இருந்த நம்பிக்கையைக் கண்டு நான் மகிழ்ச்சியடைந்தேன். பூஜ்யர் மர்ரேயையும் சந்தித்தேன். பலர் எனக்காகப் பிரார்த்தனை செய்ததையும் கண்டேன். அவர்களுடைய சில தோத்திர கீதங்கள் எனக்குப் பிடித்திருந்தன. அவை இனிமையாகவும் இருந்தன.

மகாசபை மூன்று நாட்கள் நடந்தது. அதற்கு வந்திருந்தவர்களின் பக்தியை நான் அறியவும் பாராட்டவும் முடிந்தது. ஆனால் என் நம்பிக்கையை – என் மதத்தை – மாற்றிக் கொள்ளுவதற்கு

எந்தவிதமான காரணத்தையும் நான் அங்கே காணவில்லை. கிறிஸ்தவனாக ஆகிவிடுவதனால் மாத்திரமே நான் சுவர்க்கத்திற்குப் போகமுடியும், முக்தியை அடைய முடியும் என்பதை என்னால் நம்ப முடியவில்லை. நல்லவர்களான கிறிஸ்தவ நண்பர்கள் சிலரிடம் இவ்விதம் நான் மனம் விட்டுச் சொன்னபோது அவர்கள் திடுக்கிட்டுப் போனார்கள். ஆனால், நான் வேறு எதுவும் செய்வதற்கில்லை.

எனக்கு இருந்த கஷ்டங்கள் மேலும் ஆழமானவை. 'ஏசுநாதர் ஒருவரே கடவுளின் அவதாரமான திருக்குமாரர். அவரிடம் நம்பிக்கை வைப்பவர்கள் மாத்திரமே நித்தியமான வாழ்வை அடைய முடியும்' என்பதை என்னால் நம்ப முடியவில்லை. கடவுளுக்கு குமாரர்கள் இருக்க முடியும் என்றால், நாம் எல்லோரும் அவருடைய குமாரர்களே. ஏசுநாதர் கடவுளைப் போன்றவர் அல்லது அவரே கடவுள் என்றால், எல்லா மனிதரும் கடவுளைப் போன்றவர்களே என்பதுடன் ஒவ்வொருவருமே கடவுளாகவும் முடியும். ஏசுநாதர் தமது மரணத்தினாலும், தாம் சிந்திய ரத்தத்தினாலும் உலகத்தைப் பாவங்களிலிருந்து ரட்சித்தார் என்பதை அப்படியே ஒப்புக் கொண்டுவிட என் பகுத்தறிவு தயாராக இல்லை. இதை உருவகமான கூற்றாகக் கொண்டால் இதில் கொஞ்சம் உண்மையும் இருக்கலாம். அதோடு, கிறிஸ்தவ தருமத்தின்படி மனிதருக்கு மாத்திரமே ஆன்மா உண்டேயன்றி மற்ற ஜீவன்களுக்கு ஆன்மா இல்லை. அவைகளுக்குச் சாவு என்பது அடியோடு மறைந்துவிடுவது தான். நானோ, இதற்கு மாறுபட்ட நம்பிக்கை கொண்டிருந்தேன். ஏசுநாதர் லட்சியத்துக்காக உயிரைக் கொடுத்தவர், தியாகமூர்த்தி, தெய்வீகமான போதகர் என்பதை நான் ஏற்றுக்கொள்ள முடியும். ஆனால் இதுவரையில் தோன்றியவர்களிலெல்லாம் அவரே பரிபூரணர் என்பதையும் நான் ஒப்புக்கொள்வதற்கில்லை. சிலுவையில் அவர் மாண்டது, உலகிற்குப் பெரியதோர் உதாரணம். ஆனால், 'அதில் பெரிய ரகசியம் அல்லது அற்புதத் தன்மை இருக்கிறது' என்பதை என் உள்ளம் ஏற்றுக் கொள்ள முடியாது. மற்றச் சமயங்களை பக்தியுடன் பின்பற்றுகிறவர்கள் எனக்கு அளிக்கத் தவறியது எதையும் கிறிஸ்தவர்களின் பக்தி வாழ்க்கை எனக்கு அளித்து விடவில்லை. கிறிஸ்தவர்களிடையே பலர் புண்ணிய சீலர்களாகத் திருந்தி இருப்பதாக நான்

கேள்விப்பட்டிருக்கிறேன். மற்ற மதங்களைச் சேர்ந்தவர்கள் வாழ்க்கையிலும் அதே மாறுதலை நான் கண்டிருக்கிறேன். தத்துவ ரீதியில் கிறிஸ்தவக் கொள்கையில் அசாதாரணமானது எதுவும் இல்லை. தியாகத்தைப் பொறுத்த வரையில் பார்த்தால், ஹிந்துக்கள் இதில் கிறிஸ்தவர்களையும் மிஞ்சியிருக்கின்றனர். கிறிஸ்தவமே பரிபூரணமான மதம் என்றோ, எல்லா மதங்களிலும் அதுவே தலை சிறந்தது என்றோ நம்ப என்னால் முடியவில்லை. என் மனத்தில் தோன்றிய இந்த எண்ணங்களையெல்லாம் சமயம் நேர்ந்தபோதெல்லாம் எனது கிறிஸ்தவ நண்பர்களிடம் கூறுவேன். ஆனால் இவற்றிற்கு அவர்கள் அளிக்கும் பதில்கள் எனக்குத் திருப்தியளிக்கவில்லை. கிறிஸ்தவ மதமே பரிபூரணமான மதம் என்றோ, தலைசிறந்த மதம் என்றோ என்னால் ஒப்புக்கொள்ள முடியவில்லையென்றால், ஹிந்து சமயம் பரிபூரணமானது, தலைசிறந்தது என்றும் அப்பொழுது எனக்கு நிச்சயமாகத் தோன்றிவிடவில்லை. தீண்டாமை, ஹிந்து சமயத்தின் ஒரு பகுதியாக இருக்க முடியுமாயின், அது அதன் அழுகிப் போன பகுதியாகவோ அல்லது சதைச் சுரப்பாகவோதான் இருக்க வேண்டும். ஏராளமான பிரிவுகளும் சாதிகளும் இருப்பதற்கான நியாயமும் எனக்கு விளங்கவில்லை. கடவுள் வாக்கே வேதங்கள் என்று சொல்லுவதன் பொருள் என்ன? அவை கடவுளால் கூறப்பட்டவையாக ஏன் இருக்கலாகாது? என்னை மதம் மாற்றுவதற்குக் கிறிஸ்தவ நண்பர்கள் எவ்விதம் முயன்று வந்தனரோ அது போலவே முஸ்லிம் நண்பர்களும் முயன்றனர். இஸ்லாமிய நூல்களைப் படிக்குமாறு அப்துல்லா சேத், விடாமல் என்னைத் தூண்டிக் கொண்டே இருந்தார். எப்பொழுதும் அவர் இஸ்லாமின் சிறப்பைக் குறித்து ஏதாவது சொல்லிக் கொண்டே இருப்பார். எனக்கு இருந்த கஷ்டங்களைக் குறித்து ராய்ச்சந்திர பாய்க்கு எழுதிய கடிதத்தில் தெரிவித்திருந்தேன். சமயத் துறையில் வல்லுநராக இந்தியாவில் இருந்தவர்களுக்கும் எழுதினேன். அவர்களிடமிருந்தும் எனக்குப் பதில்கள் கிடைத்தன. ராய்ச்சந்திரரின் கடிதம் ஓரளவுக்கு எனக்கு மன நிம்மதியை அளித்தது. பொறுமையுடன் இருக்குமாறும், ஹிந்து தருமத்தைக் குறித்து இன்னும் ஆழ்ந்து படிக்குமாறும், அவர் எழுதியதில், ஒரு வாக்கியம் பின்வருமாறு: 'இவ்விஷயத்தை விருப்பு வெறுப்பின்றிக் கவனித்ததில் ஒன்று எனக்கு

நிச்சயமாகத் தெரிகிறது. ஹிந்து மதத்தின ஆழ்ந்த, அற்புதமான கருத்துக்களும், ஆன்ம ஞானமும், தயையும் வேறு எந்த மதத்திலும் இல்லை' என்பதே அது.

ஸேல்ஸ் என்பவரின் குரான் மொழிபெயர்ப்பு நூலை வாங்கிப் படிக்க ஆரம்பித்தேன். இஸ்லாமைப் பற்றிய வேறு சில நூல்களையும் வாங்கினேன். இங்கிலாந்திலிருந்த கிறிஸ்தவ நண்பர்களுக்கும் எழுதினேன். அவர்களில் ஒருவர், எட்வர்டு மெய்ட்லண்டுக்கு என்னை அறிமுகம் செய்து வைத்தார். அவருடனும் கடிதப் போக்குவரத்து வைத்துக் கொண்டேன் பரிபூரணமான வழி என்ற நூலை அவர் எனக்கு அனுப்பினார். அன்னா கிங்ஸ்போர்டுடன் சேர்ந்து அவர் இந்நூலை எழுதியிருந்தார். இப்பொழுது இருந்து வரும் கிறிஸ்தவ நம்பிக்கைகளை இந்நூல் மறுக்கிறது. ‘பைபிளுக்குப் புதிய வியாக்கியானம்' என்ற மற்றொரு புத்தகத்தையும் அவர் எனக்கு அனுப்பினார். அவ்விரு புத்தகங்களுமே எனக்குப் பிடித்திருந்தன. அவை, ஹிந்து தருமத்தை ஆதரிப்பனவாகத் தோன்றின. ‘உன்னுள்ளேயே ஆண்டவன் ராஜ்யம்' என்ற டால்ஸ்டாயின் நூல், என்னைப் பரவசப்படுத்தி விட்டது. அதில் கண்ட கருத்துக்கள் என் உள்ளத்தில் பலமாகப் பதிந்துவிட்டன. அந்நூல் கண்ட சுயேச்சையான சிந்தனை, மிகச் சிறந்த ஒழுக்கம், உண்மை ஆகியவற்றின் முன்பு ஸ்ரீ கோட்ஸ் எனக்குக் கொடுத்திருந்த புத்தகங்கள் எல்லாமே ஒளி இழந்து, அற்பமானவைகளாகத் தோன்றின. இவ்விதம் என்னுடைய ஆராய்ச்சி, கிறிஸ்தவ நண்பர்கள் எதிர் பாராத திக்குக்கு என்னைக் கொண்டுபோய் விட்டது. எட்வர்டு மெயிட்லண்டுடன் நீண்ட காலம் கடிதப் போக்குவரத்து வைத்துக் கொண்டிருந்தேன். ராய்ச்சந்திர பாய் இறக்கும் வரையில் அவருடனும் கடிதப் போக்குவரத்து வைத்திருந்தேன். அவர் அனுப்பிய சில புத்தகங்களையும் படித்தேன். பஞ்சீகரணம், மணிரத்தினமாலை, யோகவாசிஷ்டத்தின் முமுட்சுப்பிரகணம், ஹரிபத்ர சூரியின் சத் தரிசன சமுச்சயம் முதலியவைகளும் அவைகளில் சேர்ந்தவை.

என் கிறிஸ்தவ நண்பர்கள் எதிர்பாராத ஒரு வழியை நான் மேற்கொண்டேனாயினும், என்னுள் அவர்கள் எழுப்பிய சமய வேட்கைக்காக நான் அவர்களுக்கு என்றும் கட்டுப்பாடு

உடையவனாக இருக்கிறேன். அவர்களுடன் பழகியதைப் பற்றிய நினைவை நான் என்றும் போற்றி வருவேன். இத்தகைய இனிமையான, புனிதமான தொடர்புகள், அதற்குப் பின்னாலும் எனக்கு திடமாக இருந்தனவே அன்றிக் குறையவில்லை.

16. நானொன்று நினைக்கத் தெய்வமொன்று நினைத்தது

வழக்கு முடிவடைந்துவிட்டதால் நான் பிரிட்டோரியாவில் இருப்பதற்கு எந்தவிதமான காரணமும் இல்லை. ஆகவே, நான் டர்பனுக்குத் திரும்பினேன். தாய்நாட்டுக்குப் புறப்படுவதற்கான ஏற்பாடுகளைச் செய்யலானேன். ஆனால், அப்துல்லா சேத் பிரிவுபசாரம் எதுவும் இல்லாமல் என்னை அனுப்பிவிட இசைபவர் அல்ல. சைடன்ஹாமில் அவர் எனக்கு ஒரு பிரிவுபசார விருந்து நடத்தினார்.

அன்று நாள் முழுவதையும் அங்கேயே கழிப்பது என்பது ஏற்பாடு. அங்கே கிடந்த பத்திரிகைகளை நான் புரட்டிக் கொண்டிருக்கையில், அதில் ஒன்றின் ஒரு மூலையில், இந்தியரின் வாக்குரிமை என்ற தலைப்பில் ஒரு சிறு செய்தி என் கண்ணில் பட்டது. அப்பொழுது சட்டசபை முன்பிருந்த ஒரு மசோதாவைப் பற்றியது, அச்செய்தி. நேட்டால் சட்டசபைக்கு மெம்பர்களைத் தேர்ந்தெடுக்க இந்தியருக்கு இருந்த உரிமையைப் பறிப்பதற்கென்று கொண்டு வரப்பட்டது, அந்த மசோதா. அம்மசோதாவைப் பற்றி எனக்கு ஒன்றுமே தெரியாது. விருந்துக்கு வந்திருந்தவர்களுக்கும் தெரியாது.

அதைக் குறித்து அப்துல்லா சேத்தை விசாரித்தேன். அவர் கூறியதாவது: “இந்த விஷயங்களைப் பற்றியெல்லாம் எங்களுக்கு என்ன தெரிகிறது? எங்கள் வியாபாரத்தைப் பாதிக்கும் விஷயம் மாத்திரமே எங்களுக்குப் புரிகிறது. ஆரஞ்சு பிரீ ஸ்டேட்டில் எங்கள் வியாபாரம் எல்லாம் அடியோடு போய்விட்டது என்பதை நீங்கள் அறிவீர்கள், அதைக் குறித்துக் கிளர்ச்சி செய்தோம், ஒன்றும் பயனில்லை. எழுதப் படிக்கத் தெரியாதவர்களாக இருப்பதால் நாங்கள் முடவர்களாகத்தான் இருக்கிறோம். அன்றாட மார்க்கெட் நிலவரம் போன்றவைகளைத் தெரிந்து கொள்ளுவதற்கு மாத்திரமே பொதுவாக நாங்கள் பத்திரிகைகளைப் பார்க்கிறோம். சட்டங்கள் செய்யப்படுவதைக்

குறித்து எங்களுக்கு என்ன தெரியும். எங்களுக்கு கண்களாகவும் காதுகளாகவும் இருப்பவர்கள் இங்கிருக்கும் ஐரோப்பிய அட்டர்னிகளே.''

"இங்கே பிறந்து, படித்தும் இருக்கும் வாலிப இந்தியர்கள் பலர் இருக்கிறார்கள். அவர்கள் உங்களுக்கு உதவி செய்வதில்லையா?'' என்று கேட்டேன். "அவர்களா?'' என்று மனம் சோர்ந்து அப்துல்லா சேத் கேட்டார். "அவர்கள் எங்களைப் பொருட்டாக நினைத்து எங்களிடம் வருவதே இல்லை. உங்களிடம் உண்மையைச் சொல்லுகிறேன். அவர்களை நாங்களும் சட்டை செய்வதில்லை. அவர்கள் கிறிஸ்தவர்களாதலால் வெள்ளைக்காரப் பாதிரிகளின் கைக்குள் இருக்கின்றனர். அப்பாதிரிகளோ, அரசாங்கத்திற்கு உட்பட்டவர்கள்'' என்றார்.

அவர் இவ்விதம் கூறியது என் கண்களைத் திறந்தது. இந்த வகுப்பினரை நம்மவர்கள் என்று நாம் உரிமை கொண்டாட வேண்டும் என்று எனக்குத் தோன்றியது. கிறிஸ்தவம் என்பதற்குப் பொருள் இதுதானா? அவர்கள் கிறிஸ்தவர்கள் ஆகிவிட்டதனால் இந்தியர்களாக இல்லாது போய்விட்டனரா?

ஆனால், நானோ தாய்நாட்டுக்குத் திரும்பும் நிலையில் இருந்தேன். அகவே, இவ் விஷயத்தில் என் மனத்தில் தோன்றிய எண்ணங்களை வெளியில் கூறத் தயங்கினேன். "இந்த மசோதா சட்டமாகிவிட்டால், நமது கதியை அது இன்னும் அதிகக் கஷ்டமானதாக்கி விடும். நமது சவப்பெட்டியில் அடிக்கப்படும் முதல் ஆணி இது. நமது சுயமதிப்பின் வேரையே இது தாக்குகிறது'' என்று மாத்திரம் அப்துல்லா சேத்திடம் கூறினேன்.

உடனே அவர் கூறியதாவது: "நீங்கள் சொன்ன நிலைமை ஏற்படலாம். வாக்குரிமை வரலாற்றை உங்களுக்குக் கூறுகிறேன். அதைப்பற்றி எங்களுக்கு எதுவுமே தெரியாது. எங்களுடைய சிறந்த அட்டர்னிகளில் ஒருவரான ஸ்ரீ எஸ்கோம்புதான் இதைப்பற்றி எங்களிடம் சொன்னார். அது நடந்த விதம் இதுதான். அவர் தீவிரமாகப் போராடுகிறவர். அவருக்கும் கப்பல் துறை இன்ஜீனீயருக்கும் பரஸ்பரம் பிடிக்காது. இன்ஜீனீயர், தமக்கு வோட்டுகள் இல்லாதபடி செய்து, தம்மைத் தேர்தலில் தோற்கடித்துவிடுவார் என்று ஸ்ரீ எஸ்கோம்பு நினைத்தார். ஆகையால், எங்களுடைய நிலைமையை எங்களுக்கு அவர்

எடுத்துச் சொன்னார். அவர் கூறிய யோசனையின் பேரில் நாங்களெல்லோரும் வாக்காளர்களாகப் பதிவு செய்து கொண்டு. அவருக்கு வோட்டுப் போட்டோம். நீங்கள் அந்த வாக்குரிமை முக்கியமானது என்கிறீர்கள். ஆனால், அது எங்களுக்கு எவ்விதம் முக்கியமல்ல என்பதை நீங்கள் இப்பொழுது அறியலாம். என்றாலும், நீங்கள் கூறுவது. எங்களுக்குப் புரிகிறது சரி, அப்படியானால் நீங்கள் கூறும் யோசனை தான் என்ன?''

விருந்துக்கு வந்திருந்த மற்றவர்களும் நாங்கள் பேசிக் கொண்டிருந்ததைக் கவனமாகக் கேட்டுக் கொண்டிருந்தனர். அவர்களில் ஒருவர், ''செய்யவேண்டியது என்ன என்பதை நான் சொல்லட்டுமா? இந்தக் கப்பலில் நீங்கள் புறப்படுவது என்பதை ரத்துச் செய்துவிடுங்கள். இன்னும் ஒரு மாதம் இங்கே இருங்கள். நீங்கள் கூறுகிறபடி நாங்கள் போராடுகிறோம்'' என்றார்.

மற்றவர்கள் எல்லோரும் ''அதுதான் சரி, அதுதான் சரி அப்துல்லா சேத் காந்தியை நிறுத்திவையுங்கள்'' என்றனர்.

சேத் மிகவும் சாமர்த்தியம் உள்ளவர். அவர் கூறியதாவது: ''இப்பொழுது நான் அவரை நிறுத்தி வைப்பதிற்கில்லை. அவரை நிறுத்திவைப்பதற்கு எனக்கு இருக்கும் உரிமை இப்பொழுது உங்களுக்குத்தான் இருக்கிறது. ஆனால், நீங்கள் சொல்லுவது என்னவோ முற்றும் சரியானதே. இங்கே இருக்க வேண்டும் என்று நாம் எல்லோரும் அவரைக் கேட்டுக் கொள்ளுவோம். அவர் ஒரு பாரிஸ்டர் என்பது உங்களுக்கு நினைவிருக்க வேண்டும். அவருக்குக் கொடுக்க வேண்டிய கட்டணத்திற்கு என்ன ஏற்பாடு?''

கட்டணம் என்று சொல்லப்பட்டது எனக்கு வேதனை அளித்தது. எனவே, நான் குறுக்கிட்டுச் சொன்னதாவது: ''அப்துல்லா சேத், என் கட்டணம் என்ற பேச்சுக்கே இடமில்லை. பொது ஜன ஊழியத்திற்கு கட்டணம் இருக்க முடியாது. நான் தங்குவதாயின் உங்கள் சேவகன் என்ற முறையில் தங்க முடியும். இந்த நண்பர்கள் எல்லோருடனும் எனக்குப் பழக்கம் இல்லை என்பதையும் நீங்கள் அறிவீர்கள். ஆனால் அவர்கள் ஒத்துழைப்பார்கள் என்று நீங்கள் நம்பினால் மேற்கொண்டு ஒரு மாதம் தங்குவதற்கு நான் தயாராக இருக்கிறேன். என்றாலும் ஒரு விஷயம் இருக்கிறது. எனக்கு நீங்கள் எதுவும் கொடுக்க

வேண்டியதில்லையென்றாலும், நாம் எண்ணுவதைப் போன்ற வேலையை, ஆரம்பத்திலேயே ஏதாவது ஒரு நிதி இல்லாமல் செய்ய முடியாது. நாம் தந்திகள் அனுப்ப வேண்டி வரலாம், சில பிரசுரங்களைம் அச்சிடவேண்டி வரும். கொஞ்சம் சுற்றுப் பிரயாணமும் அவசியமாவதோடு உள்ளூர் அட்டர்னிகளையும் கலந்து ஆலோசிக்க நேரலாம். இங்குள்ள சட்டங்களைக் குறித்து எனக்கு ஒன்றும் தெரியாதாகையால் அவைகளைப் பார்க்கச் சில சட்டப் புத்தகங்களையும் வாங்க வேண்டியிருக்கும். இவற்றை எல்லாம் பணம் இல்லாமல் செய்ய முடியாது. மேலும் இந்த வேலைக்கு ஒருவர் மாத்திரம் போதாது என்பதும் தெளிவானது. எனக்கு உதவி செய்யப் பலர் முன்வர வேண்டும்.''

உடனே ஏககாலத்தில பல குரல்கள் எழுந்தன. ''அல்லாவின் மகிமையே மகிமை! அவன் அருளே அருள்! பணம் வந்துவிடும் உங்களுக்கு. எவ்வளவு தேவையோ அவ்வளவுக்கு ஆட்களும் இருக்கிறார்கள். தயவு செய்து நீங்கள் தங்குவதற்கு ஒப்புக் கொள்ளுங்கள். எல்லாம் நன்றாகிவிடும்.''

இவ்விதம் பிரிவுபசார கோஷ்டி, காரியக் குழுவாக மாறியது. விருந்து முதலியவைகளைச் சீக்கரமாக முடித்துக் கொண்டு வீடு திரும்பிவிடுவோம் என்று யோசனை கூறினேன். இந்தப் போராட்டத்திற்கு என் மனத்திற்குள்ளேயே ஒரு திட்டம் போட்டுக் கொண்டேன். வாக்காளர் ஜாபிதாவில் யார் யாருடைய பெயர்கள் இருக்கின்றன என்பதைத் தெரிந்து கொண்டேன். மேற்கொண்டும் ஒரு மாத காலம் தங்குவதென்றும் தீர்மானித்தேன்.

இவ்விதம் தென்னாப்பிரிக்காவில் என் வாழ்க்கைக்குக் கடவுள் அடிகோலியதோடு தேசிய சுயமரியாதைக்காக நடத்திய போராட்டத்திற்கு விதையையும் ஊன்றினார்.

17. நேட்டாலில் குடியேறினேன்

1893–இல் சேத் ஹாஜி முகமது ஹாஜி தாதா, நேட்டால் இந்தியரிடையே தலைசிறந்த தலைவராகக் கருதப்பட்டார். செல்வ விஷயத்தில் பார்த்தால் இந்தியரில் முதன்மையானவர் சேத் அப்துல்லா ஹாஜி ஆகும். ஆனால், இருவரும் மற்றவர்களும் பொதுக் காரியங்களில் சேத் ஹாஜி முகமதுவுக்கே முதலிடம் அளித்து வந்தனர். ஆகவே, அவருடைய தலைமையில் அப்துல்லா சேத்தின் வீட்டில் ஒரு பொதுக் கூட்டம் நடந்தது. வாக்காளர் மசோதாவை எதிர்ப்பது என்று அதில் தீர்மானமாயிற்று.

தொண்டர்கள் சேர்க்கப்பட்டனர். நேட்டாலில் பிறந்தவர்களான இந்தியர் அதாவது பெரும்பாலும் இந்தியக் கிறிஸ்தவ இளைஞர்கள் அக் கூட்டத்திற்கு அழைக்கப்பட்டனர். டர்பன் நீதிமன்ற மொழி பெயர்ப்பாளரான ஸ்ரீ பாலும், ஒரு மிஷன் பாடசாலை ஆசிரியரான ஸ்ரீ சுபான் காட்பிரேயும் இக்கூட்டத்திற்கு வந்திருந்தனர். ஏராளமான கிறிஸ்தவ இளைஞர்கள் அக்கூட்டத்திற்கு வருவதற்குப் பொறுப்பாளிகளாக இருந்தவர்கள் இவர்கள் இருவருமே. இவர்கள் எல்லோரும் தொண்டர்களாகப் பதிவு செய்து கொண்டார்கள். உள்ளூர் வர்த்தகர்கள் பலரும் தொண்டர்களாகப் பதிவு செய்து கொண்டார்கள்.

சேத்துக்கள் தாவூது முகமது, முகமது காசிம் கம்ருதீன் ஆதம்ஜி மியாகான், ஏ. குழந்தை வேலுப் பிள்ளை, ஸி.லச்சிராம், ரங்கசாமிப் படையாச்சி, ஆமத் ஜீவா ஆகியவர்கள் பதிவு செய்து கொண்டவர்களில் குறிப்பிடத்தக்கவர்கள். பார்ஸி ருஸ்தம்ஜியும் அவர்களுள் ஒருவராக இருந்தார். சேர்ந்து கொண்ட குமாஸ்தாக்களில் ஸ்ரீமான்கள் மாணேக்ஜி, ஜோஷி. நரசிங்கராம் முதலியவர்களும், தாதா அப்துல்லா கம்பெனி முதலிய பெரிய கம்பெனிகளில் வேலை பார்த்தவர்களும் இருந்தனர். பொது வேலையில் தாங்களும் பங்கெடுத்துக் கொள்ளுவதைக் குறித்து இவர்கள் எல்லோரும் மகிழ்ச்சியடைந்ததோடு, ஆச்சரியமும் அடைந்தார்கள். இவ்விதம் பங்கு கொள்ள

அழைக்கப்படுவது, அவர்களுடைய வாழ்க்கையிலேயே ஒரு புது அனுபவம். சமூகத்திற்கு ஏற்பட்டிருக்கும் ஆபத்தானதோர் வேளையில் உயர்வு, தாழ்வு; சிறியவர்கள், பெரியவர்கள்; எஜமான், வேலைக்காரன்; ஹிந்து, முஸ்ஸிம்; பாரஸி, கிறிஸ்தவர்; குஜராத்திகள், மதராஸிகள், சிந்துக்காரர்கள் என்ற பாகுபாடுகளையெல்லாம் மறந்து விட்டனர். எல்லோரும் ஒரே மாதிரியாக தாய்நாட்டின் குழந்தைகள்; சேவகர்கள்.

மசோதா இரண்டாம் முறையாகச் சட்டசபையில் நிறைவேறி விட்டது. அல்லது நிறைவேற இருக்கும் தருணத்தில் இருந்தது எனலாம். இத்தகைய கடுமையான மசோதாவுக்கு இந்தியர், தங்களுடைய எதிர்ப்பைத் தெரிவிக்காததிலிருந்தே, வாக்குரிமைக்கு அவர்கள் தகுதியற்றவர்கள் என்பது ருசுவாகிறது என்று சட்ட சபையில் மசோதாவின் மீது பேசியவர்கள் கூறினர்.

நிலைமையைப் பொதுக் கூட்டத்திற்கு விளக்கிக் கூறினேன். நாங்கள் செய்த முதல் காரியம், சட்டசபையின் சபாநாயகருக்குத் தந்தி கொடுத்ததாகும். மசோதா மீது மேற்கொண்டும் விவாதிப்பதை ஒத்தி வைக்குமாறு அவரைக் கோரினோம். அதே போன்ற தந்திகளைப் பிரதமர் ஸர் ஜான் ராபின்ஸனுக்கும், தாதா அப்துல்லாவின் நண்பர் என்ற முறையில் ஸ்ரீ எஸ்கோம்புக்கும் அனுப்பினோம். மசோதாவின் விவாதம் இரண்டும் தினங்களுக்கு ஒத்தி வைக்கப்படும் என்று சபாநாயகர் உடனே பதில் அனுப்பினார். இதனால் மகிழ்ச்சியடைந்தோம்.

சட்டசபை முன்பு சமர்ப்பிப்பதற்கு மகஜரைத் தயாரித்தோம். அதற்கு மூன்று பிரதிகள் தயாரிக்க வேண்டி இருந்ததோடு பத்திரிகைகளுக்கும் தனியாக ஒரு பிரதி வேண்டியிருந்தது. மகஜரில் எவ்வளவு முடியுமோ அவ்வளவு கையெழுத்துக்களையும் வாங்கிவிடுவதென்றும் உத்தேசிக்கப்பட்டது. இந்த வேலைகளை எல்லாம் ஒரே இரவில் செய்து முடிக்க வேண்டியிருந்தது. ஆங்கிலம் தெரிந்த தொண்டர்களும் மற்றும் பலரும் இரவெல்லாம் வேலை செய்தனர். ஸ்ரீ ஆர்தர் வயதானவர், அழகாக எழுதுவதில் பெயர் பெற்றவர். முக்கியப் பிரதியை அவரே எழுதினார். மற்றவைகளை ஒருவர் படித்துச் செல்ல, மற்றவர்கள் எழுதினர். இவ்விதம் ஒரே சமயத்தில் ஐந்து பிரதிகள் தயாராகிவிட்டன. தொண்டர்களான வர்த்தகர்கள் மகஜரில்

கையெழுத்து வாங்கத் தங்கள் சொந்த வண்டிகளில் சென்றனர், வாடகை வண்டிகளில் போனவர்கள் தாங்களே வாடகையைக் கொடுத்து விட்டார்கள். இவைகளெல்லாம் வெகுசீக்கிரத்தில் செய்து முடிக்கப் பெற்றன. மகஜரையும் அனுப்பிவிட்டோம். பத்திரிகைகளும் அதைப் பிரசுரித்து ஆதரவான அபிப்ராயங்களை எழுதின. இவ்விதம் அது சட்டசபையிலும் சிறிது ஆதரவான அபிப்பிராயத்தை உண்டாக்கியது. மகஜரைக் குறித்துச் சட்டசபையில் விவாதித்தனர். மசோதாவைக் கொண்டு வந்திருந்தவர்கள், மகஜரில் கூறப்பட்டிருந்த வாதங்களுக்குப் பதிலாக நிச்சயமாக நொண்டிச் சமாதானங்களையே கூறினர் என்றாலும் மசோதா நிறைவேறிவிட்டது.

இப்படித்தான் நடக்கப்போகிறது என்பதை நாங்கள் எல்லோரும் அறிவோம். ஆனால், அக்கிளர்ச்சி சமூகத்தினர் இடையே ஒரு புத்துயிரை அளித்தது. இந்தியர் யாவரும் பிரிக்க முடியாத ஒரே சமூகத்தினர். வர்த்தக உரிமைக்காகப் பேராடுவதைப் போலவே தங்கள் ராஜிய உரிமைக்காகவும் போராடியே தீருவர் என்பதை எல்லோரும் உணரும்படியும் இக்கிளர்ச்சி செய்தது.

அச் சமயம் லார்டு ரிப்பன் குடியேற்ற நாட்டு மந்திரியாக இருந்தார். அவருக்குப் பிரம்மாண்டமான மகஜர் ஒன்றை அனுப்புவது என்று முடிவு செய்தோம். இது சின்ன விஷயமன்று; ஒரே நாளில் செய்துவிடக் கூடியதும் அல்ல. தொண்டர்களைத் திரட்டினோம். இவ் வேலையில் எல்லோரும் அவரவர்கள் பங்கைச் செய்தனர்.

இந்த மகஜரைத் தயாரிப்பதில் நான் அதிகச் சிரமம் எடுத்துக் கொண்டேன். இவ் விஷயத்தைக் குறித்துக் கிடைக்காத புத்தகங்களையெல்லாம் படித்தேன். ஒரு கொள்கையையும் உசிதத்தையுமே முக்கியமாகக் கொண்டவை மகஜரில் நான் கூறியிருந்த வாதங்கள். இந்தியாவில் ஒரு வகையான வாக்குரிமை இருந்து வருவதால் நேட்டாலிலும் வாக்குரிமை பெற எங்களுக்கு உரிமை உண்டு என்று வாதித்தேன். வாக்குரிமை உபயோகித்துக் கொள்ளக் கூடிய இந்தியரின் தொகை மிகக் குறைவேயாகையால், அந்த உரிமை தொடர்ந்து இருந்து வரும்படியாகப் பார்த்துக் கொள்வதே உசிதமானது என்றும் வற்புறுத்தினேன்.

இரண்டு வாரங்களுக்குள் பத்தாயிரம் கையெழுத்துக்களை வாங்கினோம். இந்த வேலையில் ஈடுபட்டவர்கள், இத்தகைய வேலைக்கே முற்றும் புதிதானவர்கள். இதைக்கொண்டு கவனித்தால், மாகாணம் முழுவதும் போய், அவ்வளவு ஏராளமான கையெழுத்துக்களை வாங்கியதும் அற்ப சொற்பமான வேலையல்ல என்பது விளங்கும் விண்ணப்பத்தின் கருத்தை முற்றும் புரிந்து கொள்ளாதவர்கள் யாரிடமும் கையெழுத்து வாங்கக் கூடாது என்று முடிவு செய்திருந்தோம். ஆகையால், விசேஷத் தகுதி பெற்றிருந்த தொண்டர்களையே இந்த வேலைக்குத் தேர்ந்தெடுத்தோம். கிராமங்களோ, ஒன்றுக்கொன்று தொலைதூரத்தில் இருந்தன. அநேக ஊழியர்கள், தங்கள் முழு மனத்தையும் இவ் வேலையில் செலுத்தினால்தான் இவ் வேலை சீக்கிரத்தில் முடியும். அவ்வாறே பலர், முழுமனத்துடன் வேலை செய்தனர். இவ் வரிகளை நான் எழுதும் போது சேத் தாவூது முகமது, ருஸ்தம்ஜி, மியாகான், ஆமத் ஜீவா ஆகியவர்கள் தெளிவாக என் கண் முன்பு தோன்றுகின்றனர். அதிகப்படியான கையொப்பங்களை வாங்கி வந்தவர் இவர்களே. தாவூது சேத் நாளெல்லாம் வண்டியில் சென்றவண்ணம் இருந்தார். அவ்வேலையில் இவர்களுக்கு இருந்த அன்பினாலேயே இதையெல்லாம் செய்தனர். இவர்களில் ஒருவர் கூடத் தங்கள் செலவுக்குப் பணம் வேண்டும் என்று கேட்டதில்லை. தாதா அப்துல்லாவின் வீடு, உடனே ஒரு சத்திரமாகவும் பொதுக் காரியாலயமாகவும் மாறிவிட்டது. எனக்கு உதவி செய்த படித்த நண்பர்கள் பலரும், மற்றும் பலரும், அங்கேதான் சாப்பிட்டார்கள். இவ்விதம் உதவி செய்த ஒவ்வொருவருக்கும் பணச் செலவு அதிகமாயிற்று.

முடிவாக, மகஜரைச் சமர்ப்பித்துவிட்டோம். எல்லோருக்கும் அனுப்புவதற்கும் வினியோகிப்பதற்குமாக அம்மகஜரின் ஆயிரம் பிரதிகளை அச்சிட்டோம். நேட்டாலில் இருந்த தங்கள் நிலைமையைப் பற்றி இந்திய மக்கள் முதன் முதலாக அறியும்படி இது செய்தது. எனக்குத் தெரிந்த எல்லா பத்திரிகைகளுக்கும் பிரமுகர்களுக்கும் மகஜரின் பிரதிகளை அனுப்பினேன்.

டைம்ஸ் ஆப் இந்தியா பத்திரிகை, இம்மகஜரைக் குறித்து எழுதிய ஒரு தலையங்கத்தில் இந்தியரின் கோரிக்கையைப்

பலமாக ஆதரித்தது. இங்கிலாந்தில் பல கட்சிகளைச் சேர்ந்த பத்திரிகைகளுக்கும் பிரமுகர்களுக்கும் மகஜரின் நகலை அனுப்பினேன். லண்டன் டைம்ஸ் பத்திரிகை எங்கள் கட்சியை ஆதரித்தது. மசோதா நிராகரிக்கப்பட்டுவிடும் என்ற நம்பிக்கையைக் கொள்ள லானோம்.

இச் சமயத்தில் நான் நேட்டாலை விட்டுப் போய்விடுவது என்பது முடியாத காரியம் ஆகிவிட்டது. இந்தய நண்பர்கள் நாலா பக்கங்களிலும் என்னைச் சூழ்ந்து கொண்டிருந்தனர். நிரந்தரமாக அங்கே தங்கிவிடுமாறும் மன்றாடினர். எனக்கு இருந்த கஷ்டங்களை எடுத்துக் கூறினேன். பொதுஜனத் செலவில் அங்கே தங்குவதில்லை என்று முடிவு கட்டிக் கொண்டேன். தனியாக ஒரு ஜாகையை அமர்த்திக் கொள்ள வேண்டியது அவசியம் என்றும் எண்ணினேன். வீடு நல்லதாக இருக்க வேண்டும், அதோடு நல்ல இடத்திலும் இருக்க வேண்டும் என்று நினைத்தேன். சாதாரணமாக பாரிஸ்டர்களுக்கு உரிய அந்தஸ்தில் நான் வாழ்ந்தாலன்றி இந்திய சமூகத்திற்கு நான் மதிப்பைத் தேடிக் கொடுத்தவன் ஆக முடியாது என்ற எண்ணமும் எனக்கு இருந்தது. வருடத்திறகு 300 பவுனுக்குக் குறைத்து அத்தகைய குடித்தனத்தை நடத்துவது இயலாது என்றும் எனக்குத் தோன்றியது. ஆகவே, குறைந்தபட்சம் அந்த அளவுக்குச் சட்ட சம்பந்தமான வேலையை எனக்குத் தருவதாக இந்திய சமூகத்தைச் சேர்ந்தவர்கள் எனக்கு உத்தரவாதம் அளித்தால் மாத்திரமே நான் அங்கே தங்க முடியும் என்று முடிவு செய்தேன். இந்த முடிவை அவர்களுக்கு அறிவித்தேன். “நீங்கள் செய்யும் பொது வேலைக்காக அத்தொகையை உங்களுக்குக் கொடுக்க வேண்டும் என்றே நாங்கள் விரும்புவோம். இதை நாங்கள் எளிதாக வசூலித்துவிட முடியும். இதுவல்லாமல் தனிப்பட்டவர்களுக்காக நீங்கள் செய்யும் வக்கீல் வேலைக்கு, நீங்கள் தனியாகக் கட்டணம் பெற்றுக் கொள்ளலாம்” என்று அவர்கள் கூறினர்.

“அது முடியாது பொதுஜன ஊழியத்திற்கு உங்களிடம் பணம் வாங்க முடியாது. இந்த வேலைக்குப் பாரிஸ்டர் என்ற வகையில் என் திறமை. அதிகமாகத் தேவையில்லை. உங்களையெல்லாம் வேலை செய்யும்படி செய்வதே முக்கியமாக என் வேலையாக

இருக்கும். அப்படியிருக்க, இந்த வேலைக்குப் பண உதவி செய்யுமாறு உங்களிடம் நான் அடிக்கடி கேட்டுக்கொள்ள வேண்டிவரும். என் சொந்தச் செலவுக்கும் உங்களிடமிருந்து நான் பணம் வாங்குவதாக இருந்தால் பெருந்தொகை கொடுக்கும்படி உங்களைக் கேட்பது எனக்குச் சங்கடமாக இருக்கும். முடிவாக அதனால் நம் வேலை நின்றுவிடும் நிலைக்கு வந்துவிடுவோம். இத்துடன் பொது வேலைக்கு ஆண்டுக்கு 300 பவுனுக்கு மேல் நம் சமூகம் பணம் திரட்ட வேண்டும் என்றும் நான் விரும்புகிறேன்'' என்று கூறினேன்.

''கொஞ்ச காலமாக உங்களுடன் பழகி உங்களை நன்றாக நாங்கள் அறிந்து கொண்டிருக்கிறோம். உங்களுக்குத் தேவை இல்லாதது எதையும் நீங்கள் பெற்றுக்கொள்ள மாட்டீர்கள் என்பது எங்களுக்கு நிச்சயமாகத் தெரியும். நீங்கள் இங்கே இருக்க வேண்டும் என்று நாங்கள் விரும்பும்போது உங்கள் செலவுக்கு நாங்கள் ஏற்பாடு செய்ய வேண்டாமா?'' என்றும் கேட்டார்கள்.

அதற்கு நான் கூறியதாவது, ''நீங்கள் என்னிடம் கொண்டிருக்கும் அன்பும், இப்பொழுது உங்களுக்கு இருக்கும் உற்சாகமுமே நீங்கள் இவ்விதம் பேசும்படி செய்கின்றன. இந்த அன்பும் உற்சாகமும் எப்பொழுதும் இப்படியே இருந்து வரும் என்று நாம் எவ்விதம் நிச்சயமாக நம்ப முடியும்? உங்கள் நண்பன், ஊழியன் என்ற வகையில், சில சமயங்களில் உங்களை நான் கடிந்து பேசவும் நேரலாம். அப்பொழுதும் என்னிடம் நீங்கள் அன்புடையவர்களாகவே இருப்பீர்களா என்பது கடவுளுக்குத்தான் வெளிச்சம். ஆனால் உண்மை என்னவெனில், பொது வேலைக்காக நான் சம்பளமாக எதுவும் வாங்கிக் கொள்ளக்கூடாது என்பதுதான். நீங்கள் எல்லோரும் உங்களுக்கு இருக்கும் சட்ட வேலையை என்னிடம் ஒப்படைத்தால் இதுவே எனக்குப் போதுமானது. அதுவும்கூட உங்களுக்குக் கஷ்டமானதாக இருக்கலாம். நான் வெள்ளைக்காரப் பாரிஸ்டர் அல்ல. கோர்ட்டு என்னை மதிக்கும் என்று நான் எப்படி நிச்சயமாகக் கூற முடியும்? வக்கீல் தொழிலில் நான் எவ்வளவு தூரம் திறமையாக நடந்து கொள்ளுவேன் என்பதும் எனக்கு நிச்சயமாகத் தெரியாது. ஆகையால், என்னை உங்களுடைய

வக்கீலாக அமர்த்திக் கொளவதிலும் உங்களுக்குச் சில ஆபத்துக்கள உண்டு. அந்த வேலையை எனக்குக் கொடுப்பதைக் கூட உண்மையில் என்னுடைய பொது வேலைக்குச் சன்மானம் என்றே நான் கருத வேண்டும்.''

இந்த விவாதத்தின் பலனாகச் சுமார் இருபது வர்த்தகர்கள் ஓர் ஆண்டிற்கு என்னைத் தங்கள் வக்கீலாக அமர்த்திக்கொண்டு, அதற்காக எனக்குப் பணம் கொடுத்தார்கள். நான் தாய்நாடு திரும்பும்போது எனக்கு ஒரு பண முடிப்பு அளிப்பதென்று, தாதா அப்துல்லா தீர்மானித்திருந்தார். அந்தப் பணத்தைக் கொண்டு அவர், எனக்குத் தேவையாயிருந்த மேஜை, நாற்காலி முதலியவைகளை வாங்கிக் கொடுத்தார்.

இவ்வாறு நான் நேட்டாலில் குடியேறினேன்.

18. நிறத் தடை

புத்தி கூர்மையுள்ள ஒரு பெண். அவளுக்குக் கண் பார்வை இல்லை. பாரபட்சமற்றவள். ஒரு தட்டுக்கு மற்றொரு தட்டு ஏற்றத்தாழ்வின்றி நடுநிலையாக வைத்து, ஒரு தராசைக் கையில் ஏந்தியிருப்பாள். இதுவே ஒரு நீதிமன்றத்திற்குச் சின்னம். ஒருவேளை அவனுடைய வெளித் தோற்றத்தைக் கொண்டு அவள் மதித்துவிடக் கூடாது, அவனுடைய உண்மையான உள் யோக்கியதையைக் கவனித்தே முடிவு கூற வேண்டும் என்பதற்காக, வேண்டுமென்றே விதி அவளைக் குருடாக்கியிருக்கிறது. ஆனால், நேட்டால் வக்கீல்களின் சங்கமோ, இந்தக் கொள்கைக்கு முற்றும் மாறாக அந்தச் சின்னத்தைப் பொய்யாக்கும் வகையில் சுப்ரீம் கோர்ட்டு நடக்கும்படி செய்ய முனைந்தது.

சுப்ரீம் கோர்ட்டில் அட்வகேட்டாகத் தொழில் நடத்த என்னை அனுமதிக்க வேண்டும் என்று மனுச் செய்தேன். பம்பாய் ஹைகோர்ட்டில் நான் வக்கீலாக இருந்ததற்குரிய அத்தாட்சி என்னிடம் இருந்தது. இங்கிலாந்தில், பாரிஸ்டரானதற்கு எனக்குக் கொடுத்த அத்தாட்சிப் பத்திரத்தைப் பம்பாய் ஹைகோர்ட்டில் நான் வக்கீலாகப் பதிவு செய்து கொண்டபோது அங்கே தாக்கல் செய்து விட்டேன். சேர்த்துக்கொள்ள வேண்டும் என்று மனுப் போடும்போது, அத்துடன் நன்னடத்தை அத்தாட்சிப் பத்திரங்கள் இரண்டும் தாக்கல் செய்ய வேண்டியது அவசியம். இந்த அத்தாட்சிப் பத்திரங்களை ஐரோப்பியர்கள் கொடுத்ததாக இருந்தால் அவற்றிற்கு அதிக மதிப்பிருக்கும் என்று எண்ணி, சேத் அப்துல்லாவின் மூலம் எனக்குத் தெரிந்தவர்களான இரு பிரபல ஐரோப்பிய வர்த்தகர்களிடம் அந்த அத்தாட்சிப் பத்திரங்களை வாங்கினேன். வக்கீலாக இருப்பவர் ஒருவர் மூலமாக இம்மனுவைக் கொடுக்க வேண்டும். எத்தகைய கட்டணமும் வாங்கிக் கொள்ளாமல் அட்டர்னி ஜெனரல் இத்தகைய மனுக்களைச் சமர்பிப்பதுதான் வழக்கம். ஸ்ரீ எஸ்கோம்பு, தாதா அப்துல்லா கம்பெனிக்குச்

சட்ட ஆலோசகராக இருந்தார் என்பதை முன்பே படித்தோம். அவரே இப்பொழுது அட்டர்னி ஜெனரல். அவரிடம் சென்றேன். அவரும் என் மனுவைக் கோர்ட்டில் சமர்ப்பிக்க மனம் உவந்து ஒப்புக்கொண்டார்.

நான் எதிர்பாராத விதமாக வக்கீல்கள் சங்கத்தினர் எதிர்க்கக் கிளம்பினர். என்னைச் சேர்த்துக் கொள்ள வேண்டும் என்று நான் கொடுத்திருந்த மனுவை எதிர்த்து, எனக்கு ஒரு தாக்கீது அனுப்பினார்கள். நேட்டாலில் வக்கீல் சங்கத்தினர் வெளிப்படையாகக் கூறிய ஓர் ஆட்சேபம், இங்கிலாந்தில் பெற்ற அசல் அத்தாட்சிப் பத்திரத்தை மனுவுடன் நான் தாக்கல் செய்யவில்லை என்பது. ஆனால் அவர்களுக்கு இருந்த முக்கியமான ஆட்சேபம், ஒரு கருப்பு மனிதனும் அட்வகேட்டாகப் பதிவு செய்துகொள்ள மனுப்போடக்கூடும் என்பதை அட்வகேட்டுகளை அனுமதிப்பது சம்பந்தமான விதிகளைச் செய்தபோது சிந்தித்திருக்க முடியாது என்பதுதான். ஐரோப்பியரின் முயற்சியால்தான் நேட்டால் இன்று வளம் பெற்று வளர்ந்திருக்கிறதாகையால், வக்கீல் தொழிலிலும் ஐரோப்பியர்களே ஆதிக்கம் செலுத்த வேண்டும். வெள்ளையர் அல்லாதவரையும் இத்தொழிலுக்குள் வர விட்டுவிட்டால், நாளாவட்டத்தில் அவர்கள் தொகை ஐரோப்பிய வக்கீல்களின் தொகையைவிட அதிகமாகிவிடும். அவர்களுக்கு பாதுகாப்பாக இருக்கும் அரண் தகர்ந்துவிடும். இதுவே அவர்களுடைய முக்கியமான ஆட்சேபம்.

தங்களுடைய எதிர்ப்பை ஆதரித்து, வாதாட ஒரு பிரபலமான வக்கீலை, வக்கீல்கள் சங்கத்தினர் அமர்த்தியிருந்தார்கள். அந்த வக்கீலும் தாதா அப்துல்லா கம்பெனியுடன் தொடர்புள்ளவர். ஆகவே, தம்மை வந்து பார்க்குமாறு சேத் அப்துல்லா மூலம் அவர் எனக்குச் சொல்லியனுப்பினார். நான் போனேன். அவர் என்னிடம் மனம் விட்டுப் பேசினார். என்னுடைய பூர்வோத்தரங்களை விசாரித்தார். சொன்னேன். பிறகு அவர் கூறியதாவது:

“உமக்கு விரோதமாக நான் சொல்லக் கூடியது எதுவும் இல்லை. குடியேற்ற நாட்டில் பிறந்த, எதற்கும் துணிந்துவிடும் ஓர் ஆசாமியாக நீர் இருப்பீரோ என்றுதான் நான் பயந்தேன்.

அசல் அத்தாட்சியை உம்முடைய மனுவுடன் நீர் அனுப்பாதது என் சந்தேகத்தை அதிகமாக்கியது. மற்றவர்களுடைய அத்தாட்சிப் பத்திரங்களைத் தங்களுடையவை எனக்காட்டி ஏமாற்றுபவர்களும் உண்டு. ஐரோப்பிய வியாபாரிகளிடம் வாங்கி, நீங்கள் அனுப்பிருக்கும் நன்னடத்தை அத்தாட்சிகள் என்னைப் பொறுத்தவரை பயனற்றவை. உங்களைக் குறித்து அவர்களுக்கு என்ன தெரியும்? அவர்களுக்கு உங்களிடம் எவ்வளவு பழக்கம் இருக்க முடியும்?''

"இங்கே எனக்கு எல்லோருமே புதியவர்கள்தான். சேத் அப்துல்லாவும் இங்கேதான் முதன் முதலாக என்னை அறிவார்?'' என்றேன்.

"ஆனால், அவர் உங்கள் ஊரைச் சேர்ந்தவர் என்கிறீர்களே? உங்கள் தகப்பனார் அங்கே முதல் மந்திரியாக இருந்தார் என்றால், சேத் அப்துல்லாவுக்கு உங்கள் குடும்பம் தெரிந்தே இருக்கவேண்டும். அவரிடமிருந்து உறுதிமொழிப் பத்திரத்தை நீங்கள் தாக்கல் செய்வதாக இருந்தால், எனக்குக் கொஞ்சமும் ஆட்சேபமே இல்லை. அப்பொழுது உங்கள் மனுவை நான் எதிர்த்துப் பேசுவதற்கில்லை என்று வக்கீல்கள் சங்கத்திற்குச் சந்தோஷமாகவே அறிவித்து விடுவேன்'' என்றார்.

அவருடைய இந்த பேச்சு எனக்கு ஆத்திரத்தை மூட்டியது. ஆனால் என் உணர்ச்சிகளை அடக்கிக் கொண்டேன். என்னுள்ளேயே பின்வருமாறு சொல்லிக் கொண்டேன்: 'தாதா அப்துல்லாவின் அத்தாட்சியை நான் தாக்கல் செய்திருந்தால் அதை நிராகரித்திருப்பார்கள்;, ஐரோப்பியரிடமிருந்து அத்தாட்சி வேண்டும் என்றும் கேட்டிருப்பார்கள். நான் அட்வகேட்டாகப் பதிவு செய்து கொள்ளுவதற்கும் என் பிறப்புக்கும் பூர்வோத்தரங்களுக்கும் என்ன சம்பந்தம்? என் பிறப்பு எளிமையானதாகவோ, ஆட்சேபகரமானதாகவோ இருக்குமாயின், அதை எப்படி எனக்கு எதிராக உபயோகிக்க முடியும்?' ஆனால் என் கோபத்தையெல்லாம் அடக்கிக் கொண்டு அமைதியாக அவருக்குப் பின்வருமாறு பதில் சொன்னேன்:

"அந்த விவரங்களையெல்லாம் கேட்பதற்கு வக்கீல்கள் சங்கத்திற்கு எந்தவிதமான அதிகாரமும் இருப்பதாக நான்

ஒப்புக்கொள்ளாவிட்டாலும், நீங்கள் விரும்பும் அத்தாட்சிப் பத்திரத்தைத் தாக்கல் செய்யத் தயாராக இருக்கிறேன்.''

சேத் அப்துல்லாவின் அத்தாட்சியைத் தயாரித்து வக்கீல்கள் சங்கத்தின் ஆலோசகரிடம் சமர்ப்பித்தேன். தாம் திருப்தியடைந்து விட்டதாக அவர் சொன்னார். ஆனால் வக்கீல்கள் சங்கத்தினர் திருப்தியடையவில்லை. சுப்ரீம் கோர்ட்டில் என் மனுவை எதிர்த்தார்கள். இந்த எதிர்ப்புக்குப் பதில் சொல்லுமாறு என் மனுவைத் தாக்கல் செய்த ஸ்ரீ எஸ்கோம்பைக்கூட அழைக்காமலே, கோர்ட்டு, அச்சங்க எதிர்ப்பை நிராகரித்து விட்டது. பிரதம நீதிபதி கூறியதாவது: "மனுதாரர், தம்முடைய மனுவுடன் அசல் அத்தாட்சிப் பத்திரத்தையும் தாக்கல் செய்யவில்லை என்ற ஆட்சேபம் அர்த்தம் இல்லாதது. அவர் பொய்ப் பிரமாணப் பத்திரம் தாக்கல் செய்திருந்தால், அவர் மீது வழக்குத் தொடுத்து, அவர் குற்றம் செய்திருப்பதாக நிரூபிக்கப்பட்டால் வக்கீல் பட்டியலிலிருந்து இவர் பெயரை நீக்கிவிடலாம். வெள்ளையருக்கும் வெள்ளையர் அல்லாதவர்களுக்கும் இடையே எந்தவிதமான பாகுபாட்டையும் சட்டம் கற்பிக்கவில்லை. ஆகவே ஸ்ரீ காந்தி அட்வகேட்டாகத் தம்மைப் பதிவு செய்து கொள்ளுவதைத் தடுக்கக் கோர்ட்டுக்கு எந்த அதிகாரமும் இல்லை. அவருடைய மனுவை ஏற்றுக் கொள்ளுகிறோம். ஸ்ரீ காந்தி, இப்பொழுது நீர் பிரமாணம் எடுத்துக் கொள்ளலாம்.''

நான் எழுந்துபோய் ரெஜிஸ்டிரார் முன்பு பிரமாணம் எடுத்துக்கொண்டேன். நான் பிரமாணம் எடுத்துக் கொண்டதும் பிரதம நீதிபதி என்னைப் பார்த்துக் கூறியதாவது:

"ஸ்ரீ காந்தி, நீர் உம்முடைய தலைப்பாகையை இப்பொழுது எடுத்துவிட வேண்டும். தொழில் நடத்தும் பாரிஸ்டர்கள் சம்பந்தமாக உள்ள கோர்ட்டின் விதிகளை அனுசரித்து நீங்கள் நடக்க வேண்டும்.''

எனக்குரிய வரம்புகளை நான் உணரலானேன். ஜில்லா மாஜிஸ்டிரேட் கோர்ட்டில் நான் எடுக்க மறுத்த தலைப்பாகையைச் சுப்ரீம் கோர்ட்டு உத்தரவுக்குப் பணிந்து எடுத்து விட்டேன். இந்த உத்தரவை நான் எதிர்த்திருந்தால். அந்த எதிர்ப்பு நியாயமானதாக இருந்திருக்காது என்பதல்ல. ஆனால் என் பலத்தைப் பெரிய

விஷயங்களில் போராடுவதற்காகச் சேமித்து வைக்க நான் விரும்பினேன். தலைப்பாகையை வைத்துக் கொண்டுதான் இருப்பேன் என்பதை வற்புறுத்துவதில் என்னுடைய ஆற்றலையெல்லாம் நான் செலவிட்டுவிடக்கூடாது. அது, சிறந்த லட்சியத்திற்காகப் பாடுபடுவதற்கு உரியதாகும்.

நான் பணிந்துவிட்டது (அல்லது என் பலவீனமோ என்னவோ?) சேத் அப்துல்லாவுக்கும் மற்ற நண்பர்களுக்கும் பிடிக்கவில்லை. கோர்ட்டில், வக்கீல் தொழிலை நடத்தி வரும்போது என் தலைப்பாகையை வைத்துக்கொள்ள எனக்குள்ள உரிமையை விடாமல் வற்புறுத்தியிருக்க வேண்டும் என்று அவர்கள் கருதினர். என் நியாயத்தை எடுத்துக் கூறி அவர்களுக்குத் திருப்தியளிக்க முயன்றேன். ரோமில் இருக்கும்போது ரோமர்கள் செய்வதைப் போலவே நீயும் செய் என்ற பழமொழியினை அவர்கள் உணரும்படி செய்ய முயன்றேன். "இந்தியாவில் ஓர் ஆங்கில அதிகாரியோ, நீதிபதியோ உங்கள் தலைப்பாகையை எடுத்து விடுமாறு சொன்னால் அதற்கு உடன்பட மறுத்துவிடுவது சரியானதாக இருக்கும். ஆனால், நேட்டால் மாகாணத்தில் கோர்ட்டில் இருக்கும் ஒரு வழக்கத்தை அந்தக் கோர்ட்டில் தொழில் செய்யும் நான் மதிக்க மறுப்பது நேர்மையானதல்ல" என்று சொன்னேன்.

இவ்வாறும், இது போன்ற வாதங்களினாலும் நண்பர்களை ஒருவாறு சமாதானப்படுத்தினேன். ஆனால், வெவ்வேறான விஷயங்களை வெவ்வேறான நோக்குடன் கவனித்து முடிவுசெய்ய வேண்டும் என்ற கொள்கைகளை இக்காரியத்திலும் அனுசரிப்பது என்பதில், அவர்களுக்கு நான் திருப்தி உண்டாக்கிவிட்டதாக கருதவில்லை. எனினும், சத்தியத்தை நான் விடாப்பிடியாகப் பின்பற்றியதால், சமரசத்திலுள்ள அழகை என் வாழ்நாள் முழுவதிலுமே உணரும் சக்தியை அது எனக்கு அளித்துவிட்டது. இந்தச் சமரச உணர்ச்சி, சத்தியாக்கிரகத்தில் ஓர் அத்தியாவசியமான பகுதி என்பதை என் வாழ்க்கையில் நான் பின்னால் கண்டேன். இதனால் அடிக்கடி என் உயிருக்கே ஆபத்தைத் தேடிக் கொள்ளவும், நண்பர்களின் வருத்தத்திற்கு ஆளாகவும் நேர்ந்திருக்கிறது. ஆனால், சத்தியமானது பூத்த மலர்போல் மென்மையானதே ஆயினும், கல்போல் கடினமானதும் ஆகும்.

19. நேட்டால் இந்தியர் காங்கிரஸ்

வக்கீல் தொழில் எனக்கு இரண்டாம் பட்சமான வேலையாக இருந்து வந்தது. நேட்டாலில் நான் தங்கியது நியாயம் என்றால் பொதுஜன வேலையில் நான் அதிகக் கவனம் செலுத்துவது அவசியம். வாக்குரிமையைப் பறிக்கும் மசோதா சம்பந்தமாக மகஜரை அனுப்பியது மாத்திரம் போதாது. குடியேற்ற நாட்டு மந்திரி, இதில் கவனம் செலுத்தும்படி செய்வதற்கு இடைவிடாது கிளர்ச்சி செய்து கொண்டிருப்பது அத்தியாவசியம் ஆகும். இக்காரியத்திற்காக ஒரு நிரந்தரமான ஒரு பொது ஸ்தாபனத்தை ஆரம்பிப்பது என்று நாங்கள் எல்லோரும் முடிவுக்கு வந்தோம்.

இந்தப் புதிய ஸ்தாபனத்திற்கு என்ன பெயர் கொடுப்பது என்பது சதா என் மனத்தை அலட்டி வந்தது. எந்த ஒரு குறிப்பிட்ட கட்சிச் சார்பும் உள்ளதாக இது இருக்கக்கூடாது. காங்கிரஸ் என்ற பெயர், இங்கிலாந்தில் இருக்கும் கன்ஸர்வேடிவ்களுக்கு வெறுப்பானதாக இருந்தது என்பதை அறிவேன். என்றாலும் இந்தியாவுக்கு ஜிவனாக இருப்பதே காங்கிரஸ்தான். நேட்டாலில் அப்பெயரைப் பிரபலபடுத்த விரும்பினேன். அப்பெயரை வைக்க தயங்குவது கோழைத்தனம் என்று எனக்குத் தோன்றிற்று. ஆகையால், அந்த ஸ்தாபனத்திற்கு நேட்டால் இந்தியர் காங்கிரஸ் எனப் பெயரிட வேண்டும் என்று விரிவான விளக்கத்துடன் நான் சிபாரிசு செய்தேன். மே மாதம் 22–ஆம் தேதி நேட்டால் இந்தியர் காங்கிரஸ் பிறந்தது.

சேத் அப்துல்லாவின் விசாலமான அறை முழுவதிலும் அன்று ஒரே கூட்டம் நிறைந்துவிட்டது. வந்திருந்தவர்கள் எல்லோரும் காங்கிரஸைக் குதூகலமாக வரவேற்றனர். அதன் அமைப்பு விதி எளிதானது. சந்தா மாத்திரம் அதிகம். மாதம் ஐந்து ஷில்லிங் கொடுப்பவர் மாத்திரமே அங்கத்தினராகலாம். பண வசதி உள்ளவர்கள், தங்களால் இயன்ற வரையில் தாராளமாகக் கொடுக்கும்படி கேட்டுக் கொள்ளப்பட்டனர். மாதம் இரண்டு பவுன் தருவதாக அப்துல்லா சேத் முதலில் கையெழுத்திட்டார். நானும் என் சந்தா விஷயத்தில் தாராளமாக

கொடுக்க நினைத்து மாதத்திற்கு ஒரு பவுன் என்று எழுதினேன். என்னைப் பொறுத்தவரை இது சின்னத்தொகை அல்ல. நான் சம்பாதித்து, என் வாழ்க்கையை நடத்திக் கொண்டு போவதெனில், இத் தொகை என் சக்திக்கு மிஞ்சியதென்று எண்ணினேன். கடவுளும் எனக்கு உதவி செய்தார். மாதம் ஒரு பவுன் சந்தா செலுத்தும் உறுப்பினர்கள் பலர் சேர்ந்தனர். மாதம் 10 ஷில்லிங் தருவதாக முன் வந்தவர்களின் தொகையோ இன்னும் அதிகம். இவையெல்லாம் போக நன்கொடையாகக் கொடுக்கப்பட்டதையும் நன்றியுடன் ஏற்றுக்கொண்டோம்.

கேட்ட மாத்திரத்திலேயே யாரும் சந்தாவைச் செலுத்தி விடுவதில்லை என்பது அனுபவத்தில் தெரியலாயிற்று. டர்பனுக்கு வெளியிலிருந்த உறுப்பினர்களிடம் அடிக்கடி போய்க் கேட்பது என்பது முடியாதது. ஒரு சமயம் இருக்கும் உற்சாகம் இன்னுமொரு சமயம் இருப்பதில்லை. டர்பனில் இருந்த உறுப்பினர்களிடம் கூடப் பன்முறை விடாமல் கேட்டுத் தொந்தரவு செய்துதான் சந்தா வசூலிக்கக வேண்டியதிருந்தது.

நானே காரியதரிசியாகையால், சந்தா வசூலிக்கும் வேலை என்னுடையதாயிற்று. என் குமாஸ்தா, நாளெல்லாம் சந்தா வசூலிக்கும் வேலையிலேயே ஈடுபட்டிருக்க வேண்டிய ஒரு நிலைமை ஏற்பட்டு விட்டது. அவரும் அலுத்துப் போனார். இந்த நிலைமை மாறவேண்டுமானால், மாதச் சந்தா என்பதற்குப் பதிலாக அதை வருடச் சந்தாவாக்கி, அந்தச் சந்தாவைக் கண்டிப்பாக முன் பணமாகச் செலுத்திவிடச் செய்துவிட வேண்டும் என்று கருதினேன். ஆகவே காங்கிரஸின் கூட்டத்தைக் கூட்டினேன். மாதச் சந்தா என்பதற்குப் பதிலாக, அதை வருடச் சந்தாவாகச் செய்துவிடுவது என்பதையும், குறைந்த பட்ச சந்தா 3 பவுன் என்று நிர்ணயிப்பதையும் எல்லோரும் வரவேற்றனர். இவ்விதம் வசூல் வேலை அதிக எளிதாயிற்று.

கடன் வாங்கி, அந்தப் பணத்தைக் கொண்டு பொது வேலையைச் செய்யக்கூடாது என்பதை ஆரம்பத்திலேயே அறிந்து கொண்டிருந்தேன். மக்களின் வாக்குறுதியை எல்லாவற்றிலும் நம்பலாம், ஆனால் பண விஷயத்தில் மாத்திரம் நம்பக்கூடாது. கொடுப்பதாகத் தாங்கள் ஒப்புக்கொண்ட பணத்தைச் சீக்கிரத்தில் கொடுக்கக் கூடியவர்களை நான் பார்த்ததே இல்லை.

நேட்டால் இந்தியர்களும் இதற்கு விலக்கானவர்கள் அல்ல. எனவே, பணம் இருந்தால் ஒழிய எந்த வேலையையும் செய்வதில்லையாகையால், நேட்டால் இந்தியர் காங்கிரஸ் கடன் பட்டதே இல்லை.

அங்கத்தினர்களைச் சேர்ப்பதில் என் சக ஊழியர்கள் அதிக உற்சாகத்துடன் வேலை செய்தார்கள். அந்த வேலை அவர்களுடைய மனத்திற்குப் பிடித்ததாக இருந்ததோடு, அது அதிகப் பயனுள்ள அனுபவமாகவும் இருந்தது. ஏராளமானவர்கள் ரொக்கமாகச் சந்தா கொடுத்துச் சேர முன்வந்தனர். தொலைவாக, உள் நாட்டில் இருந்த கிராமங்களின் விஷயத்தில்தான் வேலை கஷ்டமானதாக இருந்தது. பொது வேலையின் தன்மையை மக்கள் அறியவில்லை என்றாலும் தொலை தூரங்களில் இருந்த இடங்களிலிருந்தும் எங்களுக்கு அழைப்புக்கள் வந்தன. ஒவ்வோர் இடத்திலும் முக்கியமான வியாபாரிகள் எங்களை வரவேற்று, வேண்டிய உதவிகளைச் செய்ய முன்வந்தார்கள்.

இந்த சுற்றுப் பிரயாணத்தின் போது ஒரு சமயம் நிலைமை சங்கடமானதாகிவிட்டது. நாங்கள் யாருடைய விருந்தினராகச் சென்றிருந்தோமோ, அவர் ஆறு பவுன் கொடுப்பார் என்று எதிர்பார்த்தோம். ஆனால், அவரோ மூன்று பவுனுக்கு மேல் எதுவும் கொடுக்க மறுத்துவிட்டார். அவரிடமிருந்து அத்தொகையை வாங்கிக் கொண்டோமாயின் மற்றவர்களும் அது மாதிரியே கொடுப்பார்கள். எங்கள் வசூல் கெட்டுவிடும். அன்று இரவு வெகு நேரம் ஆகிவிட்டது. எங்களுக்கோ பசி. ஆனால், அவரிடம் வாங்கியே தீருவது என்று நாங்கள் முடிவு கட்டிக்கொண்ட தொகையை அவரிடம் வாங்காமல் அவர் வீட்டில் நாங்கள் எப்படிச் சாப்பிடுவது? என்ன சொல்லிப் பார்த்தும் பயனில்லை. அவரோ பிடிவாதமாக இருந்தார். அவ்வூரின் மற்ற வர்த்தகர்களும் அவருக்குச் சொல்லிப் பார்த்தார்கள். இரவெல்லாம் அப்படியே எல்லோரும் உட்கார்ந்திருந்தோம். அவரும் பிடிவாதமாக இருந்தார். நாங்களும் பிடிவாதமாக இருந்தோம். என் சக ஊழியர்களில் பலருக்குக் கோபம் பொங்கிற்று. ஆனால், அடக்கிக்கொண்டார்கள். கடைசியாகப் பொழுதும் விடிந்து விட்ட பிறகு அவர் இணங்கி வந்தார். ஆறு பவுன் கொடுத்து, எங்களுக்கு விருந்துச் சாப்பாடும்

போட்டார். இது தோங்காத் என்ற ஊரில் நடந்தது. ஆனால் இச் சம்பவத்தின் அதிர்ச்சி, வடக்கில் கடலோரம் இருக்கும் ஸ்டான்கர் வரையிலும் மத்தியப் பகுதியில் இருக்கும் சார்லஸ் டவுன் வரையிலும் பரவி விட்டது. அது எங்கள் வசூல் வேலை துரிதமாக முடியும்படியும் செய்தது.

ஆனால் செய்ய வேண்டிய வேலை, நிதி வசூல் செய்வது மாத்திரம் அன்று. உண்மையில், அவசியமானதற்கு மேல் பணம் இருக்கக்கூடாது என்ற கொள்கையை வெகு காலத்திற்கு முன்னாலிருந்தே நான் கற்றுக்கொண்டிருந்தேன்.

கூட்டங்கள் மாதம் ஒரு முறை நடக்கும். அவசியமானால், வாரத்திற்கு ஒரு முறையும் நடப்பது உண்டு. முந்திய கூட்டத்தின் நிகழ்ச்சிகள் அடுத்த கூட்டத்தில் படிக்கப்படும். பல விஷயங்களும் விவாதிக்கப்படும். பொது விவாதங்களில் பங்கெடுத்துக் கொள்ளுவதிலும், விஷயத்தை ஒட்டிச் சுருக்கமாகப் பேசுவதிலும் மக்களுக்கு அனுபவமே இல்லை. எழுந்து பேச ஒவ்வொருவரும் தயங்கினர். கூட்டங்களின் நடைமுறை விதிகளை அவர்களுக்கு விளக்கிச் சொன்னேன். அவற்றை மதித்து, அவர்களும் நடந்து கொண்டார்கள். அது தங்களுக்கு ஒரு படிப்பு என்பதை உணர்ந்தார்கள். ஒரு கூட்டத்திலும் இதற்கு முன்னால் பேசியே பழக்கம் இல்லாதவர்கள். சந்தித்துப் பொது விஷயங்களைச் குறித்துப் பகிரங்கமாகப் பேசவும் பழகிக் கொண்டனர்.

பொதுவேலைகளில், சில்லரைச் செலவே சமயத்தில் பெருஞ் செலவாகிவிடும் என்பதை அறிவேன். ஆகையால், ஆரம்பத்தில் ரசீதுப் புத்தகங்களைக்கூட அச்சிடுவதில்லை என்று முடிவு செய்திருந்தேன். என் காரியாலயத்தில் பிரதிகள் எடுக்கும் சைக்ளோஸ்டைல் யந்திரம் ஒன்று இருந்தது. அதிலேயே ரசீதுகளுக்கும் அறிக்கைகளுக்கும் பிரதிகளைத் தயாரித்துக் கொண்டேன். காங்கிரஸினிடம் நிதி அதிகம் சேர்ந்து அங்கத்தினர்களும் அதிகமாகி, வேலையும் பெருகிய பிறகே அவைகளையெல்லாம் அச்சிட ஆரம்பித்தேன். ஒவ்வொரு ஸ்தாபனத்திற்கும் இத்தகைய சிக்கனம் அவசியம், என்றாலும் அதுதான் அனுசரிக்கப்படுவதில்லை என்பதையும் அறிவேன். இதனாலேயே, சிறிய ஆனால் வளர்ந்து வருகிற

ஒரு ஸ்தாபனத்தின் விஷயத்தில் ஆரம்பத்தில் இந்தச் சிறு விவரங்களையெல்லாம் கவனிப்பதே சரி என்று எண்ணினேன்.

தாங்கள் கொடுக்கும் பணத்திற்கு ரசீது பெற வேண்டும் என்பதைக் குறித்து மக்கள் கவலைப்படுவதே இல்லை. ஆனால் நாங்கள் வற்புறுத்தி ரசீதுகளைக் கொடுத்து வந்தோம். இவ்விதம் ஒவ்வொரு தம்படிக்கும் சரியாகக் கணக்கு வைக்கப்பட்டது. *1894*–ஆம் ஆண்டின் கணக்குப் புத்தகங்களை இன்று கூட நேட்டால் இந்தியர் காங்கிரஸ் தஸ்தாவேஜுக்களில் காணலாம் என்று நான் தைரியமாகக் கூற முடியும். கணக்குகளைச் சரியாக வைத்திருக்க இல்லையானால் அந்த ஸ்தாபனத்திற்குக் கெட்ட பெயர் ஏற்பட்டு விடும். சரியானபடி கணக்கு வைத்திருக்காவிட்டால், உண்மையை அதனுடைய அசல்தூய்மையுடன் வைத்து இருப்பதென்பது இயலாத காரியம்.

காங்கிரஸின் மற்றோர் அம்சம், தென்னாப்பிரிக்கா விலேயே பிறந்தவர்களான, படித்த இந்திய இளைஞர்களின் சேவையாகும். அங்கே பிறந்த இந்தியரின் கல்வி சங்கம் ஒன்று காங்கிரஸின் ஆதரவில் அமைக்கப் பெற்றது. இந்தப் படித்த இளைஞர்களே பெரும்பாலும் அச் சங்கத்தின் அங்கத்தினர்கள். பெயருக்கு அவர்கள் ஒரு தொகையைச் சந்தாவாகச் செலுத்தவேண்டும் அவர்களுடைய தேவைகளையும் குறைகளையும் எடுத்துக் கூறுவதற்கும், அவர்களிடையே புதிய எண்ணங்களை எழுப்புவதற்கும், இந்திய வர்த்தகர்களுடன் அவர்களுக்குத் தொடர்பை உண்டாக்கிக் சமூகத்திற்குச் சேவை செய்யும் வாய்ப்பை அவர்களுக்கு அளிப்பதற்கும் இச்சங்கம் பயன்பட்டது. அது ஒரு வகையான விவாதசபை போன்றது. அங்கத்தினர்கள் அடிக்கடி கூடுவார்கள். பல விஷயங்களைக் குறித்துப் பேசுவார்கள்; எழுதியும் படிப்பார்கள். இச்சங்க சம்பந்தமாக ஒரு சிறு புத்தகசாலையும் ஆரம்பமாயிற்று. காங்கிரஸின் மூன்றாவது அம்சம், பிரசாரம். நேட்டாலில் இருந்துவரும் இந்தியர் சம்பந்தமான உண்மையான நிலையை தென்னாப்பிரிக்காவில் மக்களும் அறியும்படி செய்வதே இக்காரியம். அந்த நோக்கத்தின் பேரில் நான் இரு துண்டுப் பிரசுரங்களை எழுதினேன். அவற்றுள் ஒன்று, தென்னாப்பிரிக்காவில் இருக்கும் ஒவ்வொரு பிரிட்டானியருக்கும் வேண்டுகோள் என்பது. அது, நேட்டால்

இந்தியரின் பொதுவான நிலைமையை ஆதாரங்களுடன் கூறுவதாகும். மற்றொரு பிரசுரம், இந்தியரின் வாக்குரிமை – ஒரு கோரிக்கை என்ற தலைப்புடையது. நேட்டால் இந்தியரின் வாக்குரிமையைப்பற்றிய சரித்திரம், உண்மை விவரங்களுடனும், புள்ளி விவரங்களுடனும் அதில் சுருக்கமாகக் கூறப்பட்டது, இந்த துண்டுப் பிரசுரங்களைத் தயாரிப்பதற்கு நான் அதிகம் படிக்க வேண்டியிருந்ததோடு அதிக சிரமம் எடுத்துக் கொள்ள வேண்டியதாயிற்று. ஆனால், இதில் உழைப்பிற்கு ஏற்ற பலன் கிடைத்தது. அவைகளை எல்லா இடங்களுக்கும் அனுப்பினோம்.

இத்தகைய நடவடிக்கைகளின் பயனாகத் தென்னாப்பிரிக்காவில் இந்தியருக்கு ஏராளமானவர்கள் நண்பர்கள் ஆயினர். இந்தியாவில் இருந்த எல்லாக் கட்சியினரின் தீவிரமான அனுதாபமும் கிடைத்தது. அத்துடன் தென்னாப்பிரிக்க இந்தியர், திட்டமான நடவடிக்கையில் இறங்குவதற்கு ஒரு வழியும் ஏற்பட்டு, வேலைத் திட்டமும் உருவாயிற்று.

20. பாலசுந்தரம்

மனப்பூர்வமாகக் கொள்ளும் புனிதமான ஆசை எதுவும் நிறைவேறி விடுகிறது. இந்த விதி உண்மையானது என்பதை என் சொந்த அனுபவத்தில் நான் அடிக்கடி கண்டிருக்கிறேன். ஏழைகளுக்குச் சேவை செய்யவேண்டும் என்பதே என் உள்ளத்தின் ஆசை. அந்த ஆசை, என்னை எப்பொழுதும் ஏழைகளின் நடுவில் கொண்டு போய்ச் சேர்த்தது. அதனால் அவர்களில் ஒருவனாக என்னை ஆக்கிக் கொள்ளவும் முடிந்தது.

தென்னாப்பிரிக்காவிலேயே பிறந்த இந்தியரும், குமாஸ்தாக்கள் வகுப்பினரும், நேட்டால் இந்தியர் காங்கிரஸில் அங்கத்தினர்களாக இருந்த போதிலும், நுட்பப் பயிற்சி பெறாதவர்களான சாதாரணத் தொழிலாளரும், ஒப்பந்தத் தொழிலாளரும் அதில் இன்னும் இடம் பெறாமலேயே இருந்து வந்தனர். சந்தா கொடுத்துச் சேர்ந்து அதன் அங்கத்தினர்கள் ஆகிவிட அவர்களால் இயலாது. அவர்களுக்குச் சேவை செய்வதன் மூலமே, காங்கிரஸ் அவர்களுடைய அன்பைப் பெற முடியும். அதற்கு நானோ காங்கிரஸோ தயாராக இல்லாத தருணத்தில் அதற்கான வாய்ப்பு, தானே வந்து சேர்ந்தது. நான் வக்கீல் தொழிலை நடத்த ஆரம்பித்து மூன்று, நான்கு மாதங்கள் கூட ஆகவில்லை. காங்கிரஸூம் இன்னும் அதன் குழந்தைப் பருவத்தில் தான் இருந்தது. அப்பொழுது ஒரு தமிழர், கந்தை அணிந்து, முண்டாசுத் துணியைக் கையில் வைத்துக்கொண்டு, முன்னம் பற்கள் இரண்டும் உடைந்துபோய், ரத்தம் வழியும் கோலத்தில் நடுங்கிக்கொண்டும், அழுது கொண்டும் என் முன்னே வந்து நின்றார். அவர் தம்முடைய எஜமானால் கடுமையாக அடிக்கப்பட்டிருந்தார். என் குமாஸ்தா ஒரு தமிழர். அவர் மூலம் எல்லா விவரங்களையும் கேட்டுத் தெரிந்து கொண்டேன். வந்தவரின் பெயர் பாலசுந்தரம் டர்பனில் குடியிருப்பவரான ஒரு பிரபலமான ஐரோப்பியரின் கீழ் அவர் ஒப்பந்தத் தொழிலாளியாக வேலை செய்து வந்தார். அவருடைய எஜமான் அவர் மீது கோபம் கொண்டார். அத்து மீறிப்போய்,

பாலசுந்தரத்தைப் பலமாக அடித்து, அவருடைய முன்னம் பற்கள் இரண்டை உடைத்துவிட்டார்.

அவரை ஒரு டாக்டரிடம் அனுப்பினேன். அந்த நாளில் வெள்ளைக்கார டாக்டர்களே உண்டு. பாலசுந்தரத்திற்கு ஏற்பட்டிருக்கும் காயங்களின் தன்மையைக் குறித்து, டாக்டரிடமிருந்து ஓர் அத்தாட்சி வேண்டுமென்று கேட்டேன். அத்தாட்சியைப் பெற்றேன். காயமடைந்தவரை நேரே மாஜிஸ்டிரேட்டிடம் அழைத்துச் சென்றேன். அவரிடம் பால சுந்தரத்தின் பிரமான வாக்கு மூலத்தைச் சமர்ப்பித்தேன். அதை படித்ததும் மாஜிஸ்டிரேட் எரிச்சலுற்றார். எஜமானுக்கு சம்மன் அனுப்பினார்.

அந்த எஜமான் தண்டிக்கப்பட வேண்டும் என்பதன்று என் விருப்பம். அவரிடமிருந்து பாலசுந்தரம் விடுதலை பெற வேண்டும் என்றே நான் விருமபினேன். ஒப்பந்தத் தொழிலாளரைப்பற்றிய சட்டங்களைப் படித்தேன். சாதாரண வேலைக்காரன் ஒருவன் முன் கூட்டி அறிவிக்காமல் வேலையை விட்டுப் போய் விடுவானாயின், எஜமான் அவன் மீது சிவில் கோர்ட்டில் வழக்குத் தொடரலாம். ஆனால் ஒப்பந்தத் தொழிலாளியின் விஷயத்திலோ இம் முறை முற்றும் மாறானது. அதே போன்ற நிலையில் முன் கூட்டி அறிவிக்காமல் ஓர் ஒப்பந்தத் தொழிலாளி போய்விட்டால், எஜமான் அத்தொழிலாளி மீது கிரிமினல் கோர்ட்டில் வழக்குத் தொடுத்துத் தண்டித்துச் சிறையில் இடலாம். இதனாலேயே இந்த ஒப்பந்த முறை, அடிமைத் தனத்தைப் போல் மிக மோசமானது என்று, ஸர் வில்லியம் ஹண்டர் கூறினார். ஓர் அடிமையைப் போன்றே ஒப்பந்தக் கூலியும் எஜமானனின் சொத்து.

பாலசுந்தரத்தை விடுவிப்பதற்கு, இருந்த வழிகள் இரண்டுதான். ஒப்பந்தத் தொழிலாளரின் பாதுகாப்பாளரைக் கொண்டு, பாலசுந்தரத்தின் ஒப்பந்தத்தை ரத்து செய்யும்படி செய்யலாம். அல்லது வேறு ஓர் எஜமானிடம் அவரை மாற்றிவிடச் செய்யலாம். இல்லையாயின் பாலசுந்தரத்தின் எஜமான் அவரை விடுவித்து விடுமாறு செய்யலாம். அந்த எஜமானிடம் சென்று பின்வருமாறு கூறினேன்: “உங்கள் மீது வழக்குத் தொடுத்து, நீங்கள் தண்டனை அடைய வேண்டும் என்று

நான் விரும்பவில்லை. அவரைப் பலமாக அடித்துவிட்டீர்கள் என்பதை நீங்கள் உணருகிறீர்கள் என்றே நம்புகிறேன். அவருடைய ஒப்பந்தத்தை மற்றொருவருக்கு நீங்கள் மாற்றி விடுவீர்களாயின் நான் திருப்தியடைவேன்.'' இதற்கு அவர் உடனே சம்மதித்து விட்டார். பிறகு ஒப்பந்தத் தொழிலாளரின் பாதுகாப்பாளரைப் போய் பார்த்தேன். புதிய எஜமான் ஒருவரை நான் கண்டுபிடிப்பதாக இருந்தால் அதற்குத் தாமும் சம்மதிப்பதாக அவர் கூறினார்.

எனவே, ஓர் எஜமானைத் தேடிப் புறப்பட்டேன். ஒப்பந்தத் தொழிலாளியை இந்தியர் யாரும் வேலைக்கு வைத்துக் கொள்ளக் கூடாதாகையால், நான் தேடும் எஜமான் வெள்ளைக்காரராகவே இருக்க வேண்டும். அப்பொழுது எனக்கு மிகச் சில ஐரோப்பியர்களையே தெரியும். அவர்களில் ஒருவரைச் சந்தித்தேன். பால சுந்தரத்தை வைத்துக் கொள்ள அவர் மிக அன்புடன் ஒப்புக் கொண்டார். அவருடைய அன்பை நன்றியறிதலோடு ஏற்றுக் கொண்டேன். பால சுந்தரத்தின் எஜமான் குற்றஞ்செய்திருப்பதாக மாஜிஸ்டிரேட் முடிவு கூறினார். ஒப்பந்தத்தை வேறு ஒருவருக்கு மாற்றிவிட அவர் ஒப்புக்கொண்டிருக்கிறார் என்றும் பதிவு செய்தார்.

பாலசுந்தரத்தின் வழக்கு, ஒப்பந்தத் தொழிலாளர் ஒவ்வொரு வருடைய காதுக்கும் எட்டிவிட்டது. அவர்கள் என்னைத் தங்களுடைய நண்பனாகக் கருதினார்கள். இந்தத் தொடர்பைக் குறித்து, நான் அளவற்ற மகிழ்ச்சியடைந்தேன். ஒப்பந்தத் தொழிலாளர்கள், ஓயாமல் என் காரியலயத்திற்கு வந்த வண்ணம் இருந்தனர். அவர்களுடைய இன்ப துன்பங்களை அறிந்து கொள்ளுவதற்கு எனக்குச் சிறந்த வாய்ப்பு அதனால் ஏற்பட்டது.

பாலசுந்தரம் வழக்கின் எதிரொலி, தொலை தூரத்தில் இருக்கும் சென்னையிலும் கேட்டது. அம்மாகாணத்தின் பல பகுதிகளில் இருந்தும் ஒப்பந்தத் தொழிலாளராக நேட்டாலுக்கு வந்திருந்தவர்கள் தங்கள் சகோதரத் தொழிலாளர்களின் மூலம் இவ்வழக்கைக் குறித்து அறியலாயினர்.

அவ் வழக்கைப் பொறுத்தவரையில் அதில் விசேஷமானது எதுவும் இல்லை. ஆனால், தங்கள் கட்சியை எடுத்து பேசுவதற்கும், நேட்டாலில் ஒருவர் இருக்கிறார் என்பது

ஒப்பந்தத் தொழிலாளருக்கு ஆனந்தத்தோடு கூடிய அதிசயமாக இருந்ததோடு அதனால் அவர்களுக்கு ஒரு நம்பிக்கையும் உண்டாயிற்று.

முண்டாசுத் துணியைக் கையில் வைத்துக்கொண்டு, பாலசுந்தரம் என் காரியாலயத்திற்குள் வந்தார் என்று ஆரம்பத்தில் கூறினேன். இதில் நமது மானக்கேட்டைக் காட்டும் துக்ககரமான அம்சம் ஒன்று இருக்கிறது. என் தலைப்பாகையை எடுத்துவிடும்படி தலையில் வைத்திருப்பது குல்லாயாக இருந்தாலும் தலைப்பாகையாக இருந்தாலும், தலையில் சுற்றிய ஒரு துண்டாக இருந்தாலும் ஓர் ஐரோப்பியரைப் பார்க்கப் போகும்போது ஒவ்வோர் ஒப்பந்தத் தொழிலாளியும், புதிதாக வந்த ஒவ்வோர் இந்தியரும், அதைத் தலையிலிருந்து எடுத்தாக வேண்டும். இரண்டு கைகளால் சலாம் போட்டாலும் போதாது. இந்தப் பழக்கம் நிர்ப்பந்தமாகச் சுமத்தப்பட்டு வந்திருக்கிறது. என் விஷயத்திலும் அதே பழக்கத்தை அனுசரிக்க வேண்டும் என்று பாலசுந்தரம் கருதியிருக்கிறார். அதனாலேயே முண்டாசுத் துணியைக் கையில் எடுத்துக் வைத்துக்கொண்டு என்னிடம் வந்தார். என் அனுபவத்தில் இவ்விதம் நிகழ்ந்தது இதுவே முதல் தடவை. அவமானத்தினால் என் மனம் குன்றியது. தலையில் முண்டாசைக் கட்டும்படி அவரிடம் கூறினேன். கொஞ்சம் தயங்கிக்கொண்டே அவர் கட்டினார். என்றாலும், அவருக்கு ஏற்பட்ட மகிழ்ச்சியை அவர் முகத்தில் நான் காணமுடிந்தது.

மனிதர்கள் தங்களுடைய சகோதர மனிதர்களை அவமானப் படுத்துவதன் மூலம் தாங்கள் கௌரவிக்கப்படுவதாக எப்படி நினைக்கிறார்கள் என்பது, எனக்கு என்றுமே புரியாத மர்மமாக இருந்துவருகிறது.

21. மூன்று பவுன் வரி

பாலசுந்தரத்தின் வழக்கினால் ஒப்பந்தத் தொழிலாளருடன் எனக்குத் தொடர்பு ஏற்பட்டதானாலும், அவர்களுடைய நிலைமையைக் குறித்து ஆழ்ந்து ஆராயும்படி என்னைத் தூண்டியது, கடுமையான விசேஷ வரியை அவர்கள் மீது சுமத்துவதற்குச் செய்யப்பட்ட முயற்சியே ஆகும்.

அதே 1894 ஆம் ஆண்டில் நேட்டால் அரசாங்கம் இந்திய ஒப்பந்தத் தொழிலாளருக்கு ஆண்டுக்கு 25 பவுன் வரி விதிக்க முற்பட்டது. இந்த யோசனையைக் கேட்டுத் திகைப்புற்றேன். இவ்விஷயத்தைக் குறித்து விவாதிக்க, இதைக் காங்கிரஸின் முன் கொண்டு வந்தேன். அவசியமான எதிர்ப்புக்கு ஏற்பாடு செய்வதென்று உடனே காங்கிரஸ் தீர்மானித்தது.

இந்த வரியின் பூர்வோத்தரத்தைக் குறித்தும் சுருக்கமாக முதலில் நான் விளக்க வேண்டும். 1860– ம் ஆண்டு வாக்கில் நேட்டாலில் இருந்த ஐரோப்பியர்கள், அங்கே கரும்பு சாகுபடிக்கு நல்ல வாய்ப்பு இருக்கிறது என்று கண்டனர். இதற்கு தொழிலாளர் தேவை என்றும் உணர்ந்தார்கள். இத்தகைய வேலைக்கு நேட்டால் ஜுலுக்கள் பயன்படமாட்டார்கள். கரும்புச் சாகுபடிக்கும், சர்க்கரை தயாரிப்பதற்கும் வெளியில் இருந்து தொழிலாளரைக் கொண்டு வந்தாலன்றிச் சாத்தியமில்லை. அதன் பேரில் நேட்டால் அரசாங்கத்திற்கும், இந்திய அரசாங்கத்திற்கும் கடிதப் போக்குவரத்து நடந்தது. இந்தியத் தொழிலாளரைத் திரட்டிக் கொண்டுவர, நேட்டால் அரசாங்கம் அனுமதி பெற்றது. இவ்விதம் திரட்டப்படும் தொழிலாளர்கள், நேட்டாலில் ஐந்தாண்டுகள் வேலை செய்வதாக ஒப்பந்தத்தில் கையெழுத்திட வேண்டும். இந்த ஐந்து வருட காலம் முடிந்ததும் அங்கேயே குடியேறி விடலாம். முழு உரிமையுடன் அவர்கள் நிலத்தையும் வைத்துக் கொள்ளலாம். அவர்களுக்கு இவ்விதமெல்லாம் ஆசை காட்டப்பட்டது. ஏனெனில் இத்தொழிலாளரின் ஒப்பந்தம் தீர்ந்த பிறகும் இவர்களின் உழைப்பைக் கொண்டே தங்களுடைய விவசாயத் தொழிலை விருத்தி செய்து கொண்டு விடலாம் என்று அப்பொழுது வெள்ளைக்காரர்கள் எண்ணினார்கள்.

இந்தியரோ, அவர்களிடமிருந்து எதிர்பார்க்கப்பட்டதற்கு அதிகமாகவே தென்னாப்பிரிக்காவுக்கு பயன்பட்டனர். ஏராளமாகக் காய்கறிகளைப் பயிரிட்டார்கள். இந்தியாவிலிருந்து பல ரகக் கறிகாய்களையும் கொண்டு வந்து அங்கே பயிரிட்டனர். அந்நாட்டுக் காய்கறித் தினுசுகளைக் குறைந்த செலவில் பயிரிடுவதையும் சாத்தியமாக்கினர். மாமரத்தையும் அங்கே முதன் முதலில் பயிரிட்டனர். அவர்களுடைய உழைப்பும் முயற்சியும் விவசாயத்தோடு நின்று விடவில்லை. வர்த்தகத்திலும் புகுந்தது நிலம் வாங்கி, வீடுகள் கட்டினர். பலர் தொழிலாளர் அந்தஸ்திலிருந்து நிலத்திற்கும் வீடுகளுக்கும் தாங்கள் சொந்தக்காரர் என்ற நிலைக்கும் உயர்ந்தனர். இவர்களைத் தொடர்ந்து இந்தியாவிலிருந்து வர்த்தகர்களும் அங்கேபோய் வியாபாரம் செய்யக் குடியேறினர். இப்படி வந்தவர்களில் முதன் முதலாக வந்தவர் காலஞ்சென்ற சேத் அபூபக்கர் ஆமத். வெகு சீக்கிரத்திலேயே அவர் தமது வர்த்தகத்தைப் பெருக்கி விட்டார்.

வெள்ளை வர்த்தகர்கள் திகிலடைந்து விட்டனர். ஆரம்பத்தில் இந்தியத் தொழிலாளர் வேண்டுமென்று விரும்பியபோது அவர்களுக்கு வர்த்தகத் திறமையும் இருக்கும் என்று அவர்கள் எண்ணவில்லை. சுயேச்சையான விவசாயிகள் என்ற அளவோடு மாத்திரம் இந்தியர்கள் இருந்திருந்தாலும் சகித்துக் கொண்டிருப்பார்கள். ஆனால், வர்த்தகத்திலும் அவர்கள் தங்களுக்குப் போட்டியாக இருப்பதை நினைத்துப் பார்க்கவும் வெள்ளை வர்த்தகருக்குச் சகிக்கவில்லை.

இந்தியர் மீது விரோதத்திற்கு விதை விதைத்தது இதுதான். இது வளர்வதற்கு மற்றும் பல விஷயங்களும் உதவியாக இருந்து விட்டன. நமது மாறுபட்ட வாழ்க்கை, கொஞ்ச லாபத்தைக் கொண்டு திருப்தியடைந்து விடும் நம் மனப்பான்மை, சுத்தம், சுகாதாரம் ஆகியவை சம்பந்தமாக நம்மிடம் இருக்கும் அசிரத்தை, நம்மைச் சுற்றி இருப்பவைகளைச் சுத்தமாக வைத்துக் கொள்ள வேண்டுமென்பதில் நமக்குச் சுறுசுறுப்பு இல்லாமை, வீடுகளைப் பழுதில்லாமல் வைத்திருப்பதில் நமக்கிருக்கும் கஞ்சத்தனம், இவைகள் எல்லாவற்றுடன் மத வித்தியாசமும் சேர்ந்து விரோதத் தீயை ஊதி வளர்த்தன. இந்த விரோதம், இந்தியரின் வாக்குரிமையை ரத்து செய்யும் மசோதாவின் மூலமும், ஒப்பந்த

இந்தியருக்கு வரி விதிக்கும் மசோதாவின் மூலமும் சட்ட ரீதியில் வெளிப்பட்டது. சட்டம் இல்லாமலேயே அதே தொந்தரவுகள் ஏற்கனவே ஆரம்பம் ஆகிவிட்டன. அத்தொழிலாளரின் ஒப்பந்த காலம், இந்தியாவுக்கு போன பிறகு முடியக் கூடியவாறு அவர்களைக் கட்டாயமாக இந்தியாவுக்குத் திருப்பி அனுப்பி விடுவது என்பது முதல் யோசனை. ஆனால் அந்த யோசனையை இந்திய சர்க்கார் ஒப்புக்கொள்ளுவதாக இல்லை. ஆகையால், கீழ்வரும் வகையில் மற்றோர் யோசனை செய்யப்பட்டது.

1. இந்திய ஒப்பந்தத் தொழிலாளி, ஒப்பந்த காலம் தீர்ந்ததுமே இந்தியாவுக்குத் திரும்பிவிட வேண்டும்.

2. அப்படித் திரும்பவில்லையென்றால், ஒவ்வோர் இரண்டு ஆண்டுகளுக்கும் புதிதாக ஒப்பந்தத்தில் கையெழுத்திட வேண்டும். இவ்விதம் ஒப்பந்தத்தைப் புதுப்பிக்கும் ஒவ்வொரு தடவையிலும் கூலி உயர்வு கொடுக்கப்படும்.

3. அப்படியின்றி, இந்தியாவுக்குத் திரும்பிவிடவோ, ஒப்பந்தத்தைப் புதுப்பித்துக் கொள்ளவோ மறுத்தால், அத் தொழிலாளி ஆண்டுக்கு 25 பவுன் வரி செலுத்த வேண்டும்.

இந்த யோசனைக்கு இந்திய அரசாங்கத்தின் அங்கீகாரத்தைப் பெறுவதற்காக ஸர் ஹென்றிபின்ஸ், ஸ்ரீ மேஸன் ஆகியோர் ஆகியோர் அடங்கிய ஒரு தூது கோஷ்டியை இந்தியாவுக்கு அனுப்பினார்கள். இந்தியாவில் அப்பொழுது லார்டு எல்ஜீன் வைசிராயாக இருந்தார். 25 பவுன் வரி விதிப்பது என்பதை அவர் அங்கீகரிக்க வில்லை. ஆனால், மூன்று பவுன் தலைவரி விதிப்பது என்பதை அவர் ஒப்புக்கொண்டார். இது வைசிராய் செய்த மோசமான தவறு என்று அப்பொழுது நான் எண்ணினேன், இன்றும் அப்படியே கருதுகிறேன். தமது அங்கீகாரத்தைக் கொடுத்ததில் அவர் இந்தியாவின் நலன்களைக் குறித்துக் கொஞ்சமும் எண்ணவே இல்லை. நேட்டால் வெள்ளையருக்கு இவ்விதம் சகாயம் செய்து கொடுக்க வேண்டியது அவருடைய கடமையும் அன்று. மூன்று நான்கு ஆண்டுகளில் ஒவ்வோர் ஒப்பந்தத் தொழிலாளியும், அவர் மனைவியும் 16 வயதுக்கு மேற்பட்ட ஒவ்வோர் ஆண் மகனும் 13 வயதிற்கு மேற்பட்ட ஒவ்வொரு பெண்ணும் இந்த வரியைச் செலுத்த வேண்டியவர்களாயினர். ஒரு தொழிலாளியின் சராசரி

வருமானம் மாதத்திற்கு 14 ஷில்லிங்குக்கு மேல் இல்லை. அப்படியிருக்க கணவன், மனைவி, இரு குழந்தைகள் ஆகிய நான்கு பேரைக் கொண்ட ஒரு குடும்பத்திற்கு வருடத்திற்கு 12 பவுன் வரி விதிப்பது என்பது அட்டூழியம். இந்த அநியாயத்தை உலகில் வேறு எங்குமே காண முடியாது.

இவ் வரியை எதிர்த்துத் தீவிரமாகக் கிளர்ச்சி செய்தோம். இவ்விஷயத்தில் நேட்டால் இந்தியர் காங்கிரஸ் சும்மா இருந்திருக்குமானால், 25 பவுன் வரியையும் வைசிராய் அங்கீகரித்திருப்பார். இவ்வரி 25 பவுனிலிருந்து 3 பவுனுக்குக் குறைக்கப்பட்டதற்குக் காங்கிரஸ் செய்த கிளர்ச்சி ஒன்றே காரணமாக இருந்திருக்கக் கூடும். ஆனால், நான் அவ்வாறு எண்ணுவது தவறாகவும் இருக்கலாம். காங்கிரஸின் எதிர்ப்பைக் கவனிக்காமலேயே இந்திய அரசாங்கம் ஆரம்பம் முதற்கொண்டே 25 பவுன் வரியை ஏற்க மறுத்து, அதை 3 பவுனுக்குக் குறைத்திருக்கவும் கூடும். அது எப்படி இருந்தாலும், இந்திய அரசாங்கத்தைப் பொறுத்த வரையில், இது நம்பிக்கைத் துரோகமாகும். இந்தியாவின் நலனைப் பாதுகாப்பதற்குப் பொறுப்பாளியான வைசிராய், மனிதத் தன்மையே இல்லாததான இந்த வரியை அங்கீகரித்திருக்கவே கூடாது.

அவ்வரி 25 பவுனிலிருந்து 3 பவுனாகக் குறைந்ததை, நான் அடைந்த பெரிய வெற்றி என்று காங்கிரஸ் கருதிக் கொள்ளுவதற்கில்லை. இந்திய ஒப்பந்தத் தொழிலாளியின் நலன்களை முற்றும் பாதுகாவாது போனதைக் குறித்து காங்கிரஸுக்கு வருத்தமே இருந்தது. அந்த வரி ரத்து செய்யப்பட்டுவிட வேண்டும் என்பதே எப்பொழுதும் காங்கிரஸின் உறுதியான கொள்கையாக இருந்து வந்தது. ஆனால், அந்தக் கொள்கை நிறைவேறுவதற்கு இருபது ஆண்டுகள் ஆயின. அப்படி அவ்வரி ரத்தானதற்கு, நேட்டால் இந்தியர் மாத்திரம் அல்லாமல், தென்னாப்பிரிக்க இந்தியர் எல்லாருமே சேர்ந்த பாடுபட்டதே காரணம். காலஞ் சென்ற ஸ்ரீ கோபாலகிருஷ்ணன கோகலேயிடம் கொடுத்திருந்த வாக்குறுதி மீறப்பட்டதன் காரணமாக, முடிவான ஒரு போராட்டத்தையே நடத்த வேண்டியதாயிற்று. அப்போராட்டத்தில் இந்திய ஒப்பந்தத் தொழிலாளர்கள் முழுப் பங்கும் எடுத்துக் கொண்டனர். அதிகாரிகள் சுட்டதனால்,

அவர்களில் சிலர் உயிரையும் இழந்தனர். பத்தாயிரத்திற்கு அதிகமானவர்கள் சிறைத் தண்டனையும் அனுபவித்தார்கள்.

ஆனால், முடிவில் சத்தியம் வெற்றி பெற்றது. இந்தியர் அனுபவித்த துன்பங்களில் அந்தச் சத்தியம் பிரதிபலித்தது என்றாலும், தளராத நம்பிக்கையும் மிகுந்த பொறுமையும், இடைவிடாத முயற்சியும் இல்லாதிருக்குமாயின் அது வெற்றி பெற்றிருக்க முடியாது. சமூகம், போராட்டத்தை நடத்தாமல் விட்டிருந்தால், காங்கிரஸ் கிளர்ச்சியைக் கை விட்டு, வரி தவிர்க்க முடியாத ஒன்று எனப் பணிந்து போயிருக்குமாயின், வெறுக்கப்பட்ட அந்த வரி இன்றளவும் வசூலிக்கப்பட்டு வந்திருக்கும். தென்னாப்பிரிக்க இந்தியருக்கும், இந்தியா முழுமைக்குமே அது நிரந்தரமான அவமானமாகவும் இருந்திருக்கும்.

22. பல மதங்களைக் குறித்து ஆராய்ச்சி

இந்திய சமூகத்தின் சேவையிலேயே நான் முற்றும் மூழ்கி இருந்தேன் என்றால், அதற்கு முக்கியமான காரணம், ஆத்மானு பூதியைப் பெற வேண்டும் என்பதில் நான் கொண்டிருந்த ஆர்வம் தான். சேவையின் மூலமே ஆண்டவனை அடைய முடியும் என்பதை அறிந்தேன். ஆகையால், சேவையையே என்னுடைய மதம் ஆக்கிக் கொண்டேன். என் அளவில் சேவையென்றால் அது இந்தியாவுக்குச் செய்யும் சேவையே. ஏனெனில் அது தேடாமலேயே எனக்குக் கிட்டியதோடு, அதற்கான மன இசைவும் என்னிடம் இருந்தது. பிரயாணம் செய்ய வேண்டும் என்பதற்காகவும், கத்தியவாரின் சூழ்ச்சிகளிலிருந்து தப்புவதற்காகவும், எனக்குப் பிழைப்பைத் தேடிக் கொள்ளுவதற்காகவுமே நான் தென்னாப்பிரிக்காவுக்குச் சென்றேன். ஆனால் நான் முன்னால் கூறியதைப் போல், கடவுளைத் தேடுவதில் நான் ஈடுபட்டிருப்பதையும் ஆத்ம ஞானமடையும் முயற்சியில் முனைந்திருப்பதையும் கண்டேன்.

எனக்கு இருந்த அறிவுப் பசியைக் கிறிஸ்தவ நண்பர்கள் இன்னும் அதிகக் கடுமையானதாக்கி விட்டார்கள். அப் பசியோ தணியாப் பசியாகி விட்டது. நான் அசிரத்தையாக இருந்து விட விரும்பினாலும் அவர்கள் என்னைச் சும்மா விடவில்லை. டர்பனில் உள்ள தென்னாப்பிரிக்கப் பொது மிஷின் தலைவரான ஸ்ரீ ஸ்பென்ஸர் வால்டன் என்னைக் கண்டு கொண்டார். நான் அவருடைய குடும்பத்தைச் சேர்ந்த ஒருவனாகவே ஆகிவிட்டேன். பிரிட்டோரியாவில் கிறிஸ்தவர்களுடன் எனக்கு இருந்த தொடர்பே, இப்பழக்கத்திற்குக் காரணமாக இருந்தது என்பதைச் சொல்லத் தேவையில்லை. ஸ்ரீ வால்டனின் போக்கே அலாதியானது. கிறிஸ்தவ சமயத்தில் சேர்ந்து விடுமாறு எப்பொழுதாவது அவர் என்னை அழைத்ததாக எனக்கு நினைவேயில்லை. ஆனால், அவர் தமது வாழ்க்கையைத் திறந்த புத்தகம் போல் என் முன்பு வைத்து விட்டார். அவருடைய செயல்கள் யாவற்றையும் நான் காணும்படி செய்தார். ஸ்ரீமதி வால்டன், கண்ணியமுள்ள, திறமைசாலியான பெண்மணி. இத்தம்பதிகளின் போக்கு எனக்கு மிகவும் பிடித்திருந்தது.

எங்களுக்குள் இருந்த அடிப்படையான பேதங்களை நாங்கள் அறிவோம். எவ்வளவுதான் விவாதித்தாலும் அந்தப் பேதங்கள் மறையமாட்டா. என்றாலும், சகிப்புத் தன்மை, தாராளம், உண்மை ஆகியவை இருக்குமிடத்தில் பேதங்களும் பயன் அளிப்பவையாகவே உள்ளன. வால்டன் தம்பதிகளின் அடக்கம், விடாமுயற்சி, உழைப்பில் ஈடுபாடு ஆகியவை எனக்குப் பிடித்திருந்தன. நாங்கள் அடிக்கடி சந்தித்து வந்தோம்.

இந்த நட்பு எனக்குச் சமய விஷயங்களில் தொடர்ந்து சிரத்தை இருந்து வரும்படி செய்தது. சமய சம்பந்தமான நூல்களைப் படிப்பதற்குப் பிரிட்டோரியாவில் எனக்கு இருந்த ஓய்வு இங்கே கிடைப்பதற்குச் சாத்தியமில்லை. என்றாலும் எனக்குக் கிடைக்கும் கொஞ்ச ஓய்வு நேரத்தையும் நல்வழியில் பயன்படுத்தி வந்தேன். சமய சம்பந்தமாக நான் தொடர்ந்து கடிதப் போக்குவரத்து நடத்தி வந்தேன். ராய்ச்சந்திரபாய் எனக்கு வழிகாட்டி வந்தார். நர்மதா சங்கர் எழுதிய, 'தரும விசாரணை' என்ற நூலை ஒரு நண்பர் எனக்கு அனுப்பினார். அதன் முன்னுரை அதிக உதவியாக இருந்தது. இக்கவி, ஆரம்பத்தில் நடத்தி வந்த துன்மார்க்க வாழ்க்கையைக் குறித்து நான் கேள்விப்பட்டிருக்கிறேன். சமய நூல்களின் ஆராய்ச்சியினால், தமது வாழ்க்கையில் ஏற்பட்ட புரட்சிகரமான மாறுதல்களைக் குறித்து, அவர் முன்னுரையில் விவாதித்திருந்தது என் மனத்தைக் கவர்ந்தது. அந்நூல் எனக்குப் பிரியமானதாக இருந்ததால் ஓர் எழுத்து விடாமல் அதைக் கவனமாகப் படித்தேன். மாக்ஸ் முல்லர் எழுதிய, 'இந்தியா அது நமக்கு என்ன போதிக்க முடியும்?' என்ற நூலையும் சிரத்தையுடன் படித்தேன். பிரம்மஞான சங்கத்தினர் வெளியிட்டிருந்த உபநிடதங்களின் மொழிப்பெயர்ப்பையும் படித்தேன். இவைகளினால் எல்லாம் ஹிந்து மதத்தினிடம் எனக்கு இருந்த மதிப்பு அதிகரித்தது. அதிலிருந்த அழகுகளையும் அதிகமாக உணரலானேன். என்றாலும், இதனால் மற்ற மதங்களின் மீது நான் துவேஷம் கொள்ளவில்லை. வாஷிங்டன் இர்விங் எழுதிய 'முகமதுவும் அவருடைய சீடர்களும்' என்ற புத்தகத்தையும் படித்தேன். முகம்மது நபியைக் குறித்துக் கார்லைல் எழுதிய புகழுரைகளையும் படித்தேன். இந் நூல்களெல்லாம் முகம்மதுவிடம் நான் கொண்டிருந்த மதிப்பை

மேலும் அதிகப் படுத்தின. ‘ஜாரதூஷ்டிரரின் திருவாக்குகள்’ என்ற நூலையும் படித்தேன்.

இவ்விதம் பல சமயங்களையும் பற்றிய அறிவு எனக்கு அதிகமாயிற்று. இந்த ஆராய்ச்சி, என் ஆன்ம பரிசோதனையை ஊக்குவித்தது. நான் படிப்பவைகளில் எவையெவை சிறந்தவைகள் என எனக்குத் தோன்றுகின்றனவோ, அவற்றை அனுஷ்டானத்தில் கொண்டு வரும் பழக்கமும் எனக்கு உண்டாயிற்று. இவ்விதம் ஹிந்து நூல்களில் யோகாப்பியாசத்தைக் குறித்து நான் படித்து புரிந்து கொண்ட மட்டில் யோக சாதன முறைகள் சிலவற்றைச் சாதகம் செய்யவும் முயன்றேன். ஆனால், இதில் நான் வெகுதூரம் முன்னேற முடியவில்லை. நான் இந்தியாவுக்குத் திரும்பிய பிறகு ஒரு நிபுணரின் உதவியைக் கொண்டு அதைப் பின்பற்றுவதென்று தீர்மானித்தேன். அந்த ஆசை நிறைவேறவே இல்லை.

டால்ஸ்டாயின் நூல்களையும் அதிக் கவனத்துடன் படித்து வந்தேன். ‘சுவிசேஷங்களின் சுருக்கம்’, ‘செய்ய வேண்டியது யாது?’ என்ற நூல்களும் மற்றவைகளும் என் மனத்தைக் கவர்ந்தன. பிரபஞ்சத்தில் உள்ள எல்லாவற்றினிடமும் அன்பு செலுத்துவதற்கான எண்ணிறந்த வழிகளை மேலும் மேலும் உணரலானேன்.

அந்த சமயத்தில் மற்றொரு கிறிஸ்துவக் குடும்பத்துடனும் எனக்குப் பழக்கம் ஏற்பட்டது. அவர்கள் கூறிய யோசனையின் பேரில் ஞாயிற்றுக்கிழமை தோறும் வெஸ்லியின் கிறிஸ்தவாலயத்திற்குச் சென்று வந்தேன். இத் தினங்களில் தங்கள் வீட்டுக்கு இரவுச் சாப்பாட்டுக்கு வரும்படியும் என்னை அவர்கள் அழைத்திருந்தார்கள். அக்கோயிலுக்குப் போய் வந்ததில் என் மனத்தில் திருப்தி உண்டாகவில்லை. அங்கே செய்யப்பட்ட உபதேசங்கள் பக்தி சிரத்தையை உண்டாக்குபவையாகத் தோன்றவில்லை. அங்கே வந்து கூடியிருந்தவர்களும் முக்கியமாகக் சமய சிரத்தையுடன் வந்திருந்ததாக எனக்குத் தோன்றவில்லை. அக்கூட்டம் பக்திமான்களின் கூட்டம் அன்று. உலகப் பற்றே அதிகமாக உள்ளவர்கள், பொழுது போக்குக்காகவும், பழக்கத்தை யொட்டியும் கோயிலுக்கு வந்திருப்பதாகவே தோன்றியது.

அங்கே, சில சமயங்களில் என்னையும் அறியாமலேயே எனக்கு தூக்கம் வந்து விடுவது உண்டு. இது எனக்கு வெட்கமாக இருக்கும். ஆனால், என் பக்கத்தில் இருப்பவர்களில் சிலரும் அப்படித்தான் தூங்குகிறார்கள் என்பதைப் பார்த்ததும் என் வெட்கம் குறைந்து விடும். இப்படியே நான் நீண்டகாலம் கோயிலுக்குப் போய்க் கொண்டிருக்க முடியாது. ஆகவே கோயிலுக்குப் போவதைச் சீக்கிரத்தில் நிறுத்தி விட்டேன்.

ஒவ்வொரு ஞாயிற்றுக்கிழமையும் நான் போய்க் கொண்டிருந்த குடும்பத்துடன் தொடர்பு திடீரென்று முறிந்தது. உண்மையில் ‘இனி வர வேண்டாம்’ என்று நான் எச்சரிக்கை செய்யப்பட்டேன் என்று சொல்லலாம். இது நிகழ்ந்த விதம் இதுதான். அந்த வீட்டு அம்மாள் நல்லவர், சூதுவாது இல்லாதவர். ஆனால், அவருக்குக் கொஞ்சம் குறுகிய புத்தியும் உண்டு. எப்பொழுதும் நாங்கள் சமய சம்பந்தமான விஷயங்களைக் குறித்து விவாதிப்போம். அச்சமயம் நான் அர்னால்டு எழுதிய ‘ஆசிய ஜோதி’ என்ற நூலைப் படித்துக் கொண்டிருந்தேன். ஒரு சமயம் ஏசுநாதரின் வாழ்க்கையோடு புத்த பகவானின் வாழ்க்கையை ஒப்பிட்டுப் பேசலானோம். நான் சொன்னேன்: “புத்தரின் அபாரமான கருணையைப் பாருங்கள்! அக் கருணை, மனிதவர்க்கத்தோடு நின்றுவிடவில்லை; எல்லா ஜீவராசிகளிடத்திலும் அக் கருணை பரவியது. அவருடைய தோள்களில் ஆட்டுக்குட்டி ஆனந்தமாகப் படுத்துக் கொண்டிருந்ததை எண்ணும்போது நம் உள்ளத்தில் அன்பு வெள்ளம் பொங்குகிறதல்லவா? இவ்விதம் எல்லா ஜீவராசிகளிடத்தும் அன்பு கொள்ளுவது என்பது ஏசுநாதரின் வாழ்க்கையில் காணப்படவில்லை.” இவ்விதம் நான் ஒப்பிட்டுக் கூறியது அந்த நல்ல பெண்மணிக்கு மனவருத்தத்தை உண்டாக்கி விட்டது. அவருக்கு ஏற்பட்ட உணர்ச்சியை நான் அறிந்தேன். அப் பேச்சை நிறுத்தி விட்டேன். பிறகு சாப்பிடப் போனோம். ஐந்து வயது கூட ஆகாத அவருடைய ஆண் குழந்தையும் எங்களுடன் இருந்தான், குழந்தைகளின் நடுவில் இருக்கும்போது நான் அதிக ஆனந்தத்துடன் இருப்பேன், நீண்ட நாட்களாகவே அச்சிறுவனும் நானும் நண்பர்கள். சாப்பிடும் போது, அவன் தட்டில் இருந்த மாமிசத்தை இகழ்ச்சியாகவும், என் தட்டில் இருந்த ஆப்பிள் பழத்தைப் பெருமைப்படுத்தியும் பேசினேன். கள்ளங் கபடம் அற்ற அச்சிறுவன் என் பேச்சில்

மயங்கி விட்டான். அவனும் ஆப்பிள் பழத்தின் பெருமையைப் பேச ஆரம்பித்து விட்டான்.

ஆனால், அவன் தாயாரோ அப்படியே திகைத்துப் போய்விட்டார். அது எனக்கு எச்சரிக்கையாக இருந்தது. என் பேச்சை நிறுத்தி, வேறு விஷயத்தைக் குறித்து பேச ஆரம்பித்தேன். வழக்கம்போல் அடுத்த வாரம் அவ்வீட்டுக்குப் போனேன். நடுக்கத்தோடுதான் போனேன். அங்கே போகாமல் இருந்து விட வேண்டும் என்றும் எனக்குத் தோன்றவில்லை, அப்படியே போகாது நின்றுவிடுவது சரி என்றும் எனக்குப் படவில்லை. ஆனால் அந்த நல்ல பெண்மணி எனக்கு வழியை எளிதாக்கி விட்டார்.

அவர் கூறியதாவது, “ஸ்ரீ காந்தி ! உம்முடைய சகவாசம் என் பையனுக்கு நன்மையானதாகாது என்று நான் உங்களுக்குச் சொல்லிவிட வேண்டியிருக்கிறது. இப்படிச் சொல்ல நேர்ந்ததற்காகத் தவறாக நினைத்துக் கொள்ளாதீர்கள். ஒவ்வொரு நாளும் அவன் மாமிசம் சாப்பிடத் தயங்குகிறான். உங்கள் வாதத்தை நினைவு படுத்தி பழமே வேண்டும் என்கிறான். காரியம் மிஞ்சி விட்டது. அவன் மாமிசம் சாப்பிடுவதை விட்டுவிட்டால் அவன் நோயுறாவிட்டாலும் அவன் இளைத்தாவது போவான். இதை நான் எப்படி சகிப்பது? இனிமேல் உங்களுடைய வாதங்கள் எல்லாம் பெரியவர்களாகிய எங்களிடம் மட்டும் இருக்கட்டும். அந்த வாதங்களினால் குழந்தைகள் கெட்டுப் போவது நிச்சயம்.”

நான் பின்வருமாறு பதில் சொன்னேன்: “அம்மா ! நான் மிகவும் வருந்துகிறேன். எனக்கும் குழந்தைகள் இருக்கின்றன. ஆகையால் தாய் என்ற வகையில் உங்களுடைய உணர்ச்சிகளை நான் அறிகிறேன். இத்தகைய வருந்தத்தக்க நிலைமையை நாம் எளிதில் ஒரு முடிவுக்குக் கொண்டு வந்து விட முடியும். நான் வாயால் சொல்வதை விட நான் எதைச் சாப்பிடுகிறேன். எதைச் சாப்பிடாமல் ஒதுக்குகிறேன் என்பதைப் பார்ப்பது, குழந்தையின் மனத்தில் இன்னும் அதிக மாறுதல் உண்டாக்கிவிடக் கூடும். ஆகையால் சிறந்த வழி, நான் இங்கே வருவதை நிறுத்திக் கொள்ளுவதே. இது நிச்சயமாக நம் நட்பைப் பாதிக்க வேண்டியதே இல்லை.”

அந்தப் பெண்மணி உடனே பெரிய பாரம் நீங்கியதைப் போல், “உங்களுக்கு நன்றி” என்றார்.

23. குடித்தனக்காரனாக

ஒரு குடித்தனம் வைப்பதென்பது எனக்குப் புதிய அனுபவம் அன்று. ஆனால், பம்பாயிலும் லண்டனிலும் நான் நடத்திய குடித்தனத்திற்கும் நேட்டாலில் வைத்த குடித்தனத்திற்கும் வித்தியாசம் உண்டு. இத்தடவை செலவில் ஒரு பகுதி, முற்றும் கௌரவத்திற்காக மட்டுமே ஆயிற்று. நேட்டாலில் இருக்கும் இந்தியப் பாரிஸ்டர் என்ற வகையிலும், ஒரு பிரதிநிதி என்ற வகையிலும், என் அந்தஸ்திற்கு ஏற்றதான ஒரு குடித்தனத்தை அமைக்க வேண்டியது அவசியம் என்று எண்ணினேன். பிரபலமான பகுதியில் அழகான ஒரு சிறு வீட்டை அமர்த்தினேன். தக்க வகையில் அதில் மேசை, நாற்காலி முதலிய சாமான்களெல்லாம் போடப்பட்டன. சாப்பாடு எளிமையானது. ஆனால் ஆங்கில நண்பர்களையும் இந்தியச் சக ஊழியர்களையும் நான் சாப்பிடக் கூப்பிடுவதால் குடித்தனச் செலவு எப்பொழுதும் அதிகமாகவே இருந்தது.

ஒவ்வொரு குடித்தனத்திற்கும் ஒரு நல்ல வேலைக்காரன் அத்தியாவசியம். ஆனால், ஒருவரை வேலைக்காரனாக வைத்து நடத்துவது எப்படி என்பதைப்பற்றி எனக்கு ஒன்றுமே தெரியாது. எனக்குச் சகாவாகவும் உதவி செய்பவராகவும் ஒரு நண்பர் இருந்தார். சமையற்காரர் ஒருவர் உண்டு. அவர் குடும்பத்தைச் சேர்ந்தவராகவே ஆகிவிட்டார். என் காரியாலய குமாஸ்தாக்களும் என்னோடு தங்கி, அங்கேயே சாப்பிட்டும் வந்தனர்.

இந்தப் பரிசோதனையில் ஓரளவுக்கு நான் வெற்றி பெற்றேன் என்றே நினைக்கிறேன். ஆனால், வாழ்க்கையின் கசப்பான அனுபவங்களில் ஒரு சிறிது இதில் இல்லாமல் போகவில்லை.

என்னுடைய சகா அதிக சாமர்த்தியசாலி. அவர் என்னிடம் உண்மையாக நடந்து கொண்டு வருகிறார் என்றே நினைத்திருந்தேன். ஆனால், இதில் தான் நான் ஏமாற்றப்பட்டு விட்டேன். என்னுடன் தங்கியிருந்த ஆபீஸ் குமாஸ்தா

ஒருவர்மீது, என்னுடைய அந்தச் சகாவுக்குப் பொறாமை ஏற்பட்டு விட்டது. குமாஸ்தா மீது நான் சந்தேகம் கொள்ளும் வகையில் அவர் ஒரு வலையை விரித்து விட்டார். அந்தக் குமாஸ்தா நண்பரோ, அதிக ரோஷக்காரர். தம்மீது எனக்குச் சந்தேகம் ஏற்பட்டுவிட்டது என்பதைக் கண்டதுமே அவர் வீட்டை மாத்திரமே அன்றிக் காரியாலயத்தையும் விட்டுப் போய்விட்டார். இது எனக்கு வருத்தமாக இருந்தது. ஒரு வேளை அவருக்கு நான் அநீதி செய்திருக்கக் கூடும் என்று உணர்ந்தேன். என் மனச்சாட்சியும் சதா உறுத்திக் கொண்டே இருந்தது.

இதற்கு மத்தியில் சமையற்காரர், சில தினங்கள் ஓய்வு எடுத்துக் கொண்டதாலோ, வேறு காரணத்திற்காகவோ வீட்டில் இல்லை. அவர் இல்லாதபோது வேறு ஒரு சமையற்காரரை வைக்க வேண்டியது அவசியமாயிற்று. புதிதாக வந்தவர், அசல் போக்கிரி என்பது பின்னால் தெரிய வந்தது. ஆனால் எனக்கோ, அவர் கடவுள் அனுப்பிய தூதர் போன்றே ஆனார். என் வீட்டில் எனக்குத் தெரியாமலேயே சில ஒழுங்கீனங்கள் நடந்து வருகின்றன என்பதை அவர், தாம் வந்த இரண்டு மூன்று நாட்களிலேயே கண்டுபிடித்தார். என்னை எச்சரிக்கை செய்வதென்றும் தீர்மானித்தார். யாரையும் நான் எளிதில் நம்பிவிடக் கூடியவன். ஆனால் நேர்மையானவன் என்ற பெயர் அப்பொழுதே எனக்கு உண்டு. இதனால் அந்தப் புதுச் சமையற்காரர் கண்டு பிடித்த விஷயம், அவருக்கு இன்னும் அதிக அதிர்ச்சியை அளித்தது. தினமும் மத்தியானச் சாப்பாட்டுக்கு ஒரு மணிக்குக் காரியாலயத்திலிருந்து நான் வீடு திரும்புவேன். ஒரு நாள் 12 மணிக்குச் சமையற்காரர் தலைதெறிக்க காரியாலயத்திற்கு ஓடி வந்தார். “தயவு செய்து உடனே வீட்டுக்கு வாருங்கள். நீங்கள் பார்க்க வேண்டிய அதிசயம் ஒன்று இருக்கிறது” என்றார்.

“அது என்ன? சங்கதி இன்னது என்பதை நீ இப்பொழுது சொல்லியாக வேண்டும். அதைப் போய்ப் பார்க்க வேண்டும் என்பதற்காக இந்த நேரத்தில் நான் காரியாலயத்தை விட்டு எப்படி வரமுடியும்?” என்றேன்.

“நீங்கள் இப்பொழுது வராவிடில் அதற்காகப் பிறகு வருத்தப் படுவீர்கள். அவ்வளவுதான் நான் சொல்ல முடியும்” என்றார் சமையற்காரர்.

அவர் பிடிவாதத்தில் ஏதோ விஷயம் இருக்க வேண்டும் என்று எண்ணினேன். ஒரு குமாஸ்தா உடன் வர வீட்டுக்குப் போனேன். சமையற்காரர் எங்களுக்கு முன்னால் வேகமாகப் போனார். என்னை நேரே மேல் மாடிக்கு அழைத்துச் சென்றார் என் சகாவின் அறையைச் சுட்டிக் காட்டினார். “அந்தக் கதவைத் திறந்து நீங்களே பார்த்துக் கொள்ளுங்கள்” என்றார்.

எனக்கு அப்பொழுது எல்லாம் விளங்கிவிட்டன. கதவைத் தட்டினேன். பதில் இல்லை! சுவர்களெல்லாம் கூட அதிரும்படியாகக் கதவைப் பலமாக இடித்தேன். கதவு திறந்தது. உள்ளே ஒரு விபசாரியைக் கண்டேன். திரும்ப அங்கே அடியெடுத்து வைக்கச் கூடாது என்று கூறி, அவளை வெளியே போகச் சொன்னேன்.

என் சகாவிடம், “இந்தக் கணத்திலிருந்து உமக்கும் எனக்கும் எந்தவிதச் சம்பந்தமும் இல்லை. நெடுக, நான் ஏமாற்றப்பட்டு வந்திருக்கிறேன். எனக்கு நானே பைத்தியக்காரப் பட்டம் கட்டிக் கொண்டேன். உம்மிடம் நான் வைத்த நம்பிக்கைக்கு நீர் செய்யும் பிரதியுபகாரம் இதுதானா?” என்றேன்.

அப்பொழுதும் நல்லறிவு பெறாத அவர், என் சங்கதிகளை அம்பலப்படுத்தி விடுவதாக என்னை மிரட்டினார்: “மறைத்து வைக்க என்னிடம் எதுவுமே இல்லை. நான் செய்தது ஏதாவது இருந்தால் அம்பலப்படுத்தும். ஆனால், இந்தக் கணமே நீர் இந்த இடத்தை விட்டுப் போயாக வேண்டும்” என்றேன். இதைக் கேட்டதும் அவர் இன்னும் அதிகமாகக் கோபாவேசம் கொண்டார். வேறு வழி இல்லாது போகவே, கீழே இருந்த குமாஸ்தாவைக் கூப்பிட்டேன். “உடனே, போலீஸ் சூப்பரின்டென்டிடம் போய், என் வந்தனங்களை அவருக்குத் தெரிவித்து விட்டு, என்னிடம் வசித்து வந்த ஒருவர், ஒழுங்கீனமாக நடந்து கொண்டார் என்றும், என் வீட்டில் அவரை வைத்துக் கொள்ள நான் விரும்பவில்லை என்றும், அவர் வெளியே போக மறுக்கிறார் என்றும், போலீஸ் உதவியை அனுப்பினால் மிக்க நன்றியறிதல் உள்ளவனாவேன் என்றும் அவரிடம் சொல்லும்” என்றேன்.

நான் கண்டிப்பாகத்தான் இருக்கிறேன் என்பதை இது அவருக்குக் காட்டியது. அவர் குற்றமே அவரைப் பலவீனப் படுத்தியும்

விட்டது, என்னிடம் மன்னிப்புக் கேட்டுக் கொண்டார். போலீஸுக்குத் தெரிவிக்க வேண்டாம் என்று வேண்டிக் கொண்டார். வீட்டை விட்டு உடனே போய் விடவும் ஒப்புக் கொண்டார். போயும் விட்டார்.

இச் சம்பவம் என் வாழ்க்கையில் தக்க சமயத்தில் செய்ததோர் எச்சரிக்கையாக அமைந்தது. கெட்டிக்காரத்தனமுள்ள இந்தத் தீய ஆசாமி, நெடுக, என்னை எவ்வளவு தூரம் ஏமாற்றி வந்திருக்கிறார் என்பதே இப்பொழுதுதான் என்னால் தெளிவாகக் காண முடிந்தது. அவர் என்னிடம் இருக்க இடம் கொடுத்தது, நான் ஒரு நல்ல காரியத்திற்குக் கெட்ட முறையை அனுசரித்தாதாயிற்று. நெருஞ்சிச் செடியிலிருந்து அத்திப் பழம் எடுக்கலாம் என்று நான் எதிர் பார்த்து விட்டேன். அந்தத் தோழர் கெட்ட நடத்தை உள்ளவர் என்பதை நான் அறிந்தே இருந்தேன். என்றாலும், என்னிடம் உண்மையாக நடந்து கொள்ளுவாரென்று நம்பிவிட்டேன். அவரைச் சீர்திருத்துவதற்கு நான் செய்த முயற்சியில் என்னையே நாசப்படுத்திக் கொள்ளும் அளவுக்கு நெருங்கி வந்து விட்டேன். அன்புள்ள நண்பர்களின் எச்சரிக்கைகளை யெல்லாம் உதாசீனம் செய்து விட்டேன். அவரிடம் நான் கொண்டிருந்த பிரியம் என்னை முற்றும் குருடனாக்கி விட்டது.

புதிய சமையற்காரர் காட்டாதிருந்தால், உண்மையை நான் கண்டுகொண்டிருக்கவே மாட்டேன். இச்சம்பவத்திற்குப் பிறகு நான் பற்றாற வாழ்க்கையை நடத்த ஆரம்பித்து விட்டேன். இச்சம்பவத்தை நான் அறியாமல் இருந்திருந்தால், அந்தச் சகாவின் தொடர்பினால் இந்த பற்றற்ற வாழ்க்கையை நான் நடத்த முடியாமலும் போயிருக்கக் கூடும். என்னை இருட்டிலேயே வைத்திருந்து, நான் தவறான வழியில் சென்றுவிடும்படி செய்துவிடும் சக்தி, அவருக்கு உண்டு.

ஆனால், முன்பு போலவே கடவுள் என்னைக் காத்தருள வந்தார். என் நோக்கங்கள் தூய்மையானவை. ஆகையால், நான் தவறுகள் செய்திருந்தும், காப்பாற்றப்பட்டேன். ஆரம்பத்தில் ஏற்பட்ட இந்த அனுபவம், வருங்காலத்திற்கான ஒரு நல்ல முன்னெச்சரிக்கையாயிற்று.

அந்தச் சமையற்காரர், கடவுளால் அனுப்பப்பட்ட தூதுவர் போன்றே ஆனார். அவருக்குச் சமையல் வேலை தெரியாது. ஆகையால், சமையற்காரராக அவர் என்னிடத்தில் இருந்திருக்க முடியாது. ஆனால், வேறு யாரும் என் கண்களைத் திறந்திருக்க முடியாது. என் வீட்டிற்குள் அந்த விபசாரி அழைத்துக் கொண்டு வரப்பட்டது. அது முதல் தடவை அன்று என்பதைப் பின்னால் தெரிந்து கொண்டேன். அவள், முன்னால் அடிக்கடி வந்திருக்கிறாள். ஆனால், இந்தச் சமையற்காரருக்கு இருந்த தைரியம் வேறு யாருக்கும் இல்லை. ஏனெனில், கண்ணை மூடிக்கொண்டு அந்தச் சகாவை நான் எவ்வாறு நம்பி வருகிறேன் என்பதை எல்லோரும் அறிவார்கள். இந்தச் சேவையைச் செய்வதற்கென்றே அச்சமையற்காரர் அனுப்பப்பட்டது போல் இருந்தது. ஏனெனில் அக்கணத்திலேயே தாம் போய்விடப் போவதாக என்னிடம் அவர் அனுமதி கேட்டார்.

“நான் உங்கள் வீட்டில் இருக்க முடியாது. உங்களைச் சுலபமாகப் பிறர் ஏமாற்றி விடுகிறார்கள். இது எனக்கு ஏற்ற இடம் அல்ல” என்று சமையற்காரர் கூறினார். அவர் போக அனுமதியும் கொடுத்துவிட்டேன்.

குமாஸ்தாவைக் குறித்து சந்தேகம் ஏற்படும்படி செய்ததும் இந்த என் சகாவைத் தவிர வேறு யாரும் அல்ல என்பதையும் இப்பொழுது கண்டு கொண்டேன். குமாஸ்தாவுக்கு நான் செய்துவிட்ட அநீதிக்குப் பரிகாரம் செய்துவிட எவ்வளவோ கஷ்டப்பட்டு முயன்றேன். அவருக்கு முற்றும் திருப்தி ஏற்படும்படி செய்ய முடியாது போனது எனக்கு நிரந்தரமான துக்கமாக இருந்து வருகிறது. ஒருமுறை பிளவு ஏற்பட்டு விட்டால், பிறகு என்னதான் ஒட்டுப்போட்டாலும், பிளவு பிளவுதான்.

24. தாய் நாடு நோக்கி

நான் தென்னாப்பிரிக்காவுக்கு வந்து, இப்பொழுது மூன்று ஆண்டுகள் ஆயின. அங்கிருந்த மக்களை நான் தெரிந்து கொண்டேன். அவர்களும் என்னை அறிந்து கொண்டார்கள். அங்கே நான் நீண்டகாலம் தங்க வேண்டியிருக்குமென்று கண்டதால் ஆறு மாதங்களுக்கு தாய்நாடு போய்வர 1896–ல் நான் அனுமதி கேட்டேன். வக்கீல் தொழிலும் நன்றாகவே நடந்து வந்தது. நான் இருக்க வேண்டியது அவசியம் என்று மக்கள் உணர்ந்தனர் என்பதையையும் கண்டேன். ஆகவே, தாய் நாட்டிற்குச் சென்று, மனைவியையும் குழந்தைகளையும் அழைத்துக் கொண்டு வந்து, அங்கேயே தங்குவது என்று தீர்மானித்துக் கொண்டேன். மேலும், தாய் நாட்டிற்குச் சென்றால், விஷயங்களைப் பொது மக்களுக்கு எடுத்துக் கூறித் தென்னாப்பிரிக்காவில் இருக்கும் இந்தியர் சம்பந்தமாக அவர்களுக்கு அதிகச் சிரத்தை உண்டாகும்படி செய்து, ஏதாவது பொதுவேலை செய்யலாம் என்றும் நினைத்தேன். மூன்று பவுன் வரி, ஆறாப் புண்ணாக இருந்து வந்தது. அது ரத்துச் செய்யப்படும் வரையில் அமைதி கிட்டுவதற்கில்லை.

ஆனால், நான் இல்லாதபோது காங்கிரஸின் வேலைகளையும், கல்விச் சங்கத்தையும் ஏற்று நடத்துவது யார்? இதற்குத் தகுதி வாய்ந்தவர்களாக ஆதம்ஜி மியாகான், பார்ஸி ருஸ்தம்ஜி ஆகிய இருவரையே நான் நினைக்க முடியும். வர்த்தகர்கள் வகுப்பில் பொது வேலையில் ஈடுபடக்கூடிய ஊழியர்கள் அப்போது பலர் இருந்தனர். ஆனால் அவர்களில் ஒழுங்காக வேலை செய்து காரியதரிசியின் கடமையை நிறைவேற்றக் கூடியவர்களும், இந்தியர் சமூகத்தின் மதிப்பைப் பெற்றிருந்தவர்களும் அந்த இருவருமே. காரியதரிசியாக இருப்பவருக்கு ஓரளவு ஆங்கிலம் நிச்சயம் தெரிந்திருக்க வேண்டும். காங்கிரஸுக்குக் காலஞ் சென்ற ஆதம்ஜி மியாகானின் பெயரைச் சிபாரிசு செய்தேன். அவரைக் காரியதரிசியாக நியமிப்பதைக் காங்கிரஸும் அங்கீகரித்தது. அவரைத் தேர்ந்தெடுத்தது மிகவும் சரியானது

என்பது பிறகு அனுபவத்தினால் தெரிந்தது. ஆதம்ஜி மியாகான், விடாமுயற்சி உள்ளவர் தாராளமானவர், இனிய தன்மையுள்ளவர், மரியாதையுள்ளவர். அந்த நற்குணங்களால் அவர் எல்லோருக்கும் திருப்தியளித்தார். அதோடு காரியதரிசி வேலைக்குப் பாரிஸ்டர் பட்டம் பெற்றவரோ, அதிகமாக ஆங்கிலம் படித்தவரோ தேவையில்லை என்பதையும் அவர் எல்லோருக்கும் நிரூபித்துக் காட்டி விட்டார்.

1896–ஆம் ஆண்டு மத்தியில் கல்கத்தாவுக்குச் சென்ற, பொங்கோலோ என்ற கப்பலில் நான் தாய் நாட்டிற்குப் புறப்பட்டேன்.

கப்பலில் பிரயாணிகள் குறைவாகவே இருந்தனர். அவர்களில் இருவர் ஆங்கில அதிகாரிகள். அவர்களுடன் எனக்கு நெருங்கிய பழக்கம் உண்டாயிற்று. அவர்களில் ஒருவருடன் தினம் ஒரு மணி நேரம் சதுரங்கம் விளையாடுவேன். கப்பல் டாக்டர் எனக்கு, 'தமிழ்ச் சுயபோதினி' என்ற புத்தகத்தைக் கொடுத்தார். அதைப் படிக்க ஆரம்பித்தேன். முஸ்லீம்களுடன் நெருங்கிய தொடர்பு வைத்துக் கொள்ள வேண்டுமாயின், உருது மொழி தெரிந்திருப்பதும், சென்னை இந்தியருடன் நெருங்கிய பழக்கம் ஏற்படுத்திக் கொள்ளுவதற்குத் தமிழ் தெரிந்திருக்க வேண்டியதும் அவசியம் என்பதை நேட்டால் அனுபவத்திலிருந்து தெரிந்து கொண்டேன்.

அந்த ஆங்கில நண்பரும் என்னுடன் உருது படித்தார். அவர் கேட்டுக் கொண்டதன் பேரில், மூன்றாம் வகுப்புப் பிரயாணிகளிடையே ஒரு நல்ல உருது முன்ஷியைக் கண்டு பிடித்தேன். எங்களுடைய இப்படிப்பில் நல்ல முன்னேற்றமும் கண்டோம். அந்த அதிகாரிக்கு என்னை விட ஞாபக சக்தி அதிகம். ஒரு சொல்லைப் பார்த்து விட்டால் பிறகு அதை அவர் மறக்கவே மாட்டார். உருது எழுத்துக்களை நினைவில் வைத்திருப்பது எனக்குச் சிரமமாக இருந்தது. அதிக விடா முயற்சியுடனேயே நான் படித்தேன். ஆனால், அந்த அதிகாரியை மிஞ்சிவிட முடியவே இல்லை.

தமிழிலோ, நல்ல அபிவிருத்தி அடைந்து வந்தேன். இதைச் சொல்லிக் கொடுக்க யார் உதவியும் கிடைக்கவில்லை. ஆனால் 'தமிழ்ச் சுயபோதினி' நன்றாக எழுதப்பட்ட புத்தகம்

இன்னொருவர் உதவி அவசியம் என்று எனக்குத் தோன்றவே இல்லை.

இந்தியாவுக்குப் போய் சேர்ந்த பிறகும், இம் மொழிகளைத் தொடர்ந்து படிக்கலாம் என்று நம்பியிருந்தேன். ஆனால், அது சாத்தியமில்லாது போயிற்று. *1893*–க்குப் பிறகு நான் அதிகமாகப் படித்ததெல்லாம் சிறையிலேதான். சிறைகளில், தமிழிலும் உருதுவிலும் எனக்குக் கொஞ்சம் முன்னேற்றம் ஏற்பட்டது. தென்னாப்பிரிக்கச் சிறைகளில் தமிழ் படித்தேன். உருது படித்தது ஏராவ்டா சிறையில். ஆனால் தமிழ் பேசக் கற்றுக்கொள்ளவே இல்லை. நான் படித்த கொஞ்சம் தமிழும், பயிற்சி இன்மையால் துருப் பிடித்துக் கொண்டிருந்தது.

தமிழ் அல்லது தெலுங்கு தெரியாமல் இருப்பது எவ்வளவு பெரிய இடையூறு என்பதை இன்னமும் நான் உணர்ந்து வருகிறேன். தென்னாப்பிரிக்காவில் இருந்த திராவிடர்கள் என் மீது பொழிந்த அன்பு இன்றும் எண்ணிப் போற்றுவதற்கு உரிய நினைவாக இருந்து வருகிறது. தமிழ் அல்லது தெலுங்கு நண்பர் ஒருவரை நான் காணும்போது, தென்னாப்பிரிக்காவில் இருக்கும் அவர்களுடைய இனத்தினரான தமிழரும் தெலுங்கரும் காட்டிய விடா முயற்சியையும் தன்னலமற்ற தியாகத்தையும் நினைக்காமல் இருக்க என்னால் முடிவதில்லை. அவர்களில் பெரும் பாலானவர்கள் எழுத்து வாசனையே இல்லாதவர்கள். அவர்கள் பெண்களும் அப்படியே. இப்படிப்பட்டவர்களுக்காக நடந்ததே தென்னாப்பிரிக்கப் போராட்டம். எழுதப் படிக்கத் தெரியாத சிப்பாய்களே அப்போரில் ஈடுபட்டனர்; ஏழைகளுக்காக நடந்த போர் அது. அதில் அந்த ஏழைகள் முழுப் பங்கும் வகித்தனர். என் நாட்டினரான கள்ளங் கபடமற்ற அந்த நல்ல மக்களின் உள்ளங்களைக் கொள்ளை கொள்ளுவதற்கு, அவர்களுடைய மொழி எனக்குத் தெரியாதது ஓர் இடையூறாக இருந்ததே இல்லை. அரைகுறை ஹிந்துஸ்தானியோ, அரைகுறை ஆங்கிலமோ அவர்கள் பேசுவார்கள். அதைக் கொண்டு எங்கள் வேலைகளைச் செய்து கொண்டு போவதில் எங்களுக்குக் கஷ்டமே தோன்றியதில்லை. ஆனால், அவர்கள் என்னிடம் காட்டிய அன்புக்கு நன்றியறிதலாகத் தமிழும் தெலுங்கும் கற்றுக்கொண்டு விட வேண்டும் என்று விரும்பினேன்.

முன்பே நான் கூறியது போல், தமிழ்க் கல்வியில் கொஞ்சம் அபிவிருத்தியடைந்தேன். ஆனால், இந்தியாவில் தெலுங்கு கற்றுக் கொள்ள முயன்றும் நான் நெடுங்கணக்கை தாண்டி அப்பால் போகவில்லை. இம்மொழிகளை நான் இனி கற்றுக் கொள்ளவே முடியாது என்று இப்பொழுது அஞ்சுகிறேன். ஆகையால், திராவிடர்கள் ஹிந்துஸ்தானி கற்றுக் கொள்வார்கள் என்று நம்புகிறேன். தென்னாப்பிரிக்காவில் இருக்கும் இவர்களில் ஆங்கிலம் தெரியாதவர்கள் தட்டுத்தடுமாறியேனும் ஹிந்தி அல்லது ஹிந்துஸ்தானி பேசுகிறார்கள். ஆங்கிலம் பேசுகிறவர்கள் மாத்திரமே, ஆங்கிலம் தெரிந்திருப்பது நமது சொந்த மொழிகளை அறிந்து கொள்ளுவதற்குத் தடையாக இருப்பது போல ஹிந்தி கற்றுக் கொள்ளுவதில்லை.

நான் விஷயத்தை விட்டு எங்கோ போய்விட்டேன். என் பிரயாண விவரத்தை கூறி முடித்து விடுகிறேன். 'பொங்கோலா'க் கப்பலின் காப்டனை நான் உங்களுக்கு அறிமுகம் செய்த வைக்க வேண்டும். நாங்கள் நண்பர்கள் ஆனோம். அந்த நல்ல காப்டன், பிளிமத் சகோதரர்கள் என்ற கிறிஸ்தவ கோஷ்டியைச் சேர்ந்தவர். கப்பல் ஓட்டும் விஷயத்தைக் காட்டிலும், எங்கள் பேச்சு, அதிகமாக ஆன்மிக விஷயங்களைப் பற்றியதாகவே இருந்தது. ஒழுக்கத்திற்கும் சமயத்திற்கும் நடுவே அவர் ஒரு வரம்பை இட்டுவிட்டார். பைபிளில் கண்ட உபதேசங்கள் அவருக்குக் குழந்தை விளையாட்டாகத் தோன்றின. 'அதன் அழகு அவற்றின் எளிமையிலேயே இருக்கிறது' என்றார். 'ஆண், பெண், குழந்தைகள் ஆகிய எல்லோரும் ஏசுநாதரிடமும் அவர் தியாகத்திலும் நம்பிக்கை வைக்கட்டும். அவர்கள் பாவங்களிலிருந்து நிச்சயம் விமோசனம் அடைவார்கள்' என்றும் அவர் கூறுவார். பிரிட்டோரியாவில் இருந்த பிளிமத் சகோதரர்களின் நினைவு எனக்குத் திரும்ப வரும்படி இந்த நண்பர் செய்தார். ஒழுக்கச் கட்டுத் திட்டங்களை விதிக்கும் எந்த மதமும் பயனற்றது என்பது இவர் கருத்து. இந்த விவாதமெல்லாம் என்னுடைய சைவ உணவின் பேரில் எழுந்தவையே. மாமிசம் ஏன் திண்ணக் கூடாது மாட்டிறைச்சி தின்றால்தான் என்ன மோசம்? தாவர வர்க்கத்தை மனிதன் அனுபவிப்பதற்கென்றே கடவுள் படைத்திருக்கிறார். மிருகங்கள் போன்ற கீழ் உயிர் இனங்களையும் அதற்காகவே கடவுள்

படைத்திருக்க வில்லையா? இந்தக் கேள்விகளெல்லாம் அநேகமாகச் சமய சம்பந்தமான விவாதத்தில் கொண்டு போய் விட்டன. எங்களில், ஒருவர் கருத்தை மற்றவரால் மாற்றிவிட முடியவில்லை. மதமும் ஒழுக்கமும் ஒன்றே என்ற கருத்தில் நான் உறுதியுடன் இருந்தேன். இதற்கு மாறுபட்டு, தாம் கொண்ட கருத்தே சரியானது என்பதில் காப்டனுக்குக் கொஞ் சமும் சந்தேகம் இல்லை.

இருபத்து நான்காம் நாள் முடிவில் இன்பகரமான அக்கப்பல் பிரயாணம் ஒரு முடிவுக்கு வந்தது. ஹுக்ளி நதியின் அழகைக் கண்டு வியந்தவண்ணம் நான் கல்கத்தாவில் இறங்கினேன். அன்றே பம்பாய் செல்ல ரெயில் ஏறினேன்.

25. இந்தியாவில்

பம்பாய்க்குப் போகும் வழியில் ரெயில் அலகாபாத்தில் நாற்பத்தைந்து நிமிடங்கள் நின்றது. அந்த நேரத்தில் அந் நகரைச் சுற்றிப் பார்த்து விடலாம் என்று முடிவு செய்தேன். மருந்துக் கடையில் சில மருந்துகள் வாங்க வேண்டியிருந்தது. மருந்துக் கடைக்காரரோ தூங்கி விழுந்து கொண்டிருந்தார். நான் கேட்ட மருந்தை எடுத்துக் கொடுப்பதில் அநியாயமாக நேரம் கடத்தி விட்டார். இதன் பலன் என்னவென்றால், நான் ஸ்டேஷன் வந்து சேர்ந்த போது, அப்பொழுதுதான் ரயில் புறப்பட்டு போய் விட்டது. எனக்காக ஸ்டேஷன் மாஸ்டர் அன்போடு ஒரு நிமிடம் வண்டியை நிறுத்தி வைத்திருந்து இருக்கிறார். நான் வரவில்லை என்று தெரிந்ததும், உஷாராக என்னுடைய சாமான்களை ரெயிலிலிருந்து இறக்கி வைத்து விடும்படியும் செய்திருக்கிறார்.

கெல்னர் கட்டிடத்தில் ஓர் அறையை அமர்த்திக் கொண்டேன். என் வேலையை அப்பொழுதே ஆரம்பித்து விடுவது என்று தீர்மானித்தேன். அலகாபாத்திலிருந்து பிரசுரமாகும் 'பயோனீர்' பத்திரிகையைக் குறித்து நான் அதிகமாகக் கேள்விப்பட்டிருந்தேன். இந்தியரின் தேசியக் கோரிக்கைகளை எதிர்க்கும் பத்திரிகை அது என்றும் அறிந்து கொண்டிருந்தேன். அச்சமயம் ஸ்ரீ செஸ்னே (இளையவர்) அதன் ஆசிரியராக இருந்தார் என்று எனக்கு ஞாபகம். எல்லாக் கட்சியினரின் ஆதரவையும் பெற நான் விரும்பினேன். ஆகவே, ஸ்ரீ செஸ்னேக்கு ஒரு குறிப்பு அனுப்பினேன். அதில், எனக்கு ரெயில் தவறிவிட்ட விவரத்தைக் கூறினேன். மறுநாள் வண்டிக்கு நான் புறப்படுவதற்கு முடியும் வகையில் சந்தித்து பேச என்னை அனுமதிக்க வேண்டும் என்றும் அதில் கோரினேன். சந்தித்துப் பேச உடனே அனுமதித்தார். மகிழ்ந்தேன். முக்கியமாக நான் கூறியதையெல்லாம் அவர் பொறுமையாகக் கேட்டுக் கொண்டதைக் குறித்து, நான் அதிக சந்தோஷம் அடைந்தேன். நான் என்ன எழுதினாலும் அதைக் குறித்துத் தம் பத்திரிகையில்

அபிப்பிராயம் எழுதுவதாகவும் கூறினார். அதோடு இன்னும் ஒன்றும் கூறினார். ஆப்பிரிக்காவில் குடியேறி இருக்கும் வெள்ளைக்காரர்களின் கருத்தையும் அறிந்து, அதற்குரிய மதிப்பையும் கொடுக்கத் தாம் கடமைப்பட்டிருப்பதால் இந்தியரின் கோரிக்கைகள் எல்லாவற்றையும் ஆதரிப்பதாகத் தாம் வாக்களிக்க முடியாது என்றார்.

"இப் பிரச்னையை நீங்கள் கவனித்து, அதைக் குறித்துப் பத்திரிகையில் விவாதிப்பதே போதும். நான் கேட்பதும், அடைய விரும்புவதும் எங்களுக்கு உரிய நியாயமான உரிமைகளை மாத்திரமே அன்றி வேறு எதையும் அல்ல" என்றேன்.

அன்றைய மீதிப் பொழுதை, ஊரைச் சுற்றிப் பார்ப்பதிலும், திரிவேணி சங்கமத்தின் அற்புதக் காட்சியைக் கண்டு ஆனந்திப்பதிலும் கழித்தேன். என்னுடைய வேலைத் திட்டத்தைக் குறித்தும் சிந்தித்தேன்.

எதிர்பாராத விதமாக நான் 'பயோனீர்' ஆசிரியரைச் சந்தித்துப் பேசியது, தொடர்ந்து நடந்த பல சம்பவங்களுக்கு அடிப்படை ஆயிற்று. இறுதியில் என்னை நேட்டாலில் அடித்துக் கொல்ல முயன்றதில் போய் இது முடிந்தது.

பம்பாயில் தங்காமல் நேரே ராஜ்கோட்டிற்குச் சென்றேன். அங்கே தென்னாப்பிரிக்க இந்தியர் நிலைமையைக் குறித்து, ஒரு துண்டுப் பிரசுரத்தை எழுதுவதற்கான ஏற்பாடுகளைச் செய்ய ஆரம்பித்தேன். அதை எழுதவும் அச்சிடவும் ஒரு மாதம் ஆயிற்று. அதற்குப் பச்சை நிற மேல் அட்டை போடப்பட்டது. ஆகவே அது 'பச்சைத் துண்டுப் பிரசுரம்' என்று வழங்கலாயிற்று. அதில், தென்னாப்பிரிக்க இந்தியரின் நிலையைக் குறித்து, வேண்டுமென்றே, அடக்கமாக, குறைத்தே கூறியிருந்தேன். முன்னால் நான் இரு துண்டுப் பிரசுரங்களை வெளியிட்டதாகக் கூறியிருக்கிறேன். அவற்றில் இருந்ததை விட இதில் நிதானமான பாஷையையே உபயோகித்திருந்தேன். ஏனெனில், ஒரு விஷயத்தைத் தூரத்திலிருந்து கேள்விப்படும் போது உள்ளதையும் விடப் பெரியதாகவே அது தோன்றி விடுகிறது என்பதை நான் அறிவேன்.

பத்தாயிரம் பிரதிகள் அச்சிட்டேன். இந்தியாவின் எல்லாப் பகுதிகளிலும் இருக்கும் பத்திரிகைகளுக்கும் தலைவர்களுக்கும்

அதை அனுப்பினேன். அதைக் குறித்து முதலில் தலையங்கம் எழுதிய பத்திரிகை, 'பயோனீர்'. அத் தலையங்கத்தின் சுருக்கத்தை ராய்ட்டர் செய்தி ஸ்தாபனம் இங்கிலாந்துக்குத் தந்தி மூலம் அனுப்பியது. அந்தச் சுருக்கத்திற்கு ஒரு சுருக்கத்தை ராய்ட்டரின் லண்டன் காரியாலயம் நேட்டாலுக்கு அனுப்பிற்று. அந்தத் தந்தி, அச்சில், மூன்று வரிக்கு மேல் இல்லை. செய்தி, அவ்வளவு சிறியதாக இருந்தாலும், நேட்டாலில் இந்தியர்கள் நடத்தப்படும் விதத்தைக் குறித்து, நான் கூறியதை அச் செய்தி மிகைப்படுத்திக் கூறுவதாக இருந்தது. மேலும், அச் செய்தி என் வார்த்தைகளைக் கொண்டு வரையப்பட்டதாகவும் இல்லை. நேட்டாலில் இதன் விளைவு என்னவாயிற்று என்பதைப் பிறகு கவனிப்போம். இதற்கு மத்தியில், முக்கியமான பத்திரிகைகள் எல்லாமே இப் பிரச்னையைக் குறித்து, விரிவாக அபிப்பிராயங்கள் கூறின.

இத் துண்டுப் பிரசுரங்களைத் தபாலில் அனுப்புவதற்குத் தயார் செய்வது சுலபமான வேலையே அல்ல. இவற்றைக் காகிதம் போட்டுச் சுற்றி அனுப்புவது போன்ற வேலைகளுக்குக் கூலி கொடுத்து ஆள் அமர்த்தினால் அதிகச் செலவு ஆகியிருக்கும். ஆகவே, மிக எளிதான உபாயம் ஒன்றைக் கண்டுபிடித்தேன். பக்கத்தில் இருந்த குழந்தைகளையெல்லாம் திரட்டினேன். பள்ளிக்கூடம் இல்லாதபோது காலையில் இரண்டு, மூன்று மணி நேர உழைப்பை வலிய அளிக்க முன்வருமாறு அவர்களைக் கேட்டுக் கொண்டேன். அப்படியே செய்ய அவர்கள் மனம் உவந்து ஒப்புக் கொண்டார்கள். அவர்களை வாழ்த்தி, நான் சேர்த்து வைத்திருந்த பழைய தபால் ஸ்டாம்புகளை அவர்களுக்குப் பரிசாகக் கொடுப்பதாகவும் கூறினேன். குழந்தைகள் கொஞ்ச நேரத்தில் வேலையை முடித்து விட்டார்கள். சிறு குழந்தைகளைத் தொண்டர்களாக உபயோகிப்பதில் இதுவே என் முதல் பரீட்சை. அக் குழந்தைகளில் இருவர் இன்று என் சக ஊழியர்களாக இருக்கின்றனர்.

அச் சமயம் பம்பாயில் பிளேக் நோய் பரவியது. இதனால், சுற்றுப்புறங்களில் எல்லாம் ஒரே பீதி ஏற்பட்டது. ராஜ்கோட்டிலும் அந்த நோய் பரவிவிடும் என்ற பயம் இருந்தது. சுகாதார இலாகாவுக்கு நானும் கொஞ்சம் உதவியாக

இருக்கலாம் என்று எண்ணினேன். சேவை செய்யத் தயார் என்று அரசாங்கத்திற்கு அறிவித்தேன். அவர்களும் ஏற்றுக்கொண்டனர். அதன் பேரில் இது சம்பந்தமாகக் கவனிக்க நியமித்த ஒரு கமிட்டியில் என்னையும் சேர்த்தனர். கக்கூசுகளைச் சுத்தமாக வைத்திருக்க வேண்டும் என்று நான் முக்கியமாக வற்புறுத்தினேன். ஒவ்வொரு தெருவிலும் கக்கூசுகள் இருக்கும் நிலையைப் போய்ப் பார்வையிடுவது என்று கமிட்டி முடிவு செய்தது. தங்கள் கக்கூசுகளைப் போய்ப் பார்ப்பதை, ஏழைகள் ஆட்சேபிக்கவில்லை. நாங்கள் கூறிய யோசனைகளையும் அவர்கள் நிறைவேற்றிக் கக்கூசுகளைச் சுத்தமாக வைத்தனர். ஆனால், பணக்காரர்கள் வீட்டுக் கக்கூசுகளைப் பார்க்க நாங்கள் சென்றபோது, அவர்களில் சிலர், நாங்கள் அவற்றைப் பார்க்க அனுமதிக்கக்கூட மறுத்து விட்டனர். அப்படியிருக்க, நாங்கள் கூறிய யோசனையை அவர்கள் காது கொடுத்துக் கேட்டார்களா என்பதைப்பற்றிச் சொல்லவே வேண்டியதில்லை. பணக்காரர்கள் வீட்டுக் கக்கூசுகளே அதிக ஆபாசமாக இருந்தன என்பது எங்கள் பொதுவான அனுபவம். அவை இருண்டிருந்தன; ஒரே துர் நாற்றம்; ஒரே ஆபாசம், புழுக்களும் நெளிந்து கொண்டிருந்தன. செய்யுமாறு நாங்கள் கூறிய அபிவிருத்திகள் மிகச் சுலபமானவை. அதாவது, கழிக்கும் மலம் தரையில் விழாதவாறு அதற்குத் தொட்டி வைக்குமாறு கூறினோம். மூத்திரமும் தரையில் விழுந்து, அந்த இடம் ஒரே ஈரம் ஆகிவிடாமல் அதையும் தொட்டியில் பிடிக்கும்படி சொன்னோம். கக்கூசுகளில் வெளிச்சமும் காற்றோட்டமும் இருப்பதற்காகவும், அவற்றைத் தோட்டி நன்றாகச் சுத்தம் செய்வதற்கு வசதியாக இருப்பதற்காகவும் வெளிச் சுவருக்கும் கக்கூசுக்கும் மத்தியில் இருக்கும் சிறு சிறு தடுப்புக்களையெல்லாம் இடித்து விடுமாறும் கேட்டுக் கொண்டோம். இந்தக் கடைசிச் சீர்திருத்தத்திற்குப் பணக்காரர்கள் ஏராளமான ஆட்சேபங்களைக் கூறினார்கள். அநேகர் நாங்கள் கூறியதைப் பின் பற்றி எதுவுமே செய்யவில்லை.

தீண்டாதார் குடியிருந்த வீடுகளையும் கமிட்டி போய்ப் பார்க்க வேண்டியிருந்தது. அங்கே என்னுடன் வருவதற்குக் கமிட்டி அங்கத்தினர்களில் ஒருவர் மாத்திரமே தயாராக இருந்தார். மற்றவர்களோ, அவ்வீடுகளுக்குப் போவது என்பதே மகா பாதகமான காரியம் என்று நினைத்தனர்.

அதிலும், அவர்களுடைய கக்கூசைப் போய்ப் பார்ப்பது, இன்னும் அதிக மோசமானது என்று எண்ணினர். ஆனால், அவ்வகுப்பினரின் இருப்பிடங்களைப் பார்த்ததும் நான் ஆச்சரியமும் மகிழ்ச்சியும் அடைந்தேன். அத்தகைய பகுதிகளுக்கு நான் சென்றது அதுதான் முதல் தடவை. அங்கிருந்த ஆண்களும் பெண்களும் நாங்கள்வந்ததைப் பார்த்து ஆச்சரியம் அடைந்தனர். அவர்களுடைய கக்கூசுகளைப் பார்க்க வேண்டும் என்று நான் கேட்டேன். ''எங்களுக்கும் கக்கூசுகளா!'' என்று அவர்கள் வியந்தார்கள். பிறகு, வெளியே திறப்பான இடங்களில் நாங்கள் போய் மலஜலம் கழித்து விடுவோம். உங்களைப் போன்ற பெரிய மனிதர்களுக்கல்லவா கக்கூசு!'' என்றனர்.

''சரி, அப்படியானால் உங்கள் வீட்டுக்குள் வந்து, நாங்கள் பார்ப்பதைப்பற்றி உங்களுக்கு ஆட்சேபம் இல்லை அல்லவா?'' என்று கேட்டேன்.

''நன்றாக வாருங்கள்; வந்து பாருங்கள், ஐயா. எங்கள் வீடுகளின் ஒவ்வொரு மூலை முடுக்கையும் நீங்கள் பார்க்கலாம். எங்கள் வீடுகள், வீடுகளா? அவை வளைகள்!'' என்றனர்.

உள்ளே போனேன். வெளிப்புறத்தில் இருப்பதைப் போலவே உள்ளேயும் சுத்தமாக இருப்பதைக் கண்டு ஆனந்தம் அடைந்தேன். வாசல்களையும் நன்றாக வைத்து இருந்தனர். தரையைச் சாணம் கொண்டு அழகாக மெழுகி இருந்தனர். அங்கே இருந்த பானைகளும் தட்டுகளும் கொஞ்சம்தான். என்றாலும் அவை சுத்தமாகவும் பளபளப்பாகவும் இருந்தன. அப்பகுதியில் பிளேக் நோய் பரவிவிடும் என்ற பயமே இல்லை.

மேல் சாதியினர் வசிக்கும் பகுதியில் நாங்கள் ஒரு கக்கூசைப் பார்த்தோம். அதைப்பற்றிக் கொஞ்சம் சொல்லாமல் இருப்பதற்கு இல்லை. வீட்டின் ஒவ்வோர் அறைக்கும் ஒரு ஜலதாரை இருந்தது. தண்ணீர் விடவும் மூத்திரம் கழிக்கவும் அந்த ஜலதாரை உபயோகிக்கப்பட்டது. அதனால் வீடு முழுவதுமே துர்நாற்றம் இருக்கும். நாங்கள் பார்த்த வீடுகள் ஒன்றில், மாடியிலிருந்த ஒரு படுக்கை அறையையும் பார்த்தோம். அதிலிருந்த ஜலதாரை, மலஜலம் இரண்டும் கழிக்கக் கக்கூசாக உபயோகிக்கப்பட்டு வந்தது. அந்த ஜலதாரை கீழே போக ஒரு குழாயும் இருந்தது. அந்த அறையிலிருந்த துர்நாற்றத்தைச்

சகித்துக்கொண்டு அங்கே நிற்கவே முடியவில்லை. அங்கே எப்படித்தான் படுத்துத் தூங்குகிறார்கள் என்பதை வாசகர்களே சிந்தித்துப் பார்த்துக்கொள்ள விட்டுவிடுகிறேன்.

வைஷ்ணவக் கோயிலுக்கும் கமிட்டி போய்ப் பார்த்தது. அந்தக் கோயிலின் அர்ச்சகர் எங்கள் குடும்பத்திற்கு வேண்டியவர். ஆகவே, எல்லாவற்றையும் பார்த்து, நாங்கள் செய்ய விரும்பும் சீர்திருத்தங்களைக் கூறலாம் என்று அவர் ஒப்புக்கொண்டார். அக்கோயிலின் ஒரு பகுதியை அவர் கூடப் பார்த்ததே இல்லை. அந்த இடத்தில் தான் குப்பை கூளங்களையும் எச்சில் இலைகளையும் சுவரைத் தாண்டி வீசிப்போட்டு விடுவது வழக்கம். காக்கைகளும் பருந்துகளும் அங்கே எப்பொழுதும் இருந்து வந்தன. கக்கூசுகளும் மிக ஆபாசமாக இருந்தன. நாங்கள் கூறிய யோசனைகளை எவ்வளவு தூரம் அந்த அர்ச்சகர் நிறைவேற்றிவைத்தார் என்பதைப் பார்க்க நான் அதிக நாட்கள் ராஜ்கோட்டில் இல்லை.

கடவுளை வழிபடும் இடங்களில் கூட அவ்வளவு அசுத்தங்கள் இருப்பதைக் கண்டு மனவேதனைப்பட்டேன். தெய்வீகமானது என்று கருதப்படும் ஓர் இடத்தில் சுகாதார விதிகள் கவனமாக நிறைவேற்றப் பட்டிருக்கும் என்றே யாரும் எதிர்பார்ப்பார்கள். அகம், புறம் ஆகிய இரு தூய்மைகளும் இருக்க வேண்டியது முக்கியம் என்று ஸ்மிருதி கர்த்தாக்கள் மிகவும் வற்புறுத்திக் கூறியிருக்கிறார்கள் என்பதை அப்பொழுதே நான் அறிந்திருந்தேன்.

26. இரு ஆர்வங்கள்

பிரிட்டிஷ் அரசியல் முறைகளிடம் எனக்கு இருந்த அவ்வளவு விசுவாசத்தைப்போல் வேறு யாருக்கும் இருந்ததாக நான் அறிந்ததில்லை. சத்தியத்தினிடம் எனக்கு இருந்த பற்றே இத்தகைய விசுவாசத்திற்கு அடிப்படையாக இருந்தது என்பதை நான் அப்பொழுது காண முடிந்தது. விசுவாசமோ, வேறு ஒரு நற்குணமோ என்னிடம் இருப்பதாக நடிப்பது என்பது மாத்திரம் என்னால் என்றுமே ஆகாது. நேட்டாலில் நான் போகும் ஒவ்வொரு பொதுக்கூட்டத்திலும் ராஜ வாழ்த்துக் கீதம் பாடப்படும். அதைப் பாடுவதில் நானும் கலந்துகொள்ள வேண்டும் என்று அப்பொழுது நான் எண்ணினேன். பிரிட்டிஷ் ஆட்சியில் இருக்கும் குறைகளை நான் அறியவில்லை என்பதல்ல. ஆனால், மொத்தத்தில் பார்த்தால் அந்த ஆட்சி, ஏற்றுக் கொள்ளக் கூடியதே என்று நினைத்தேன். பொதுவாக பிரிட்டிஷ் ஆட்சி, ஆளப்படுவோருக்கு நன்மையானது என்றும் அந்த நாட்களில் நம்பினேன்.

தென்னாப்பிரிக்காவில் நிற வெறியைக் கண்டேன். ஆனால் அது பிரிட்டிஷ் பாரம்பரிய குணத்திற்கு மாறுபட்டது என்று கருதினேன். அது தற்காலிகமானது, தென்னாப்பிரிக்காவில் மாத்திரம் இருப்பது என்று நம்பினேன். ஆகையால், ஆங்கிலேயருடன் போட்டி போட்டுக்கொண்டு, மன்னரிடம் விசுவாசம் காட்டினேன். ராஜவாழ்த்துக் கீதத்தின் மெட்டைக் கவனத்துடனும் விடாமுயற்சியுடனும் கற்றுக்கொண்டேன். அக்கீதம் பாடப்படும் போதெல்லாம் நானும் சேர்ந்து பாடி வந்தேன். ஆர்பாட்டமும் வெளிப்பகட்டும் இல்லாமல் ராஜவிசுவாசத்தைத் தெரிவிக்கும் சமயம் வந்த போதெல்லாம் அதில் நானும் தயங்காது பங்குகொண்டேன்.

இந்த விசுவாசத்தை என் வாழ்க்கையில் என்றுமே நான் பயன்படுத்திக் கொண்டதில்லை. அதைக் கொண்டு சுய லாபத்தை அடைவதற்கு நான் என்றும் நாடியதும் இல்லை. விசுவாசம் காட்ட வேண்டியது என் அளவில் ஒரு கடமையாகவே

இருந்தது. வெகுமதி எதையும் எதிர்பாராமல் அதை நான் காட்டி வந்தேன்.

நான் இந்தியாவுக்கு வந்தபோது, விக்டோரியா மகாராணியின் வைர விழாவைக் கொண்டாடுவதற்கு ஏற்பாடுகள் நடந்து கொண்டிருந்தன. ராஜ்கோட்டில் இதற்காக அமைக்கப்பட்டிருந்த கமிட்டியில் சேருமாறு என்னை அழைத்தார்கள். அழைப்பை ஏற்றுக்கொண்டேன். ஆனால், கொண்டாட்டம் பெரும்பாலும் பகட்டாக இருக்குமோ என்ற சந்தேகம் எனக்கு இருந்தது. வெளி வேஷமாகவே காரியங்கள் நடந்ததைக் கண்டு, மனவருத்தம் அடைந்தேன். 'கமிட்டியில் நான் இருக்க வேண்டுமா?' என்று என்னை நானே கேட்டுக்கொள்ள ஆரம்பித்தேன். ஆனால், முடிவாக, நான் செய்ய வேண்டியதைச் செய்து கொண்டுபோவது என்று தீர்மானித்துக் கொண்டேன்.

விழாவை ஒட்டிச் செய்யப்பட்ட யோசனைகளில் ஒன்று, மரம் நடுவது என்பது. அநேகர் இதைப் பகட்டுக்காகவும் அதிகாரிகளைத் திருப்தி செய்யவேண்டும் என்பதற்காகவும் செய்ததைக் கண்டேன். மரம் நடுவது, கட்டாயமானது அல்ல என்றும், அது ஒரு யோசனையே என்றும் அவர்களிடம் நான் எவ்வளவோ வாதாடிப் பார்த்தேன். செய்வதானால் சரியாகச் செய்யவேண்டும்; இல்லா விட்டால் சும்மா இருந்துவிட வேண்டும். என் கருத்தைக் கேட்டு அவர்கள் நகைத்தார்கள் என்றே எனக்கு ஞாபகம். என் பங்குக்கு ஏற்பட்ட மரத்தை நான் உண்மையான சிரத்தையுடனேயே நட்டு, ஜாக்கிரதையாகத் தண்ணீர் ஊற்றியும் வளர்த்தேன் என்பது எனக்கு நினைவு இருக்கிறது.

அதேபோல என் குடும்பத்தில் இருந்த குழந்தைகளுக்கு ராஜவாழ்த்துக் கீதம் பாடக்கற்றுக் கொடுத்தேன். உள்ளூர்ப் போதனாமுறைக் கல்லூரி மாணவர்களுக்கும் அதை நான் சொல்லிக் கொடுத்தது நினைவிருக்கிறது. ஆனால் அப்படி நான் சொல்லிக் கொடுத்தது ஜூபிளி சமயத்திலா அல்லது இந்தியாவின் சக்கரவர்த்தியாக ஏழாம் எட்வர்டுக்கு முடி சூட்டு விழா நடந்தபோதா என்பது எனக்கு ஞாபகம் இல்லை. பிற்காலத்தில் அப் பாடலின் அடிகள் எனக்கு அருவருப்பை உண்டாக்கின. அகிம்சையைப் பற்றிய என் எண்ணங்கள்

வளர்ச்சியடையவே, நான் எண்ணுவதிலும் பேசுவதிலும் அதிக எச்சரிக்கையுடன் இருக்க ஆரம்பித்தேன்.

'அவள் விரோதிகளைச் சிதறடித்துஅவர்கள் வீழ்ச்சியடையச் செய்யும்;அவர்களது ராஜ்யம் குழப்பமடைந்துவஞ்சகமான அவர்கள் தந்திரங்கள் நிறைவேறாது செய்யும்'

முக்கியமாக அந்தக் கீதத்தின் மேற்கண்ட வரிகளே அகிம்சையைப் பற்றிய என் உணர்ச்சிக்கு முரணாக இருந்தன. என் அபிப்பிராயத்தை டாக்டர் பூத்திடம் தெரிவித்தேன். அகிம்சையில் நம்பிக்கையுள்ள ஒருவர், அந்த வரிகளைப்பாடுவது சரியல்ல என்பதை அவரும் ஒப்புக்கொண்டார். 'விரோதிகள்' என்று சொல்லப்படுகிறவர்கள், 'வஞ்சகர்'களாகவும் இருப்பார்கள் என்று நாம் எப்படி எண்ணிக்கொள்ளுவது? விரோதிகள் என்பதனால் அவர்கள் கட்டாயம் தவறு செய்பவர்களாகவும் இருக்க வேண்டுமா? ஆண்டவனிடமிருந்து நாம் நீதியையே கேட்கலாம். டாக்டர் பூத் என் உணர்ச்சிகளைப் பூரணமாக அங்கீகரித்தார். தமது பிரார்த்தனைக் கூட்டத்திற்கு என்று புதியதொரு ராஜ வாழ்த்துக்கீதத்தையும் இயற்றினார். டாக்டர் பூத்தைக் குறித்து மேற்கொண்டும் பிறகு கவனிப்போம்.

ராஜவிசுவாசத்தைப் போலவே, நோயுற்றிருப்போருக்குப் பணிவிடை செய்யவேண்டும் என்ற ஆர்வமும் என் சுபாவத்திலேயே ஆழ வேர்விட்டிருந்தது. நண்பர்களாக இருக்கட்டும், முன் பின் தெரியாதவர்களாக இருக்கட்டும்; பிறருக்குப் பணிவிடை செய்வதில் எனக்கு ஆசை அதிகம்.

தென்னாப்பிரிக்க இந்தியர் சம்பந்தமான துண்டுப் பிரசுர வேலையில் நான் ராஜ்கோட்டில் தீவிரமாக ஈடுபட்டிருந்த சமயம், பம்பாய்க்கு உடனே போய்த் திரும்ப வேண்டிய சந்தர்ப்பம் நேரிட்டது. தென்னாப்பிரிக்க இந்தியர் விஷயமாக நகரங்களில் பொதுக்கூட்டங்களை நடத்திப் பொதுமக்கள் அந்த நிலைமையை அறியும்படி செய்யவேண்டும் என்பது என் நோக்கம். இதற்கு முதல் நகரமாகப் பம்பாயைத் தேர்ந்தெடுத்தேன். முதலில், நீதிபதி ரானடேயைச் சந்தித்தேன். நான் சொன்னதை அவர் கவனமாகக் கேட்டுக்கொண்டார். ஸர் பிரோஸ்ஷா மேத்தாவைச் சந்திக்குமாறு கூறினார். அடுத்தபடியாக நான் சந்தித்த நீதிபதியான பத்ருதீன் தயாப்ஜியும்

அதே யோசனைதான் கூறினார். ''நீதிபதி ரானடேயும் நானும் உங்களுக்கு, அதிகமாக எந்த உதவியும் செய்வதற்கு இல்லை. எங்கள் நிலைமையை நீங்கள் அறிவீர்கள். பொது விஷயங்களில் நாங்கள் தீவிரப் பங்கு எடுத்துக் கொள்ளுவதற்கில்லை. ஆனால், எங்கள் ஆதரவு உங்களுக்கு உண்டு. உங்களுக்குச் சரியானபடி வழிகாட்டக் கூடியவர், ஸர் பிரோஸ்ஷா மேத்தாவே'' என்றார்.

நிச்சயமாக நானும் ஸர் பிரோஸ்ஷா மேத்தாவைப் பார்க்க வேண்டும் என்றுதான் இருந்தேன். அவர் யோசனைப்படி நடந்து கொள்ளுமாறு இப் பெரியவர்கள் எனக்குப் புத்திமதி கூறியது, பொதுமக்களிடையே ஸர் பிரோஸ்ஷாவுக்கு இருந்த மகத்தான செல்வாக்கை நான் நன்றாக அறிந்துகொள்ளும்படி செய்தது. பிறகு அவரிடம் சென்றேன். அவர் முன்னிலையில் பயத்தால் திகைத்து நின்றுவிட நான் தயாராக இருந்தேன். பொதுமக்கள் அவருக்குக் கொடுத்திருந்த பட்டங்களைக் கேள்விப் பட்டிருக்கிறேன். 'பம்பாயின் சிங்கத்தை', 'மாகாணத்தின் முடி சூடா மன்னரை' நான் பார்க்க வேண்டியிருக்கிறது என்பதையும் அறிவேன். ஆனால், 'மன்னர்' முன்னெச்சரிக்கையுடன் என்னை அடக்கி விடவில்லை. அன்புமிக்க ஒரு தந்தை, தம்முடைய வயது வந்த மகனை எவ்விதம் சந்திப்பாரோ அவ்வாறே என்னை அவர் சந்தித்தார். நான் அவரைச் சந்தித்தது, ஹைகோர்ட்டில். அவர் காரியாலயத்தில் பல நண்பர்களும் சீடர்களும் அவரைச் சூழ்ந்து கொண்டிருந்தனர். ஸ்ரீ டி.ஈ. வாச்சாவும் ஸ்ரீ காமாவும் அங்கே இருந்தனர். ஸர் பிரோஸ்ஷா மேத்தா, அவர்களுக்கு என்னை அறிமுகம் செய்து வைத்தார். ஸ்ரீ வாச்சாவைக் குறித்து முன்பே கேள்விப்பட்டிருக்கிறேன். ஸர் பிரஸ்ஷாவுக்கு அவர் வலக்கரம் போன்றவர் என்று கருதப்பட்டு வந்தார். புள்ளி விவரங்களில் அவர் பெரிய நிபுணர் என்று ஸ்ரீ வீரசந்திர காந்தி எனக்குச் சொல்லியிருக்கிறார். ''காந்தி, நாம் திரும்பவும் சந்திக்க வேண்டும்'' என்றார் ஸ்ரீ வாச்சா.

இவ்விதம் அறிமுகம் செய்து வைத்ததெல்லாம் இரண்டே நிமிஷங்களில் முடிந்து விட்டது. நான் கூறியதையெல்லாம் ஸர் பிரோஸ்ஷா கவனமாகக் கேட்டுக்கொண்டார். நீதிபதிகள் ரானடேயையும் தயாப்ஜியையும் நான் பார்த்தேன் என்றும் சொன்னேன். ''காந்தி, உமக்கு நான் உதவி செய்தாக வேண்டும்

என்பதைக் காண்கிறேன். இங்கே நான் ஒரு பொதுக் கூட்டத்தைக் கூட்டவேண்டும்'' என்று சொல்லி விட்டுத் தம் காரியதரிசி ஸ்ரீமுன்ஷியைப் பார்த்து, கூட்டத்திற்குத் தேதியை நிச்சயிக்கும்படி கூறினார். தேதியும் முடிவாயிற்று. பொதுக்கூட்டத்திற்கு முதல் நாள், தம்மை வந்து பார்க்கும்படி கூறி, எனக்கு அவர் விடை கொடுத்து அனுப்பினார். இந்தச் சந்திப்பு அவரிடம் எனக்கிருந்த பயத்தைப் போக்கிவிட்டது. குதூகலத்துடன் வீடு திரும்பினேன்.

இச்சமயம் பம்பாயில் இருந்தபோது அங்கே நோயுற்றிருந்த என் மைத்துனரைப் பார்க்கப் போனேன். அவர் வசதியுடையவர் அல்ல. என் சகோதரி (அவர் மனைவி) யாலும் அவருக்குப் பணிவிடை செய்யமுடியவில்லை. நோயோ கடுமையானது. அவரை ராஜ்கோட்டுக்கு அழைத்துக் கொண்டு போய்விடுவதாகக் கூறினேன். அவரும் ஒப்புக் கொண்டார். எனவே என் சகோதரியுடனும் அவர் கணவரோடும் நான் வீடு திரும்பினேன். நான் எதிர்பார்த்ததை விட அவருடைய நோய் அதிக நாள் நீடித்திருந்தது. என் மைத்துனரை என் அறையில் தங்கச் செய்து, இரவும் பகலும் அவருடனேயே இருந்தேன். இரவில் பாதி நேரம் நான் விழித்திருக்க வேண்டியிருந்தது. அவருக்குப் பணிவிடை செய்து கொண்டே என் தென்னாப்பிரிக்க வேலைகள் சிலவற்றையும் நான் செய்ய வேண்டியிருந்தது. முடிவாக நோயாளி இறந்து விட்டார். ஆனால், அவருடைய கடைசி நாட்களில் அவருக்குப் பணிவிடை செய்யும் வாய்ப்புக் கிடைத்தது, எனக்குப் பெரிய ஆறுதலாக இருந்தது.

நோயாளிகளுக்குப் பணிவிடை செய்வதில் எனக்கு இருந்த விருப்பு, நாளாவட்டத்தில் அடங்காத அவாவாக வளர்ந்து விட்டது. இதன் பலனாக நான் என்னுடைய மற்ற வேலைகளைப் பல சமயங்களில் சரிவரக் கவனிப்பதில்லை. சில சமயம் இவ்விதப் பணிவிடை செய்வதில் என் மனைவிக்கும் வேலை கொடுத்து, வீட்டிலிருந்த எல்லோரையும் அவ் வேலையில் ஈடுபடுத்திவிடுவேன்.

ஒருவர் இத்தகைய சேவையைச் செய்வதில் இன்பம் கொண்டாலன்றி இதைச் செய்வதில் அர்த்தமே இல்லை. வெளிப்பகட்டுக்காகவோ, பொதுஜன அபிப்பிராயத்திற்குப் பயந்தோ இதைச் செய்வதாயின், அப்படிச் செய்பவரின் ஆன்ம

வளர்ச்சியை அது குன்றச் செய்து, உணர்ச்சியையும் நசுக்கி விடுகிறது. சந்தோஷம் இல்லாமல் செய்யும் சேவையினால் செய்கிறவருக்கும் நன்மை இல்லை; சேவை பெறுகிறவருக்கும் நன்மை இல்லை. மகிழ்ந்து செய்யும் சேவையுடன் ஒப்பிட்டால், மற்றெல்லா இன்பங்களும் உடைமைகளும் பயனற்றவை என்ற வகையில் மங்கிப்போகின்றன.

27. பம்பாய்க் கூட்டம்

என் மைத்துனர் இறந்த அன்றே பொதுக் கூட்டத்திற்காக நான் பம்பாய் போக வேண்டியிருந்தது. நான் அங்கே செய்ய வேண்டிய பிரசங்கத்தைக் குறித்துச் சிந்திக்கக்கூட எனக்கு அவகாசம் இல்லை. இரவும் பகலும் கவலையுடன் விழித்திருக்க நேர்ந்ததால், நான் களைத்துப் போனேன். தொண்டையும் கம்மிப் போயிருந்தது. என்றாலும், கடவுளிடமே முழு நம்பிக்கையையும் வைத்து, நான் பம்பாய்க்குப் போனேன். என் பிரசங்கத்தை முன்னாலேயே எழுத வேண்டியிருக்கும் என்று நான் கனவிலும் எண்ணவில்லை.

ஸர் பிரோஸ்ஷா கூறியிருந்தபடி, பொதுக் கூட்டம் நடப்பதற்கு முதல் நாள் மாலை 5 மணிக்கு, அவர் காரியாலயத்திற்குப் போனேன்.

"காந்தி, உமது பிரசங்கம் தயாராக இருக்கிறதா?" என்று அவர் என்னைக் கேட்டார்.

"இல்லை, ஐயா. ஞாபகத்தில் இருந்தே கூட்டத்தில் பேசி விடலாம் என்று இருக்கிறேன்" என்று நான் நடுங்கிக் கொண்டே சொன்னேன்.

"பம்பாயில் அது சரிப்படாது" இங்கே நிருபர்கள் பத்திரிக்கைக்குச் செய்தி அனுப்புவது மோசமாக இருக்கிறது. இந்தக் கூட்டத்தினால் நாம் பயனடைய வேண்டுமாயின், உமது பிரசங்கத்தை நீர் எழுதி விட வேண்டும். அதோடு நாளை விடிவதற்குள் அதை அச்சிட்டும் விட வேண்டும். இதைச் செய்துவிட உம்மால் முடியும் என்றே நம்புகிறேன்" என்றார்.

எனக்கு ஒரே நடுக்கம் எடுத்துவிட்டது. என்றாலும் முயல்வதாகச் சொன்னேன்.

"அப்படியானால், கையெழுத்துப் பிரதியை வாங்கிக் கொள்ள ஸ்ரீ முன்ஷி உம்மிடம் எந்த நேரத்திற்கு வரவேண்டும் என்பதைச் சொல்லும்" என்றார்.

“இரவு பதினொரு மணிக்கு” என்றேன்.

அடுத்த நாள் கூட்டத்திற்குப் போனதும், ஸர் பிரோஸ்ஷா கூறிய யோசனை, எவ்வளவு புத்திசாலித்தனமானது என்பதைக் கண்டு கொண்டேன். ஸர் கோவாஸ்ஜி ஜஹாங்கீர் இன்ஸ்டிடியூட் மண்டபத்தில் பொதுக்கூட்டம் நடந்தது. ஒரு கூட்டத்தில் ஸர் பிரோஸ்ஷா மேத்தா பேசுகிறார் என்றால் எப்பொழுதுமே மண்டபம் நிறைந்துவிடும். அவர் பிரசங்கத்தைக் கேட்க வேண்டும் என்ற ஆர்வத்தில், முக்கியமாக மாணவர்கள், எள் விழவும் இடமின்றி வந்து கூடுவார்கள் என்று கேள்விப்பட்டிருக்கிறேன். என் அனுபவத்தில் அப்படிப்பட்ட முதல் கூட்டம் இதுதான். நான் பேசுவது, சிலருக்கு மாத்திரமே கேட்கும் என்பதைக் கண்டேன். என் பிரசங்கத்தைப் படிக்க ஆரம்பித்ததுமே என் உடம்பெல்லாம் நடுங்கிற்று. உரக்க, இன்னும் கொஞ்சம் உரக்கப் பேசும்படி கூறி ஸர் பிரோஸ்ஷா தொடர்ந்து என்னை உற்சாகப்படுத்திக் கொண்டே இருந்தார். அது என்னை உற்சாகப் படுத்துவதற்குப் பதிலாக, என் தொனி மேலும் மேலும் குறைந்து கொண்டு போகும்படியே செய்தது என்பது என் ஞாபகம்.

எனது பழைய நண்பர் ஸ்ரீ கேசவராவ் தேஷ்பாண்டே என்னைக் காப்பாற்ற வந்தார். என் பிரசங்கத்தை அவர் கையில் கொடுத்து விட்டேன். அவர் பேச்சுத் தொனிதான் ஏற்ற தொனி. ஆனால், கூடியிருந்தவர்களோ, அவர் பேச்சைக் கேட்க மறுத்துவிட்டனர். ‘வாச்சா!’ ‘வாச்சா!’ என்ற முழக்கம் எங்கும் எழுந்தது. ஆகவே, ஸ்ரீ வாச்சா எழுந்து என் பிரசங்கத்தைப் படித்தார். அற்புதமான பலனும் ஏற்பட்டது. கூட்டத்தில் இருந்தவர்கள் முற்றும் அமைதியோடு இருந்து, பிரசங்கத்தைக் கேட்டார்கள். அவசியமான இடங்களில் கரகோஷமும், ‘வெட்கம்!’ என்ற முழக்கமும் செய்தார்கள். இது என் உள்ளத்துக்குக் குதூகலம் அளித்தது.

பிரசங்கம் ஸர் பிரோஸ்ஷாவுக்குப் பிடித்திருந்தது. நான் மட்டற்ற மகிழ்ச்சியடைந்தேன்.

ஸ்ரீ தேஷ்பாண்டே, ஒரு பார்ஸி நண்பர் ஆகியவர்களின் ஆதரவை இக்கூட்டம் எனக்குத் தேடித் தந்தது. அந்தப் பார்ஸி நண்பர் இன்று உயர்தர அரசாங்க அதிகாரியாக இருப்பதால்

அவர் பெயரைக் கூற நான் தயங்குகிறேன். இருவரும் என்னுடன் தென்னாப்பிரிக்காவுக்கு வர முடிவு செய்து இருப்பதாக என்னிடம் தெரிவித்தனர். அப்பொழுது ஸ்மால் காஸ் கோர்ட்டு நீதிபதியாக இருந்த ஸ்ரீ சி. எம். குர்ஸேத்ஜி, அந்தப் பார்ஸி நண்பர்க்குக் கல்யாணம் செய்துவிடத் திட்டம் போட்டிருந்தார். ஆகவே, அவர் பார்ஸி நண்பரைத் தமது தீர்மானத்தை மாற்றிக் கொள்ளும்படி செய்துவிட்டார். 'கல்யாணமா, தென் ஆப்பிரிக்காவுக்குப் போவதா?' –இந்த இரண்டில் ஒன்றை அவர் தீர்மானிக்க வேண்டியதாயிற்று. அவர் கல்யாணத்தையே ஏற்றுக் கொண்டார். ஆனால், இவ்விதம் அவர் தீர்மானத்தைக் கைவிட்டதற்காக, பிற்காலத்தில் அச்சமூகத்தைச் சேர்ந்த பார்ஸி ருஸ்தம்ஜி பரிகாரம் செய்துவிட்டார். அநேகப் பார்ஸிப் பெண்கள், கதர் வேலைக்குத் தங்களை அர்ப்பணம் செய்து கொண்டதன் மூலம், அந்தப் பார்ஸி நண்பர் உறுதியை மீறுவதற்குக் காரணமாக இருந்த அவர் மனைவிக்காகப் பரிகாரம் செய்து விட்டனர். ஆகையால், அத் தம்பதிகளுக்குச் சந்தோஷமாக நான் மன்னிப்பு அளித்துவிட்டேன். ஸ்ரீ தேஷ்பாண்டேக்குக் கல்யாண ஆசை எதுவும் இல்லை. என்றாலும், அவராலும் வர முடியவில்லை. அவர் அப்பொழுது, தம் வாக்குறுதியை மீறியதற்கு, இப்பொழுது தக்க பிராயச்சித்தங்களைச் செய்துகொண்டு வருகிறார். நான் தென்னாப்பிரிக்காவுக்குத் திரும்பிப்போன போது ஜான்ஸிபாரில் தயாப்ஜி குடும்பத்தைச் சேர்ந்த ஒருவரைச் சந்தித்தேன். என்னுடன் வந்து, எனக்கு உதவி செய்வதாக அவரும் வாக்களித்தார். ஆனால், அவர் வரவே இல்லை. அந்தக் குற்றத்திற்கு ஸ்ரீ அப்பாஸ் தயாப்ஜி, இப்பொழுது பரிகாரம் தேடி வருகிறார். இவ்விதம் சில பாரிஸ்டர்கள் தென்னாப்பிரிக்காவுக்குப் போகும்படி செய்ய நான் செய்த மூன்று முயற்சிகளும் பலன் அளிக்கவில்லை.

இது சம்பந்தமாக ஸ்ரீ பேஸ்தன்ஜி பாத்ஷாவின் நினைவு எனக்கு இருக்கிறது. நான் இங்கிலாந்தில் இருந்த காலம் முதற்கொண்டு அவரிடம் நட்புடன் இருந்தேன். லண்டனில் ஒரு சைவ உணவு விடுதியில் அவரை முதன் முதலில் சந்தித்தேன். அவருடைய சகோதரர் ஸ்ரீ பர்ஜோர்ஜி பாத்ஷா ஒரு 'கிறுக்கர்' என்று பெயர் பெற்றிருந்ததைக் கொண்டு, அவரைக் குறித்தும் எனக்குத் தெரியும். நான் அவரைப் பார்த்ததே இல்லை. அவர்

விசித்திரப் போக்குடையவர் என்று நண்பர்கள் சொன்னார்கள். குதிரைகளிடம் இரக்கப்பட்டு அவர் (குதிரை பூட்டிய) டிராம் வண்டிகளில் ஏறுவதில்லை. அவருக்கு ஞாபக சக்தி அபாரமாக இருந்தும், பரீட்சை எழுதிப் பட்டங்களைப் பெற மறுத்து விட்டார். சுயேச்சையான மனப்போக்கை வளர்த்துக் கொண்டிருந்தார். பார்ஸி வகுப்பினராக இருந்தும் அவர் சைவ உணவே சாப்பிடுவார். பேஸ்தன்ஜிக்கு இத்தகைய கியாதி இல்லை. ஆனால், அவரது புலமைக்கு லண்டனிலும் பிரபல்யம் இருந்தது. எங்கள் இருவருக்கும் இருந்த ஒற்றுமை சைவ உணவில்தான். புலமையில் அவரை நெருங்குவதென்பது என் சக்திக்கு அப்பாற்பட்டது.

அவரை நான் பம்பாயில் மீண்டும் சந்தித்தேன். அவர் ஹைகோர்ட்டின் பிரதம குமாஸ்தாவாக வேலை பார்த்து வந்தார். நான் அவரைச் சந்தித்தபோது, அவர் உயர்தரக் குஜராத்தி அகராதி ஒன்று தயாரிக்கும் வேலையில் ஈடுபட்டிருந்தார். என் தென்னாப்பிரிக்க வேலையில் எனக்கு உதவி செய்யுமாறு நான் கேட்காத நண்பர் இல்லை. பேஸ்தன்ஜி பாத்ஷா எனக்கு உதவி செய்ய மறுத்த தோடல்லாமல், இனி தென்னாப்பிரிக்காவுக்குத் திரும்ப வேண்டாம் என்று எனக்குப் புத்திமதியும் சொன்னார்.

அவர் கூறியதாவது "உமக்கு உதவி செய்வது சாத்தியமில்லை. நீர் தென்னாப்பிரிக்காவுக்குப் போவது என்பது கூட எனக்குப் பிடிக்கவில்லை. செய்வதற்கு நம் நாட்டில் வேலையே இல்லையா? இப்பொழுது பாரும், நம் மொழிக்குச் செய்ய வேண்டியதே எவ்வளவோ இருக்கிறது. விஞ்ஞானச் சொற்களை நம்மொழியில் நான் கண்டுபிடிக்க வேண்டியிருக்கிறது. ஆனால், செய்ய வேண்டியிருக்கும் வேலையில் இது ஒரு சிறு பகுதியே. நாட்டில் இருக்கும் வறுமையை எண்ணிப்பாரும். தென்னாப்பிரிக்காவில் இருக்கும் நம் மக்கள் கஷ்டப்படுகிறார்கள் என்பதில் சந்தேகம் இல்லை. ஆனால் உம்மைப்போன்ற ஒருவர் அந்த வேலைக்காகப் பலியிடப்படுவதை நான் விரும்பவில்லை. முதலில் இங்கே சுயாட்சியைப் பெறுவோம். அதனால் அங்கிருக்கும் நம்மவர்களுக்குத் தானே உதவி செய்தவர்கள் ஆவோம். உம் மனத்தை மாற்ற என்னால் ஆகாது என்பதை அறிவேன். என்றாலும், உம்மைப் போன்றவர்கள் யாரும்

உம்முடன் சேர்ந்து உம்மைப் போல் ஆகிவிடுவதற்கு உற்சாகம் ஊட்டமாட்டேன்.''

இந்தப் புத்திமதி எனக்குப் பிடிக்கவில்லை. ஆயினும், ஸ்ரீ பேஸ்தன்ஜி பாத்ஷா மீது நான் கொண்டிருந்த மதிப்பை இது அதிகமாக்கியது. நாட்டினிடமும் தாய் மொழியினிடமும் அவர் கொண்டிருந்த பக்தி என் மனத்தைக் கவர்ந்தது. இச் சம்பவம் எங்களை இன்னும் அதிகமாக நெருங்கிப் பழகும்படி செய்தது. என்றாலும் தென்னாப்பிரிக்காவில் எனக்கு இருந்த பணியை நான் விடுவதற்குப் பதிலாக என்னுடைய தீர்மானத்தில் நான் அதிக உறுதி கொள்ளலானேன். தாய்நாட்டிற்குச் செய்ய வேண்டிய வேலையின் எப்பகுதியையும் தேசபக்தி உள்ள ஒருவர் அலட்சியம் செய்துவிட முடியாது. எனக்கோ கீதையின் வாசகம் மிகத் தெளிவாகவும் கண்டிப்பாகவும் இருந்தது: ''நன்றாக அனுஷ்டிக்கப்பட்ட பிறருடைய தருமத்தைவிட, குணமற்ற தனது தருமமே சிறந்ததாகும். தனது தருமத்தை நிறைவேற்றும் போது இறப்பது சிறந்தது. பிறர் தருமம் பயத்தைக் கொடுப்பதாகும்''.

28. புனாவும் சென்னையும்

என் வேலையை ஸர் பிரோஸ்ஷா எளிதாக்கிவிட்டார். ஆகவே, பம்பாயிலிருந்து புனாவுக்குப் போனேன். அங்கே இரு கட்சியினர் இருந்தார்கள். எல்லாவிதக் கருத்துக்களும் கொண்ட எல்லோருடையஉதவியும் எனக்குத் தேவை. முதலில் லோகமான்யத் திலகரைப் பார்த்தேன். அவர் கூறியதாவது:

"எல்லாக் கட்சியினரின் உதவியையும் நீங்கள் நாடுவது மிகவும் சரி. தென்னாப்பிரிக்கப் பிரச்னை சம்பந்தமாக அபிப்பிராய பேதமே இருப்பதற்கில்லை. ஆனால், எக் கட்சியையும் சேராதவரான ஒருவர், உங்கள் பொதுக் கூட்டத்திற்குத் தலைவராக இருக்க வேண்டும். பேராசிரியர் பந்தர்காரைச் சந்தியுங்கள். கொஞ்ச காலமாக அவர் பொதுஜன இயக்கம் எதிலும் ஈடுபடுவதில்லை. அவரைப் பார்த்துவிட்டு, அவர் என்ன சொல்கிறார் என்பதை என்னிடம் கூறுங்கள். என்னால் ஆன எல்லா உதவியையும் உங்களுக்குச் செய்ய வேண்டும் என்று விரும்புகிறேன். நீங்கள் விரும்பும் போதெல்லாம் வந்து என்னைத் தாராளமாகப் பார்க்கலாம். வேண்டியதைச் செய்ய எப்பொழுதும் தயாராக இருக்கிறேன்."

லோகமான்யரை நான் சந்தித்தது இதுவே முதல் தடவை. பொதுமக்களிடையே அவருக்கு இருந்த இணையில்லாத செல்வாக்கின் ரகசியத்தை இச்சந்திப்பு எனக்கு வெளிப்படுத்தியது.

பின்பு கோகலேயைப் போய்ப் பார்த்தேன். பெர்குஸன் கல்லூரி மைதானத்திலேயே அவரைக் கண்டேன். அன்போடு அவர் என்னை வரவேற்றார். அவருடைய இனிய சுபாவம் அப்பொழுதே என் உள்ளத்தைக் கொள்ளை கொண்டு விட்டது. அவரைச் சந்திப்பதும் இதுதான் முதல் தடவை. என்றாலும், ஏதோ பழைய நட்பை மீண்டும் புதுப்பித்துக் கொள்ளுவதைப் போலவே தோன்றியது. ஸர் பிரோஸ்ஷா எனக்கு இமயமலைபோல் தோன்றினார். லோகமான்யரோ எனக்கு சமுத்திரம்போல் காணப்பட்டார். ஆனால், கோகலேயோ

கங்கையைப் போல இருந்தார். அந்த புண்ணிய நதியில் யாரும் நீராடி இன்புற முடியும். ஹிமாலயம் ஏறிக் கடப்பதற்கு அரியது. கடலில், யாரும் துணிந்து எளிதில் இறங்கிவிட முடியாது; ஆனால், கங்கையோ அரவணைத்துக் கொள்ள எல்லோரையும் அன்புடன் அழைக்கிறது. கையில் துடுப்புடன் படகில் ஏரி, அதில் மிதப்பதே இன்பம். பள்ளிக்கூடத்தில் சேர வரும் ஒரு மாணவனை ஓர் உபாத்தியாயர் எவ்விதம் பரீட்சிப்பாரோ அதே போலக் கோகலே என்னை நுட்பமாகப் பரீட்சை செய்தார். யாரிடம் போகவேண்டும் என்பதை அவர் எனக்குச் சொன்னார். நான் செய்ய இருக்கும் பிரசங்கத்தை முன்னால் தாம் பார்க்க விரும்புவதாகக் கூறினார். கல்லூரி முழுவதையும் சுற்றிக் காட்டினார். தம்மால் ஆனதைச் செய்யத் தாம் எப்பொழுதும் தயாராக இருப்பதாகவும் எனக்கு உறுதியளித்தார். டாக்டர் பந்தர்காரைச் சந்தித்ததன் முடிவைத் தமக்கு அறிவிக்கச் சொன்னார். மிக்க மகிழ்ச்சியுடன் என்னை அனுப்பினார். அன்று முதல் – ராஜீயத் துறையில் – அவர் ஜீவித்திருந்த காலத்திலும் அதற்குப் பின்னர் இன்றளவும், முற்றும் என் உள்ளத்தில் இணையற்றதான பீடத்தில் கோகலே அமர்ந்து விட்டார்.

டாக்டர் பந்தர்கார், தந்தைக்கு மகனிடம் இருக்கும் அன்புடன் என்னை வரவேற்றார். நான் அவரைப் பார்க்கப் போனது மத்தியான வேளை. அந்த நேரத்தில்கூட ஓய்வின்றி நான் எல்லோரையும் சந்தித்து வந்தது, சோர்வு என்பதையே அறியாத அப் பண்டிதமணிக்கு என் மீது அதிகப் பரிவை உண்டாக்கியது. பொதுக்கூட்டத்திற்கு எக் கட்சியையும் சேராதவரே தலைவராக இருக்க வேண்டும் என்று நான் வற்புறுத்தியதை உடனே அவர் ஏற்றுக்கொண்டார். “அதுதான் சரி”, “அதுதான் சரி” என்றும் அவராகவே ஆனந்தத்துடன் கூறினார்.

நான் கூறியதையெல்லாம் கேட்டுக்கொண்ட பிறகு அவர் கூறியதாவது “ராஜீய விஷயங்களில் நான் சம்பந்தம் வைத்துக் கொள்ளுவதில்லை என்பதை எல்லோரும் உங்களுக்குச் சொல்வார்கள். ஆனாலும், உங்கள் கோரிக்கையை மறுக்க என்னால் முடியாது. உங்கள் கட்சி மிகவும் நியாயமானது. உங்கள் முயற்சியோ அற்புதமானது. ஆகவே, உங்கள் பொதுக்கூட்டத்தில் பங்கெடுத்துக்கொள்ள நான் மறுத்து விடுவதற்கில்லை.

திலகரையும் கோகலேயையும் நீங்கள் கலந்து ஆலோசித்தது மிகவும் சரியானதே. அவர்களுடைய இரு சபைகளின் கூட்டு ஆதரவில் நடக்கும் பொதுக்கூட்டத்திற்குத் தலைமை வகிப்பதில் நான் மகிழ்ச்சி அடைகிறேன் என்று தயவு செய்து அவர்களிடம் சொல்லுங்கள். கூட்டத்தின் நேரத்தைக் குறித்து, நீங்கள் என்னைக் கேட்க வேண்டியதில்லை. அவர்களுக்குச் சௌகரியப்படும் நேரம், எனக்கும் சௌகரியமானதே". இவ்விதம் கூறி எனக்கு வாழ்த்தும் ஆசீர்வாதமும் தந்து, அவர் விடை கொடுத்து அனுப்பினார்.

புலமை மிக்கவர்களும், தன்னலமே இல்லாதவர்களுமான புனாத் தலைவர்கள் குழாத்தினர், எந்தவிதப் படாடோபமும் இன்றி, ஆடம்பரம் இல்லாத ஒரு சிறு இடத்தில் கூட்டத்தை நடத்தினார்கள். நான் பெரும் மகிழ்ச்சியும், என் வேலையில் மேலும் அதிக நம்பிக்கையும் கொண்டவனாகத் திரும்பும்படி என்னை அனுப்பியும் வைத்தார்கள்.

அடுத்தபடியாக நான் சென்னைக்குச் சென்றேன். அங்கே மக்கள் மட்டற்ற உற்சாகம் கொண்டிருந்தனர். பாலசுந்தரம் பற்றிய சம்பவம், பொதுக்கூட்டத்தில் எல்லோருடைய உள்ளத்தையும் உருக்கிவிட்டது. என் பிரசங்கம் அச்சிடப்பட்டிருந்தது. எனக்கு அது ஒரு நீண்டதொரு பிரசங்கமே. ஆனால், கூட்டத்தில் இருந்தவர்கள் ஒவ்வொரு சொல்லையும் கவனமாகக் கேட்டனர். கூட்டத்தின் முடிவில், பச்சைத் துண்டுப் பிரசுரத்திற்கு ஒரே கிராக்கி. சில மாற்றங்களுடன் இரண்டாம் பதிப்பில் 10,000 பிரதிகள் அச்சிட்டேன். அவை ஏராளமாக விற்பனையாயின. என்றாலும், அவ்வளவு அதிகமான பிரதிகளை அச்சிட்டிருக்க வேண்டியதில்லை என்று எண்ணினேன். என் உற்சாகத்தில், இருக்கக்கூடிய தேவையை அதிகப்படியாக மதிப்பிட்டு விட்டேன். நான் பிரசங்கம் செய்தது, பொது ஜனங்களில் ஆங்கிலம் தெரிந்தவர்களுக்கே. சென்னையில் அந்த வகுப்பினர் இவ்வளவு பிரதிகளையும் வாங்கிவிட முடியாது.

சென்னையில் எல்லோரையும்விட அதிகமாக உதவி செய்தவர், 'மதராஸ் ஸ்டாண்டர்டு' பத்திரிக்கையின் ஆசிரியரான காலஞ் சென்ற ஸ்ரீ. ஜி. பரமேஸ்வரன் பிள்ளையாவார். இப்பிரச்னையை அவர் கவனமாக ஆராய்ந்தார். அடிக்கடி தமது காரியாலயத்திற்கு

என்னை அழைத்து, வேண்டிய யோசனைகளைக் கூறினார். ‘ஹிந்து’ பத்திரிகையின் ஸ்ரீ. ஜி. சுப்பிரமணியமும், டாக்டர் சுப்பிரமணியமும் அதிக அனுதாபம் காட்டினார்கள். ஸ்ரீ. ஜி. பரமேசுவரன் பிள்ளை தமது ‘மதராஸ் ஸ்டாண்டர்டு’ பத்திரிகையில் நான் எழுதுவதையெல்லாம் தாராளமாகப் பிரசுரிக்க முன் வந்தார். அந்த வாய்ப்பை நானும் தாராளமாகப் பயன்படுத்திக் கொண்டேன். பொதுக்கூட்டம், பச்சையப்பன் மண்டபத்தில் டாக்டர் சுப்பிரமணியம் தலைமையில் நடந்தது என்றே எனக்கு ஞாபகம்.

நான் சந்தித்தவர்களிடமெல்லாம் ஆங்கிலத்திலேயே பேச வேண்டி இருந்தபோதிலும் அந்நியர் நடுவில் இருப்பதாகவே எனக்குத் தோன்றவில்லை. நான் சந்தித்த நண்பர்கள் எல்லோருமே என்மீது அன்பைப் பொழிந்தார்கள். நான் கொண்டிருந்த லட்சியத்திலும் அவர்கள் அதிக உற்சாகம் காட்டினர். அன்பினால் தகர்த்துவிட முடியாத தடையும் உண்டா?

29. விரைவில் திரும்புங்கள்

சென்னையிலிருந்து கல்கத்தாவுக்குப் போனேன். அங்கே சங்கடங்கள் என்னைச் சூழ்ந்துகொண்டன. யாரையுமே அங்கே எனக்குத் தெரியாது. ஆகவே, கிரேட் ஈஸ்டர்ன் ஹோட்டலில் ஓர் அறையை அமர்த்திக் கொண்டேன். 'டெயிலி டெலிகிராப்' பத்திரிகையின் பிரதிநிதியுடன் அங்கே எனக்குப் பழக்கம் உண்டாயிற்று. தாம் தங்கியிருந்த ஐரோப்பியரின் 'பெங்கால் கிளப்'புக்கு என்னை அழைத்தார். அந்தக் கிளப்பின் பிரதான அறைக்கு இந்தியர் எவரையும் அழைத்துக் கொண்டு போகக்கூடாது என்பது அவருக்குத் தெரியாது. இவ்விதத் தடை இருப்பதை அவர் கண்டு கொண்டதும், தம் அறைக்கு என்னை அழைத்துச் சென்றார். கல்கத்தாவில் இருக்கும் ஆங்கிலேயர், இத்தகைய துவேஷம் காட்டி வருவதைக் குறித்துத் தமது வருத்தத்தைத் தெரிவித்துக் கொண்டார். பிரதான அறைக்கு என்னை அழைத்துக் கொண்டு போக முடியாது போய் விட்டதற்கு என்னிடம் மன்னிப்புக் கேட்டுக்கொண்டார்.

வங்காளத்தின் தெய்வம் என்று வழங்கப்பட்டு வந்த சுரேந்திரநாத் பானர்ஜியை நான் பார்க்க விரும்பினேன். அவரைச் சந்தித்தேன். பல நண்பர்கள் அவரைச் சூழ்ந்துக் கொண்டிருந்தனர். அவர் கூறியதாவது:

"உங்கள் வேலையில் மக்கள் சிரத்தை எடுத்துக்கொள்ள மாட்டார்கள் என்றே அஞ்சுகிறேன். இங்கே எங்களுக்கு இருக்கும் கஷ்டங்கள் கொஞ்சம் அல்ல என்பதை நீங்களும் அறிவீர்கள். என்றாலும், உங்களால் முடிந்த வரையில் நீங்கள் முயலவே வேண்டும். மகாராஜாக்களின் ஆதரவை நீங்கள் தேடிக் கொள்ள வேண்டும். பிரிட்டிஷ் இந்தியர் சங்கப் பிரதிநிதிகளைச் சந்திக்கத் தவறிவிடாதீர்கள். ராசா ஸ்ர் பியாரி மோகன் முகர்ஜியையும், மகாராஜா டாகுரையும் நீங்கள் கட்டாயம் பார்க்கவேண்டும். அவர்கள் இருவரும் தாராள மனம் படைத்தவர்கள்; பொது வேலையில் அவர்களுக்கு நல்ல ஈடுபாடு உண்டு."

அந்தக் கனவான்களையும் பார்த்தேன். ஆனால், ஒன்றும் பயன் இல்லை. அவர்கள் என்னைச் சரியாக ஏற்றுப் பேசக்கூட

இல்லை. கல்கத்தாவில் பொதுக்கூட்டம் நடத்துவது என்பது எளிதான காரியமே அல்ல என்றார்கள். ஏதாவது செய்ய முடியும் என்றால் அது நடப்பது முக்கியமாகச் சுரேந்திரநாத் பானர்ஜியையே பொறுத்தது என்றும் கூறினர்.

என் வேலை வர வர அதிகக் கஷ்டமாகிக்கொண்டு வருவதைக் கண்டேன். 'அமிர்த பஜார்' பத்திரிகையின் காரியாலயத்திற்குப் போனேன். அங்கே நான் சந்தித்த ஆசிரியக் கனவான், நான் ஊர் சுற்றித் திரியும் பேர்வழி என்று எண்ணிக்கொண்டு என்னிடம் ஒன்றும் பேசாமலே என்னைப் போகச் சொல்லிவிட்டார். வங்கவாசி பத்திரிகையோ இன்னும் கொஞ்சம் அதிகமாகப் போய்விட்டது. அதன் ஆசிரியர் என்னை ஒரு மணி நேரம் காக்க வைத்தார். அவரைக் கண்டு பேசப் பலர் வந்திருந்தார்கள். ஆனால், மற்றவர்களெல்லாம் பேசிவிட்டுப்போன பின்புகூட, என்னைக் கண்ணெடுத்துப் பார்க்க அவருக்குத் தயவு பிறக்கவில்லை. நீண்ட நேரம் காத்துக்கொண்டிருந்த பிறகு அவரைப் பார்த்து, என் விஷயத்தைச் சொல்ல ஆரம்பித்தேன். உடனே அவர், "எங்களுக்கு வேலை தலைக்கு மேல் இருக்கிறது என்பதை நீர் பார்க்கவில்லையா? உம்மைப்போல் கண்டு பேச வருகிறவர்களின் தொகைக்கு முடிவே இல்லை. நீர் போய்விடுவதே மேல். நீர் சொல்வதைக் கேட்க எனக்கு இப்பொழுது சௌகரியப்படாது" என்றார். நான் அவமதிக்கப்படுவதாக ஒரு கணம் எண்ணினேன். ஆனால் உடனே ஆசிரியரின் நிலைமையையும் புரிந்துகொண்டேன். 'வங்கவாசி'யின் புகழைக் குறித்துக் கேள்விப்பட்டிருக்கிறேன். ஆசிரியரைப் பார்க்க ஓயாமல் பலர் வந்துகொண்டே இருக்கிறார்கள் என்பதையும் இப்போது பார்த்தேன். அவர்கள் எல்லாம் அவருக்குப் பழக்கமானவர்கள். அவருக்கு தம் பத்திரிகையில் எழுதுவதற்கு விஷயங்களுக்கும் பஞ்சம் இல்லை. தென்னாப்பிரிக்கா விஷயமோ அச்சமயம் இங்கே அவ்வளவு நன்றாகத் தெரியாத சங்கதி.

எந்தக் குறையினால் ஒருவன் கஷ்டப்படுகிறானோ அவனுக்கு அக் குறையே பெரிது என்று தோன்றும். ஆசிரியரின் காரியாலயத்திற்குப் படையெடுத்து வரும் அநேகரில் நானும் ஒருவன். அப்படி வரும் மற்றவர்கள் ஒவ்வொருவருக்கும்

அவரவர்கள் குறை இருக்கத்தான் இருக்கிறது. எல்லோருக்குமே ஆசிரியர் என்ன செய்ய முடியும்? மேலும், ஆசிரியர், நாட்டில் பெரிய சக்தி வாய்ந்தவர் என்று கஷ்டப்படுகிறவன் நினைக்கிறான். ஆனால், தமது சக்தி, தம் காரியாலயத்தின் வாசலுக்கு அப்பால் செல்லாது என்பது ஆசிரியருக்கு மாத்திரமே தெரியும். நான் சோர்வடைந்துவிடவில்லை. மற்றப் பத்திரிகைகளின் ஆசிரியர்களை விடாமல் பார்த்துக் கொண்டுதான் இருந்தேன். வழக்கம்போல், இந்தியாவில் இருந்த ஆங்கிலேயர் பத்திரிகைகளின் ஆசிரியர்களையும் சந்தித்தேன். 'ஸ்டேட்ஸ்மனும்' 'இங்கிலீஷ்மனும்' அப்பிரச்னையின் முக்கியத்துவத்தை உணர்ந்தன. அப்பத்திரிகை நிருபர்களுக்கு நான் நீண்ட பேட்டிகள் அளித்தேன். அவை முழுவதையும் அப் பத்திரிகைகள் பிரசுரித்தன.

'இங்கிலீஷ்மன்' பத்திரிகையின் ஆசிரியர் ஸ்ரீ சாண்டர்ஸ், என்னைத் தமது சொந்த மனிதனாகவே கொண்டார். தமது பத்திரிகையையும் என் இஷ்டத்திற்குப் பயன்படுத்திக் கொள்ளலாம் என்றார். தென்னாப்பிரிக்க இந்தியர் நிலைமையைக் குறித்து, அவர் எழுதிய தலையங்கங்களின் அச்சு நகல்களை முன் கூட்டியே அவர் எனக்கு அனுப்புவார். அத் தலையங்கங்களில் நான் விரும்பும் திருத்தங்களைச் செய்து கொள்ளவும் அவர் என்னை அனுமதித்தார். எங்களுக்கிடையே நட்பு வளர்ந்துவிட்டது என்று சொல்லுவதும் மிகையாகாது. தம்மால் இயன்ற உதவிகளை எல்லாம் செய்வதாக அவர் எனக்கு வாக்களித்தார். வாக்களித்தபடியே நிறைவேற்றியும் வந்தார். அவர் கடுமையான நோய்வாய்ப்படும் வரையில் என்னுடன் கடிதப் போக்குவரத்தும் வைத்துக் கொண்டிருந்தார்.

என் வாழ்க்கை முழுவதுமே இவ்விதமான பல நண்பர்களைப் பெறும் பாக்கியம் எனக்கு இருந்திருக்கிறது. இந்தச் சிநேகங்கள் எதிர்பாராத விதமாகத் திடீரென்று ஏற்பட்டவை. மிகைப்படுத்தாமல் உள்ளதை உள்ளபடியே கூறும் என் குணமும், உண்மையினிடம் எனக்கு இருந்த பற்றும், ஸ்ரீ சாண்டர்ஸுக்கு என்னிடம் பிரியத்தை உண்டாக்கின. நான் மேற்கொண்ட வேலையைக் குறித்து, வெகு நுட்பமாகக் குறுக்குக் கேள்விகள் எல்லாம் போட்டுத் தெரிந்து கொண்ட

பிறகே என் முயற்சிக்கு அனுதாபம் காட்ட அவர் முற்பட்டார். தென்னாப்பிரிக்க வெள்ளையரின் கட்சியையும் பாரபட்சமின்றி அவருக்கு எடுத்துக் காட்டுவதற்குச் சிரமத்தைப் பாராமல் நான் செய்த முயற்சியையும் கண்டார். இதற்காக என்னை அவர் பாராட்டினார்.

எதிர்க்கட்சிக்கு நியாயத்தைச் செய்வதன் மூலம் தன் கட்சிக்கு நியாயம் சீக்கிரத்தில் கிடைக்கிறது என்பதை என் அனுபவம் காட்டியிருக்கிறது.

எதிர்பாராத வகையில் ஸ்ரீ சாண்டர்ஸின் உதவி கிடைத்ததால், முடிவில், 'கல்கத்தாவிலும் பொதுக் கூட்டத்தை நடத்துவதில் வெற்றிபெற முடியும்' என்ற நம்பிக்கை எனக்கு ஏற்பட்டது. அப்பொழுது டர்பனிலிருந்து 'பார்லிமெண்டு ஜனவரியில் ஆரம்பமாகிறது. விரைவில் திரும்புக' என்ற தந்தி வந்தது.

ஆகவே, பத்திரிகைகளில் பிரசுரிப்பதற்கு ஒரு கடிதம் அனுப்பினேன். திடீரென்று கல்கத்தாவைவிட்டு நான் ஏன் புறப்பட வேண்டியிருக்கிறது என்று அதில் விளக்கிக் கூறி விட்டுப் பம்பாய்க்குப் புறப்பட்டேன். புறப்படும் முன்பு தாதா அப்துல்லா கம்பெனியின் பம்பாய் ஏஜெண்டுக்கு ஒரு தந்தி கொடுத்து, தென்னாப்பிரிக்காவிற்கு முதலில் புறப்படும் கப்பலில் எனக்கு இடத்திற்கு ஏற்பாடு செய்யுமாறு அறிவித்தேன். தாதா அப்துல்லா அப்பொழுதுதான், 'கோர்லாண்டு' என்ற கப்பலை வாங்கியிருந்தார். அக் கப்பலிலேயே நான் போக வேண்டும் என்று வற்புறுத்தியதோடு என்னையும் என் குடும்பத்தையும் கட்டணம் வாங்காமல் ஏற்றிச் செல்வதாகவும் அறிவித்தார். இதை நன்றியுடன் ஏற்றுக் கொண்டேன். டிசம்பர் ஆரம்பத்தில் இரண்டாம் முறையாக நான் தென்னாப்பிரிக்காவுக்குப் புறப்பட்டேன். இப்பொழுது என் மனைவி, இரு குமாரர்கள், விதந்துவாகிவிட்ட என் சகோதரியின் ஒரே குமாரன் ஆகியவர்களுடன் பயணமானேன். அதே சமயத்தில் 'நாதேரி' என்ற மற்றொரு கப்பலும் டர்பனுக்குப் புறப்பட்டது. அக் கப்பல் கம்பெனிக்கு தாதா அப்துல்லா கம்பெனியே ஏஜெண்டுகள். இந்த இரு கப்பல்களிலும் சுமார் எண்ணூறு பிரயாணிகள் இருந்திருப்பார்கள். அவர்களில் பாதிப்பேர் டிரான்ஸ்வாலுக்குப் போக வேண்டியவர்கள்.

மூன்றாம் பாகம்

1. புயலின் குமுறல்கள்

நான் மனைவியுடனும் குழந்தைகளோடும் கப்பல் பிரயாணம் செய்வது இதுதான் முதல் தடவை. ஹிந்துக்களில் மத்திய தரவகுப்பினரிடையே பால்ய விவாகம் செய்து விடும் வழக்கம் இருப்பதால், கணவன் படித்திருப்பான், மனைவி கொஞ்சம் கூட எழுத்து வாசனையே இல்லாதிருப்பாள் என்பதை இச் சரித்திரத்தில் அடிக்கடி கூறி வந்திருக்கிறேன். இவ்விதம் அவர்கள் இருவர் வாழ்க்கைக்கும் இடையே பெரும் அகழ் ஏற்பட்டு, அவர்கள் வாழ்வைப் பிரித்து நின்றது. கணவன், மனைவிக்கு ஆசானாகவும் இருக்க வேண்டியிருந்தது. ஆகையால், என் மனைவியும் குழந்தைகளும் அணிய வேண்டிய உடைகள் யாவை, அவர்கள் சாப்பிட வேண்டியது என்ன, புதிய சூழ்நிலைக்கு ஏற்ப அவர்கள் எந்தவிதமாக நடந்துகொள்ள வேண்டும் என்பனவற்றையெல்லாம் நானே சிந்தித்து முடிவு செய்ய வேண்டியிருந்தது. அந்த நாட்களைப் பற்றிய சில நினைவுகள் இப்பொழுது நகைப்பை ஊட்டுபவைகளாக இருக்கின்றன.

'கணவன் சொல் தவறாமல் பணிந்து நடந்து வருவதே தனக்கு உயர்ந்த தருமம்' என்று ஒரு ஹிந்து மனைவி கருதுகிறாள். ஒரு ஹிந்துக் கணவனோ, மனைவிக்கு எஜமானனும் எல்லாமும் தானே என்று எண்ணுகிறான்; தன் மனைவி, தான் காலால் இட்ட வேலையைத் தலையால் செய்ய வேண்டியது கடமை என்றும் கருதுகிறான்.

நாம் நாகரிகம் உள்ளவர்களாகத் தோன்ற வேண்டுமாயின் நடை உடை பாவனைகளெல்லாம் சாத்தியமானவரை ஐரோப்பியத் தரத்திற்குப் பொருத்தமாக இருக்கவேண்டும் என்று எந்தச் சமயத்தைப் பற்றி எழுதுகிறேனோ அந்தச் சமயத்தில், நான் நம்பி வந்தேன். ஏனெனில், அப்படிச் செய்தால் தான் நமக்குக் கொஞ்சம் செல்வாக்காவது இருக்கும். அந்தச் செல்வாக்கு இல்லாது போனால், சமூகத்திற்குச் சேவை செய்வது சாத்தியமாகாது என்றும் நான் அப்போது எண்ணினேன்.

ஆகையால், என் மனைவியும் குழந்தைகளும் எந்தவிதமான ஆடைகள் அணிவது என்பதில் ஒரு தீர்மானத்திற்கு வந்தேன். அவர்கள் கத்தியவார்ப் பனியாக்கள் என்று கண்டுகொள்ளக் கூடியவாறு அவர்கள் உடை இருப்பதை நான் எப்படி விரும்ப முடியும்? இந்தியர்களில் பார்ஸிகளே, அதிக நாகரிகம் உள்ளவர்களாக அப்பொழுது கருதப்பட்டு வந்தார்கள். ஆனாலும், 'முழு ஐரோப்பிய உடை சரிப்படாது' என்று தோன்றவே, பார்ஸி உடையை அவர்கள் அணிய வேண்டும் என்ற முடிவுக்கு வந்தேன். அதன்படி என் மனைவி பார்ஸிப் புடவை உடுத்திக்கொண்டாள். சிறுவர்கள், பார்ஸிக் கோட்டும் கால்சட்டைகளும் போட்டுக் கொண்டனர். பூட்ஸு ம் ஸ்டாக்கிங்கும் இல்லாமல் யாரும் இருப்பதற்கில்லை. அவற்றைப் போட்டுப் பழக்கப்படுவதற்கு என் மனைவிக்கும் குழந்தைகளுக்கும் நீண்ட காலம் பிடித்தது. பூட்ஸ்கள் அவர்கள் காலை நசுக்கின. ஸ்டாக்கிங்குகளோ, வியர்வையால் நாற்றம் எடுத்துவிட்டன. கால்விரல்கள் அடிக்கடி புண்ணாயின. இவைகளையெல்லாம் சொல்லி அவற்றைப் போட்டுக் கொள்ள அவர்கள் ஆட்சேபிக்கும் போதெல்லாம் அதற்குச் சமாதானம் கூற நான் பதில்களைத் தயாராக வைத்திருப்பேன். ஆனால், என் பதில்களால் திருப்தியடைந்து விடாமல், என் அதிகாரத்திற்குப் பயந்தே, அவர்கள் விடாமல், அவற்றை அணிந்து வந்தார்கள் என்று நினைக்கிறேன். 'வேறு வழி இல்லை' என்பதனாலேயே அவர்கள் உடை மாற்றத்திற்கும் சம்மதித்தார்கள். அந்த உணர்ச்சி காரணமாகவே, ஆனால் இன்னும் அதிகத் தயக்கத்துடனேயே, கத்தியையும் முள்ளையும் கொண்டு சாப்பிடவும் சம்மதித்தார்கள். இந்தவிதமான நாகரிகச் சின்னங்களின் மீது எனக்கு இருந்த மோகம் குறைந்த பிறகு, அவர்கள் கத்தியையும் முள்ளையும் உபயோகித்துச் சாப்பிடும் வழக்கத்தைக் கைவிட்டார்கள். புதிய முறைகளில் நீண்ட காலம் பழகிவிட்டதால், பழைய வழக்கத்திற்குத் திரும்புவதும் அவர்களுக்குச் சங்கடமாகவே இருந்தது. ஆனால் நாகரிகத்தின் இந்தப் பகட்டுகளையெல்லாம் உதறி எறிந்து விட்ட பிறகு, நாங்கள் சுமையெல்லாம் நீங்கி விடுதலை பெற்ற உணர்ச்சியோடு இருந்ததை நான் இன்று காண முடிகிறது.

அதே கப்பலில் என் உறவினர்கள் சிலரும், எனக்குப் பழக்கமானவர்களும் இருந்தனர். எனது கட்சிக்காரரின்

நண்பருக்கு அக் கப்பல் சொந்தமானதாகையால், அதில் நான் விரும்புகிற இடத்திற்கெல்லாம் தாராளமாகப் போக முடிந்தது. அதனால் இந்த உறவினர் முதலியவர்களையும் மூன்றாம் வகுப்பில் வந்த மற்றப் பிரயாணிகளையும் நான் அடிக்கடி சந்தித்து வந்தேன்.

மத்தியில் எந்தத் துறைமுகத்திலும் நிற்காமல், கப்பல், நேரே நேட்டாலுக்குப் போய்க்கொண்டிருந்தது. ஆகையால், எங்கள் பிரயாணம் பதினெட்டு நாட்களில் முடிந்துவிடும். ஆனால், ஆப்பிரிக்காவில் அடிக்கவிருந்த தீவிரமான போராட்டப் புயலைக் குறித்து எங்களுக்கு எச்சரிக்கை செய்வதைப் போல், நேட்டாலுக்கு இன்னும் நான்கு நாள் பிரயாணமே பாக்கி இருந்த சமயத்தில், கடலில் கடுமையான புயல் காற்று வீசியது. அது டிசம்பர் மாதம். பூமத்திய ரேகைக்குத் தெற்கிலுள்ள பகுதிக்கு அதுவே கோடைக் காலம். ஆகையால், அப் பருவத்தில் தென் சமுத்திரத்தில், பெரியதும் சிறியதுமாகப் புயல்காற்றுகள் அடிப்பது சகஜம். ஆனால் எங்களைத் தாக்கிய புயலோ மிகக் கடுமையானது. நீண்ட நேரம் அடித்தது. எனவே, பிரயாணிகள் திகில் அடைந்து விட்டனர். அது பயபக்தி நிறைந்த காட்சியாக இருந்தது. எல்லோருக்கும் பொதுவாக ஏற்பட்ட அபாயத்தில், சகலரும் ஒன்றாகிவிட்டனர். முஸ்லிம்கள், ஹிந்துக்கள், கிறிஸ்தவர்கள் முதலிய எல்லோரும், தங்களுடைய வேற்றுமைகளையெல்லாம் மறந்து விட்டு ஒன்றை ஒரே கடவுளை நினைத்தார்கள். சிலர் அநேக வேண்டுதல்களைச் செய்துகொண்டனர். பிரயாணிகளின் பிரார்த்தனைகளில், கப்பல் காப்டனும் கலந்து கொண்டார். புயல் ஆபத்துக்கு இடமானதுதான் என்றாலும், அதையும்விட மோசமான புயல்களைத் தாம் அனுபவித்திருப்பதாகக் காப்டன் பிரயாணிகளுக்கு உறுதி கூறினார். சரியான வகையில் கட்டப்பட்ட கப்பல், எந்தப் புயலையும் சமாளித்துத் தாங்கிவிடும் என்றும் விளக்கினார். ஆனால், பிரயாணிகளைத் தேற்ற முடியவில்லை. 'கிரீச்' என்ற சப்தமும், முறியும் சப்தமும் கப்பலின் பல பாகங்களிலும் ஒவ்வொரு நிமிடமும் கேட்டுக் கொண்டே இருந்தன. கப்பலில் பிளவு கண்டு, எந்த நேரத்திலும் தண்ணீர் உள்ளே புகுந்துவிடக் கூடும் என்பதை அந்தச் சப்தங்கள் நினைவுபடுத்தி வந்தன. கப்பல் அதிகமாக ஆடியது; உருண்டது; எந்தக் கணத்திலும்

கவிழ்ந்துவிடக் கூடும் என்று தோன்றியது. மேல் தளத்தில் இருக்கமுடியும் என்ற பேச்சிற்கே இடமில்லை. ‘எல்லாம் அவன் சித்தம்போல் நடக்கும்’ என்று சொல்லாதவர் இல்லை. இருபத்து நான்கு மணி நேரம் இவ்விதம் அல்லல்பட்டிருப்போம் என்பது என் ஞாபகம். கடைசியாக வானம் நிர்மலமாயிற்று; சூரியனும் காட்சியளித்தான். ‘புயல் போய் விட்டது’ என்று காப்டன் அறிவித்தார். கப்பலில் இருந்தவர்களின் முகங்களில் ஆனந்தம் பொங்கியது. ஆபத்து மறைந்ததோடு அவர்களின் நாவிலிருந்து கடவுள் நாமமும் மறைந்தது. திரும்பவும் தின்பது, குடிப்பது, ஆடுவது, பாடுவது எனபவற்றில் அவர்கள் இறங்கி விட்டார்கள். மரண பயம் போய்விட்டது. ஒரு கணம் மெய் மறந்து ஆண்டவனைத் துதித்த பக்தி போய்; அவ்விடத்தை மாயை மூடிக்கொண்டுவிட்டது. வழக்கமான நமாஸ்களும் பிரார்த்தனைகளும் பின்னாலும் நடந்து வந்தன என்பது உண்மையே. ஆனாலும், அந்த பயங்கர நேரத்தில் இருந்த பயபக்தி, அவற்றில் இல்லை.

அப்புயல் மற்றப் பிரயாணிகளுடன் என்னை ஒன்றாகப் பிணைத்துவிட்டது. இதுபோன்ற புயல்களின் அனுபவம் எனக்கு இருந்ததால் புயலைப்பற்றிய பயம் எனக்குச் சிறிதும் இல்லை. கடல் பிரயாணம் எனக்குப் பழக்கப்பட்டுப் போனபடியால், எனக்கு மயக்கம் வருவதே இல்லை. ஆகையால், பயமின்றிப் பிரயாணிகளிடையே நான் அங்கும் இங்கும் போக முடிந்தது. அவர்களுக்கு ஆறுதல் கூறி உற்சாகப்படுத்தி வந்தேன். புயல் நிலைமையைக் குறித்துக் காப்டன் கூறிய தகவலைப் புயல் அடித்த போது மணிக்கு மணி அவர்களுக்குக் கூறுவேன். இவ்விதம் ஏற்பட்ட நட்பு, எவ்வளவு தூரம் எனக்கு உதவியாக இருந்தது என்பதை பின்னால் கவனிப்போம்.

டிசம்பர் 18 அல்லது 19 ஆம் தேதி கப்பல் டர்பன் துறைமுகத்தில் நங்கூரம் பாய்ச்சியது. ‘நாதேரி’ என்ற கப்பலும் அன்றே வந்து சேர்ந்தது.

ஆனால், உண்மையான புயல் இனிமேல்தான் அடிக்க வேண்டியிருந்தது!

2. புயல்

டிசம்பர் 18 ஆம் தேதி, இரு கப்பல்களும் டர்பன் துறை முகம் வந்து சேர்ந்தன என்பதைக் கவனித்தோம். தென்னாப் பிரிக்கத் துறைமுகங்களில் நன்றாக வைத்தியப் பரிசோதனை செய்யப்படுவதற்கு முன், பிரயாணிகள் இறங்க அனுமதிக்கப் படுவதில்லை. தொத்து நோயால் பீடிக்கப்பட்டவர் எவராவது கப்பலில் இருந்தால், அந்தக் கப்பலிலிருந்து யாரையும் இறங்கவிடாமல் குறிப்பிட்ட காலத்திற்கு வைத்தியக் கண்காணிப்பில், தூரத்தில் நிறுத்தி வைத்து விடுவார்கள். நாங்கள் கப்பல் ஏறிய சமயத்தில் பம்பாயில் பிளேக் நோய் பரவி இருந்ததால், கொஞ்ச காலத்திற்கு இந்த விதமான 'சுத்திகரண'த்திற்கு நாங்கள் ஆளாக நேரலாம் என்று பயந்தோம். வைத்தியப் பரிசோதனைக்கு முன்னால், ஒவ்வொரு கப்பலிலும் ஒரு மஞ்சள் நிறக் கொடி பறக்க வேண்டும். யாருக்கும் நோய் இல்லை என்று டாக்டர் அத்தாட்சி கொடுத்த பிறகே அக்கொடி இறக்கப்படும். அந்த மஞ்சள் கொடியை இறக்கிய பின்னரே பிரயாணிகளின் உற்றார் உறவினர்கள் கப்பலுக்குள் வர அனுமதிக்கப்படுவார்கள்.

அதன்படி எங்கள் கப்பலிலும் மஞ்சள் கொடி பறந்தது. டாக்டர் வந்து, எங்களைப் பரிசோதித்துப் பார்த்தார். 'ஐந்து நாட்களுக்கு இக்கப்பலிலிருந்து யாரையும் இறங்க அனுமதிக்கக்கூடாது' என்று டாக்டர் உத்தரவிட்டார். ஏனெனில், பிளேக் கிருமிகள் வளருவதற்கு அதிகபட்சம் இருபத்து மூன்று நாட்கள் ஆகும் என்பது அவர் கருத்து. ஆகையால், எங்கள் கப்பல் பம்பாயிலிருந்து புறப்பட்டு இருபத்து மூன்றாம் நாள் முடியும் வரையில் அதிலிருந்து பிரயாணிகளை இறக்காமல் தனித்து வைக்குமாறு உத்தரவிட்டார். இந்த உத்தரவுக்குக் காரணம் சுகாதாரத்தைப் பற்றிய கவலைமட்டும் அல்ல, அதைவிட முக்கியமான வேறு காரணங்களும் உண்டு.

டர்பனில் இருந்த வெள்ளைக்காரர்கள், எங்களைத் திருப்பி அனுப்பிவிட வேண்டும் என்று கிளர்ச்சி செய்து

கொண்டிருந்தார்கள். அந்த உத்தரவுக்கு இக்கிளர்ச்சி ஒரு காரணம். டர்பனில் அன்றாடம் என்ன நடந்துகொண்டிருக்கிறது என்பதைத் தாதா அப்துல்லா கம்பெனியார் தவறாமல் எங்களுக்கு அறிவித்துக் கொண்டிருந்தனர். வெள்ளைக்காரர்கள் தினந்தோறும் பெரிய பொதுக்கூட்டங்களை நடத்தி வந்தனர். தாதா அப்துல்லா கம்பெனியை, எல்லா விதங்களிலும் மிரட்டிக் கொண்டிருந்தார்கள். சில சமயங்களில் அக் கம்பெனிக்கு ஆசை வார்த்தைகளையும் கூறி வந்தனர். இரு கப்பல்களும் திருப்பி அனுப்பப்பட்டுவிட்டால் கம்பெனிக்குத் தக்க நஷ்டஈடு கொடுத்து விடுவதாகவும் சொன்னார்கள். ஆனால், இந்த மிரட்டல்களுக்கெல்லாம் பயந்து விடக் கூடியவர்கள் அல்ல தாதா அப்துல்லா கம்பெனியார். சேத்து அப்துல் கரீம் ஹாஜி ஆதம், அச்சமயம் அந்தக் கம்பெனியின் நிர்வாகப் பங்குதாரராக இருந்தார். 'எப்படியும் கப்பல்களைக் கரைக்குக் கொண்டுவந்து, பிரயாணிகளை இறக்கியே தீருவது' என்று அவர் உறுதி கொண்டிருந்தார். அவர் தினந்தோறும் விவரமாகக் கடிதங்களை எழுதி எங்களுக்கு அனுப்பிக் கொண்டிருந்தார். என்னைப் பார்ப்பதற்காக டர்பனுக்கு வந்த காலஞ்சென்ற ஸ்ரீ மன்சுக்லால் நாஸர், அச்சமயம் அதிர்ஷ்டவசமாக அங்கே இருந்தார். அவர் திறமை வாய்ந்தவர்; அஞ்சாதவர். இந்திய சமூகத்திற்கு வழிகாட்டி வந்தார். அக் கம்பெனியின் வக்கீலான ஸ்ரீ லாப்டனும் அஞ்சா நெஞ்சம் படைத்தவர். வெள்ளைக்காரர்களின் போக்கை அவர் கண்டித்தார். இந்திய சமூகத்தினிடம் கட்டணம் வாங்கும் வக்கீல் என்ற முறையில் மட்டும் அன்றி அச் சமூகத்தின் உண்மையான நண்பர் என்ற முறையிலும் அவர்களுக்கு அவர் ஆலோசனை கூறி வந்தார்.

இவ்வாறு சம பலம் இல்லாத இரு கட்சியினரின் போர்க்களமாக டர்பன் ஆயிற்று. ஒருபக்கத்தில் ஒரு சிலரேயான ஏழை இந்தியரும் அவர்களுடைய ஆங்கில நண்பர்கள் சிலரும்; மற்றொரு பக்கத்திலோ, ஆயுதங்களிலும் எண்ணிக்கையிலும், படிப்பிலும், செல்வத்திலும் பலம் படைத்திருந்த வெள்ளையர்கள்! நேட்டால் அரசாங்கமும் அவர்களுக்குப் பகிரங்கமாக உதவி செய்து வந்ததால், அரசாங்கத்தின் பக்க பலமும் அவர்களுக்கு இருந்தது. மந்திரி சபையில் அதிகச் செல்வாக்கு வாய்ந்த

அங்கத்தினராயிருந்த ஸ்ரீ ஹாரி எஸ்கோம்பு, வெள்ளையரின் பொதுக்கூட்டங்களில் பகிரங்கமாகக் கலந்து கொண்டார்.

கப்பல் பிரயாணிகளை அல்லது கப்பல் ஏஜெண்டுகளான கம்பெனியை எப்படியாவது மிரட்டி, பிரயாணிகள் இந்தியாவுக்குத் திரும்பிப் போய்விடுமாறு பலவந்தப் படுத்திவிட வேண்டும் என்பதே, கப்பல் கரைக்கு வராமல் நிறுத்தி வைத்ததன் உண்மையான நோக்கம். இப்பொழுது எங்களை நோக்கியும் மிரட்டல்களை ஆரம்பித்து விட்டார்கள். 'திரும்பிப் போய்விடாவிட்டால் நீங்கள் நிச்சயம் கடலில் தள்ளப்படுவீர்கள்! திரும்பிவிட ஒப்புக் கொள்ளுவீர்களாயின் உங்கள் கப்பல் கட்டணத்தொகையும் உங்களுக்குக் கிடைத்துவிடும்' என்று மிரட்டினர். இதற்கெல்லாம் நாங்கள் மசியவில்லை. என்னுடைய சகப் பிரயாணிகளிடம் சதா போய், அவர்களை நான் உற்சாகப்படுத்தி வந்தேன். 'நாதேரி' கப்பலில் இருந்த பிரயாணிகளுக்கும் ஆறுதலான செய்திகளை அனுப்பிக்கொண்டு வந்தேன். அவர்கள் எல்லோருமே அமைதியாகவும் தைரியமாகவும் இருந்து வந்தனர்.

பிரயாணிகளின் பொழுதுபோக்குக்காக எல்லா வகையான விளையாட்டுக்களுக்கும் ஏற்பாடு செய்தோம். கிறிஸ்துமஸ் தினத்தன்று, காப்டன், மேல் வகுப்புப் பிரயாணிகளுக்கு விருந்தளித்தார். விருந்துக்கு அழைக்கப்பட்டிருந்தவர்களில் முக்கியமானவர்கள் நானும் என் குடும்பத்தினரும். விருந்து முடிந்த பிறகு பிரசங்கங்களும் நடந்தன. அப்பொழுது நான் மேற்கத்திய நாகரிகத்தைப் பற்றிப் பேசினேன். பெரிய விஷயங்களைக் குறித்துப் பேச அது சமயம் அல்ல என்பதை நான் அறிவேன். ஆனால், என் பேச்சு வேறுவிதமாக இருப்பதற்கில்லை. பிறகு நடந்த களியாட்டங்களில் நானும் பங்கெடுத்துக்கொண்டேன். ஆனால், என் மனமெல்லாம் டர்பனில் நடந்துகொண்டிருக்கும் போராட்டத்திலேயே ஈடுபட்டிருந்தது. உண்மையில் அப் போர் என்னை எதிர்த்து நடந்ததேயாகும். என் மீது கூறப்பட்ட குற்றச்சாட்டுகள் இரண்டு:

1. நான் இந்தியாவில் இருந்தபோது நேட்டால் வெள்ளைக் காரர்களை அக்கிரமமாகக் கண்டித்தேன் என்பது.

2. நேட்டாலை இந்திய மயம் ஆக்கிவிட வேண்டும் என்பதற்காக, அங்கே குடியேறுவதற்கு இரு கப்பல்கள் நிறையப் பிரயாணிகளைக் கொண்டுவந்திருக்கிறேன் என்பது.

என் பொறுப்பை நான் அறிவேன். என்னால் தாதா அப்துல்லா கம்பெனியார், பெரிய ஆபத்துக்கு ஆளாகி இருக்கின்றனர். பிரயாணிகளின் உயிர்களுக்கு ஆபத்து இருக்கிறது. என் குடும்பத்தினரையும் அழைத்து வந்ததால் அவர்களையும் ஆபத்தில் வைத்துவிட்டேன் என்பவற்றை எல்லாம் அறிவேன்.

ஆனால், நான் முற்றும் குற்றம் அற்றவன். நேட்டாலுக்குப் போகுமாறு நான் எவரையும் தூண்டவில்லை. பிரயாணிகள் கப்பலில் ஏறியபோது அவர்கள் யார் என்பதே எனக்குத் தெரியாது. என் உறவினர் இருவரைத் தவிர கப்பலில் இருந்த பிரயாணிகளில் ஒருவருடைய பெயர், விலாசம் கூட எனக்குத் தெரியாது. நேட்டாலில் நான் இருந்தபோது வெள்ளைக்காரர்களைக் குறித்து நான் கூறாத வார்த்தை ஒன்றையேனும், இந்தியாவில் இருந்தபோது நான் சொன்னதே இல்லை. மேலும் நான் சொன்னது இன்னது என்பதற்கு ஏராளமான சாட்சியங்களும் இருக்கின்றன.

நேட்டால் வெள்ளைக்காரர்கள் எந்த நாகரிகத்தின் கனிகளோ, எந்த நாகரிகத்தின் பிரதிநிதிகளாக இருந்து அதை ஆதரிக்கிறார்களோ அந்த நாகரிகத்திற்காக நான் வருந்தினேன். அந்த நாகரிகம் எப்பொழுதும் என் மனத்தில் இருந்து வந்தது. ஆகவே, அச்சிறு கூட்டத்தில் நான் பேசியபோது, அந்த நாகரிகத்தைப் பற்றிய என் கருத்தை எடுத்துக் கூறினேன். காப்டனும் மற்ற நண்பர்களும் பொறுமையுடன் கேட்டனர். எந்த உணர்ச்சியுடன் நான் பேசினேனோ அதே உணர்ச்சியுடன் என் பிரசங்கத்தை அவர்கள் ஏற்றுக்கொண்டனர். அவர்கள் வாழ்க்கையின் போக்கை அப்பேச்சு எந்த வகையிலாவது மாற்றியதா என்பது எனக்குத் தெரியாது. ஆனால், அதற்குப் பின்னர் காப்டனுடனும் மற்ற அதிகாரிகளோடும் மோனட்டு நாகரிகத்தைக் குறித்து, நீண்டநேரம் நான் பேசிக் கொண்டிருந்தேன். கிழக்கத்திய நாகரிகத்தைப்போல் அல்லாமல் மேற்கத்திய நாகரிகம் முக்கியமாக பலாத் காரத்தையே அடிப்படையாகக் கொண்டிருக்கிறது என்று என் பிரசங்கத்தில் விவரித்தேன்.

என் கொள்கையை நானே நிறைவேற்ற முடியுமா என்று சிலர் கேள்வி கேட்டனர். அவர்களில் ஒருவர் காப்டன் என்பது எனக்கு ஞாபகம். அவர் என்னை நோக்கி "வெள்ளைக்காரர்கள் தங்கள் மிரட்டலை நிறைவேற்றுகிறார்கள் என்று வைத்துக் கொள்ளுவோம். அப்பொழுது உங்களுடைய அகிம்சைக் கொள்கையை எப்படிக் கடைப்பிடிப்பீர்கள்?" என்று கேட்டார். அதற்கு நான் பின்வருமாறு பதில் சொன்னேன்: "அவர்களை மன்னித்து, அவர்கள் மீது வழக்குத் தொடராமல் இருந்துவிடும் தீரத்தையும் நற்புத்தியையும் கடவுள் எனக்கு அளிப்பார் என்றே நம்புகிறேன். அவர்கள் மீது எனக்குக் கோபம் இல்லை. அவர்களுடைய அறியாமைக்கும் குறுகிய புத்திக்கும் வருத்தமே கொள்ளுகிறேன். தாங்கள் இன்று செய்துகொண்டிருப்பது சரியானது, நியாயமானது என்று அவர்கள் உண்மையாகவே நம்புகிறார்கள் என்பதை அறிவேன். ஆகையால், அவர்கள் மீது நான் கோபம் கொள்ளுவதற்கு எந்தக் காரணமும் இல்லை".

கேள்வி கேட்டவர் சிரித்தார். ஒரு வேளை நான் சொன்னதில் நம்பிக்கை ஏற்படாமல் அவர் சிரித்திருக்கலாம்.

இப்படியாக நாட்கள் ஆயாசத்தை உண்டு பண்ணிய வண்ணம் நீண்டுகொண்டே இருந்தன. இப்படிக் கப்பல் ஒதுக்கி வைக்கப் பட்டிருப்பது எப்பொழுது ரத்தாகும் என்பது நிச்சயம் இல்லாமல் இருந்தது. இப்படிக் கப்பலை நிறுத்தி வைக்க உத்தரவிட்ட அதிகாரியோ, விஷயம் தம் கையை விட்டுக் கடந்துவிட்டது என்றும், அரசாங்கத்தின் உத்தரவு வந்ததுமே கப்பலில் இருந்து இறங்க எங்களை அனுமதித்து விடுவதாகவும் கூறினார்.

கடைசியாக எனக்கும் பிரயாணிகளுக்கும் இறுதி எச்சரிக்கைகள் வந்து சேர்ந்தன. உயிரோடு நாங்கள் தப்பிப் போய்விட வேண்டுமானால், பணிந்துவிடுமாறு எங்களுக்குக் கூறப்பட்டது. எங்கள் பதிலில், பிரயாணிகளும் நானும் நேட்டால் துறைமுகத்தில் இறங்குவதற்கு எங்களுக்கு உள்ள உரிமையை வற்புறுத்தினோம். என்ன கஷ்டம் நேருவதாயினும், நேட்டாலில் பிரவேசித்தே தீருவது என்று நாங்கள் கொண்டிருந்த உறுதியையும் தெரிவித்தோம்.

இருபத்து மூன்று நாட்கள் கழித்து, எங்கள் கப்பல்கள் துறைமுகத்திற்கு வர அனுமதித்தார்கள். பிரயாணிகள் இறங்குவதை அனுமதிக்கும் உத்தரவுகளும் பிறப்பிக்கப்பட்டன.

3. சோதனை

கப்பல்களைக் கரையோரமாகக் கொண்டு போய் நிறுத்தினர்; பிரயாணிகளும் இறங்க ஆரம்பித்தார்கள். அப்பொழுது ஸ்ரீ எஸ்கோம்பு, காப்டனுக்கு ஒரு சமாசாரம் சொல்லியனுப்பியிருந்தார்: வெள்ளைக்காரர்கள் என்மீது மிகுந்த கோபத்துடன் இருக்கிறார்கள் என்றும், அதனால் என் உயிர் ஆபத்தில் இருக்கிறது என்றும், நானும் என் குடும்பத்தினரும் இருட்டிய பிறகு கப்பலிலிருந்து இறங்கும்படி சொல்லுமாறும், அப்பொழுது துறைமுக சூப்பரிண்டெண்டென்டு ஸ்ரீ டாட்டம், எங்களைப் பத்திரமாக வீடு கொண்டு போய்ச் சேர்ப்பார் என்றும் சொல்லி எச்சரித்தார். அப்படியே செய்வதாக நானும் ஒப்புக்கொண்டேன். அரை மணி நேரம்கூட ஆகியிராது. ஸ்ரீ லாப்டன், காப்டனிடம் வந்தார். அவர் சொன்னதாவது: "ஸ்ரீ காந்திக்கு ஆட்சேபம் இல்லையென்றால் அவரை என்னுடன் அழைத்துப்போக விரும்புகிறேன். ஸ்ரீ எஸ்கோம்பு உங்களுக்குச் சொல்லியனுப்பியிருப்பதை நிறைவேற்ற வேண்டிய கடமை உங்களுக்கு இல்லை. கப்பல் ஏஜெண்டான கம்பெனியின் சட்ட ஆலோசகன் என்ற முறையில் இதைக் கூறுகிறேன்".

பிறகு அவர் என்னிடம் வந்து பின்வருமாறு கூறினார்: "நீங்கள் பயப்படவில்லையானால், நான் ஒரு யோசனை கூறுகிறேன். ஸ்ரீமதி காந்தியும் குழந்தைகளும் ஸ்ரீ ருஸ்தம்ஜியின் வீட்டிற்கு, வண்டியில் முன்னால் போகட்டும். அவர்களுக்குப் பின்னால் நீங்களும் நானும் நடந்தே போவோம். இரவில் திருடனைப்போல் நகருக்குள் நீங்கள் பிரவேசிப்பது எனக்குக் கொஞ்சமும் பிடிக்கவில்லை. உங்களைத் துன்புறுத்தி விடுவார்கள் என்று அஞ்சுவதற்கு இடம் இருப்பதாக நான் நினைக்கவில்லை. இப்பொழுது எல்லாம் அமைதியாக இருக்கிறது. வெள்ளைக்காரர்கள் எல்லோரும் கலைந்து போய்விட்டனர். ஆனால், எப்படியும் நீங்கள் ஒளிந்துகொண்டு நகருக்குள் வரக்கூடாது என்று மாத்திரம் நான் உறுதியாக எண்ணுகிறேன்." இதற்கு நான் உடனே ஒப்புக்கொண்டேன்.

என் மனைவியும் குழந்தைகளும் வண்டியில் பத்திரமாக ஸ்ரீ ருஸ்தம்ஜியின் இடத்துக்குப் போய்ச் சேர்ந்துவிட்டனர். காப்டனின் அனுமதியின் பேரில் ஸ்ரீ லாப்டனுடன் நான் கப்பலிலிருந்து இறங்கினேன். துறைமுகத்திலிருந்து ஸ்ரீ ருஸ்தம்ஜி வீடு இரண்டு மைல் தூரம்.

நாங்கள் கீழே இறங்கியதும், சில சிறுவர்கள் என்னை அடையாளம் கண்டுகொண்டனர். "காந்தி, காந்தி" என்று சப்தம் போட்டனர். இதைக் கேட்டதும் ஐந்தாறு பேர் அங்கே ஓடி வந்தார்கள். அவர்களும் சேர்ந்து கூச்சல் போட்டனர். கூட்டம் பலத்துவிடக் கூடும் என்று ஸ்ரீ லாப்டன் பயந்தார். பக்கத்தில் நின்ற ஒரு ரிக்ஷாவைக் கூப்பிட்டார். ரிக்ஷாவில் ஏறுவது என்பதே எனக்கு எப்பொழுதும் பிடிப்பதில்லை. அப்படி ஏறியிருந்தால் அதுவே எனக்கு முதல் அனுபவமாக இருந்திருக்கும். ஆனால், நான் ரிக்ஷாவில் ஏறச் சிறுவர்கள் விடவில்லை. ரிக்ஷாக்காரனைக் கொன்று விடுவதாக மிரட்டினார்கள். அவன் ஓட்டம் எடுத்துவிட்டான். நாங்கள் போக ஆரம்பித்தோம். கூட்டம் அதிகமாகிக் கொண்டே வந்தது. மேற்கொண்டும் போக முடியாத அளவுக்குக் கூட்டம் பெருகிவிட்டது. முதலில் ஸ்ரீ லாப்டனைப் பிடித்து அப்புறப்படுத்தி எங்களைத் தனித் தனியாகப் பிரித்துவிட்டனர். பிறகு என்னைக் கற்களாலும் அழுகிய முட்டைகளாலும் அடித்தார்கள். ஒருவர் என் தலைப்பாகையைப் பிடுங்கிக் கொண்டார். மற்றவர்கள் என்னை அடிக்கவும் உதைக்கவும் ஆரம்பித்தனர். உணர்வு இழந்து சோர்ந்து விட்டேன். கீழே விழுந்து விடாமல் இருக்க ஒரு வீட்டின் முன்புறக் கிராதியைப் பிடித்துக் கொண்டேன். சற்று மூச்சுவிடலாம் என்று அங்கே நின்றேன். ஆனால், முடியவில்லை. அங்கே வந்ததும் என்னை முஷ்டியால் குத்தினர்; அடித்தனர். எனக்குத் தெரிந்தவரான போலீஸ் சூப்பரிண்டெண்டென்டின் மனைவியார் அப்பக்கம் வந்தார். அந்த வீரப் பெண்மணி என்னிடம் வந்தார். அப்பொழுது வெயில் இல்லை என்றாலும், தம் கைக்குடையை விரித்துக் கொண்டு எனக்கும் கூட்டத்திற்கும் நடுவில் நின்றுகொண்டார். ஜனக்கூட்டத்தின் கோப வெறியை இது தடுத்தது. போலீஸ் சூப்பிரிண்டெண்டென்டான ஸ்ரீ அலெக்ஸாண்டரின் மனைவிக்குத் துன்பம் இழைக்காமல் அந்த வெறியர்கள் என்னை அடிப்பது சிரமம் ஆகிவிட்டது.

இதற்கு மத்தியில் இச்சம்பவத்தைப் பார்த்த ஓர் இந்திய இளைஞர், போலீஸ் ஸ்டேஷனுக்கு ஓடினார். என்னைச் சுற்றி நின்று கொண்டு, நான் போக வேண்டிய இடத்தில் என்னைக் கொண்டு போய்ச் சேர்த்துவிட்டு வருமாறு கூறிப் போலீஸ் சூப்பரிண்டெண்டென்டான ஸ்ரீ அலெக்ஸாண்டர், போலீஸ்காரர்களை அனுப்பினார். நல்ல சமயத்தில் அவர்களும் வந்து சேர்ந்தனர். போலீஸ் ஸ்டேஷன், நாங்கள் போகும் வழியில் இருந்தது. நாங்கள் அங்கே போனதும், ஸ்டேஷனிலேயே பத்திரமாகத் தங்கிவிடுமாறு சூப்பரிண்டெண்டென்டு கூறினார். அவர் யோசனைக்கு நன்றி கூறினேன். ஆனால், அங்கே தங்க மறுத்துவிட்டேன். "தங்கள் பிழையை உணரும்போது அவர்கள் சாந்தம் அடைந்துவிடுவது நிச்சயம். அவர்களுக்கு நியாய புத்தியும் இருக்கும் என்ற நம்பிக்கை எனக்கு உண்டு" என்றேன். பின்னர், போலீஸ் பாதுகாப்புடன், மேற்கொண்டு எவ்விதத் துன்பமும் இல்லாமல் ஸ்ரீ ருஸ்தம்ஜியின் வீட்டை அடைந்தேன். உடம்பெல்லாம் இசிவு, ஊமைக்காயம் ஓர் இடத்தில் மாத்திரம் தோல் பெயர்ந்து காயம் ஏற்பட்டிருந்தது. அங்கே இருந்த கப்பலின் டாக்டர் தம்மால் சாத்தியமான எல்லா உதவிகளையும் செய்தார்.

வீட்டிற்குள் அமைதியாக இருந்தது; ஆனால், வெளியிலோ வெள்ளையர், வீட்டைச் சுற்றி வளைத்துக்கொண்டனர். இரவும் வந்து, 'காந்தியை வெளியே அனுப்பு!' என்று அந்த ஆவேசக்கூட்டம் கூச்சல் போட்டுக் கொண்டிருந்தது. நிலைமையை உடனே அறிந்துகொண்ட போலீஸ் சூப்ரிண்டெண்டென்டு, கூட்டம் கட்டுக் கடங்காது போய்விடாதபடி ஏற்கனவே வந்து சமாளித்துக் கொண்டிருந்தார். கூட்டத்தை அவர் விரட்டவில்லை. அவர்களிடம் தமாஷ் செய்தே சமாளித்து வந்தார். என்றாலும், நிலைமை அவரும் கவலைப் பட வேண்டியதாகவே இருந்தது. பின்வருமாறு எனக்குச் செய்தி அனுப்பினார்: "உங்கள் நண்பரின் வீட்டையும் சொத்துக்களையும் உங்கள் குடும்பத்தையும் நீங்கள் பாதுகாக்க விரும்பினால், என் யோசனைப்படி மாறுவேடத்துடன் நீங்கள் வீட்டிலிருந்து தப்பி வெளியே வந்துவிட வேண்டும்."

இவ்விதம் ஒரே நாளிலேயே, ஒன்றுக்கொன்று மாறுபட்ட இரு நிலைமைகளை நான் சமாளிக்க வேண்டியதாயிற்று. உயிருக்கு

ஆபத்து நேரலாம் என்று கற்பனையில் மாத்திரமே பயந்த ஸ்ரீ லாப்டன், என்னைப் பகிரங்கமாக வெளியில் வருமாறு யோசனை கூறினார். அந்த யோசனையை ஏற்று நடந்தேன். ஆபத்து முற்றும் உண்மையாகவே இருந்த சமயத்தில், மற்றொரு நண்பர் அதற்கு நேர்மாறான யோசனையைக் கூறினார். அதையும் ஏற்று நடந்தேன். என் உயிர் ஆபத்தில் இருக்கிறது என்பதனால் அப்படிச் செய்தேனா, அல்லது என் நண்பரின் உயிருக்கும் சொத்துக்கும் என் மனைவி மக்களின் உயிருக்கும் ஆபத்து ஏற்பட்டுவிட வேண்டாம் என்பதற்காக அப்படிச் செய்தேனா என்பதை யார் கூற முடியும்? மேலே கூறியது போல், முதலில், கூட்டத்தை நான் தைரியமாக எதிர்த்து நின்றது, பின்னால் மாறுவேடத்துடன் நான் தப்பியது ஆகிய இரண்டிலும் நான் செய்தது சரிதான் என்று யாரால் நிச்சயமாகச் சொல்ல முடியும்?

நடந்து போய்விட்ட சம்பவங்களைக் குறித்து, அவை சரியா, தப்பா என்ற ஆராய்ச்சியில் இப்பொழுது இறங்குவது வீண் வேலை, அவைகளைப் புரிந்துகொள்ளுவதும், சாத்தியமானால் அவைகளிலிருந்து அனுபவம் பெறுவதும் பயன் உள்ளதே குறிப்பிட்ட சந்தர்ப்பங்களில், குறிப்பிட்ட ஒருவர், இவ்வாறுதான் நடந்து கொள்ளுவார் என்று நிச்சயமாகச் சொல்லுவது கஷ்டம். அதோடு, ஒருவருடைய வெளிப்படையான காரியங்களிலிருந்து, அவருடைய குணத்தைச் சந்தேகத்திற்கு இடமின்றிக் கண்டு அறிந்துவிட முடியாது என்பதையும் நாம் காணலாம். ஏனெனில், அவருடைய குணத்தைக் கண்டு அறிந்துவிட, அவருடைய வெளிப்படையான காரியங்கள் மாத்திரம் போதுமான ஆதாரங்கள் ஆகிவிடா.

அது எப்படியாவது இருக்கட்டும். தப்பிப் போய் விடுவதற்குச் செய்த ஏற்பாடுகளில் என் காயங்களை மறந்து விட்டேன். சூப்பரிண்டெண்டென்டின் யோசனைப்படி, இந்தியக் கான்ஸ்டபிளின் உடையைப் போட்டுக்கொண்டேன். ஒரு சட்டி மீது மதராஸி அங்கவஸ்திரத்தைச் சுற்றிக் கவசமாகத் தலையில் வைத்துக்கொண்டேன். என்னுடன் இரண்டு துப்பறியும் போலீஸார் வந்தனர். அவர்களில் ஒருவர், இந்திய வர்த்தகர் வேஷம் போட்டுக்கொண்டார். இந்தியரைப்போல் தெரிய வேண்டும் என்பதற்காக அவர், தம் முகத்தில் வர்ணம்

பூசிக்கொண்டார். மற்றொருவர் என்ன வேடம் போட்டுக் கொண்டார் என்பது எனக்கு ஞாபகம் இல்லை. ஒரு குறுக்குச் சந்தின் வழியாகப் பக்கத்துக் கடைக்குள் புகுந்தோம். அங்கே அடுக்கிக் கிடந்த சாக்குக் கட்டுகளின் ஊடேசென்று, அக் கடையின் வாசலை அடைந்தோம். அங்கிருந்து கூட்டத்திற்குள் புகுந்து, தெருக்கோடிக்குப் போனோம். அங்கே ஒரு வண்டி எங்களுக்குக்கென்று தயாராக வைக்கப்பட்டிருந்தது. அதில் ஏறி, போலீஸ் ஸ்டேஷனை அடைந்தோம். எனக்கு அடைக்கலம் தருவதாக ஸ்ரீ அலெக்ஸாண்டர், கொஞ்ச நேரத்திற்கு முன்னால் சொன்னதும், அதே போலீஸ் ஸ்டேஷன்தான். அவருக்கும் துப்பறியும் அதிகாரிகளுக்கும் நன்றி கூறினேன்.

இவ்வாறு நான் தப்பி வந்துகொண்டிருந்த சமயத்தில் ஸ்ரீ அலெக்ஸாண்டர் 'புளிப்பு ஆப்பிள் மரத்தில், கிழட்டுக் காந்தியைத் தூக்கில் போடு!' என்று பாட்டுப்பாடி, அவர்களுக்குச் சுவாரஸ்யம் அளித்துக் கொண்டிருந்தார். நான் போலீஸ் ஸ்டேஷனுக்குப் பத்திரமாகப் போய்ச் சேர்ந்து விட்டேன் என்பது தெரிந்ததும், அவர், பின்வரும் செய்தியைக் கூட்டத்தினருக்கும் வெளியிட்டார். "சரி நீங்கள் தேடும் ஆசாமி, பக்கத்துக் கடைவழியாகத் தப்பிப் போய்விட்டார். ஆகையால், இப்பொழுது நீங்கள் வீட்டுக்குப் போகலாம்". இதைக் கேட்டுச் சிலர் கோபம் அடைந்தனர். மற்றவர்களோ சிரித்தனர். இக்கதையைச் சிலர் நம்பவே மறுத்துவிட்டனர்.

சூப்பரிண்டெண்டெண்டு கூறியதாவது: "நான் சொல்லுவதை நீங்கள் நம்பவில்லையென்றால், உங்கள் பிரிதிநிதியாக ஒருவரை அல்லது இருவரை நியமியுங்கள். அவர்களை வீட்டுக்குள் அழைத்துப் போக நான் தயார். அவர்கள் காந்தியை அங்கே கண்டுபிடித்து விட்டால் அவரை உங்களிடம் ஒப்படைத்து விடுகிறேன். அவர்கள் கண்டுபிடிக்கவில்லை யென்றால் நீங்கள் கலைந்து போய்விட வேண்டும். ஸ்ரீ ருஸ்தம்ஜியின் வீட்டை நாசப்படுத்த வேண்டும் என்பதோ, ஸ்ரீ காந்திஜியின் மனைவியையும் குழந்தைகளையும் துன்புறுத்த வேண்டும் என்பதோ உங்கள் நோக்கம் அல்ல என்று நம்புகிறேன்."

வீட்டைச் சோதிக்கக் கூட்டத்தினர் தங்கள் பிரதிநிதிகளை அனுப்பினார்கள். ஏமாற்றச் செய்தியுடன் அவர்கள் சீக்கிரமே

திரும்பிவிட்டனர். கடைசியாகக் கூட்டமும் கலைந்தது. அவர்களில் பெரும்பாலானவர் சூப்பரிண்டெண்டென்டு சாமர்த்தியமாக நிலைமையைச் சமாளித்திருப்பதைப் பாராட்டினர். மற்றும் சிலரோ, ஆத்திரத்தினால் குமுறிக் கொண்டே போனார்கள்.

காலஞ்சென்ற ஸ்ரீ சேம்பர்லேன், அப்பொழுது குடியேற்ற நாடுகளின் மந்திரியாக இருந்தார். என்னைத் தாக்கியவர்களைக் கைது செய்து, வழக்குத் தொடருமாறு நேட்டால் அரசாங்கத்தைக் கேட்டுக்கொண்டு அவர் தந்தி கொடுத்தார். ஸ்ரீ எஸ்கோம்பு என்னைக்கூப்பிட்டனுப்பினார். எனக்கு ஏற்பட்ட காயங்களுக்காக வருத்தம் தெரிவித்துக் கொண்டார். அவர் கூறியதாவது: "உங்கள் உடம்புக்கு மிகச் சொற்ப தீங்கு இழைக்கப்படினும் அதற்காக நான் வருந்தாமல் இருக்க முடியாது. இதை நீங்கள் நம்புங்கள். என்ன வந்தாலும் சரி என்று ஸ்ரீ லப்டனுடைய யோசனையை ஏற்கு கொள்ளுவதற்கு உங்களுக்கு உரிமை உண்டு. ஆனால், என் யோசனையை நீங்கள் கொஞ்சம் கவனித்திருப்பீர்களாயின், இந்தத் துக்ககரமான சம்பவங்கள் நிகழ்ந்தே இரா என்பது நிச்சயம். அவர்களைக் கைது செய்து, வழக்குத் தொடர நான் தயாராக இருக்கிறேன். நான் அவ்வாறு செய்ய வேண்டும் என்றே ஸ்ரீ சேம்பர்லேனும் விரும்புகிறார்."

அதற்கு நான் பின்வருமாறு பதில் சொன்னேன்: "யார் மீதும் குற்றஞ்சாட்டி, வழக்குத் தொடர நான் விரும்பவில்லை. அவர்களில் இரண்டொருவரை நான் அடையாளம் கண்டுபிடிப்பதும் சாத்தியமாக இருக்கலாம். ஆனால், அவர்கள் தண்டனை அடையும்படி செய்வதால் என்ன பயன்? மேலும் அடித்தவர்களே குற்றஞ் செய்தவர்கள் என்று நான் கருதவில்லை. நேட்டால் வெள்ளையரைக் குறித்து, இந்தியாவில் இல்லாதது பொல்லாததை எல்லாம் நான் கூறி, அவர்களை அவமானப்படுத்தி விட்டதாக அவர்கள் எண்ணும்படி செய்யப்பட்டிருக்கின்றனர். இவ்வாறு கூறப்பட்டதை அவர்கள் நம்பினார்கள் என்றால், அவர்கள் ஆத்திரம் அடைந்ததில் ஆச்சரியம் எதுவும் இல்லை. தலைவர்களைப் பற்றியும் நான் இப்படிக்கூறுவதை நீங்கள் அனுமதிப்பதாக இருந்தால், உங்களையும்தான் இதற்கெல்லாம் குற்றஞ் சொல்ல வேண்டும்.

மக்களைச் சரியான வழியில் நீங்கள் நடத்திச் சென்றிருக்கலாம். ஆனால், ராய்ட்டரின் செய்தியை நீங்களும் நம்பிவிட்டீர்கள். இல்லாததையெல்லாம் நான் கூறியிருப்பேன் என்று நீங்களும் எண்ணிக் கொண்டீர்கள். யார்மீதும் குற்றஞ்சாட்டி வழக்குத் தொடர நான் விரும்பவில்லை. உண்மை தெரிந்ததும், தாங்கள் நடந்து கொண்டு விட்டதற்கு அவர்களே வருந்துவார்கள் என்பதை நான் நிச்சயமாக அறிவேன்.''

''நீங்கள் கூறியதைத் தயவு செய்து எழுத்து மூலம் கொடுக்கிறீர்களா?'' என்று ஸ்ரீ எஸ்கோம்பு கேட்டார். அவர் மேலும் கூறியதாவது: ''ஏனெனில், அப்படியே நான் ஸ்ரீ சேம்பர்லேனுக்குத் தந்தி மூலம் அறிவித்துவிட வேண்டியிருக்கிறது. அவசரத்தில் நீங்கள் எதையும் எழுதிக் கொடுக்க வேண்டும் என்று நான் விரும்பவில்லை. திட்டமான ஒரு முடிவுக்கு வருவதற்கு முன்னால், நீங்கள் விரும்பினால், ஸ்ரீ லாப்டனையும் மற்ற நண்பர்களையும் கலந்து ஆலோசித்துக் கொள்ளுங்கள். ஆனால், என்னைப் பொறுத்தவரையில் ஒன்றை மாத்திரம் உங்களிடம் ஒப்புக்கொண்டு விடுகிறேன். உங்களைத் தாக்கியவர்கள் மீது குற்றஞ்சாட்டி, வழக்குத் தொடரும் உரிமையை நீங்கள் விட்டுக் கொடுத்து விடுவீர்களாயின், அமைதியை நிலைநாட்டுவதற்கு அதிக அளவு எனக்கு உதவி செய்தவர்கள் ஆவீர்கள். அதோடு உங்கள் பெருமையையும் உயர்த்திக் கொண்டவர்கள் ஆவீர்கள்''.

''உங்களுக்கு நன்றி. நான் யாரையும் கலந்து ஆலோசிக்க வேண்டியதில்லை. உங்களிடம் வருவதற்கு முன்னாலேயே இது சம்பந்தமாக நான் ஒரு முடிவுக்கு வந்துவிட்டேன். என்னைத் தாக்கியவர்கள் மீது குற்றஞ் சாட்டி, வழக்குத் தொடரக்கூடாது என்பது என் கொள்கை. என் தீர்மானத்தை இப்பொழுதே எழுத்து மூலம் கொடுப்பதற்கு தயாராக இருக்கிறேன்.'' இப்படிக் கூறி அவசியமான அறிக்கையை எழுதிக் கொடுத்தேன்.

4. புயலுக்குப் பின் அமைதி

இன்னும் போலீஸ் ஸ்டேஷனை விட்டு, நான் வீட்டுக்குப் போகவில்லை. இரண்டுநாள் கழித்துப் போலீஸ் ஸ்டேஷனில் இருந்தபடியே என்னை ஸ்ரீ எஸ்கோம்பிடம் அழைத்துச் சென்றனர். எனக்குப் பாதுகாப்பு, முன் எச்சரிக்கை எதுவுமே தேவை இல்லாதிருந்தும் என் பாதுகாப்புக்காக இரு போலீஸாரை என்னுடன் அனுப்பினர்.கப்பலிலிருந்து இறங்கிய அன்று, மஞ் சள் கொடி இறக்கப்பட்டதும், 'நேட்டால் அட்வர்டைஸர்' பத்திரிகையின் பிரதிநிதி, என்னைப் பேட்டி காண்பதற்குக் கப்பலுக்கு வந்தார். அவர் என்னைப் பல கேள்விகள் கேட்டார். அவற்றிற்குப் பதில் அளிக்கையில், என்மீது கூறப்பட்ட ஒவ்வொரு குற்றச்சாட்டையும் நான் மறுக்க முடிந்தது. இந்தியாவில் நான் செய்த பிரசங்கங்கள் யாவும் எழுதிப் படித்தவை. இதற்காக ஸர் பிரோஸ்ஷோ மேத்தாவுக்கு நான் நன்றி செலுத்த வேண்டும். அந்தப் பிரசங்கங்களின் பிரதிகளும் என்னிடம் இருந்தன. நான் மற்றபடி பத்திரிகைகளுக்கு எழுதியவைகளுக்கும் நகல் வைத்திருந்தேன். என்னைப் பேட்டிகாண வந்த நிருபரிடம் அவைகளையெல்லாம் கொடுத்தேன். தென்னாப்பிரிக்காவில், அதிகக் கடுமையான பாஷையில் சொல்லாதது எதையும் நான் இந்தியாவில் சொல்லி விடவே இல்லை என்பதையும் அவருக்குக் காட்டினேன். 'கோர்லாண்டு', 'நாதேரி' கப்பல்களில் பிரயாணிகள் தென்னாப்பிரிக்காவுக்கு வந்ததில், என் சம்பந்தம் எதுவுமே இல்லை என்பதையும் அவருக்குக் காட்டினேன். அப் பிரயாணிகளில் அநேகர், முன்பே அங்கே வசிப்பவர்கள். மற்றும் பலர் டிரான்ஸ்வாலுக்குப் போகிறவர்களேயன்றி நேட்டாலில் தங்க விரும்புகிறவர்கள் அல்ல. அந்தக் காலத்தில் செல்வம் தேட வருகிறவர்களுக்கு, நேட்டாலைவிட டிரான்ஸ்வால்தான் அதிகச் சௌகரியமானதாக இருந்தது. ஆகையால், இந்தியரில் அநேகர் அங்கே போகவே விரும்பினார்கள்.

பத்திரிகை நிருபருக்கு அளித்த பேட்டியும், என்னைத் தாக்கியவர்கள் மீது வழக்குத் தொடர நான் மறுத்ததும், மிகச்

சிறந்த வகையில் என் பேரில் நல்லெண்ணத்தை உண்டாக்கி விட்டன. தங்கள் நடத்தைக்காக டர்பன் ஐரோப்பியர்கள் வெட்கப்பட்டனர். நான் ஒரு பாவமும் அறியாதவன் என்று பத்திரிகைகள் கூறின; ஜனக்கூட்டத்தின் செயலைக் கண்டித்தன. இவ்விதம் என்னை ஆத்திரத்துடன் கொல்ல முயன்றது, எனக்கு அதாவது என் லட்சியத்திற்கு பெரும் நன்மையாகவே முடிந்தது. தென்னாப்பிரிக்காவில் இந்திய சமூகத்தின் கௌரவம் இதனால் உயர்ந்தது; என் வேலையையும் இது எளிதாக்கியது.

மூன்று, நான்கு நாட்களில் நான் என் வீட்டிற்குத் திரும்பினேன். சீக்கிரத்திலேயே வழக்கம்போல் வாழ்க்கையை நடத்த ஆரம்பித்து விட்டேன். மேற்கண்ட சம்பவம் என் வக்கீல் தொழிலிலும் வருமானம் அதிகமாகும்படி செய்தது.

சமூகத்தின் கௌரவத்தை அது அதிகமாக்கியதுடன் சமூகத்தின் மீது இருந்த துவேஷத்தையும் அது வளர்த்து விட்டது. இந்தியன், ஆண்மையுடன் எதிர்த்தும் போராடுவான் என்பது நிரூபிக்கப்பட்டுவிட்ட உடனே அவன், தங்கள் நலத்துக்கு ஓர் ஆபத்து என்றும் வெள்ளைக்காரர்கள் கருதலானார்கள். நேட்டால் சட்டசபையில் இரு மசோதாக்களைக் கொண்டு வந்தார்கள். அதில் ஒன்று, இந்திய வர்த்தகர்களுக்குப் பாதகம் விளைவிக்கக்கூடியது; மற்றொன்று, இந்தியர் வந்து குடியேறுவதற்கு கடுமையான தடையை விதிப்பது. வாக்குரிமைக்காக நடத்திய போராட்டத்தினால் அதிர்ஷ்டவசமாக ஒரு பலன் ஏற்பட்டிருந்தது. அதாவது, நிறம் அல்லது இனத்தைக் குறித்துச் சட்டம் பேதம் காட்டக் கூடாதாகையால், இந்தியர் என்ற வகையில் அவர்களுக்கு விரோதமாக எந்தச் சட்டமும் செய்யக்கூடாது என்று முடிவாகி இருந்தது. ஆகையால், மேற்கண்ட மசோதாக்களின் வாசகம், எல்லோருக்கும் அச்சட்டம் அமுலாகும் என்ற முறையில் இருந்தது. ஆனால், அவர்களுடைய உண்மையான நோக்கம், நேட்டாலில் இருக்கும் இந்தியருக்கு மேற்கொண்டும் நிர்பந்தங்களை உண்டாக்குவதேயாகும்.

இம் மசோதாக்கள், எனக்கு இருந்த பொது வேலையை அதிக அளவுக்கு அதிகமாக்கிவிட்டன. சமூகம், எப்பொழுதையும்விட நன்றாகத் தன் கடமையை உணர்ந்திருக்கும்படியும் இவை செய்தன. அம் மசோதாக்களில் மறைந்திருந்த விஷம

நோக்கத்தைச் சமூகத்தினர் அறியும்படி செய்வதற்காக, அவைகளை இந்திய மொழிகளில் மொழிபெயர்த்து, முற்றும் விளக்கியும் வைத்தோம். குடியேற்ற நாட்டு மந்திரிக்கு விண்ணப்பித்துக் கொண்டோம். இதில் தலையிட அவர் மறுத்துவிட்டதால், மசோதாக்கள் சட்டம் ஆகிவிட்டன.

நேரம் முழுவதையும் அநேகமாக நான் பொது வேலைக்கே செலவிட வேண்டியதாயிற்று. நான் முன்பு கூறியது போல், ஸ்ரீ மன்சுக்லால் நாஸர், டர்பனுக்கு முன்பே வந்து விட்டதால், அவர் என்னுடன் தங்கலானார். தம் நேரத்தை அவர் பொது வேலைகளில் செலவிட்டதால் ஓரளவுக்கு எனக்கு இருந்த வேலை குறைந்தது.

நான் இல்லாதிருந்த சமயத்தில் எனக்குப் பதிலாக காங்கிரஸ் காரியதரிசியாக இருந்த சேத் ஆதம்ஜி மியாகான், போற்றத்தக்க வகையில் தமது கடமையை நிறைவேற்றியிருந்தார். அங்கத்தினர்கள் தொகையை அதிகமாக்கியிருந்தார். அதோடு, நேட்டால் இந்தியக் காங்கிரஸின் நிதியிலும் சுமார் ஆயிரம் பவுன் அதிகமாக்கியிருந்தார். இம் மசோதாக்களினாலும், நாங்கள் கப்பலிலிருந்து இறங்கியபோது நடந்த ஆர்ப்பாட்டங்களினாலும் இந்தியரிடையே ஏற்பட்டிருந்த விழிப்பை நான் நல்ல வழியில் பயன்படுத்திக் கொண்டேன். அங்கத்தினர்கள் அதிகமாகச் சேருவதுடன் பணமும் வேண்டும் என்று கோரிக்கை விடுத்தேன். இப்பொழுது நிதி 5,000 பவுன் ஆயிற்று. காங்கிரஸுக்கு நிரந்தரமான நிதியைத் திரட்டி, அந்த நிதியைக்கொண்டு சொத்துக்களை வாங்கி, அச் சொத்துக்களிலிருந்து கிடைக்கும் வாடகையைக் கொண்டு ஸ்தாபனம் நடந்துவருமாறு செய்ய வேண்டும் என்று விரும்பினேன். ஒரு பொது ஸ்தாபனத்தை நிர்வகிப்பதில் எனக்கு இது முதல் அனுபவம். என் யோசனையை என் சக ஊழியர்களிடம் அறிவித்தேன். அவர்களும், இதை ஆதரித்தனர். வாங்கிய சொத்து, வாடகைக்கு விடப்பட்டது. கிடைத்த வட்டி, காங்கிரஸின் நடைமுறைச் செலவுக்குப் போதுமானதாக இருந்தது. சொத்தை நிர்வகிப்பதற்குச் செல்வாக்குள்ளவர்களைக் கொண்ட தர்மகர்த்தா சபையையும் அமைத்தோம். இன்றும்கூட அது இருந்து வருகிறது. ஆனால், அது இடைவிடாத சச்சரவுக்கு இடமாகி விட்டது.

இதன் காரணமாக இப்பொழுது அச் சொத்தின் வாடகைப் பணமெல்லாம் கோர்ட்டில் சேர்ந்து கொண்டிருக்கிறது.

இந்தத் துக்ககரமான நிலைமை நான் தென்னாப்பிரிக்காவில் இருந்து வந்த பிறகு உண்டாயிற்று. ஆனால், இந்தத் தகராறு ஏற்படுவதற்கு வெகு காலத்திற்கு முன்பே, பொது ஸ்தாபனங்களுக்கு நிரந்தரமான நிதி இருக்க வேண்டும் என்று எனக்கு இருந்த கருத்து மாறிவிட்டது. இப்பொழுதோ, பல பொது ஸ்தாபனங்களை நான் நிர்வகித்திருப்பதால் எனக்கு அதிக அனுபவம் ஏற்பட்டிருக்கிறது. 'நிரந்தரமான நிதியின் மூலம் பொது ஸ்தாபனங்களை நடத்துவது நல்லது அல்ல' என்பதே இப்பொழுது என்னுடைய திடமான கருத்தாகி விட்டது. நிரந்தரமான நிதி ஒரு ஸ்தாபனத்திற்கு இருக்குமாயின் அந்த ஸ்தாபனத்தின் ஒழுக்கச் சிதைவுக்கான வித்தும் அந்நிதியுடன் ஊன்றப்பட்டு விடுகிறது. பொதுமக்களுடைய அங்கீகாரத்தின் பேரில், அவர்கள் அளிக்கும் நிதியைக் கொண்டு நடப்பதே பொது ஸ்தாபனம். அத்தகைய ஸ்தாபனத்திற்குப் பொதுஜன ஆதரவு இல்லையென்றால், பின்னும் நீடிப்பதற்கு அதற்கு எந்த உரிமையும் இல்லை. நிரந்தரமான நிதியைக் கொண்டு நடத்தப்படும் பொது ஸ்தாபனங்கள், பொதுஜன அபிப்பிராயத்திற்கு மாறுபட்ட காரியங்களையும் அடிக்கடி செய்கின்றன. நம் நாட்டில் இதை நாம் ஒவ்வொரு கட்டத்திலும் அனுபவித்துக் கொண்டு வருகிறோம். மத சம்பந்தமான தரும ஸ்தாபனங்கள் என்று கூறப்படும் சில ஸ்தாபனங்கள், கணக்குக் காட்டுவது என்பதையே விட்டு விட்டன. தருமகர்த்தாக்களே, அச் சொத்துக்களுக்குச் சொந்தக்காரர்கள் ஆகிவிட்டார்கள். அவர்கள், யாருக்கும் பொறுப்பாளிகள் அல்ல. 'இயற்கையைப் போல, அன்றைக்குத் தேவையானதைப் பெற்று வாழ்வதே பொது ஸ்தாபனங்களுக்கு உகந்தது' என்பதில், எனக்கு எந்த விதமான சந்தேகமும் இல்லை. பொதுஜன ஆதரவைப் பெற முடியாத ஸ்தாபனத்திற்கு பொதுஜன ஸ்தாபனமாக இருந்து வரும் உரிமையே இல்லை. வருடந்தோறும் ஒரு ஸ்தாபனத்திற்குக் கிடைக்கும் சந்தாத்தொகை, அதன் செல்வாக்குக்கும், அதன் நிர்வாகம் எவ்வளவு யோக்கியமாக நடந்து வருகிறது என்பதற்கும் சரியான அளவுகோல் ஆகும். ஒவ்வொரு பொது ஸ்தாபனமும் இந்த அளவுகோலுக்கு உட்பட வேண்டும் என்பது

என் கருத்து. ஆனால், யாரும் என்னைத் தவறாக எண்ணிக் கொண்டுவிட வேண்டாம். சில ஸ்தாபனங்களை, அவைகளின் தன்மையை அனுசரித்து, நிரந்தரமான கட்டடம் இல்லாமல் நடத்த முடியாது. நான் கூறியவை, அத்தகைய ஸ்தாபனங்களுக்கு பொருந்தாது. பொது ஸ்தாபனங்களின் நடைமுறைச் செலவுகளை ஒவ்வொரு வருடமும் தானாகக் கிடைக்கும் சந்தாப் பணத்தைக் கொண்டு நிர்வகித்து வரவேண்டும் என்று சொல்லவே நான் விரும்புகிறேன்.

தென்னாப்பிரிக்க சத்தியாக்கிரக நாட்களில் இக் கருத்து ஊர்ஜிதமாயிற்று. அந்த மகத்தான போராட்டம், ஆறு ஆண்டுகள் வரை நடந்தது. அதற்கு லட்சக்கணக்கான ரூபாய் தேவைப்படும். நிரந்தரமான நிதி எதுவும் இல்லாமலேயே அதை நடத்தினோம். சந்தா கிடைக்காவிட்டால் அடுத்த நாளைக்கு என்ன செய்வதென்று எனக்குத் தெரியாமல் இருந்த சமயங்களும் எனக்கு நினைவில் இருக்கின்றன. ஆனால், வருங்காலத்தில் என்ன நேரும் என்பதை நான் இப்பொழுது சொல்லுவதற்கில்லை. இனிக் கூறப்போகும் வரலாற்றில், மேலே சொன்ன கருத்துக்கள் சரியானபடி நிரூபிக்கப்பட்டிருப்பதை வாசகர்கள் காணலாம்.

5. குழந்தைகளின் படிப்பு

1897 ஜனவரியில், டர்பனில் நான் இறங்கியபோது என்னுடன் மூன்று குழந்தைகள் இருந்தார்கள். என் சகோதரியின் பத்து வயதான மகன் ஒருவன்; ஒன்பது வயதும், ஐந்து வயதும் உள்ள என் புத்திரர்கள் இருவர். இவர்களை எங்கே படிக்க வைப்பது?

ஐரோப்பியக் குழந்தைகளுக்கு என்று இருக்கும் பள்ளிக் கூடங்களுக்கு நான் அவர்களை அனுப்பியிருக்கலாம். ஆனால், என் குழந்தைகளுக்குச் சலுகை அளித்து, விதிவிலக்குப் பெற்றால்தான் அங்கே சேர்த்துக் கொள்ளுவார்கள். வேறு எந்த இந்தியரின் குழந்தைகளையும் அப் பள்ளிக்கூடங்களில் சேர்த்துக் கொள்ளுவதில்லை. இந்தியக் குழந்தைகளுக்கென்று, கிறிஸ்தவப் பாதிரிகள் வைத்திருக்கும் பள்ளிக்கூடங்களில் அளிக்கப்படும் கல்வி எனக்குப் பிடிக்கவில்லையாகையால் என் குழந்தைகளை அங்கே அனுப்ப நான் தயாராக இல்லை. இதற்கு ஒரு காரணம், அங்கே ஆங்கிலத்திலேயே எல்லாப் பாடங்களும் போதிக்கப்பட்டு வந்ததாகும். இல்லாவிட்டால், பிழையான தமிழ் அல்லது ஹிந்தியில் போதிப்பார்கள். இதையும் கஷ்டத்தின் பேரில்தான் ஏற்பாடு செய்யவேண்டி இருந்திருக்கும். இதையும் மற்ற அசௌகரியங்களையும் சமாளித்துக்கொண்டு போக என்னால் முடியாது. இதற்கு மத்தியில் இக் குழந்தைகளுக்கு நானே போதிப்பது என்று சொந்த முயற்சியும் செய்து கொண்டிருந்தேன். ஆனால், நான் சொல்லிக்கொடுப்பது என்றால் ஒழுங்காகச் சொல்லிக் கொடுப்பதாக இருக்கமுடியாது. தக்க குஜராத்தி உபாத்தியாயரும் எனக்குக் கிடைக்கவில்லை.

ஆகையால், என்ன செய்வது என்று தெரியாமல் திகைத்தேன். என் மேற்பார்வையில், குழந்தைகளுக்குச் சொல்லிக் கொடுக்க ஓர் ஆங்கில உபாத்தியாயர் தேவை என்று விளம்பரம் செய்தேன். இந்த உபாத்தியாயர் ஒழுங்காக ஏதாவது சொல்லிக் கொடுத்துக் கொண்டு வரவேண்டும். மற்றப்படிப்பு விஷயங்களைப் பொறுத்தமட்டும் எனக்கு ஒழிந்தபோது

அப்போதைக்கப்போது நான் சொல்லிக் கொடுப்பதோடு குழந்தைகள் திருப்தியடைய வேண்டியதே என்று முடிவு செய்தேன். ஆகவே ஓர் ஆங்கில மாதை, மாதம் ஏழு பவுன் சம்பளத்தில், குழந்தைகளுக்குப் படிப்புச் சொல்லிக் கொடுக்க அமர்த்தினேன். இந்த ஏற்பாடு கொஞ்சகாலம் நடந்து வந்தது. ஆனால், எனக்கு இது திருப்திகரமாக இல்லை; நான் எப்பொழுதும் குழந்தைகளுடன், தாய்மொழியிலேயே பேசிப் பழகி வந்தேன். இதனால், அவர்களுக்குக் கொஞ்சம் குஜராத்தி தெரிய வந்தது. குழந்தைகளைத் திரும்ப இந்தியாவிற்கு அனுப்பிவிடுவதற்கும் எனக்கு விருப்பம் இல்லை. ஏனெனில், சிறு குழந்தைகளைப் பெற்றோரிடமிருந்து பிரிக்கவே கூடாது என்று, அந்த நாளிலிருந்தே நான் கருதிவந்தேன்.

ஒழுங்கான ஒரு குடும்பத்தில், குழந்தைகள் இயற்கையாகவே அடையும் கல்விப் பயிற்சியை, மாணவர்களின் விடுதிகளில் அவர்கள் அடைய முடியாது. ஆகையால், என் குழந்தைகளை என்னுடனேயே வைத்துக்கொண்டேன். என் சகோதரியின் மகனையும் என் மூத்த மகனையும், இந்தியாவில் மாணவர்கள் தங்கிப் படிக்கும் ஒரு பள்ளிக்குக் கொஞ்சகாலம் அனுப்பினேன். ஆனால், சீக்கிரத்திலேயே அவர்களைத் திருப்பி அழைத்துக் கொண்டுவிட வேண்டியதாயிற்று. பிறகு என் மூத்த மகன், வயதடைந்த வெகு காலத்திற்குப் பிறகு, என்னிடம் மனஸ்தாபம் கண்டு, இந்தியாவுக்குப் போய்விட்டான். அங்கே அகமதாபாத்தில் ஓர் உயர்நிலைப் பள்ளியில் சேர்ந்தான். ஆனால் என் மருமகனோ, என்னால் கொடுக்க முடிந்த கல்வியோடு திருப்தியடைந்து என்னுடனேயே இருந்துவிட்டான் என்று ஞாபகம். நல்ல வாலிபப் பருவத்தில் அவன் துரதிருஷ்டவசமாகச் சிறிது காலம் நோயுற்றிருந்து இறந்து போய்விட்டன். என் குமாரர்களில் மற்ற மூவரும் பொதுப் பள்ளிக்கூடத்திற்குப் போய்ப் படித்ததே இல்லை. ஆனால் தென்னாப்பிரிக்க சத்தியாக்கிரகத்தில் ஈடுபட்டு இருந்தவர்களின் குழந்தைகளுக்கென்று நான் ஆரம்பித்துச் சிறிது காலம் நடத்திக்கொண்டிருந்த வசதிக் குறைவான பள்ளிக்கூடங்களில் இவர்கள் சிறிது காலம் ஒழுங்காகப் படித்து வந்தனர்.

இந்தப் பரிசோதனைகளெல்லாம் அரைகுறையானவைகளே. நான் விரும்பிய அளவு, குழந்தைகளுக்காக என் நேரத்தைச்

செலவிட என்னால் முடியவில்லை. அவர்கள் விஷயத்தில் போதிய கவனம் செலுத்த என்னால் முடியாது போனதும், தவிர்க்கமுடியாத வேறு காரணங்களும், அவர்களுக்கு நான் அளிக்க விரும்பிய இலக்கியக் கல்வியை அளிக்க முடியாதபடி செய்துவிட்டன. இவ்விஷயத்தில் என்மீது என் குமாரர்கள் குறைகூறியிருக்கின்றனர். எம். ஏ. அல்லது பி. ஏ. படித்தவரையோ அல்லது மெட்ரிகுலேஷனாவது படித்தவர்களையோ அவர்கள் சந்திக்கும் போதெல்லாம், பள்ளிக்கூடப் படிப்பு இல்லாததன் கஷ்டத்தை அவர்கள் உணருவதாகத் தோன்றுகிறது.

அது எப்படியானாலும் என் அபிப்பிராயம் வேறு. எப்படியாவது அவர்களைப் பொதுப் பள்ளிக்கூடத்தில் பிடிவாதமாகப் படிக்க வைத்திருந்தேனாயின், அனுபவம் என்ற பள்ளிக்கூடத்தில் மாத்திரம் கிடைக்கக்கூடியதான, பெற்றோருடன் இருப்பதால் அடைவதான கல்வி, அவர்களுக்கு இல்லாது போயிருக்கும். அவர்களைப்பற்றி நான் இன்று கொஞ்சமும் கவலை இல்லாமல் இருக்கிறேன்; இப்படி இருக்கமுடியாமலும் போயிருக்கும். என்னைவிட்டுப் பிரிந்து, இங்கிலாந்திலோ, தென்னாப்பிரிக்காவிலோ அவர்கள் பெற்றிருக்கக்கடிய இயற்கையல்லாத கல்வி, இன்று வாழ்க்கையில் அவர்கள் காட்டி வரும் எளிமையையும், சேவா உணர்ச்சியையும் அவர்களுக்குப் போதித்தே இராது. மேலும், அவர்களுடைய செயற்கை வாழ்க்கை முறை எனது பொது வேலைக்குப் பெரிய இடையூறாகவும் இருந்திருக்கும். ஆகையால், என் திருப்திக்கு ஏற்ற வகையிலோ, அவர்கள் திருப்தியடையும் வகையிலோ, அவர்களுக்கு இலக்கியக் கல்வியை அளிக்க என்னால் முடியாது போயிற்று. ஆனாலும், என்னுடைய சக்திக்கு எட்டிய மட்டும், அவர்களுக்குச் செய்ய வேண்டிய என் கடமையை நான் செய்யாமல் இருந்துவிடவில்லை என்று, என்னுடைய கடந்த ஆண்டுகளைத் திரும்ப எண்ணிப் பார்க்கும்போது நான் நிச்சயமாகக் கருதுகிறேன். பொதுப் பள்ளிக் கூடங்களுக்குக் குழந்தைகளை அனுப்பாது போனோமே என்று நான் வருந்தவே இல்லை. இன்று என் மூத்த மகனிடம் விரும்பத்தகாத குணங்களை நான் காண்கிறேன். கட்டுத் திட்டமும் ஒழுங்கும் அற்ற என் இளவயதின் எதிரொலியே அது என்று நான் எப்பொழுதும் உணருகிறேன். என் வாழ்நாளின் அப்பகுதி,

அரைகுறையான அறிவும், சுகபோகப் பற்றும் நிரம்பியிருந்த காலம் என்று கருதுகிறேன். அந்த காலமும் என் மூத்த மகனுக்கு நன்றாகப் புத்தி தெரிந்த காலமும் ஒன்றாக இருந்தன. அது, நான் அனுபவம் இன்மையிலும், இன்ப நுகர்ச்சியிலும் திளைத்த காலம் என்று கருத இயற்கையாகவே அவன் மறுத்து விட்டான். இதற்கு நேர்மாறாக அதுவே என்னுடைய வாழ்க்கையின் மிக சிறந்த காலம் என்றும், பின்னால் எனக்கு ஏற்பட்ட மாறுதல்கள், அறிவுத்தெளிவு என்று தவறாகக் கூறப்படும் மதிமயக்கத்தினால் ஏற்பட்டவை என்றும் அவன் கருதிவிட்டான். அவன் அப்படியே எண்ணியிருக்கட்டும். என் வாழ்க்கையின் ஆரம்ப காலம், நான் புத்தித்தெளிவு பெற்றிருந்த காலம் என்றும் பெரிய மாறுதல்கள் ஏற்பட்ட பிந்திய காலமே மாயையும், அகந்தையும் நிறைந்த காலம் என்றும், அவன் ஏன் எண்ணக் கூடாது? அடிக்கடி நண்பர்கள் என்னைக் கீழ்வரும் பல கேள்விகளைக் கேட்டு மடக்கப் பார்த்திருக்கின்றனர். 'உங்கள் குழந்தைகளுக்குக் கலாசாலைப் படிப்பு அளித்திருந்தால் அதனால் என்ன தீமை விளைந்திருக்கும்?' 'இவ்விதம் அவர்களுடைய சிறகுகளைத் துண்டித்துவிடுவதற்கு உங்களுக்கு என்ன உரிமை இருக்கிறது?' 'படித்துப் பட்டம் பெற்று, தங்களுக்கு விருப்பமான வாழ்க்கைத் துறைகளை அவர்கள் மேற் கொள்ளுவதற்கு நீங்கள் ஏன் குறுக்கே நின்றிருக்க வேண்டும்?'

இந்த விதமான கேள்விகளில் அதிக முக்கியத்துவம் இருப்பதாக எனக்குத் தோன்றவில்லை. எத்தனையோ மாணவர்களுடன் நான் பழகியிருக்கிறேன். கல்வியைக் குறித்து எனக்குள்ள கொள்கைகளை நானாகவோ, மற்றவர்களின் மூலமோ வேறு குழந்தைகளிடமும் அனுசரித்து, அதன் பலனையும் கவனித்திருக்கிறேன். என் புத்திரர்களின் வயதினரான மற்றும் பல இளைஞர்களை எனக்குத் தெரியும். மனிதனுக்கு மனிதன் ஒப்பிட்டுப் பார்த்தால், என் புதல்வர்களைவிட அவர்கள் எந்த விதத்திலும் மேலானவர்கள் என்றோ, அவர்களிடமிருந்து என் புதல்வர்கள் கற்றுக்கொள்ள வேண்டிய எதுவும் இருப்பதாகவோ நான் எண்ணவில்லை.

ஆனால் என்னுடைய சோதனைகளின் முடிவான பலன், காலத்தின் கருப்பையில் இருக்கிறது. இந்த விஷயத்தை

நான் இங்கே விவாதிப்பதற்கு முக்கியமான நோக்கம் ஒன்று உண்டு. நாகரிகவளர்ச்சியின் வரலாற்றை ஆராயும் ஒருவர், கட்டுப்பாட்டோடு கூடிய வீட்டுப் படிப்பிற்கும், பள்ளிக்கூடப் படிப்பிற்கும் உள்ள வித்தியாசத்தையும், பெற்றோர்கள் தங்களுடைய வாழ்க்கையில் செய்யும் மாறுதல்களுக்கு ஏற்ற வகையில் குழந்தைகளிடையே ஏற்படும் மாறுதல்களையும் ஓரளவு அறிந்துகொள்ளக் கூடும் அல்லவா? இந்த அத்தியாயத்தை எழுதுவதற்கு மற்றொரு காரணமும் உண்டு: சத்தியத்தை நாடும் ஒருவர், சத்தியத்தைக்கொண்டு, தாம் செய்யும் சோதனைகளில் எவ்வளவு தூரம் போக வேண்டியிருக்கிறது என்பதையும் சுதந்திரத்தை நாடுபவரிடமிருந்து அக்கண்டிப்பான சுதந்திர தேவி, என்ன என்ன தியாகங்களை எதிர் பார்க்கிறாள் என்பதையும் காட்டுவதே அக்காரணம் ஆகும். எனக்குச் சுயமரியாதை உணர்ச்சி இல்லாதிருந்திருக்குமானால், மற்றவர்களுக்குக் கிட்டாத கல்வி, என் குழந்தைகளுக்குக் கிடைப்பதைக் கொண்டு நான் திருப்தியடைந்து விடுபவனாக இருந்திருந்தால், அவர்களுக்கு நல்ல இலக்கியக் கல்வியை அளித்திருப்பேன். ஆனால், சுதந்திரத்திலும் சுயமரியாதையிலும் அவர்கள் பெற்றிருக்கும் அனுபவப் படிப்பு, அப்போது அவர்களுக்கு கிடைத்திருக்காது. சுதந்திரம் அல்லது படிப்பு ஆகிய இரண்டில் ஒன்றைத் தேர்ந்தெடுத்துக்கொள்ள வேண்டி வரும் போது, படிப்பைவிடச் சுதந்திரமே ஆயிரம் மடங்கு மேலானது என்று யார்தான் கூறமாட்டார்கள்?

இந்திய இளைஞர்களை, அவர்களுடைய அடிமைத் தனத்தின் கோட்டைகளில் இருந்து – அதாவது அவர்களுடைய பள்ளிக் கூடங்களிலும் கல்லூரிகளிலும் இருந்து – வெளியேறிவிடுமாறு 1920 இல் நான் அழைத்தேன். ‘அடிமை விலங்குகளுடன் இலக்கியக் கல்வி கற்கப் போவதைவிட, சுதந்திரம் பெறுவதற்காக எழுத்து வாசனையே இல்லாமல் இருந்து, கல்லுடைத்து வாழ்வதே எவ்வளவோ மேல்’ என்று அப்பொழுது அவர்களுக்குச் சொன்னேன். எந்த ஆதாரத்துடன் நான் இந்தப் புத்திமதியைக் கூறினேன் என்பதை இளைஞர்கள் இப்பொழுது கண்டு கொள்ளலாம்.

6. தொண்டில் ஆர்வம்

என்னுடைய வக்கீல் தொழில் நன்றாகவே நடந்து வந்தது. ஆனால், அதைக் கொண்டு மாத்திரம் நான் திருப்தி அடைந்து விடவில்லை. மேற்கொண்டும் என்னுடைய வாழ்க்கையை எளிமை ஆக்கிக்கொள்ள வேண்டும் என்பதும், என்னுடைய சகோதர மக்களுக்கு உருப்படியான தொண்டு எதையாவது செய்ய வேண்டும் என்பதும் என் மனத்தில் இடையறாத ஆர்வமாக இருந்து வந்தன. அந்தச் சமயத்தில் ஒரு குஷ்டரோகி என் வீட்டிற்கு வந்து சேர்ந்தார். ஒரு வேளைச் சாப்பாட்டோடு அவரை அனுப்பிவிட எனக்கு மனம் இல்லை. எனவே, என் வீட்டிலேயே அவரை இருக்கச் சொல்லி அவருடைய புண்களுக்குக் கட்டுக் கட்டினேன். அவருக்கு வேண்டிய மற்ற சௌகரியங்களையும் கவனித்து வந்தேன். ஆனால், நான் நிரந்தரமாக இப்படிச் செய்துகொண்டு போக முடியாது. இது என்னால் ஆகாது. எப்பொழுதுமே அவரை என்னுடன் வைத்துக் கொள்ளுவதற்கான உறுதியும் என்னிடம் இல்லை. ஆகவே, ஒப்பந்தத் தொழிலாளருக்காக இருந்த அரசாங்க வைத்திய சாலைக்கு அவரை அனுப்பினேன்.

ஆனால், என் மனம் மாத்திரம் அமைதி இல்லாமலேயே இருந்தது. நிரந்தரமான ஜீவகாருண்யத் தொண்டு செய்ய வேண்டும் என்று என் மனம் அவாவுற்றது. செயின்ட் எயிடானின் மிஷனுக்கு டாக்டர் பூத் தலைவராக இருந்தார். அவர் அன்பு நிறைந்த உள்ளம் படைத்தவர். தம்மிடம் வரும் நோயாளிகளுக்கு இலவசமாக அவர் வைத்தியம் செய்து வந்தார். பார்ஸி ருஸ்தம்ஜியின் தருமத்தைக் கொண்டு, டாக்டர் பூத்தின் நிர்வாகத்தின் கீழ், ஒரு சிறு தரும வைத்திய சாலையை ஆரம்பிக்க முடிந்தது. அந்த வைத்திய சாலையில் நோயாளிகளுக்குப் பணிவிடை செய்ய வேண்டும் என்ற ஆர்வம் எனக்குப் பலமாக இருந்தது. மருந்து கலந்து கொடுக்கும் வேலை தினமும் இரண்டொரு மணி நேரத்திற்கு இருக்கும். அந்த அளவுக்கு என் காரியாலயத்தின் வேலையைக் குறைத்துக்கொண்டு,

அங்கே 'கம்பவுண்ட'ராக இருப்பது என்று தீர்மானித்தேன். என் வக்கீல் தொழில் சம்பந்தமான வேலை, பெரும்பாலும் என் ஆபீஸிலேயே கவனிக்க வேண்டிய வேலைதான். சாஸனப் பத்திரங்களை எழுதுவதும் மத்தியஸ்தம் செய்வதுமே இந்தத் தொழிலில் என் முக்கியமான அலுவல். மாஜிஸ்டிரேட் கோர்ட்டில் எனக்குச் சில வழக்குகள் இருக்கும். ஆனால், அவை பெரும்பாலும் அதிக விவாதத்திற்கு இடம் இல்லாதவைகளாக இருக்கும். என்னுடன் தென்னாப்பிரிக்காவுக்கு வந்து, அப்போது என்னோடேயே வசித்து வந்த ஸ்ரீ கான், நான் இல்லாத சமயத்தில் என் வழக்குகளைக் கவனித்துக் கொள்ளுவதாக கூறியிருந்தார். ஆகவே, அச் சிறு வைத்திய சாலையில் சேவை செய்வதற்கு எனக்கு அவகாசம் இருந்தது. அதாவது, காலையில் வைத்திய சாலைக்குப் போகவும் வரவும் உள்ள நேரத்தைச் சேர்த்து, தினம் இரண்டு மணி நேரம். இந்த ஊழியம் என் மனத்திற்குக் கொஞ்சம் சாந்தியை அளித்தது. வரும் நோயாளிகளின் நோயைக் குறித்து விசாரிப்பது, அந்த விவரங்களை டாக்டருக்குக் கூறுவது, மருந்துகளைக் கலந்து கொடுப்பது ஆகியவையே அந்த வேலை. அது துன்பத்தை அனுபவித்துக் கொண்டிருக்கும் இந்தியருடன், நான் நெருங்கிப் பழகும்படி செய்தது. அவர்களில் அநேகர் ஒப்பந்தத் தொழிலாளர்களான தமிழர், தெலுங்கர் அல்லது வட இந்தியர் ஆவர்.

போயர் யுத்தத்தின் போது நோயுற்றவர்களுக்கும் காயம் அடைந்தோருக்கும் பணிவிடை செய்வதற்கு, என் சேவையை அளிக்க நான் முன்வந்தபோது, இந்த அனுபவம் எனக்கு அதிக உதவியாக இருந்தது.

குழந்தைகளை எவ்விதம் வளர்ப்பது என்ற பிரச்சனை எப்பொழுதும் என் முன்பு இருந்து வந்தது. தென்னாப்பிரிக்காவில் எனக்கு இரு புதல்வர்கள் பிறந்தார்கள். அவர்களை வளர்ப்பது சம்பந்தமான பிரச்னையைத் தீர்க்க நான் வைத்தியசாலையில் செய்து வந்த தொண்டு பயனுள்ளதாயிற்று. என்னுடைய சுயேச்சை உணர்ச்சி, எனக்கு அடிக்கடி சோதனைகளைக் கொடுத்து வந்தது. என் மனைவியின் பிரசவ காலத்தில் சிறந்த வைத்திய உதவியை ஏற்பாடு செய்து கொள்ளுவது என்று நானும் என் மனைவியும் தீர்மானித்திருந்தோம். ஆனால், சமயத்தில் டாக்டரும் தாதியும்

எங்களைக் கைவிட்டுவிட்டால் நாங்கள் என்ன செய்வது? அதோடு தாதி, இந்தியப் பெண்ணாகவும் இருக்க வேண்டும். பயிற்சி பெற்ற இந்தியத் தாதி கிடைப்பது இந்தியாவிலேயே கஷ்டம் என்றால் தென்னாப்பிரிக்காவில் எவ்வளவு கஷ்டம் என்பதைப் பற்றிச் சொல்ல வேண்டியதில்லை. எனவே, பிரசவ சிகிச்சை சம்பந்தமாகத் தெரிந்திருக்க வேண்டியவைகளை யெல்லாம் நானே படித்துக் கொண்டேன். டாக்டர் திரிபுவனதாஸ் எழுதிய 'தாய்க்குப் புத்திமதி' என்ற நூலைப் படித்தேன். மற்ற இடங்களில் அங்கும் இங்குமாக நான் பெற்ற அனுபவங்களையும் வைத்துக்கொண்டு, அந்த நூலில் கூறப்பட்டிருந்த முறைகளை அனுசரித்து என் இரு குழந்தைகளையும் வளர்த்தேன். ஒவ்வொரு பிரசவ சமயத்திலும் குழந்தையைக் கவனிக்க ஒரு தாதியை அமர்த்துவோம். ஆனால், இரண்டு மாதங்களுக்கு மேல் அந்தத் தாதியை வைத்துக் கொள்ளுவதில்லை. தாதியை அமர்த்துவதும் என் மனைவியைக் கவனித்துக் கொள்ளுவதற்கே அன்றி, குழந்தைகளைப் பராமரிப்பதற்கு அன்று. அந்த வேலையை நானே பார்த்துக் கொண்டேன்.

கடைசிக் குழந்தையின் பிரசவந்தான் என்னை மிகவும் கடுமையான வேதனைக்கு உள்ளாக்கி விட்டது. திடீரென்று பிரசவ வேதனை ஏற்பட்டது. உடனே வைத்தியர் கிடைக்கவில்லை. மருத்துவச்சியை அழைத்து வரவும் கொஞ்ச நேரம் ஆகிவிட்டது. அவள் வந்திருந்தாலும் பிரசவத்திற்கு அவள் உதவி செய்திருக்க முடியாது. சுகப்பிரசவம் ஆகும்படி நானே கவனித்துக்கொள்ள வேண்டியதாயிற்று. டாக்டர் திரிபுவன தாஸின் நூலை நான் நன்றாகப் படித்து வைத்திருந்தது எனக்கு அதிக உதவியாக இருந்தது. எனக்குக் கொஞ்சமேனும் பயமே ஏற்படவில்லை.

குழந்தைகளைச் சரியானபடி வளர்க்க வேண்டுமானால், சிசுக்களைப் பேணும் முறை, பெற்றோருக்குத் தெரிந்திருக்க வேண்டியது அவசியம் என்று நான் நிச்சயமாகக் கருதுகிறேன். இது விஷயமாக நன்றாகப் படித்திருந்தது எவ்வளவு பயன் உள்ளதாக இருந்தது என்பதை ஒவ்வொரு கட்டத்திலும் நான் பார்த்திருக்கிறேன். இதைக்குறித்து நான் ஆராய்ந்து, அந்த அறிவைப் பயன்படுத்தியிராது போனால், என் குழந்தைகள் இன்று இருப்பதைப் போல் இவ்வளவு உடல் நலத்துடன்

இருந்திருக்க மாட்டார்கள். குழந்தை, அதன் ஐந்து வயது வரையில் கற்றுக்கொள்ள வேண்டியது எதுவும் இல்லை என்ற ஒரு மூடநம்பிக்கை நமக்கு இருந்து வருகிறது. இதற்கு மாறாக உண்மை என்னவென்றால், ஒரு குழந்தை அதன் முதல் ஐந்து வயதிற்குள் கற்றுக்கொள்ளாததைப் பின்னால் எந்தக் காலத்திலும் கற்றுக்கொள்ளுவதே இல்லை. கருவில் இருக்கும் போதே ஒரு குழந்தையின் படிப்பு ஆரம்பம் ஆகிவிடுகிறது. கருத்தரிக்கும் போது, பெற்றோருக்கு இருக்கும் உடல், மன நிலைகளே குழந்தைக்கும் ஏற்பட்டு விடுகின்றன. கர்ப்பத்தில் இருக்கும் போது தாயின் மனநிலைகள், ஆசாபாசங்கள், தன்மைகள் ஆகியவைகளால் குழந்தை பாதிக்கப்படுகிறது. பின்னர், குழந்தை பிறந்ததும், பெற்றோர்களைப் போலவே எதையும் செய்ய அது கற்றுக்கொள்கிறது. அப்புறம், அதிக காலம் வரையில் குழந்தையின் வளர்ச்சி, பெற்றோரைப் பொறுத்ததாகவே இருக்கிறது.

இந்த உண்மைகளையெல்லாம் அறிந்துகொள்ளும் தம்பதிகள், தங்களுடைய காம இச்சையைத் தீர்த்துக் கொள்ளுவதற்காக உடற்கலப்பு வைத்துக்கொள்ளவே மாட்டார்கள். குழந்தைப் பேறு வேண்டும் என்று விரும்பும்போது மாத்திரமே கூடுவார்கள். உண்பதையும் உறங்குவதையும் போல் ஆண்–பெண் சேர்க்கையும் அவசியமான செயல்களில் ஒன்று என நம்புவது அறியாமையின் சிகரமே ஆகும் என்று நான் கருதுகிறேன். உலகம் நிலைத்திருப்பது, சந்ததி விருத்திச் செயலைப் பொறுத்திருக்கிறது. உலகமோ ஆண்டவனின் திருவிளையாட்டு ஸ்தலம்; அவனுடைய மகிமையின் பிரதிபிம்பம். எனவே, இந்த உலகத்தின் ஒழுங்கான வளர்ச்சிக்கு ஏற்ற வகையிலேயே சந்ததி விருத்திச் செயல் இருக்க வேண்டும். இதை உணருகிறவர்கள், எப்பாடுபட்டும் தங்கள் காம உணர்ச்சியைக் கட்டுப்படுத்திக் கொள்ளுவார்கள்; தங்கள் குழந்தைகளின் உடல் நலனுக்கும் மன நலனுக்கும் ஆன்ம நலனுக்கும் வேண்டிய அறிவைப் பெற்றுக் கொள்ளுவார்கள்; பெற்றுக்கொண்ட அறிவின் பயனைச் சந்ததிகளுக்கு அளிப்பார்கள்.

7. பிரம்மச்சரியம் – 1

இவ் வரலாற்றில், பிரம்மச்சரிய விரதத்தை மேற்கொள்ளுவதைப் பற்றி நான் தீவிரமாக நினைக்கத் தொடங்கிய கட்டத்திற்கு இப்பொழுது நாம் வந்திருக்கிறோம். எனக்கு மணமான காலத்தில் இருந்தே நான் ஏக பத்தினி விரதத்தில் உறுதிகொண்டிருந்தேன். என் மனைவியிடம் உண்மையோடு நடந்துகொள்ளுவது என்பது, சத்தியத்தினிடம் நான் கொண்டிருந்த பக்தியின் ஒரு பகுதியாயிற்று. ஆனால், என் மனைவி சம்பந்தமாகக்கூட பிரம்மச்சரியத்தை அனுசரிக்க வேண்டியது முக்கியம் என்பதைத் தென்னாப்பிரிக்காவிலேயே நான் உணர ஆரம்பித்தேன். இந்த வழியில் என் எண்ணத்தைத் திருப்பியது எந்தச் சந்தர்ப்பம் அல்லது நூல் என்பதை என்னால் திட்டமாகக் கூறமுடியாது. ராய்ச்சந்திர பாயைக் குறித்து நான் முன்பே எழுதியிருக்கிறேன். அவருடைய நட்பே இதில் முக்கியமான அம்சமாக இருந்திருக்கக் கூடும் என்பது என் ஞாபகம். ஸ்ரீ மதி கிளாட்ஸ்டன், தமது கணவரிடம் வைத்திருந்த அபார பக்தியைக் குறித்துப் புகழ்ந்து ஒரு சமயம் ராய்ச்சந்திரபாயிடம் சொல்லிக் கொண்டிருந்தேன். ஸ்ரீ கிளாட்ஸ்டன் பார்லிமெண்டுக் கூட்டத்தில் இருக்கும்போது கூட, அவருக்குத் தம் கையினாலேயே தேயிலைப் பானம் தயாரித்துக் கொடுக்க வேண்டும் என்று அவர் மனைவி வற்புறுத்தி வந்தார் என்று நான் எங்கோ படித்திருந்தேன். புகழ்பெற்ற இத் தம்பதிகளின் ஒழுங்குபடுத்தப்பட்ட வாழ்க்கையில் இது ஒரு நியதியாக ஆகிவிட்டதாம். இதைக் கவிஞரிடம் நான் கூறியதோடு, சாதாரணமாக சதிபதிகளின் காதல் வாழ்வைப் பற்றியும் புகழ்ந்து பேசினேன். அதன் பேரில் ராய்ச்சந்திரபாய் என்னைப் பின்வருமாறு கேட்டார்: 'ஸ்ரீ மதி கிளாட்ஸ்டன், மனைவி என்ற முறையில் தம் கணவரிடம் கொண்ட அன்பு பெரிதா? ஸ்ரீ கிளாட்ஸ்டனிடம் அவருக்கு உள்ள உறவு எதுவானாலும் அதைப் பற்றிய சிந்தனையின்றி ஸ்ரீமதி கிளாட்ஸ்டன் அவருக்குப் பயபக்தியோடு செய்து வந்த சேவை பெரிதா? இந்த இரண்டில் எதைப் பெரிது என்று நீங்கள் எண்ணுகிறீர்கள்? அப் பெண்மணி, அவருடைய சகோதரி

என்றோ, வேலைக்காரி என்றோ வைத்துக் கொள்ளுவோம். இதே கவனிப்போடு அப்போதும் தொண்டு செய்திருந்தால் அப்பொழுது நீங்கள் அந்தச் சேவையைப் பற்றி என்ன கூறுவீர்கள்? இத்தகைய அன்புள்ள சகோதரிகளையும் வேலைக்காரர்களையும் பற்றி நாம் கேள்விப்பட்டதில்லையா? அதே அன்பு நிறைந்த பக்தியை ஒரு வேலைக்காரனிடம் காண்கிறீர்கள் என்று வைத்துக் கொள்ளுவோம். அப்பொழுது ஸ்ரீமதி கிளாட்ஸ்டனின் விஷயத்தில் திருப்தியடைவதைப் போல் திருப்தியடைவீர்களா? நான் கூறிய இக் கருத்தைக்கொண்டு, விஷயத்தைச் சிந்தித்துப் பாருங்கள்.'

ராய்ச்சந்திரபாயும் விவாகம் ஆனவரே. அவர் கூறியவை, கொஞ்சம் கடுமையாக இருந்ததாக அப்பொழுது எனக்குத் தோன்றின என்பது என் நினைவு. ஆனால், அவர் கூறியவை என் உள்ளத்தில் மிகவும் ஆழப் பதிந்துவிட்டன. கணவனிடம் மனைவி கொள்ளும் பக்தி விசுவாசத்தைவிட, வேலைக்காரனின் பக்தி, ஆயிரம் மடங்கு போற்றற்கு உரியது என்று நான் எண்ணினேன். கணவனுக்கும் மனைவிக்கும் இடையே பிரிக்க முடியாத பந்தம் இருக்கிறது. ஆகையால் கணவனிடம் மனைவி பக்தி கொள்ளுவதில் ஆச்சரியம் எதுவும் இல்லை. இந்தப் பக்தி முற்றிலும் இயற்கையானது. ஆனால், எஜமானனுக்கும் வேலைக்காரனுக்கும் இடையே இதற்கு இணையான ஒரு பக்தியை வளர்ப்பதற்கே விசேட முயற்சி அவசியம் ஆகிறது. கவிஞரின் கருத்து எனக்கு மெள்ள மெள்ள விளங்கலாயிற்று.

'அப்படியானால், எனக்கும் என் மனைவிக்கும் இடையே இருக்கும் உறவு, எப்படி இருக்கவேண்டும்?' இவ்வாறு என்னை நானே கேட்டுக்கொண்டேன். அவளிடம் உண்மையோடு நடந்துகொள்ளுவது என்பதில், என்னுடைய காம இச்சைக்கு அவளைக் கருவியாக்கிக் கொள்ளுவது என்பதும் அடங்கியிருக்கிறதா? காம இச்சைக்கு நான் அடிமையாக இருக்கும் வரையில், மனைவியிடம் நான் உண்மையான அன்போடு இருக்கிறேன் என்பதற்கு மதிப்பே இல்லை. என் மனைவியைப் பொறுத்தவரை, நேர்மையாகச் சொல்லுவதானால், காம இச்சைக்கு என்னைத் தூண்டுபவளாக அவள் என்றுமே இருந்ததில்லை என்றே கூறவேண்டும்.

ஆகையால், எனக்குத் திடமான உறுதி மாத்திரம் இருந்திருந்தால், பிரம்மச்சரிய விரதம் கொள்ளுவது எனக்கு மிக எளிதான காரியம். எனக்கு மன உறுதி இல்லாதததுதான் அல்லது காம இச்சைதான் இதற்குத் தடையாக இருந்தது.

இவ்விஷயத்தில் என் மனச்சாட்சி விழிப்படைந்து விட்டபிறகும் கூட, இரு தடவைகளில் நான் தவறிவிட்டேன். முயற்சிக்குத் தூண்டுதலாக இருந்த நோக்கம், உயர்வானதாக இல்லாது போனதனாலேயே நான் தவறினேன். மேற்கொண்டு குழந்தைகளைப் பெறாமலே இருக்க வேண்டும் என்பதே என் முக்கியமான நோக்கமாக இருந்தது. இங்கிலாந்தில் இருந்தபோது, செயற்கைக் கர்ப்பத்தடை முறைகளைக் குறித்து ஏதோ படித்திருந்தேன். சைவ உணவைப் பற்றிய அத்தியாயத்தில் டாக்டர் அல்லின்ஸனின் கர்ப்பதடைப் பிரச்சாரத்தை குறித்து, முன்பே கூறியிருக்கிறேன். அப் பிரச்சாரத்தினால் என் மனம் செயற்கைக் கர்ப்பத்தடை முறைகளில் சிறிதளவு சென்றிருந்தாலும், அத்தகைய முறைகளை ஸ்ரீ ஹில்ஸ் எதிர்த்துக் கூறியது என் மனத்தை உடனே மாற்றி விட்டது. 'வெளி உபாயங்களுக்குப் பதிலாக உள் முயற்சியே, அதாவது புலன் அடக்கமே சிறந்தது' என்று அவர் கூறியது, என் மனத்தில் ஆழப் பதிந்ததோடு, நாளாவட்டத்தில் மனத்தை ஆட்கொண்டும் விட்டது. ஆகையால், மேற்கொண்டும் குழந்தைகள் வேண்டும் என்ற ஆசை எனக்கு இல்லை என்பதைக் கண்டதும், புலனடக்கத்திற்கான முயற்சியில் ஈடுபட ஆரம்பித்தேன். ஆனால், இம் முயற்சியில் கணக்கில்லாத கஷ்டங்கள் இருந்தன. தனித் தனிப் படுக்கைகளில் தூங்க ஆரம்பித்தோம். நாளெல்லாம் நன்றாக உழைத்துக் களைத்துப் போன பிறகே படுக்கைக்குப் போவது என்று தீர்மானித்தேன். இந்த முயற்சிகளெல்லாம் அதிகப் பலன் தரவில்லை. ஆனால், வெற்றி பெறாதுபோன இத்தகைய எல்லா முயற்சிகளின் ஒருமித்த பயனே, முடிவான தீர்மானமாக உருவாகியது என்று, அக் காலத்தைப் பற்றி நான் இப்பொழுது எண்ணிப் பார்க்கும்போது உணருகிறேன்.

இப்படியே காலம் கடந்து வந்து, 1906, ஆம் ஆண்டில்தான் இறுதியானதீர்மானத்திற்கு வர என்னால் முடிந்தது. சத்தியாக்கிரகம் அப்பொழுது ஆரம்பம் ஆகிவிடவில்லை. அப்போராட்டம்

வரும் என்ற எண்ணங்கூட எனக்குச் சிறிதும் இல்லை. போயர் யுத்தத்தைத் தொடர்ந்து, நேட்டால், 'ஜுலுக் கலகம்' ஆரம்பம் ஆயிற்று. அப்பொழுதுநான் ஜோகன்னஸ்பர்க்கில் வக்கீல் தொழில் நடத்திக் கொண்டிருந்தேன். அச்சமயம் எனது சேவையைத் தேசிய சர்க்காருக்கு அளிக்க வேண்டும் என்று எண்ணினேன். என் சேவை ஏற்றுக் கொள்ளப்பட்டது. அதைக் குறித்து மற்றோர் அத்தியாயத்தில் கவனிப்போம். ஆனால், அவ்வேலை, புலன் அடக்கத் துறையில் என்னை வெகு தீவிரமாகச் சிந்திக்கச் செய்தது. வழக்கம்போல இதைக் குறித்தும் என் சக ஊழியர்களுடன் கலந்து ஆலோசித்தேன். பிள்ளைப்பேறும், அதன் விளைவாக ஏற்படும் குழந்தை வளர்ப்பும் பொது ஜன சேவைக்கு உகந்தவை அல்ல என்பது எனக்கு உறுதியாகப்பட்டது. கலகத்தின்போது சேவை செய்வதற்குச் சௌகரியமாக இருப்பதற்காக ஜோகன்ஸ்பர்க்கில் இருந்த என் குடித்தனத்தைக் கலைத்துவிட வேண்டியதாயிற்று. சேவை செய்ய நான் ஒப்புக்கொண்ட ஒரு மாதத்திற்குள், எவ்வளவோ சிரமப்பட்டு வேண்டிய வசதிகளையெல்லாம் நான் செய்து வைத்திருந்த வீட்டை காலி செய்துவிட வேண்டி வந்தது. என் மனைவியையும் குழந்தைகளையும் போனிக்ஸுக்குக் கொண்டுபோய் விட்டுவிட்டு, நேட்டால் படையுடன் சேர்க்கப்பட்டிருந்த இந்திய வைத்தியப் படைக்குத் தலைவனாகச் சென்றேன். அதிகக் கஷ்டங்களுடன் ஓரிடத்திலிருந்து மற்றோர் இடத்திற்கு அணி வகுத்துச் செல்ல நேர்ந்த அச் சமயத்தில்தான், முடிவான எண்ணம் என் மனத்தில் பளிச்சென்று உதயமாயிற்று. அதாவது, சமூகத்தின் சேவைக்கே என்னை இந்த வகையில் அர்ப்பணம் செய்து கொள்ள விரும்பினால், பிள்ளைப் பேற்றில் அவாவையும் பொருள் ஆசையும் அறவே ஒழித்துவிட்டுக் குடும்பக் கவலையினின்றும் நீங்கியதான வானப் பிரஸ்த வாழ்க்கையை நான் மேற்கொள்ளவேண்டும் என்ற எண்ணம் உதயமாயிற்று.

அக் 'கலகம்' சம்பந்தமாக எனக்கு ஆறு வார காலமே வேலை இருந்தது. ஆனால், இந்தக் குறுகிய காலம், என் வாழ்க்கையில் மிக முக்கியமானதாயிற்று. விரதங்களின் முக்கியத்துவம், முன்பு இருந்ததைவிட எனக்கு இன்னும் அதிகத் தெளிவாக விளங்கியது. ஒரு விரதம், உண்மையான சுதந்திரத்தின் கதவை

அடைத்து விடுவதற்குப் பதிலாக அக் கதவைத் திறந்து விடுகிறது என்பதை உணர்ந்தேன். போதிய அளவு உறுதி என்னிடம் இதற்கு முன்னால் இல்லை; என்னிடத்திலேயே எனக்கு நம்பிக்கை இல்லை. கடவுளின் அருளிலும் எனக்கு நம்பிக்கை இல்லை. என் மனம், சந்தேகமாகிய அலை பொங்கும் கடலில் அங்கும் இங்கும் அலைப்புண்டு, அல்லல்பட்டுக் கொண்டிருந்தது. இதனாலேயே அச்சமயம் வரையில் நான் வெற்றியடையவில்லை. ஒரு விரதத்தை மேற்கொள்ள மறுப்பதனால் மனிதன் ஆசை வலைக்கு இழுக்கப்பட்டு விடுகிறான். ஒரு விரதத்தினால் கட்டுண்டுவிடுவது, நெறியற்ற வாழ்க்கையிலிருந்து உண்மையான ஏகபத்தினி மண வாழ்வுக்குச் செல்வதைப் போன்றது என்பதை அறிந்துகொண்டேன். 'முயற்சி செய்வதில் எனக்கு நம்பிக்கை உண்டு. அதனால் விரதங்களினால் என்னைக் கட்டுப் படுத்திக்கொள்ள விரும்பவில்லை' என்பது பலவீனத்தின் புத்திப் போக்கு. எதை விலக்க வேண்டும் என்று இருக்கிறோமோ அதனிடம் உள்ளுக்குள் ஆசை இருந்து வருகிறது என்பதையே இது வெளிப்படுத்துகிறது. இல்லையானால், முடிவான தீர்மானத்திற்கு வந்து விடுவதில் என்ன கஷ்டம் இருக்கமுடியும்? பாம்பு என்னைக் கடித்து விடும் என்பது எனக்குத் தெரியும். அதனிடமிருந்து ஓடிவிடுவது என்று விரதம் கொள்ளுகிறேன். அதனிடமிருந்து ஓடிவிட வெறும் முயற்சி செய்வதோடு நான் இருந்துவிடுவதில்லை. வெறும் முயற்சிதான் என்றால், பாம்பு என்னைக் கட்டாயம் கடித்துவிடும் என்ற நிச்சயமான உண்மையை அறியாமல் இருக்கிறேன் என்பதுதான் பொருள். ஆகையால் வெறும் முயற்சியைக் கொண்டே நான் திருப்தி அடைந்து விடுவது, திட்டமான செயலின் அவசியத்தை நான் இன்னும் உணர்ந்து கொள்ளவில்லை என்பதையே காட்டுகிறது.

'வருங்காலத்தில் என் கருத்துக்கள் மாறிவிடுகின்றன என்று வைத்துக் கொள்ளுவோம். அந் நிலைமையில் என்னை விரதத்தினால் எப்படிக் கட்டுப்படுத்திக் கொள்ளுவது?' இத்தகைய சந்தேகமே நம்மை அடிக்கடி தடுத்துவிடுகிறது. குறிப்பிட்ட ஒன்றைத் துறந்தாக வேண்டும் என்பதில் தெளிவான எண்ணம் இன்னும் ஏற்படவில்லை என்பதையே அந்தச் சந்தேகம் காட்டுகிறது. இதனாலேயே, 'ஒன்றில் வெறுப்பு ஏற்படாத துறவு

நிலைத்திராது’ என்று நிஷ்குலானந்தர் பாடியிருக்கிறார். எங்கே ஆசை அற்று விடுகிறதோ அங்கே துறவின் விரதம் இயல்பான, தவிர்க்க முடியாத பலனாக இருக்கும்.

8. பிரம்மச்சரியம் - 2

நீர விவாதித்து, ஆழ்ந்து சிந்தித்த பிறகே, 1906–ஆம் ஆண்டில் நான் பிரம்மச்சரிய விரதத்தை மேற்கொண்டேன். இது சம்பந்தமாக எனக்கு இருந்த எண்ணங்களைக் குறித்து, அதுவரையில் என் மனைவியிடம் நான் எதுவும் கூறவில்லை. விரதத்தை மேற்கொண்ட சமயத்தில் மாத்திரமே அவளைக் கலந்து ஆலோசித்தேன். அவளுக்கு எவ்வித ஆட்சேபமும் இல்லை. ஆனால், முடிவான தீர்மானத்திற்கு வருவதில் எனக்கு அதிகக் கஷ்டம் இருந்தது. அதற்கு வேண்டிய மனபலம் என்னிடம் இல்லை. எனது சிற்றின்ப இச்சையை அடக்குவது எப்படி? ஒருவன் தன்னுடைய மனைவியிடம் கூடச் சிற்றின்ப உறவைப் போக்கிக் கொண்டுவிடுவது என்பது விசித்திரமானதாகவே அப்பொழுது தோன்றிற்று. ஆனால், ஆண்டவனின் அருள் பலத்தில் பூரண நம்பிக்கை வைத்து, துணிந்து விரதத்தை மேற்கொண்டேன்.

அந்த விரதத்தை அனுசரித்து வந்திருக்கும் இருபது ஆண்டு காலத்தை நான் இப்பொழுது எண்ணிப் பார்க்கும்போது எனக்கு அளவற்ற ஆனந்தமும் ஆச்சரியமுமே உண்டாகின்றன. புலன் அடக்கத்தில் ஏறக்குறைய வெற்றிகரமாக அனுசரித்து வந்திருக்கும் பயிற்சி 1901–ஆம் ஆண்டிலிருந்தே நடந்து வருகிறது. ஆனால், விரதத்தை அனுசரித்த பிறகு எனக்கு ஏற்பட்ட சுதந்திரத்தையும் ஆனந்தத்தையும் 1906–ஆம் ஆண்டிற்கு முன்னால் நான் அனுபவித்ததில்லை. விரதம் கொள்ளுவதற்கு முன்னால் எந்தச் சமயத்திலும் ஆசைக்கு அடிமை ஆகிவிடக்கூடும் என்ற நிலையில் நான் இருந்தேன். ஆனால், இப்பொழுதோ எந்த ஆசையினின்றும் என்னைக் காக்கும் நிச்சயமான கேடயமாக விரதம் இருந்து வருகிறது. பிரம்மச்சரியத்தின் அபார சக்தி, நாளுக்கு நாள் எனக்குப் புலனாகி வந்தது. நான் போனிக்ஸில் இருந்தபோது, இவ்விரதத்தை மேற்கொண்டேன். வைத்தியப் படைவேலை நீங்கியதும் போனிக்ஸுக்குப் போனேன். பிறகு ஜோகன்னஸ்பர்க்கிற்குத் திரும்பிவிட வேண்டியதாயிற்று.

நான் அங்கே திரும்பிய ஒரு மாதத்திற்கெல்லாம் சத்தியாகிரகப் போராட்டத்திற்கு அடிகோலப்பட்டது. பிரம்மச்சரிய விரதம், எனக்குத் தெரியாமலே என்னைச் சத்தியாகிரகத்திற்குத் தயார் செய்து கொண்டிருந்தது போல் இருந்தது. சத்தியாக்கிரகம், முன்னாலேயே யோசித்துச் செய்யப்பட்ட திட்டம் அன்று. நான் விரும்பாமலே அது தானாக வந்தது. ஆனால், என்னுடைய காரியங்களெல்லாம் அந்த லட்சியத்தில் கொண்டு போய் விட்டன என்பதைக் காண்கிறேன். ஜோகன்னஸ்பர்க்கில் அதிகமாக இருந்து வந்த வீட்டுச் செலவுகளையெல்லாம் குறைத்து விட்டேன். பிரம்மச்சரிய விரதத்தை மேற்கொள்வதற்கென்றே போனதைப் போல் போனிக்ஸு க்குச் சென்றேன்.

'பிரம்மச்சரியத்தைப் பூரணமாக அனுசரிப்பதே பிரம்மத்தை அடைவதற்கு மார்க்கம்' என்ற அறிவு, சாத்திரங்களைப் படித்ததனால் ஏற்பட்டதன்று. அனுபவத்தினால் இந்த அறிவு எனக்கு நாளாவட்டத்தில் மெள்ள மெள்ள வளர்ந்தது. இது சம்பந்தமான சாத்திர நூல்களை என் வாழ்க்கையில் பின்னால்தான் நான் படித்தேன். உடல், மனம், ஆன்மா ஆகியவைகளைக் காப்பதிலேயே பிரம்மச்சரியம் இருக்கிறது. விரதத்தின் ஒவ்வொரு நாளும் என்னை இந்த அறிவுக்குப் பக்கத்தில் கொண்டுபோயிற்று. ஏனெனில், பிரம்மச்சரியம், ஒரு கடுமையான தவமுறையாக எனக்கு இல்லை. ஆறுதலையும், ஆனந்தத்தையும் எனக்கு அளிப்பதாகவே அது இருந்தது. ஒவ்வொரு நாளும் அதில் ஒரு புதிய அழகைக் கண்டேன்.

தினந்தோறும் ஆனந்தத்தை அதிகமாக்கும் விஷயமாகவே அது இருந்தாலும், அது எனக்கு எளிதாக இருந்துவிட்டது என்று யாரும் எண்ணிவிட வேண்டாம். எனக்கு ஐம்பத்தாறு வயது ஆகிவிட்ட பிறகும்கூட, அது எவ்வளவு கஷ்டமான காரியம் என்பதை அறிகிறேன். கத்தியின் முனைமீது நடப்பதைப் போன்றது அது என்பதை, ஒவ்வொரு நாளும் மேலும் மேலும் அதிகமாக உணருகிறேன். என்றைக்குமே விழிப்புடன் இருந்து வர வேண்டியது அவசியம் என்பதையும் காண்கிறேன்.

இந்த விரதத்தை அனுசரிப்பதில் அவசியமான முதல் காரியம், ருசி உணர்ச்சியை அடக்குவதாகும். ருசியை முற்றும் அடக்கி விடுவது, பிரம்மச்சரிய விரதத்தை அனுசரிப்பதை எளிதாக்கி

விடுகிறது என்று கண்டேன். ஆகவே, சைவ உணவுக்காரன் என்ற வகையில் மாத்திரம் அன்றி பிரம்மச்சாரி என்ற வகையிலும் எனது உணவுப் பரிசோதனைகளை மேற்கொண்டும் நடத்தலானேன். இந்தச் சோதனைகளின் பலனாக, பிரம்மச்சாரியின் உணவு, ஓர் அளவுக்கு உட்பட்டதாகவும், எளிமையானதாகவும், மசாலை முதலியவைகள் கலக்காததாகவும், சாத்தியமானால் சமைக்கப்படாததாகவும் இருக்க வேண்டும் என்பதைக் கண்டேன்.

பிரம்மச்சாரிக்கு ஏற்ற சிறந்த உணவு, பழங்களும் கொட்டைப் பருப்பு வகைகளுமே என்பதை ஆறு வருட அனுபவத்தில் அறிந்து கொண்டேன். இத்தகைய ஆகாரம் மாத்திரமே சாப்பிட்டுக் கொண்டிருந்தபோது, சிற்றின்ப இச்சை இல்லாத நிலையை நான் அனுபவித்ததைப்போல் அந்த உணவை மாற்றிவிட்ட பிறகு நான் அனுபவித்ததில்லை. தென்னாப்பிரிக்காவில் பழங்களையும் கொட்டைப் பருப்புகளையும் மாத்திரமே நான் புசித்து வந்தபோது, பிரம்மச்சரியத்திற்கு என் அளவில் எந்தவித முயற்சியும் தேவைப்படவில்லை. ஆனால் நான் பால் சாப்பிட ஆரம்பித்த பிறகு அதிக முயற்சியின் பேரிலேயே பிரம்மச்சரிய விரதத்தைக் காக்கவேண்டியிருந்தது. என் பழ ஆகாரத்திலிருந்து திரும்பவும் பால் சாப்பிட வேண்டிய நிலைமை எப்படி ஏற்பட்டது என்பதைக் குறித்து அதற்கு உரிய இடத்தில் பிறகு கவனிப்போம். பால் ஆகாரம் பிரம்மச்சரிய விரதத்தை அதிகக் கஷ்டமானதாக்குகிறது என்பதை மாத்திரம் இங்கே சொன்னால் போதுமானது. இதிலிருந்து 'பிரம்மச்சாரிகளெல்லாம் பால் சாப்பிடுவதை விட்டுவிட வேண்டும்' என்ற முடிவுக்கு யாரும் வந்துவிட வேண்டாம். பலவகையான ஆகாரங்களும், பிரம்மச்சரியத்தை எவ்விதம் பாதிக்கின்றன என்பதை, அநேக சோதனைகளின் பிறகே முடிவு செய்ய முடியும். பாலைப் போல் தசையை நன்றாக வளர்க்கக்கூடியதும், எளிதில் ஜீரணிக்கக் கூடியதுமான பழம் எதையும் நான் இன்னும் கண்டுபிடித்து விடவில்லை. இது சம்பந்தமாக டாக்டர்கள், வைத்தியர்கள், ஹக்கீம்கள் முதலிய பலரைக் கேட்டும் என்னால் அறிந்துகொள்ள முடியவில்லை. ஆகையால், பால், காம உணர்ச்சியைத் தூண்டக் கூடியதுதான் என்றாலும், பாலை

விட்டுவிடுமாறு இப்போதைக்கு யாருக்கும் நான் யோசனை கூறமாட்டேன்.

பிரம்மச்சரியத்திற்கு உணவைத் தேர்ந்தெடுப்பதும், கட்டுப் படுத்துவதும் எவ்விதம் அவசியமோ, அதேபோல் அதன் புற உதவிக்கு, உண்ணாவிரதம் அவசியம். புலன் உணர்ச்சிகள் கட்டுக்கு அடங்காதவை. மேலும், கீழும், எல்லாப் பக்கங்களிலும் சரியாகத் தடுத்து வைத்தால்தான் அவற்றை அடக்கிவைக்க இயலும். பசி வந்திடப் பத்தும் பறந்து போம் என்பது அனைவரும் அறிந்ததே. ஆகையால், உண்ணா விரதம் இருப்பது புலன்களை அடக்குவதில் அதிக உதவியாக இருக்கும் என்பதில் எனக்குச் சிறிதும் சந்தேகமே இல்லை. ஆனால், சிலர் விஷயத்தில் பட்டினி விரதம் பயன் படுவதில்லை. ஏனெனில், சாப்பிடாமல் இருப்பதனால் மாத்திரம் புலன் அடக்கம் கைகூடிவிடும் என்று இவர்கள் நினைத்து விடுகிறார்கள். இவர்கள் உடம்பைத்தான் பட்டினி போடுகிறார்களே அன்றி, உள்ளத்திற்கு விருந்து அளித்துக் கொண்டு தான் இருக்கிறார்கள். ‘பட்டினிவிரதம் முடிந்ததும் என்ன என்ன ருசியான ஆகாரங்களைத் தின்பது, என்ன என்ன ருசியான பானங்களைப் பருகுவது?’ என்பதைக் குறித்து எண்ணியவாறே இருக்கிறார்கள். இத்தகைய பட்டினி விரதங்கள், ருசியைக் கட்டுப்படுத்தவோ, காம இச்சையைக் கட்டுப்படுத்தவோ அவர்களுக்கு உதவுவதில்லை. பட்டினி கிடக்கும் உடலோடு, உள்ளமும் ஒத்து உழைத்தால்தான் பட்டினி விரதம் பயனுள்ளதாகும். அதாவது உடலுக்கு எவை மறுக்கப்படுகின்றனவோ அவைகளின் மீது பட்டினி விரதம் வெறுப்பை வளர்க்கவேண்டும். எல்லாப் புலன் உணர்ச்சிகளுக்கும் வேராக இருப்பது மனம். ஆகையால், பட்டினி விரதம் ஒரு குறிப்பிட்ட அளவுக்குத்தான் பயன்தரும். பட்டினி விரதம் இருக்கும் ஒருவர், காமக்குரோத உணர்ச்சிகளுக்குத் தொடர்ந்து வயப்பட்டிருப்பவராகவே இருந்துவிடவும் கூடும். என்றாலும், பட்டினி விரதத்தை அனுசரிக்காமல் சிற்றின்ப இச்சையை அழித்து விடுவது சாத்தியமில்லை என்பது பொதுவான விதி என்று சொல்லலாம். அது பிரம்மச்சரியத்தைக் கடைப்பிடிப்பதற்கு அத்தியாவசியம் என்றும் சொல்லலாம். பிரம்மச்சரியத்தை அனுசரிக்க முற்படுகிறவர்களில், பலர் தவறிவிடுகின்றனர். இவர்கள் மற்றப் புலன்களை

உபயோகிப்பதில் பிரம்மச்சாரிகளாக இல்லாமல் இருப்பது தான் இவர்கள் தோல்வியடைவதற்குக் காரணம். ஆகவே, இவர்களுடைய முயற்சி, தகிக்கும் வெயில் காலத்தில், குளிர் காலத்தின் நடுக்கும் குளிரை அனுபவிக்கச் செய்யும் முயற்சியைப் போன்றதாகிறது. பிரம்மச்சாரியின் வாழ்க்கைக்கும், பிரம்மச்சாரிகள் அல்லாத மற்றவர்கள் வாழ்க்கைக்கும் தெள்ளத்தெளிவான வேறுபாடு இருக்கவேண்டும். இவ்விரு பிரிவினரின் வாழ்க்கையும் ஒன்றுபோல் இருப்பதெல்லாம் வெளித்தோற்றத்தில் தான். ஆனால், வித்தியாசம் பட்டப் பகல்போல் வெட்ட வெளிச்சமாக இருந்தாக வேண்டும். பிரம்மச்சாரி, பிரம்மச்சாரி அல்லாதவர் ஆகிய இருவரும் கட்புலனை உபயோகித்தே பார்க்கின்றனர். கடவுளின் மகிமையைக் காண்பதற்கே, பிரம்மச்சாரி கட்புலனைப் பயன்படுத்துகிறான். ஆனால், மற்றவனோ, தன்னைச் சுற்றிலும் உள்ள அற்பத்தனங்களைப் பார்க்கவே அதை உபயோகிக்கிறான். இருவரும் தங்கள் காதுகளை உபயோகிக்கின்றனர். இதில் ஒருவன், கடவுளின் புகழுரையைத் தவிர வேறு எதையும் செவிகொடுத்துக் கேட்பதில்லை. மற்றவனுக்கோ, ஆபாசப் பேச்சுக்களைக் கேட்பதே செவிக்கு விருந்தாக இருக்கிறது. இருவரும் இரவில் நீண்டநேரம் கண் விழிக்கின்றனர். ஒருவன், அந்நேரத்தைப் பிரார்த்தனையில் செலவிடுகிறான்; மற்றவனோ, வெறித்தனமான வீண் களியாட்டங்களில் பாழாக்குகிறான். அந்தராத்மாவுக்கு இருப்பிடமான உடலாகிய திருக்கோயிலுக்கே இருவரும் உணவளிக்கின்றனர். ஒருவன், ஆண்டவனின் திருக்கோயிலைப் பழுதுபடாமல் நல்ல நிலையில் வைத்திருப்பதற்கே அதைச் செய்கிறான். மற்றொருவனோ, கண்டவைகளையெல்லாம் அதில் போட்டு நிரப்பி, அந்தத் தெய்வீகப் பாத்திரத்தைத் துர்நாற்றம் அடிக்கும் சாக்கடை ஆக்கிவிடுகிறான். இவ்விதம் ஒருவருக்கொருவர் எவ்விதச் சம்பந்தமும் இன்றித் தொலைவிலேயே வாழ்கின்றனர். நாளாக ஆக இவ்விருவருக்கும் இடையே இருக்கும் தூரம் அதிகமாகுமே அன்றிக் குறையாது.

பிரம்மச்சரியம் என்பது மனம், வாக்கு, செயல் ஆகிய மூன்றிலும் புலன்களை அடக்குவதேயாகும். மேற்கண்டதைப் போன்ற புலன் அடக்கத்தின் அவசியத்தை ஒவ்வொரு

நாளும், மேலும் மேலும் நான் நன்றாக அறிந்துவருகிறேன். பிரம்மச்சரியத்திற்கான சாத்தியங்கள் எவ்விதம் எல்லையற்று இருக்கின்றனவோ, அதே போல் துறவுக்கும் எல்லையில்லாச் சாத்தியங்கள் உண்டு. அத்தகைய பிரம்மச்சரியத்தை ஒரு வரையறைக்கு உட்பட்ட முயற்சியினால் அடைந்துவிடுவது சாத்தியம் அல்ல. அநேகருக்கு அது வெறும் லட்சியமாக மாத்திரமே இருக்க முடியும். பிரம்மச்சரியத்தைக் கடைப்பிடித்து ஒழுக விரும்புகிறவர், தம்மிடம் உள்ள குறைபாடுகளை எப்பொழுதும் உணர்ந்தவராக இருப்பார். தமது அடிமனத்தின் மூலை முடுக்குகளில் இருக்கும் ஆசைகளைத் தேடிப்பிடித்து, அவற்றைப் போக்கிக் கொள்ளுவதற்கு இடைவிடாது பாடுபட்டு வருவார். எண்ணங்கள் முற்றும் உறுதி பெற்றாலன்றிப் பூரணமான பிரம்மச்சரியம் சித்திக்காது. தானாகத் தோன்றும் எண்ணம், உள்ளத்தின் ஓர் இச்சையாகும். ஆகையால், எண்ணத்தை அடக்குவது என்பது மனத்தை அடக்குவதுதான் என்று ஆகிறது. மனத்தை அடக்குவதோ, காற்றை அடக்குவதைவிட இன்னும் அதிகக் கஷ்டமானது. என்றாலும், உள்ளத்தினுள் ஆண்டவன் இருந்து வருவதால் மனத்தை அடக்குவதும் சாத்தியமாகிறது. 'அது கஷ்டமாக இருப்பதால் அது சாத்தியமானதே அல்ல' என்று யாரும் எண்ணிவிட வேண்டாம். அது மிக உயர்வான லட்சியம். ஆகவே, அதை அடைவதற்கு மிக அதிகமான முயற்சி தேவையாவதில் ஆச்சரியம் எதுவும் இல்லை.

ஆனால், அத்தகைய பிரம்மச்சரியத்தை மனிதப் பிரயத்தனத்தினால் மட்டும் அடைந்துவிடுவது முடியாத காரியம் என்பதை நான் இந்தியாவிற்கு வந்த பிறகே அறியலானேன். 'அது வரையில், பழ ஆகாரத்தினால் மாத்திரமே, எல்லா ஆசைகளையும் போக்கிக் கொண்டுவிட முடியும்' என்ற மயக்கத்தில் இருந்து விட்டேன். அதற்குமேல் நான் செய்ய வேண்டியது எதுவும் இல்லை என்ற நம்பிக்கையில், எனக்குள் நானே பெருமையும் பட்டுக் கொண்டேன்.

என்னுடைய போராட்டங்களைப் பற்றிய அத்தியாயத்தை நான் முன் கூட்டி இங்கே விவரித்து விடக் கூடாது. இதற்கு மத்தியில் ஒரு விஷயத்தைத் தெளிவாகக் கூறிவிடுகிறேன். கடவுளை அடைவது என்ற நோக்கத்துடன் பிரம்மச்சரியத்தை

மேற்கொள்ளுகிறவர்களுக்குத் தங்களுடைய முயற்சியில் எவ்வளவு நம்பிக்கை இருக்கிறதோ அவ்வளவு நம்பிக்கை கடவுளிடம் இருக்குமாயின், அவர்கள் மனச் சோர்வு அடைய வேண்டியது இல்லை.

'இந்திரியங்களைத் தடுத்து வைப்பவனுக்கு விஷயானுபவங்கள் இல்லை; ஆனால் ஆசை மட்டும் இருக்கும். பரமாத்மாவைத் தரிசித்த பிறகு அவனுடைய ஆசையும் அழிகிறது.'

ஆகவே, மோக்ஷத்தை நாடுகிறவனுக்கு ஆண்டவனுடைய திருநாமமும், ஆண்டவனுடைய பேரருளுமே கடைசி ஆதாரங்கள். இந்தியாவுக்குத் திரும்பிய பின்னரே இந்த உண்மை எனக்குப் புலனாயிற்று.

9. எளிய வாழ்க்கை

எனது ஆரம்ப வாழ்க்கை சுகமானதாகவும் சௌகரிய மானதாகவுமே இருந்தது. ஆனால், அந்தப் பரிசோதனை நீடித்து நிற்கவில்லை. அதிகக் கவனத்துடன் வசதிக்கான சாமான்களை எல்லாம் வீட்டில் வாங்கிப் போட்டிருந்தேன். என்றாலும், அவற்றில் எனக்குப் பற்று ஏற்படவில்லை. ஆகவே, அந்த வாழ்க்கையை ஆரம்பித்ததுமே செலவுகளைக் குறைக்கவும் ஆரம்பித்துவிட்டேன். சலவைச் செலவு அதிகமாகிக் கொண்டிருந்தது. அதோடு ஒழுங்காகக் காலாகாலத்தில் வராமல் இருப்பதிலும் அந்தச் சலவைக்காரர் பெயர் பெற்றவர். இதனால் இருபது முப்பது சட்டைகளும் காலர்களும் இருந்தாலும் அவையும் எனக்குப் போதா என்ற நிலைமை ஏற்பட்டுவிட்டது. காலர்களைத் தினந்தோறும் மாற்றியாக வேண்டும். சட்டையைத் தினமும் மாற்றாவிட்டாலும் ஒன்று விட்டு ஒரு நாளாவது மாற்றியாக வேண்டும். இதனால் எனக்கு இரட்டிப்புச் செலவு ஆயிற்று. அது அனாவசியமான செலவு என்று எனக்குத் தோன்றிற்று. ஆகையால், அந்தப் பணத்தை மிச்சப்படுத்துவதற்காக நானே சலவைச் சாமான்களைச் சேகரித்துக் கொண்டேன். சலவையைப் பற்றிய ஒரு புத்தகத்தை வாங்கிப் படித்து, அக் கலையைக் கற்றுக்கொண்டதோடு, என் மனைவிக்கும் சொல்லிக் கொடுத்தேன். இதனால் எனக்கு வேலை அதிகமாயிற்று என்பதில் சந்தேகம் இல்லை. ஆனால், அத் தொழில் எனக்குப் புதுமையானதாகையால் அதைச் செய்வது இன்பமாகவே இருந்தது.

நானே சலவை செய்து போட்டுக்கொண்ட முதல் கழுத்துப் பட்டை (காலர்)யை நான் என்றும் மறந்துவிட முடியாது. தேவைக்கு அதிகமாகக் கஞ்சி போட்டுவிட்டேன். தேய்க்கும் பெட்டியின் இரும்பில் போதுமான சூடு இல்லை. கழுத்துப்பட்டை எங்கே பொசுங்கிவிடுமோ என்ற பயத்தில் அதைச் சரியாக நான் அழுத்தித் தேய்க்கவும் இல்லை. இதன் பலன் என்னவெனில், கழுத்துப்பட்டை ஓரளவு விரைப்பாகத்

தான் இருந்தது என்றாலும், அதிகப்படியாக அதற்குப் போட்டுவிட்ட கஞ்சி, அதிலிருந்து உதிர்ந்துகொண்டே இருந்தது. அந்தக் கழுத்துப்பட்டையைக் கட்டிக்கொண்டு கோர்ட்டுக்குப் போனேன். மற்ற பாரிஸ்டர்களின் பரிகாசத்துக்கு ஆளானேன். ஆனால், அந்த நாளிலேயே நான் பரிகாசத்துக்குப் பயப்படாதவன் ஆகிவிட்டேன்.

“என் கழுத்துப்பட்டைகளை நானே சலவை செய்து கொள்ளுவதில், இது என் முதல் பரிசோதனை. அதனால்தான் கஞ்சி உதிர்ந்து கொண்டிருக்கிறது. அது எனக்கு எவ்விதத் தொல்லையையும் கொடுக்கவில்லை. அதோடு நீங்கள் இவ்வளவு சிரித்து, இன்புறுவதற்கு இது காரணமாகவும் இருக்கிறது” என்றேன்.

“ஆனால், இங்கே சலவைக் கடைகளுக்குப் பஞ்சமே இல்லையே?” என்று ஒரு நண்பர் கேட்டார்.

“சலவைச் செலவு அதிகமாகிறது. ஒரு கழுத்துப்பட்டையின் விலை எவ்வளவோ அவ்வளவு ஆகிவிடுகிறது அதைச் சலவை செய்யும் கூலி. அப்படியானாலும் ஆகட்டும் என்றால், என்றென்றைக்கும் சலவைத் தொழிலாளியையே நம்பி வாழ வேண்டியதாக இருக்கிறது. ஆகையால், என் துணிகளை நானே சலவை செய்து கொள்ளுவது மேல் என்று எண்ணுகிறேன்” என்றேன்.

ஆனால், தம் வேலைகளைத் தாமே செய்து கொள்ளுவதில் உள்ள இன்பத்தை என் நண்பர்கள் உணரும்படி செய்ய என்னால் ஆகவில்லை. என் சொந்த வேலையைப் பொறுத்த வரையில், நாளாவட்டத்தில் சலவைத் தொழிலில் நான் அதிகத் தேர்ச்சி பெற்றவன் ஆகிவிட்டேன். என்னுடைய சலவை, சலவைத் தொழிலாளியின் சலவைக்கு எந்தவிதத்திலும் குறைவானதாகவும் இல்லை. என்னுடைய கழுத்துப் பட்டைகள், மற்றவர்களுடைய கழுத்துப்பட்டைகளை விட விறைப்பிலும் பளபளப்பிலும் குறைந்தனவாகவும் இல்லை.

கோகலே, தென்னாப்பிரிக்காவுக்கு வந்தபோது, அவர் ஓர் அங்கவஸ்திரம் வைத்திருந்தார். அதை மகாதேவ கோவிந்த ரானடே, அவருக்கு அன்பளிப்பாகத் தந்திருந்தார்; அந்த

அருமையான ஞாபகச் சின்னத்தை கோகலே மிகவும் போற்றிக் கவனத்துடன் பாதுகாத்து வந்தார். விசேட சமயங்களில் மாத்திரமே அதை அவர் உபயோகிப்பார். அப்படிப்பட்ட விசேட சந்தர்ப்பம் ஒன்று வந்தது. ஜோகன்னஸ்பர்க் இந்தியர், கோகலேக்கு அளித்த விருந்துபச்சாரமே அந்தச் சந்தர்ப்பம். இதற்கு அந்த அங்கவஸ்திரத்தைப் போட்டுக் கொண்டு போக, கோகலே விரும்பினார். ஆனால், அது கசங்கிப் போயிருந்ததால் 'இஸ்திரி' போடவேண்டி இருந்தது. சலவைத் தொழிலாளியிடம் அனுப்பி, 'இஸ்திரி' போட்டுக்கொண்டு வருவதற்கு நேரம் இல்லை. எனவே, அதில் என்னுடைய கைத்திறமையைக் காட்டுவதாகக் கூறினேன்.

"வக்கீல் தொழிலில் என்றால் உம்முடைய திறமையில் நான் நம்பிக்கை வைக்க முடியும். ஆனால் சலவைத் தொழிலில் உமக்குத் திறமை இருப்பதாக நம்புவதற்கில்லை" என்றார் கோகலே. "அதைக் கெடுத்து விடுவீராயின் என்ன செய்வது? அது எனக்கு எவ்வளவு அருமையான பொருள் தெரியுமா?" என்றும் கூறினார். இவ்விதம் சொல்லி, அந்த அன்பளிப்பு தமக்குக் கிடைத்த வரலாற்றையும் அதிக ஆனந்தத்தோடு கூறினார். நானே அவ்வேலையைச் செய்வதாக மீண்டும் வற்புறுத்தினேன். வெகு நன்றாகச் செய்து கொடுப்பதாகவும் வாக்களித்தேன்! பிறகு அதை, 'இஸ்திரி' போட அனுமதி கிடைத்தது. அதைச் செய்து முடித்து அவருடைய பாராட்டையும் பெற்றேன். அதற்குப் பிறகு அவ்வேலைத் திறமைக்கு எனக்கு நற்சாட்சிப் பத்திரம் அளிக்க உலகமே மறுத்து விட்டாலும் எனக்குக் கவலை இல்லை.

சலவைத் தொழிலாளிக்கு அடிமையாக இருப்பதிலிருந்து என்னை நான் விடுவித்துக் கொண்டதைப் போலவே க்ஷவரத் தொழிலாளியை எதிர்பார்ப்பதையும் போக்கிக்கொண்டு விட்டேன். இங்கிலாந்துக்குப் போகிறவர்கள் எல்லோரும் க்ஷவரம் செய்து கொள்ளவாவது கற்றுக்கொள்ளுகின்றனர். ஆனால், நான் அறிந்தவரையில், தங்கள் தலைமுடியையும் தாங்களே கத்தரித்துக் கொள்ளுவது என்பதை யாரும் கற்றுக் கொண்டதில்லை. நான் இதையும் கற்றுக்கொண்டு விட வேண்டியதாயிற்று. நான் ஒரு சமயம் பிரிட்டோரியாவில் ஆங்கிலேயர் ஒருவரிடம் முடி வெட்டிக் கொள்ளப் போனேன்.

அவர், அதிக வெறுப்புடன் என் தலை முடியை வெட்ட மறுத்துவிட்டார். எனக்கு இது அவமரியாதையாக இருந்தது. உடனே முடிவெட்டும் கத்திரி ஒன்றை வாங்கினேன். கண்ணாடி முன்பு நின்றுகொண்டு, என் தலை முடியை கத்தரித்துக் கொண்டேன் முன் முடியை வெட்டுக்கொள்ளுவதில் ஓரளவுக்கு வெற்றி பெற்றேன். ஆனால், பின்பக்கத்து முடியை வெட்டிக் கெடுத்து விட்டேன். கோர்ட்டில் இருந்த நண்பர்கள் அதைப் பார்த்துவிட்டுக் குலுங்கக் குலுங்கச் சிரித்தார்கள்.

“உமது தலை முடிக்கு என்ன ஆபத்து வந்தது, காந்தி? எலிகள் ஏதாவது வேலை செய்துவிட்டனவா?” என்று கேட்டனர்.

“அப்படியெல்லாம் ஒன்றும் இல்லை. வெள்ளைக்காரரான க்ஷவரத் தொழிலாளி என் கறுப்பு முடியை தொட இஷ்டப்படவில்லை. ஆகவே, எவ்வளவு மோசமாக இருந்தாலும் சரி, என் முடியை நானே வெட்டிக்கொள்ளுவது என்று வெட்டிக்கொண்டு விட்டேன்” என்றேன்.

என் பதில் அந்த நண்பர்களுக்கு ஆச்சரியத்தை உண்டாக்க வில்லை. தலைமுடியை வெட்ட மறுத்தது அந்த க்ஷவரத் தொழிலாளியின் குற்றமல்ல. கருப்பு மனிதருக்கு அவர் முடி வெட்டி விடுவாரானால் வெள்ளைக்காரர்கள் அவரிடம் முடி வெட்டிக்கொள்ள வர மறுத்துவிடக் கூடும். நமது தீண்டாத சகோதரர்களுக்கு க்ஷவரம் செய்ய, நம் க்ஷவரத் தொழிலாளியை நாம் அனுமதிப்பதில்லையே! இந்தப் பாவத்திற்கு உரிய பலனை நான் தென்னாப்பிரிக்காவில் ஒரு தடவை அல்ல, பல தடவைகளில் அனுபவித்தேன். ‘இதெல்லாம் நாம் செய்த பாவத்திற்குத் தண்டனையே’ என்ற நம்பிக்கை எனக்கு இருந்ததால் நான் கோபம் அடையவில்லை.

எனக்கு வேண்டியவைகளை யெல்லாம் நானே செய்து கொள்ளுவது என்பதிலும், எளிய வாழ்க்கையிலும், எனக்கு இருந்த ஆர்வம் எவ்வளவு தீவிரமான முறைகளில் வெளியிடப்பட்டது என்பதைப் பற்றிய விவரங்களை அதற்குரிய இடம் வரும்போது கூறுகிறேன். விதை, நீண்ட காலத்திற்கு முன்பே போடப்பட்டு விட்டது. வேர் இறங்கி, அது பூத்துக் காய்க்க, அதற்குத் தண்ணீர் ஊற்ற வேண்டியதே பாக்கியாக இருந்தது. அதற்குத் தண்ணீர் பாய்ச்சுவதும் உரிய காலத்தில் நடந்தது.

10. போயர் யுத்தம்

1894–ஆம் ஆண்டுக்கும் 1899–ஆம் ஆண்டுக்கும் இடையே ஏற்பட்ட மற்றும் பல அனுபவங்களையெல்லாம் விட்டுவிட்டு நேரே போயர் யுத்தத்திற்கு வரவேண்டும்.

அந்தப் போர் ஆரம்பம் ஆனபோது என் சொந்தக் கருத்துக்களை வற்புறுத்தும் உரிமை எனக்கு இல்லை என்றே நான் நம்பினேன். இது சம்பந்தமாக என் உள்ளத்தில் அப்பொழுது ஏற்பட்ட போராட்டத்தைக் குறித்து, நான் எழுதியிருக்கும் ‘தென்னாப்பிரிக்கச் சத்தியாக்கிரக சரித்திர’த்தில் விவரமாகக் கூறியிருக்கிறேன். அந்த வாதங்களை இங்கே திரும்பவும் சொல்லிக் கொண்டிருக்க வேண்டியதில்லை. அதை அறிய விரும்புவோர் அப் புத்தகத்தில் பார்த்துக் கொள்ளுவார்களாக. பிரிட்டிஷ் ஆட்சியிடம் நான் சொண்டிருந்த விசுவாசம், அப்போரில் பிரிட்டிஷ் பக்கம் என்னைச் சேரும்படி செய்துவிட்டது என்பதைச் சொல்லுவது மட்டும் இங்கே போதுமானது. பிரிட்டிஷ் பிரஜை என்ற வகையில் நான் உரிமைகளைக் கோரினால், அந்த பிரஜை என்ற வகையில், பிரிட்டிஷ் சாம்ராஜ்யத்தின் பாதுகாப்புக்காகப் போரில் ஈடுபட வேண்டியதும் என் கடமை என்றே நான் கருதினேன். பிரிட்டிஷ் ஏகாதிபத்தியத்தின் தயவினாலேயே அந்த ஏகாதிபத்தியத்துக்கு உட்பட்டு, தனது பூர்ணமான கதிமோட்சத்தை இந்தியா அடைய முடியும் என்பதும் அப்பொழுது என் கருத்து. ஆகையால், என்னால் முடிந்த வரையில் தோழர்களைத் திரட்டினேன். அவர்களைக் கொண்டு வைத்திய உதவிப் படையும் அமைத்து, கஷ்டப்பட்டு, அப்படையின் சேவையைப் பிரிட்டிஷார் ஏற்றுக்கொள்ளும் படியும் செய்தேன்.

‘இந்தியன் பயங்காளி, ஆபத்துக்குத் துணியாதவன், உடனடியான தனது சொந்த நன்மையைத் தவிர வேறு எதையும் எண்ண மாட்டான்’ என்பதே பொதுவாக ஆங்கிலேயர்களின் அபிப்பிராயம். ஆகையால், நான் என் யோசனையைக் கூறியதும், பல ஆங்கில நண்பர்கள் என்னை அதைரியப்படுத்தினர். ஆனால்,

டாக்டர் பூத், என் திட்டத்தை மனமார ஆதரித்தார். வைத்திய உதவிப் படை வேலைக்கு, அவர் எங்களுக்குப் பயிற்சியும் அளித்தார். சேவைக்குத் தகுதி வாய்ந்தவர்கள் என்பதற்கு வைத்திய அத்தாட்சிப் பத்திரம் எங்களுக்குக் கிடைக்கவும் உதவினார். ஸ்ரீ லாப்டனும், காலஞ்சென்ற ஸ்ரீ எஸ்கோம்பும் இத்திட்டத்திற்கு உற்சாகத்துடன் ஆதரவளித்தார்கள். கடைசியாகப் போர்முனையில் சேவை செய்வதாக மனுச் செய்து கொண்டோம். அரசாங்கம், வந்தனத்துடன் எங்கள் மனுவை ஏற்றுக்கொண்டது. ஆனால், எங்கள் சேவை அப்போதைக்குத் தேவையில்லை என்று கூறிவிட்டது.

இந்த மறுதலிப்புக் கிடைத்ததோடு திருப்தியடைந்து நான் சும்மா இருந்துவிடவில்லை. டாக்டர் பூத்தின் உதவியின் பேரில் நேட்டால் பிஷப்பிடம் (பாதிரியாரிடம்) சென்றேன். எங்கள் வைத்திய உதவிப் படையில் இந்தியக் கிறிஸ்தவர்கள் பலர் இருந்தனர். என் திட்டத்தை அறிந்து, பிஷப் மகிழ்ச்சியடைந்தார். எங்கள் சேவை அங்கீகரிக்கப் படுவதற்கு உதவி செய்வதாகவும் வாக்களித்தார். காலமும் எங்களுக்கு உதவியாக இருந்தது. எதிர் பார்த்ததைவிட அதிகத் தீரத்தோடும், உறுதி உடனும், திறமையாகவும் போயர்கள் போராடினார்கள். ஆகவே, முடிவில் எங்கள் சேவையும் அவசியமாயிற்று.

எங்கள் படை 1,100 பேரையும் 40 தலைவர்களையும் கொண்டது. இவர்களில் சுமார் முந்நூறு பேர் சுயேச்சையான இந்தியர்; மற்றவர்கள் ஒப்பந்தத் தொழிலாளர்கள். டாக்டர் பூத்தும் எங்களுடன் இருந்தார். படையும் நன்றாக வேலை செய்து புகழ் பெற்றது. துப்பாக்கிப் பிரயோக எல்லைக்கு வெளியில்தான் எங்கள் வேலை என்று இருந்தும், செஞ்சிலுவைப் படையின் பாதுகாப்பு எங்களுக்கு இருந்தும், நெருக்கடியான சமயம் வந்தபோது, துப்பாக்கிப் பிரயோக எல்லைக்குள்ளும் போய்ச் சேவை செய்யும்படி எங்களுக்குக் கூறப்பட்டது. மேலே கூறப்பட்ட வரையறை, நாங்கள் விரும்பிப் பெற்றது அன்று. துப்பாக்கிப் பிரயோக எல்லைக்குள் நாங்கள் இருப்பதை அதிகாரிகள் விரும்பவில்லை. ஸ்பியன் காப் என்ற இடத்தில் பிரிட்டிஷ் படைகள் முறியடிக்கப்பட்டதும் அந்த நிலைமை மாறிவிட்டது. ஜெனரல் புல்லர் ஒரு செய்தி அனுப்பினார்.

‘ஆபத்திற்கு உடன்பட நீங்கள் கடமைப்பட்டிராவிடினும், நீங்கள், அவ்விதம் செய்து, போர்க்களத்திலிருந்து காயம்பட்டவர்களைக் கொண்டு வருவீர்களானால் அரசாங்கம் நன்றியறிதல் உள்ளதாக இருக்கும்’ என்று அச்செய்தி கூறியது. இதற்கு நாங்கள் தயங்கவே இல்லை. இவ்விதம் ஸ்பியன் காப் யுத்தத்தின் பயனாக, நாங்கள் துப்பாக்கிப் பிரயோக எல்லைக்குள்ளாகவே வேலை செய்யலானோம். காயம்பட்டவர்களை, டோலியில் வைத்துத் தூக்கிக்கொண்டு, அந்த நாட்களில் நாங்கள் தினந்தோறும் இருபது, இருபத்தைந்து மைல் தூரம் நடக்க வேண்டியிருந்தது. காயம் அடைந்தவர்களில் ஜெனரல் வுட்கேட் போன்ற போர்வீரர்களைத் தூக்கிச் சென்ற கௌரவமும் எங்களுக்கு கிடைத்தது.

ஆறு வாரங்கள் சேவை செய்த பிறகு, எங்கள் படை கலைக்கப் பட்டுவிட்டது. ஸ்பியன் காப்பிலும், வால்கிரான்ஸிலும் ஏற்பட்ட தோல்விகளுக்குப் பிறகு, லேடி ஸ்மித் என்ற இடத்தையும் மற்ற இடங்களையும் அவசர நடவடிக்கைகளினால் மீட்பதற்கு முயல்வதைப் பிரிட்டிஷ் தளபதி கைவிட்டுவிட்டார். இங்கிலாந்திலிருந்தும் இந்தியாவில் இருந்தும் மேற்கொண்டு உதவிக்குப் படைகள் வந்து சேரும் வரையில் மெதுவாகவே முன்னேறுவது என்று முடிவு செய்தார்.

எங்களுடைய சொற்ப சேவை, அச்சமயம் வெகுவாகப் பாராட்டப்பெற்றது. இந்தியரின் கௌரவமும் உயர்ந்தது. ‘எப்படியும் நாம் எல்லோரும் ஏகாதிபத்தியத்தின் புத்திரர்களே’ என்பதைப் பல்லவியாகக் கொண்ட பாராட்டுப் பாடல்களைப் பத்திரிகைகள் பிரசுரித்தன. இந்திய வைத்தியப் படையின் சேவையை, ஜெனரல் புல்லர், தமது அறிக்கையில் பாராட்டியிருந்தார். இப்படையின் தலைவர்களுக்கும் யுத்தப் பதக்கங்களை வழங்கினார்கள்.

இந்திய சமூகம் அதிகக் கட்டுப்பாடுடையதாயிற்று. ஒப்பந்தத் தொழிலாளருடன் எனக்கு நெருக்கமான பழக்கம் உண்டாயிற்று. அவர்களும் அதிகமாக விழிப்படைந்தார்கள். ‘ஹிந்துக்கள், முஸ்லீம்கள், கிறிஸ்தவர்கள், தமிழர்கள், குஜராத்திகள், சிந்திகள் என்ற எல்லோரும் இந்தியரே; ஒரே தாய் நாட்டின் மக்களே’ என்ற உணர்ச்சி இவர்களிடையே ஆழ வேர்

ஊன்றியது. இந்தியரின் குறைகளுக்கு இனி நிச்சயமாகப் பரிகாரம் ஏற்படும் என்ற நம்பிக்கை ஒவ்வொருவருக்கும் உண்டாயிற்று. வெள்ளைக்காரரின் போக்கும் தெளிவாக மாறுதலை அடைந்துவிட்டது என்றே அச்சமயம் தோன்றியது. யுத்த சமயத்தில் வெள்ளையருடன் இந்தியருக்கு இனிமையான வகையில் நட்பும் ஏற்பட்டிருந்தது. ஆயிரக்கணக்கான வெள்ளைக்காரச் சிப்பாய்களுடன், அப்பொழுது நாங்கள் பழகினோம். அவர்கள் எங்களுடன் நண்பர்களாகப் பழகினர்; தங்களுக்குச் சேவை செய்வதற்காக நாங்கள் அங்கே இருப்பதைக் குறித்து நன்றியுள்ளவர்களாகவும் இருந்தனர்.

சோதனை ஏற்படும் சமயங்களில், மனித சுபாவம் எவ்வளவு உயர்ந்த விதத்தில் தென்படுகிறது என்பதற்கு, நினைத்தாலும் இன்பம் தருவதாக உள்ள ஒரு சம்பவத்தின் உதாரணத்தை நான் இங்கே குறிப்பிடாமல் இருப்பதற்கில்லை. சீவ்லி முகாமை நோக்கி நாங்கள் போய்க்கொண்டிருந்தோம். லார்டு ராபர்ட்ஸின் மகனான லெப்டினெண்டு ராபர்ட்ஸ் அங்கே படுகாயமடைந்து இறந்தார். போர்க்களத்திலிருந்து அவருடைய சவத்தைத் தூக்கி வந்தது எங்கள் படையே. அன்று வெயிலின் புழுக்கம் அதிகமாக இருந்தது. ஒவ்வொருவரும் தாகத்தினால் தண்ணீருக்குத் தவித்துக் கொண்டிருந்தனர். தாகத்தைத் தணித்துக்கொள்ள வழியில் ஒரு சிற்றோடை இருந்தது. ஆனால், அதில் யார் முன்னால் இறங்கித் தண்ணீர் குடிப்பது? ‘வெள்ளைக்காரச் சிப்பாய்கள் குடித்துவிட்டு வந்த பிறகே நாங்கள் நீர் அருந்துவது’ என்று தீர்மானித்திருந்தோம். ஆனால், அவர்கள் முன்னால் போகவில்லை. முன்னால் இறங்கி நீர் அருந்துமாறு எங்களை வற்புறுத்தினர். இவ்விதம் யார் முன்னால் போய்த் தண்ணீர் குடிப்பது என்பது பற்றிக் கொஞ்ச நேரம் அங்கே மகிழ்ச்சி தரும் போட்டியே நடந்தது.

11. சுகாதார சீர்திருத்தமும் பஞ்ச நிவாரணமும்

சமூகத்தைச் சேர்ந்த எந்த ஓர் உறுப்பினரும், அந்தச் சமூகத்திற்குப் பயன்படாதவராக இருப்பதைச் சகித்துக் கொண்டிருக்க என்னால் எப்பொழுதுமே முடிவதில்லை. சமூகத்தில் இருக்கும் குறைபாடுகளை மறைப்பதையோ, அக்குறைகளுக்கு உடந்தையாக இருப்பதையோ நான் எப் பொழுதுமே வெறுத்து வந்திருக்கிறேன். சமூகத்தின் குற்றங் குறைகளைப் போக்கிக்கொள்ளாமல் அதன் உரிமைகளைப் பெற மாத்திரம் போராடுவதும் எனக்குப் பிடிக்காது. இந்திய சமூகத்தின் ஒரு குறையைக் குறித்து அதன்மீது குற்றஞ்சாட்டப் பட்டு வந்தது. அக் குற்றச்சாட்டில் ஓரளவு உண்மை இல்லாமலும் இல்லை. ஆகையால் நான் நேட்டாலில் குடியேறியது முதல் அக்குற்றச்சாட்டிலிருந்து நம் சமூகத்தை விடுவிக்க முயன்று வந்தேன். 'இந்தியர் சுத்தத்தைக் குறித்து கவலைப்படாதவர்கள்; தங்கள் வீடுகளையும் சுற்றுப்புறங்களையும் அவர்கள் சுத்தமாக வைத்துக்கொள்ளுவதில்லை' என்று இந்தியர்மீது குறை கூறப்பட்டது. சமூகத்தில் முக்கியமானவர்களான இந்தியர்கள், தங்கள் வீடு வாசல்களைச் சுத்தமாக வைத்துக்கொள்ள முன்னமேயே ஆரம்பித்து விட்டனர். ஆனால், டர்பனில் பிளேக் ஏற்படக் கூடும் என்று அறிவிக்கப்பட்ட போதுதான் வீடுதோறும் சென்று பார்க்க ஆரம்பித்தோம். 'இதில் எங்களுடைய ஒத்துழைப்பு வேண்டும்' என்று நகரசபை உறுப்பினர்கள் விரும்பினர். ஆகவே, அவர்களைக் கலந்து ஆலோசித்து, அவர்கள் அங்கீகாரமும் கிடைத்த பின்னரே இந்த வேலையில் இறங்கினோம். எங்கள் ஒத்துழைப்பு, அவர்களுடைய வேலையை எளிதாக்கியதோடு, எங்களுடைய சிரமங்களையும் குறைத்தது. ஏனெனில், தொத்துநோய்கள் பரவும்போதெல்லாம் நிர்வாக அதிகாரிகள் வெகு சீக்கிரத்தில் பொறுமையை இழந்துவிடுகிறார்கள்; கடுமையான நடவடிக்கைகளையும் எடுத்துக்கொள்ளுகின்றனர். தங்களுக்குப் பிடிக்காதவர்களிடம்

அவர்கள் அதிகக் கடுமையாக நடந்து கொள்ளுவதும் பொதுவான வழக்கம். இந்திய சமூகம், தானே வலியச் சுகாதார முறைகளை அனுசரிக்க முற்பட்டதால் இப்படிப்பட்ட கொடுமையில் சிக்காமல் மீண்டது.

ஆனால், எனக்கு வருந்தத்தக்க அனுபவங்கள் சில ஏற்படாது போகவில்லை. உரிமையைக் கோருவதில் சமூகத்தின் உதவியைப் பெறுவது எளிது. ஆனால், சமூகம் தன்னுடைய கடமையை நிறைவேற்றச் செய்ய வேண்டும் என்பதில் அதே சமூகத்தின் உதவியை நான் அவ்வளவு எளிதாகப் பெற்றுவிட முடியாது என்பதைக் கண்டேன். சில இடங்களில் அவமதிக்கப்பட்டேன். மற்ற இடங்களிலோ, என்னிடம் மரியாதை காட்டினார்கள். ஆனால், நான் கூறிய யோசனைகளை அவர்கள் பொருட்படுத்தவில்லை. தங்களைச் சுற்றியுள்ள இடங்களைச் சுத்தமாக வைத்திருக்க வேண்டும் என்பதில் முயற்சி எடுத்துக்கொள்ளுவது, மக்களுக்கு அதிகக் கஷ்டமாகவே இருந்தது. இந்த வேலைக்கு அவர்கள் பணம் செலவு செய்வார்கள் என்று எதிர்பார்ப்பதற்கே இல்லை. அளவற்ற பொறுமையினாலன்றி இந்த மக்கள் எந்த வேலையும் செய்யும்படியாகச் செய்வது முடியாத காரியம் என்பதை, மற்றெல்லாவற்றையும்விட இந்த அனுபவங்கள், எனக்கு நன்றாகப் போதித்தன. சீர்திருத்த வேண்டும் என்ற கவலை, சீர்திருத்தக்காரருக்குத்தான் உண்டு. சமூகம் அதைப்பற்றிக் கவலைப்படுவதில்லை. ஆனால், அவர் சமூகத்தினிடமிருந்து எதிர்ப்பையும், வெறுப்பையும், உயிருக்கே அபாயமான கொடுமைகளையும் தவிர வேறு எதையும் எதிர்பார்ப்பதற்கில்லை. சீர்திருத்தக்காரர், தம் உயிரினும் முக்கியமானது என்று கருதும் ஒரு சீர்திருத்தத்தை மிகவும் பிற்போக்கானது என்று கூடச் சமூகம் கருதிவிடலாம் அல்லவா?

என்றாலும், இந்தக் கிளர்ச்சியின் பயனாக இந்திய சமூகத்தினர், தங்கள் வீடு வாசல்களையும் சுற்றுப்புறங்களையும் சுத்தமாக வைத்திருக்க வேண்டியதன் அவசியத்தை ஒருவாறு கற்றுக் கொண்டார்கள். அதிகாரிகளின் நன்மதிப்பும் எனக்கு ஏற்பட்டது. இருக்கும் குறைகளை எடுத்துக்கூறி உரிமைகளை வற்புறுத்துவதே என் வேலையாக இருந்தாலும், சுயத் தூய்மையைச் சமூகம்

அடைய வேண்டும் என்பதிலும் நான் சிரத்தையுடன் விடாப் பிடியாகவும் இருந்ததை அவர்கள் கண்டார்கள்.

ஆயினும், செய்து தீரவேண்டிய ஒரு வேலை இன்னும் பாக்கியாகவே இருந்தது. நாடு கடந்து வந்திருக்கும் இந்தியர்கள், தாய் நாட்டுக்குத் தாங்கள் செய்தாக வேண்டிய கடமையை உணரும்படி செய்வதே அந்த வேலை. இந்தியா ஏழை நாடு. செல்வத்தைத் தேடுவதற்காக இந்தியர்கள் தென்னாப்பிரிக்காவிற்கு வந்தார்கள். தாய்நாட்டு மக்களுக்குக் கஷ்டம் ஏற்படும் சமயத்தில், இந்த இந்தியர், தங்கள் வருவாயில் ஒரு பகுதியை அளித்துத் தாய் நாட்டுக்கு உதவ வேண்டியது அவர்களுடைய கடமையாகும். 1897, 1899 –ஆம் ஆண்டுகளில் இந்தியாவில் பயங்கரமான பஞ்சம் ஏற்பட்டபோது, தென்னாப்பிரிக்க இந்தியர்கள், இந்த உதவியைச் செய்தனர். பஞ்ச நிவாரண வேலைகளுக்குத் தாராளமாகப் பண உதவி செய்தார்கள். 1897–ஆம் ஆண்டில் செய்ததைவிட 1899–ஆம் ஆண்டில் அதிக உதவி செய்தனர். இதற்கு ஆங்கிலேயரும் பண உதவி செய்ய வேண்டும் என்று கோரினோம். அவர்களும் தாராளமாக உதவ முன்வந்தனர். இந்திய ஒப்பந்தத் தொழிலாளரும், தங்கள் பங்கைக் கொடுத்து உதவினர். இந்தப் பஞ்சங்கள் தோன்றிய சமயத்தில் ஏற்பட்ட இந்த உதவி முறை, அப்பொழுதிலிருந்து தொடர்ந்து நடந்துகொண்டு வருகிறது. இந்தியாவில் பெரிய துன்பங்கள் ஏற்படும் போதெல்லாம் பெருந்தொகையை இந்தியாவுக்கு அனுப்பி உதவுவதற்குத் தென்னாப்பிரிக்க இந்தியர் தவறுவதே இல்லை.

இவ்விதம், தென்னாப்பிரிக்க இந்தியரிடையே நான் செய்து வந்த சேவை, ஒவ்வொரு கட்டத்திலும், சத்தியத்தின் புதிய தன்மைகளை எப்பொழுதும் எனக்குக் காட்டி வந்தது. சத்தியம் என்பது ஒரு பெரிய மரத்தைப் போன்றது. அதை நீர் ஊற்றி நாம் வளர்க்க வளர்க்க அது மேலும் மேலும் கனிகளை அதிகமாகக் கொடுத்துக்கொண்டே இருக்கிறது. சத்தியத்தின் சுரங்கத்தில் மேலும் ஆழத்தில் போய், நாம் தேடத் தேட அதில் பொதிந்து கிடக்கும், மேலும் மேலும் அதிக விலை மதிப்புள்ள ரத்தினங்களைக் காண்கிறோம்.பல வகைகளிலும் சேவை செய்வதற்கு ஏற்படும் வாய்ப்புகளே அந்த ரத்தினங்களாகும்.

12. இந்தியாவுக்குத் திரும்ப முடிவு

யுத்த சேவையிலிருந்து நான் விடுவிக்கப்பட்டதும், 'இனி நான் செய்ய வேண்டிய வேலை, இந்தியாவில்தானே அன்றி தென்னாப்பிரிக்காவில் அல்ல' என்பதை உணர்ந்தேன். இப்படி நான் எண்ணியதற்குக் காரணம், தென் ஆப்பிரிக்காவில் இனி செய்வதற்கு எதுவுமே இல்லை என்பது அல்ல. ஆனால், அங்கே என் முக்கியமான வேலை, பணம் சம்பாதிப்பதாகவே ஆகிவிடும் என்று அஞ்சினேன்.

தாய் நாட்டில் இருந்த நண்பர்களும், திரும்பி வந்துவிடுமாறு என்னை வற்புறுத்திக் கொண்டிருந்தார்கள். இந்தியாவில் நான் அதிகமாகச் சேவை செய்ய முடியும் என்றும் எண்ணினேன். தென்னாப்பிரிக்காவிலிருக்கும் வேலைகளுக்கோ, ஸ்ரீகானும், ஸ்ரீமன்சுக்லால் நாஸரும் இருக்கிறார்கள். ஆகையால், என்னை விடுவிக்குமாறு எனது சக ஊழியர்களைக் கேட்டுக்கொண்டேன். என் கோரிக்கை அதிகச் சிரமத்தின் பேரிலும், ஒரு நிபந்தனையின் பேரிலும் ஒப்புக்கொள்ளப்பட்டது. ஓர் ஆண்டிற்குள் தென்னாப்பிரிக்க இந்தியர் சமூகம் என்னை விரும்பினால், தென்னாப்பிரிக்காவுக்குத் திரும்பிவிட நான் தயாராக இருக்க வேண்டும் என்பதே அந்த நிபந்தனை. இது கஷ்டமான நிபந்தனை என்று கருதினேன். ஆயினும், சமூகத்தினுடன் என்னைப் பிணைத்திருந்த அன்பின் காரணமாக அந்த நிபந்தனைக்கு ஒப்புக்கொண்டேன். 'அன்பெனும் நூலிழையினால் கண்ணன் என்னைக் கட்டிவிட்டான். நானும் அவனுக்கு முழு அடிமையாகிவிட்டேன்' என்று மீராபாய் பாடினாள். சமூகத்துடன் என்னைப் பிணைத்திருந்த அன்பெனும் நூல் இழை, என்னைப் பொறுத்த வரையிலும் கூட, அறுந்துவிட முடியாததாகப் பலம் உள்ளதாகத்தான் இருந்தது. பொதுஜன வாக்கே கடவுள் வாக்கு. இங்கே நண்பர்களின் வாக்கு, மனப்பூர்வமான உண்மைவாக்காக இருந்ததால், அதைத் தட்டிவிடவும் முடியவில்லை. நிபந்தனைக்கு ஒப்புக்கொண்டு, புறப்படுவதற்கு அவர்களுடைய அனுமதியைப் பெற்றேன்.

அச் சமயம் எனக்கு நேட்டாலுடன் மாத்திரமே நெருங்கிய தொடர்பு இருந்தது. நேட்டால் இந்தியர் அன்பு என்ற அமிர்தத்தை என்மீது பொழிந்துவிட்டார்கள். ஒவ்வோர் இடத்திலும் பிரவுபசாரக் கூட்டம் நடத்தினார்கள். விலையுயர்ந்த வெகுமதிகளையும் எனக்கு அளித்தார்கள்.

1899–இல் நான் இந்தியாவுக்குப் புறப்பட்டபோதும் இத்தகைய வெகுமதிகளை எனக்குக் கொடுத்தனர். ஆனால், இத்தடவையிலோ, பிரிவுபசாரம் அளவு கடந்ததாக இருந்தது. வெள்ளி, தங்கச் சாமான்களும் அன்பளிப்பில் அடங்கியிருந்ததோடு, விலையுயர்ந்த வைரச் சாமான்களும் இருந்தன.

இந்த வெகுமதிகளையெல்லாம் ஏற்றுக்கொள்ள எனக்கு என்ன உரிமை இருக்கிறது? இவைகளை யெல்லாம் வாங்கிக் கொண்ட பிறகு, ஊதியம் பெறாமல் சமூகத்திற்குச் சேவை செய்து வந்திருப்பதாக நான் எண்ணிக்கொள்ளுவது எப்படி? என் கட்சிக்காரர்கள் கொடுத்த சில வெகுமதிகளைத் தவிர மற்றவை யாவும், சமூகத்திற்கு நான் செய்த சேவைக்கு என்றே முற்றும் எனக்கு அளிக்கப்பட்டவைகள் ஆகும். என் கட்சிக்காரர்களும் பொது வேலையில் எனக்கு உதவி செய்திருக்கிறார்கள். அப்படி இருக்கும் போது, கட்சிக்காரர்கள் வேறு, பொது ஊழியர்கள் வேறு என்று பாகுபாடு செய்துகொள்ளுவதற்கும் இல்லை.

கிடைத்த வெகுமதிகளில் ஒன்று தங்கச் சங்கிலி. அது 52 பவுன் பெறுமானம் உள்ளது. என் மனைவிக்கு என்று அதை அளித்தனர். ஆனால், அதுவும்கூட என்னுடைய பொதுசேவைக்கு அளிக்கப்பட்ட வெகுமதியே. ஆகையால் மற்றவைகளிலிருந்து அதை நான் தனியாக பிரித்துவிட முடியாது.

ஒரு நாள் மாலை, இந்த வெகுமதிகளில் பெரும் பகுதியை எனக்கு அளித்தார்கள். அன்று இரவெல்லாம் என்னால் தூங்கவே முடியவில்லை. என் அறையில் அங்கும் இங்கும் இரவெல்லாம் உலாவினேன்; தீவிரமாகச் சிந்தித்தேன். ஆனால், ஒரு முடிவுக்கும் வரமுடியவில்லை. ஆயிரக்கணக்கில் மதிப்புள்ள இந்த வெகுமதிகளை வேண்டாம் என்று துறந்து விடுவது எனக்குக் கஷ்டமாக இருந்தது. அவைகளை வைத்துக் கொள்ளுவதோ இன்னும் அதிகக் கஷ்டமாக இருந்தது.

அவைகளை நான் வைத்துக் கொள்கிறேன் என்றாலும் என் குழந்தைகளின் சங்கதி என்ன? என் மனைவியின் விஷயம் என்ன? சேவைக்கு வேண்டிய வாழ்க்கை நடத்த அவர்கள் பயிற்சி பெற்றிருக்கிறார்கள். சேவை ஒன்றே அதற்குரிய சன்மானம் என்றும் அவர்களுக்குச் சொல்லி வந்திருக்கிறேன்.

வீட்டில் என்னிடம் விலை உயர்ந்த நகை எதுவும் இல்லை. எங்கள் வாழ்க்கையையே விரைவாக எளிமை ஆக்கிக்கொண்டு வந்திருக்கிறோம். அப்படியிருக்கத் தங்கக் கடிகாரங்களை நாங்கள் எவ்வாறு வைத்துக் கொள்ள முடியும்? தங்கச் சங்கிலிகளையும் வைர மோதிரங்களையும் நாங்கள் எவ்வாறு அணிந்து கொள்ள முடியும்? மக்கள், நகைகளின் மீது இருக்கும் ஆசையை விட்டுவிட வேண்டும் என்று பல தடவை நான் மக்களுக்கு உபதேசம் செய்தும் இருக்கிறேன். அப்படியிருக்க என்னிடம் வந்திருக்கும் நகைகளை நான் என்ன செய்வது?

இந்த வெகுமதிகளையெல்லாம் நான் வைத்துக்கொள்ளக் கூடாது என்ற முடிவுக்கு வந்தேன். இவற்றையெல்லாம் சமூகத்திற்கே சொந்தமானதாக்கி, இதற்குச் சில தரும கர்த்தாக்களை நியமித்து, ஒரு கடிதம் எழுதினேன். பார்ஸி ருஸ்தம்ஜியையும் மற்றும் சிலரையும் தருமகர்த்தாக்களாக நியமித்தேன். காலையில் என் மனைவியுடனும் குழந்தைகளோடும் ஆலோசனையை நடத்தி இப் பெரும் பாரத்தை நிவர்த்தி செய்து கொண்டேன்.

இதற்கு என் மனைவியைச் சம்மதிக்கச் செய்வதில் கொஞ்சம் சிரமம் இருக்கும் என்பதை அறிவேன். குழந்தைகளைப் பொறுத்த வரையில் எந்தவிதமான கஷ்டமும் இராது என்பதும் எனக்குத் தெரியும். ஆகவே, அவர்களையே என் வக்கீல்கள் ஆக்கிக்கொண்டு விடுவது என்ற முடிவுக்கு வந்தேன்.

என் யோசனைகளைக் குழந்தைகள் உடனே ஏற்றுக் கொண்டு விட்டனர். "இந்த விலையுயர்ந்த வெகுமதிகள் நமக்குத் தேவையில்லை. ஆகையால், அவற்றைச் சமூகத்திற்குத் திருப்பிக் கொடுத்து விடவேண்டியதே. அவை நமக்கு எப்பொழுதாவது தேவைப்பட்டால் நாம் அவற்றை எளிதில் விலைக்கு வாங்கிக் கொள்ளலாம்" என்று குழந்தைகள் கூறினர்.

நான் ஆனந்தம் அடைந்தேன். "அப்படியானால், உங்கள் தாயாரிடம் இதைக் குறித்து எடுத்துக் கூறி, அவளும் இதற்குச்

சம்மதிக்கச் செய்வீர்கள் அல்லவா?'' என்று கேட்டேன். ''நிச்சயமாகச் செய்வோம். அது எங்கள் வேலை. அம்மாவுக்கு நகைகள் வேண்டியதில்லை. அவைகளை எங்களுக்காக வைத்திருக்க வேண்டும் என்றே அவர் விரும்புவார். 'எங்களுக்கு அவை தேவையில்லை' என்று நாங்கள் கூறும்போது, அவைகளைக் கொடுத்துவிட அம்மா ஏன் சம்மதிக்க மாட்டார்?'' என்றும் கூறினார்கள்.

பேச்சளவில் இது எளிதாகத்தான் இருந்தது. ஆனால், காரியத்திலோ அது அதிகக் கஷ்டமாக இருந்தது. என் மனைவி கூறியதாவது: ''இவையெல்லாம் உங்களுக்குத் தேவைப்படாமல் இருக்கலாம். உங்கள் குழந்தைகளுக்கும் அவை வேண்டாம் என்று இருக்கலாம். அவர்களை நீங்கள் தட்டிக் கொடுத்தால், உங்கள் இஷ்டப்படியெல்லாம் அவர்கள் கூத்தாடுவார்கள். நகைகளை நான் போட்டுக் கொள்வதை நீங்கள் அனுமதிக்காமலிருப்பதை நான் புரிந்து கொள்ளுகிறேன். ஆனால், என் மருமகப்பெண்கள் வரும்போது அவர்கள் விஷயம் என்ன? நிச்சயம் அவர்களுக்கு நகைகள் வேண்டியிருக்கும். நாளைக்கு நம் நிலைமை எப்படி இருக்கும் என்பது யாருக்குத் தெரியும்? அதிக அன்போடு அளிக்கப்பட்ட இந்த வெகுமதிகளைத் திருப்பிக் கொடுத்துவிட நான் ஒரு போதும் சம்மதிக்கவே மாட்டேன்.''

இவ்வாறு அவள், வாதங்களைச் சண்டமாருதமாகப் பொழிந்தாள். முடிவில் கண்ணீர் வடித்தும் அவற்றைப் பலப்படுத்தினாள். ஆனால், குழந்தைகளோ உறுதியுடன் இருந்தார்கள். நானும் அசையவில்லை. நான் சாந்தமாகப் பின்வருமாறு கூறினேன்: ''குழந்தைகளுக்கு இனிமேல்தான் விவாகம் நடக்க வேண்டும். அவர்கள் குழந்தைகளாக இருக்கும் போதே விவாகம் செய்து வைத்துவிட நாம் விரும்பவில்லை. அவர்கள் வளர்ந்ததும், அவர்கள் காரியங்களை அவர்களே முடித்துக்கொள்ளுவார்கள். மேலும், நகைப் பித்துப் பிடித்த பெண்களை நம் குமாரர்களுக்கு நாம் மணம் செய்துவைக்கப் போவதில்லை என்பதும் நிச்சயம். அவர்களுக்கு நகை போட வேண்டிய அவசியம் ஏற்பட்டாலும் அவற்றை வாங்கிக் கொடுக்க நான் இருக்கிறேன். அப்பொழுது நீ என்னைக் கேள்.''

அதற்கு அவள், ''உங்களைக் கேட்பதா? இவ்வளவு நாள் பழகியும் உங்களை எனக்குத் தெரியாதா? என் நகைகளைப் பிடுங்கிக்

கொண்டீர்கள். அவற்றை நான் போட்டுக்கொண்டு நிம்மதியாக இருக்கவும் நீங்கள் என்னை விடவில்லை. இப்படிப்பட்ட நீங்கள் மருமக்கள்மார்களுக்கு நகை வேறு செய்து போட்டுவிடப் போகிறீர்களாக்கும்! முடியாது. நகைகளை நான் திருப்பிக் கொடுக்கப்போவதில்லை. மேலும், என்னுடைய கழுத்துச் சரத்தைக் கேட்க, உங்களுக்கு என்ன உரிமை இருக்கிறது?'' என்றாள்.

"ஆனால், அந்தக் கழுத்துச் சரத்தை, உனக்குக் கொடுத்தது என் சேவைக்காகவோ, உன் சேவைக்காகவா?'' என்று நான் கேட்டேன்.

"உங்கள் சேவைக்காகவே என்பதை ஒப்புக் கொள்ளுகிறேன். ஆனால், நீங்கள் செய்த சேவை, நான் செய்த சேவையே அல்லவா? உங்களுக்காக இரவு பகல் நான் பாடுபட்டு உழைத்திருக்கிறேன். அதெல்லாம் சேவையல்லவா? போகிறவர்கள் வருகிறவர்களையெல்லாம் வீட்டுக்கு அழைத்து வந்து, அவர்களுக்கெல்லாம் உழைத்து, நான் கண்ணீர் வடிக்கச் செய்தீர்கள். அவர்களுக்கெல்லாம் அடிமையாக உழைத்தேனே!'' என்றாள், என் மனைவி.

இச் சொல்லம்புகள் என் உள்ளத்தில் தைத்தன. அவற்றுள் சில ஆழப் பதிந்தன. ஆனாலும், நகைகளைத் திருப்பிக் கொடுத்து விடுவது என்று நான் உறுதி கொண்டுவிட்டேன். இதற்கு அவளும் முடிவாகச் சம்மதித்துவிடும்படி செய்வதில் எப்படியோ வெற்றிபெற்றேன். 1896, 1901–ஆம் ஆண்டுகளில் கொடுக்கப்பட்ட அன்பளிப்புகள் யாவும் திருப்பிக் கொடுக்கப்பட்டு விட்டன. ஒரு தருமகர்த்தாப் பத்திரம் தயாரித்தேன். அந்த வெகுமதிகளையெல்லாம் ஒரு பாங்கில் ஒப்படைத்தேன். என் விருப்பப்படியோ, தருமகர்த்தாக்களின் விருப்பப்படியோ, இந் நிதியைச் சமூகத்தின் சேவைக்குப் பயன்படுத்துவது என்று ஏற்பாடு செய்தேன்.

பொதுஜன காரியங்களுக்கு நிதி எனக்குத் தேவைப்பட்டு, 'இந்தத் தரும நிதியிலிருந்து எடுத்துக்கொள்ள வேண்டியதே' என்று நான் எண்ணிய போதெல்லாம், தேவைக்கு வேண்டிய பணத்தை வெளியிலேயே வசூல் செய்துகொள்ள என்னால் முடிந்திருக்கிறது. ஆகையால், அந்த நிதி அப்படியே

செலவாகாமல் இருந்தது. அந்த நிதி இன்னும் இருந்து வருகிறது. தேவைப்படும் போது செலவிட்டு வருகிறார்கள். ஒழுங்காக அந் நிதி சேர்ந்து கொண்டும் வருகிறது.

இவ்வாறு இந்நிதியை உண்டாக்கியதற்காக நான் என்றும் வருந்தியதே இல்லை. சில ஆண்டுகளானதும், அப்படிச் செய்தது தான் புத்திசாலித்தனமானது என்பதை என் மனைவியும் அறிந்து கொண்டாள். எத்தனையோ ஆசைகளிலிருந்து அது எங்களைப் பாதுகாத்தது.

பொதுஜன சேவையில் ஈடுபட்டிருப்பவர்கள், விலை உயர்ந்த வெகுமதிகளை ஏற்றுக்கொள்ளவே கூடாது என்பது என்னுடைய திடமான அபிப்பிராயம்.

13. திரும்பவும் இந்தியாவில்

ஆகவே, நான் தாய்நாட்டிற்குப் பயணமானேன். மத்தியில் கப்பல் நின்ற துறைமுகங்களில் மொரீஷியஸ் (மோரிஸ்) தீவும் ஒன்று. அங்கே கப்பல் கொஞ்சம் அதிகமாகத் தாமதித்ததால் நான் கரையில் இறங்கி, இத்தீவிலிருந்த நிலைமையை ஓரளவுக்குத் தெரிந்து கொண்டேன். ஒரு நாள் இரவு, அந்தக் காலனியின் கவர்னர் ஸர் சார்லஸ் புரூஸின் விருந்தினனாக இருந்தேன்.

இந்தியாவுக்கு வந்து சேர்ந்ததும் நாட்டைச் சுற்றிப் பார்ப்பதில் கொஞ்ச காலத்தைக் கழித்தேன். அது 1901–ஆம் ஆண்டு. அப்போது கல்கத்தாவில் ஸ்ரீ (பிறகு ஸர்) தின்ஷா வாச்சாவின் தலைமையில் காங்கிரஸ் மகாநாடு நடந்தது. நானும் மகாநாட்டிற்குப் போயிருந்தேன். காங்கிரஸைப்பற்றிய என் முதல் அனுபவம் அதுதான்.

தென்னாப்பிரிக்க நிலையைக் குறித்து, ஸர் பிரோஸ்ஷா மேத்தாவுடன் நான் பேசவேண்டியிருந்ததால், பம்பாயிலிருந்து அவர் பிரயாணம் செய்த அதே ரெயிலில் நானும் பிரயாணம் செய்தேன். அவர் எவ்விதமான ராஜபோக வாழ்க்கையை நடத்தி வந்தார் என்பதை நான் அறிவேன். தமக்கு என்று அவர், எல்லா வசதிகளும் உள்ள தனிப்பெட்டி ஒன்றை ரெயிலில் அமர்த்திக் கொண்டிருந்தார். குறிப்பிட்ட இரு ஸ்டேஷன்களுக்கு இடையில் அவருடைய தனிப்பெட்டியில் நான் பிராயணம் செய்து, நான் சொல்ல வேண்டியதைச் சொல்லிக் கொள்ளலாம் என்பது எனக்கு இடப்பட்டிருந்த கட்டளை. ஆகவே, குறிப்பிட்ட ஸ்டேஷனில் அவருடைய தனிப்பெட்டிக்குப் போய், நான் வந்திருப்பதை அவருக்குத் தெரிவித்துக் கொண்டேன். அவருடன் ஸ்ரீ வச்சாவும் ஸ்ரீ (இப்பொழுது ஸர்) சிமன்லால் சேதல்வாடும் இருந்தனர். ராஜீய விஷயங்களைக் குறித்து, அவர்கள் விவாதித்துக் கொண்டிருந்தார்கள். ஸர் பிரோஸ்ஷா என்னைப் பார்த்ததும் பின்வருமாறு கூறினார்: “காந்தி, உமக்கு எதுவும் என்னால் செய்ய முடியாது போல் தோன்றுகிறது. ஆனால், நீர் விரும்பும் தீர்மானத்தை நாங்கள் நிறைவேற்றுவோம். நம்

சொந்த நாட்டிலேயே நமக்கு என்ன உரிமை இருக்கிறது? நம் நாட்டில் நமக்கு எந்தவிதமான அதிகாரமும் இல்லாதிருக்கும் வரையில், காலனிகளில் நீங்கள் சுகமடைய முடியாது என்றே நான் நம்புகிறேன்.''

இதைக் கேட்டு நான் திடுக்கிட்டுப்போனேன். அக் கருத்தை ஸ்ரீ சேதல்வாடும் அங்கீகரிப்பதாகத் தோன்றியது. ஸ்ரீ வாச்சா, என்னைப் பரிதாப நோக்குடன் பார்த்தார். பிரோஸ்ஷாவிடம் என்னுடைய கட்சியை எடுத்துக்கூற முயன்றேன். ஆனால், பம்பாயின் முடிசூடா மன்னரான அவரை, என்னைப்போன்ற ஒருவன், தனது கட்சியை ஏற்றுக்கொள்ளுமாறு செய்து விடுவதென்பதற்கு இடமே இல்லை. என்னுடைய தீர்மானத்தைக் கொண்டுவர அனுமதிக்கப்படுவேன் என்பதைக் கொண்டு திருப்தியடைந்தேன்.

''தீர்மானத்தை முன்னதாகவே காட்டுவீர்கள் அல்லவா?'' என்று என்னை உற்சாகப் படுத்துவதற்காக ஸ்ரீ வாச்சா கேட்டார். அவருக்கு நன்றி தெரிவித்தேன். ரெயில் அடுத்த ஸ்டேஷனில் நின்றதும் அந்தப் பெட்டியிலிருந்து இறங்கி, என் பெட்டிக்குப் போய்விட்டேன்.

கல்கத்தா போய்ச் சேர்ந்தோம். வரவேற்புக் கழகத்தினர் அக்கிராசனரை மிகுந்த சிறப்புடன், அவருடைய முகாமுக்கு அழைத்துச் சொன்றனர். நான் எங்கே போகவேண்டும் அன்று ஒரு தொண்டரைக் கேட்டேன். என்னை ரிப்பன் கல்லூரிக்கு அழைத்துச் சென்றார். அங்கே பல பிரதிநிதிகள் தங்குவதற்கு ஏற்பாடு செய்திருந்தார்கள். அதிர்ஷ்டம் எனக்கு உதவியது நான் இருந்த பகுதியிலேயே லோகமான்யரின் ஜாகையும் இருந்தது. அவர் ஒரு நாள் பிந்தி வந்தார் என்று எனக்கு ஞாபகம்.

லோகமான்யர் இருக்குமிடத்தில் வழக்கம்போல் அவருடைய தர்பார் நடக்காமல் இருக்காது. படுக்கையில் அவர் உட்கார்ந் திருந்த சமயத்தில், நான் அவரைப் பார்த்தேன். அந்தக் காட்சி முழுவதும் இன்றும் என் நினைவில் அப்படியே இருந்து வருகிறது. நான் ஓவியக்காரனாக இருந்தால், அக் காட்சியை அப்படியே சித்திரமாகத் தீட்டிவிடுவேன். அவரைப் பார்த்துப் பேசக் கணக்கற்றவர்கள் வந்தனர். அவர்களில் ஒருவரை மாத்திரமே இப்பொழுது எனக்கு நினைவிருக்கிறது. 'அமிர்த்

பஜார்' பத்திரிகையின் ஆசிரியரான காலஞ்சென்ற பாபு மோதிலால் கோஷே அவர். அவர்களுடைய பலத்த சிரிப்பும், ஆளும் இனத்தினரின் தவறான செய்கைகளைப் பற்றி அவர்கள் பேசிக்கொண்டிருந்ததும் என்றுமே மறந்துவிடக் கூடியன அல்ல.

இந்த முகாமின் நிலைமையைக் குறித்துக் கொஞ்சம் விவரமாகத் தெரிவிக்க விரும்புகிறேன். தொண்டர்கள் ஒருவரோடொருவர் சச்சரவிட்டுக் கொண்டிருந்தனர். அவர்களில் ஒருவரிடம் ஏதாவது செய்யுமாறு நீங்கள் கூறினால், அதை அவர் இன்னொருவரிடம் சொல்லுவார். அப்படிச் சொல்லப்பட்டவர், மூன்றாமவரிடம் கூறுவார். இப்படிப் போய்க்கொண்டே இருக்கும். பிரதிநிதிகளைப் பொறுத்த வரையில், அவர்கள் திக்குத் திசை தெரியாமல் தவித்தனர்.

தொண்டர்கள் சிலருடன் சிநேகம் செய்துகொண்டேன். தென்னாப்பிரிக்காவைப் பற்றி அவர்களிடம் சில விஷயங்களைக் கூறினேன். அவர்கள் கொஞ்சம் வெட்கம் அடைந்தனர். சேவையின் ரகசியத்தை அவர்கள் அறியும்படி செய்ய முயன்றேன். அவர்கள் உணர்ந்ததாகவே தோன்றியது. ஆனால், தொண்டு என்பது கண்டபடியெல்லாம் உடனே முளைத்து விடக் கூடியதன்று. இதற்கு, முதலில் மனத்தில் விருப்பம் வேண்டும். பிறகு அனுபவமும் தேவை. நல்லவர்களான, கள்ளங் கபடமற்ற அந்த இளைஞர்களைப் பொறுத்தவரையில் விருப்பத்திற்குக் குறைவில்லை. ஆனால், அனுபவந்தான் அவர்களுக்கு இல்லை. காங்கிரஸ், ஆண்டுக்கு ஒரு முறை மூன்று நாட்கள் கூடிவிட்டுப் பிறகு தூங்கிவிடும். ஆண்டுக்கு ஒரு முறை நடக்கும் மூன்று நாள் திருவிழாவில் ஒருவருக்கு என்ன அனுபவம் ஏற்பட முடியும்? தொண்டர்களைப் போன்றே பிரதிநிதிகளும் இருந்தார்கள். இவர்களைவிட அவர்களுக்கு மேலான நீண்ட பயிற்சி எதுவும் இல்லை. அவர்கள் தாங்களாக எதுவுமே செய்ய மாட்டார்கள். அதனால், "தொண்டரே! இதைச் செய்யும்", "தொண்டரே! அதைச் செய்யும்" என்று அவர்கள் இடைவிடாமல் கட்டளையிட்டுக் கொண்டிருப்பார்கள்.

இங்கும் கூட ஓரளவுக்கு நான் தீண்டாமையை நேருக்கு நேராகக் கண்டேன். தமிழர்களின் சமையல்கூடம் மற்றவர்களின் சமையல் கூடத்திற்கு தொலைவில் தனியாக இருந்தது. தாங்கள்

சாப்பிடுவதைப் பிறர் பார்த்துவிட்டால் கூடத் தோஷம் என்று, தமிழ்ப் பிரதிநிதிகள் கருதினார்கள். எனவே, அவர்களுக்கு என்று தனியான சமையல் கூடத்தைக் கல்லூரி மைதானத்தில் அமைத்திருந்தார்கள். நாற்புறமும் தட்டி வைத்து, இந்தக் கூடம் கட்டப்பட்டிருந்தது. அதில் ஒரே புகை; யாரையும் மூச்சுத் திணறச் செய்துவிடும். சமைப்பது, சாப்பிடுவது, கையலம்புவது எல்லாம் அதற்குள்ளேதான். திறப்பே இல்லாத இரும்புப் பெட்டிபோல் இருந்தது, அந்த இடம். இது வருண தருமத்தின் சீர் கேடாகவே எனக்கு தோன்றிற்று. காங்கிரஸின் பிரதிநிதிகளுக்குள்ளே இத்தகைய தீண்டாமை இருந்து வருகிறதென்றால், இவர்கள் யாருக்குப் பிரதிநிதிகள் என்று வந்திருக்கிறார்களோ அந்த மக்களிடம் தீண்டாமை இன்னும் எவ்வளவு மோசமாக இருந்து வருகிறது என்பதைத் தெரிந்துகொள்ளலாம் என்று எனக்குள்ளேயே சொல்லிக் கொண்டேன். இதை எண்ணியதும் பெருமூச்சு விட்டேன்.

அங்கே இருந்த சுகாதாரக் கேட்டிற்கோ எல்லையே இல்லை. எங்கும் தண்ணீர், குட்டை குட்டையாகத் தேங்கிக் கிடந்தது. சில கக்கூசுகளே இருந்தன. அங்கிருந்த நாற்றத்தை இப்பொழுது நினைத்தாலும் எனக்கு வெறுப்பாக இருக்கிறது. இதைப்பற்றித் தொண்டர்களிடம் சொன்னேன். “அது எங்கள் வேலை அல்ல, தோட்டிகளின் வேலை” என்று அவர்கள் திட்டவட்டமாகப் பதில் சொல்லிவிட்டார்கள். விளக்குமாறு ஒன்று வேண்டும் என்று கேட்டேன். உடனே, அந்த மனிதர் ஆச்சரியத்தோடு என்னை விழித்துப் பார்த்தார். ஒரு விளக்குமாற்றைத் தேடிப் பிடித்துக் கக்கூசைச் சுத்தம் செய்தேன். ஆனால், எனக்காகவே நான் சுத்தம் செய்து கொண்டேன். கூட்டமோ மிகவும் அதிகம்; கக்கூசுகளோ மிகக் கொஞ்சம். ஆகையால், அடிக்கடி சுத்தம் செய்ய வேண்டியது அவசியமாயிற்று. ஆனால், அந்த வேலை நான் ஒருவனாகச் செய்துவிடக் கூடியது அல்ல. ஆகவே, என் காரியத்தை நான் பார்த்துக் கொள்ளுவதோடு திருப்தியடைய வேண்டியவனானேன். மற்றவர்கள், துர்நாற்றத்தைக் குறித்தோ, அசுத்தத்தைப் பற்றியோ கவலைப் பட்டதாகவே தெரியவில்லை.

அதோடு போகவில்லை. சில பிரதிநிதிகள், தாங்கள் இருந்த அறைகளுக்கு வெளிப்புறமிருந்த தாழ்வாரத்தில் இரவு

நேரத்தில் கொஞ்சமும் கவலைப்படாமல் மலஜலம் கழித்து வந்தார்கள். காலையில் இந்த இடங்களைத் தொண்டர்களுக்குக் காண்பித்தேன். சுத்தம் செய்யும் வேலையை மேற்கொள்ள யாரும் தயாராக இல்லை. அதைச் செய்யும் கௌரவத்தில் என்னுடன் பங்குகொள்ள யாரும் கிடைக்கவில்லை. நிலைமை இப்பொழுது அதிக அபிவிருத்தி அடைந்திருக்கிறது. ஆனால், தங்கள் இஷ்டப்படியெல்லாம் கண்ட கண்ட இடங்களில் மலஜலம் கழித்து ஆபாசப்படுத்தி விடும் யோசனையற்ற பிரதிநிதிகள் இன்றும் கூட இல்லாது போகவில்லை. அவர்கள் அவ்விதம் செய்துவிட்ட இடங்களை உடனே சுத்தம் செய்துவிட எல்லாத் தொண்டர்களும் தயாராக முன்வந்து விடுவதுமில்லை.

காங்கிரஸ் மகாநாடு மேலும் சில நாட்கள் நீடித்து நடக்க வேண்டி வந்தால், அங்கே தொத்து நோய் உண்டாவதற்குரிய நிலைமை ஏற்பட்டுவிடும் என்பதையும் கண்டேன்.

14. குமாஸ்தா வேலையும் பணியாள் வேலையும்

காங்கிரஸ் மகாநாடு ஆரம்பமாவதற்கு இன்னும் இரண்டு நாட்கள் இருந்தன. கொஞ்சம் அனுபவம் பெறுவதற்காகக் காங்கிரஸ் காரியாலயத்திற்கு என் சேவையை அளிப்பது என்று முடிவு செய்து கொண்டேன். கல்கத்தாவுக்கு வந்து, அன்றாடக் கடன்களை முடித்துக்கொண்டதும், நேரே காங்கிரஸ் காரியாலயத்திற்குச் சென்றேன்.

பாபு பூபேந்திரநாதவசுவும், ஸ்ரீ கோஷாலும் காரியதரிசிகள். பூபேன் பாபுவிடம் சென்று, நான் தொண்டு செய்ய விரும்புவதாகச் சொன்னேன். அவர் என்னை உற்றுப்பார்த்துவிட்டு, “உமக்குக் கொடுப்பதற்கு என்னிடம் வேலை இல்லை. கோஷால் பாபுவிடம் ஏதாவது வேலை இருக்கக் கூடும். தயவு செய்து அவரைப் போய்ப் பாரும்” என்றார்.

ஆகவே, அவரிடம் போனேன். அவர் என்னை ஏற இறங்கப் பார்த்துவிட்டு, “உமக்குக் குமாஸ்தா வேலைதான் கொடுக்க முடியும். அதை நீர் செய்வீரா?” என்று சிரித்துக் கொண்டே கேட்டார்.

“நிச்சயம் செய்கிறேன். என் சக்திக்கு உட்பட்ட எந்தப் பணியையும் இங்கே செய்வதற்காகவே வந்திருக்கிறேன்” என்றேன்.

“இளைஞரே, அதுதான் சரியான மனப்பான்மை” என்றார். தம்மைச் சுற்றிலும் இருந்த தொண்டர்களை விளித்து, “இந்த இளைஞர் என்ன சொன்னார் என்பது உங்களுக்குக் கேட்டதா?” என்றார்.

பிறகு என்னைப் பார்த்து அவர் கூறியதாவது: “அப்படியானால் சரி, இங்கே கடிதங்கள் பெருங்குவியலாகக் கிடக்கின்றன. அந்த நாற்காலியில் உட்கார்ந்துகொண்டு, அவற்றைக் கவனியுங்கள். நூற்றுக்கணக்கானவர்கள் என்னைப் பார்க்க

வருகிறார்கள் என்பதை நீங்களும் கவனிக்கிறீர்கள். நான் என்ன செய்வது? அவர்களைச் சந்தித்துப் பேசுவதா அல்லது இந்த வேலையற்றவர்கள் எழுதிக் குவித்துக் கொண்டிருக்கும் கடிதங்களுக்கெல்லாம் பதில் எழுதிக் கொண்டிருப்பதா? இந்த வேலையை ஒப்படைப்பதற்கு என்னிடம் குமாஸ்தாக்கள் இல்லை. இக் கடிதங்களில் பலவற்றில் ஒன்றுமே இருக்காது என்றாலும், அவற்றை நீங்கள் படித்துப் பாருங்கள். அவசியம் என்று தோன்றும் கடிதங்களுக்கு அவை கிடைத்ததாகப் பதில் எழுதுங்கள். கவனித்துப் பதில் எழுத வேண்டியவை என்று தோன்றும் கடிதங்களை என்னிடம் காட்டுங்கள்.''

அவர் என்னிடம் வைத்த நம்பிக்கையைக் குறித்து மகிழ்ச்சியடைந்தேன். ஸ்ரீ கோஷால், இவ் வேலையை என்னிடம் கொடுத்த போது என்னை அவருக்குத் தெரியாது. பிறகே என்னைப்பற்றி விசாரித்துத் தெரிந்துகொண்டார்.

அக்கடிதக் குவியலைப் பைசல் செய்யும் வேலை மிக எளிதானது என்பதைக் கண்டேன். சீக்கிரத்திலேயே அவ் வேலையை முடித்துவிட்டேன். ஸ்ரீ கோஷால் அதிகச் சந்தோஷம் அடைந்தார். அவர் ஓயாது பேசும் சுபாவமுள்ளவர். மணிக்கணக்கில் பேசித் தீர்த்து விடுவார். என்னுடைய வரலாற்றைக் குறித்து என்னைக் கேட்டுக் கொஞ்சம் தெரிந்து கொண்டதும், எனக்குக் குமாஸ்தா வேலை கொடுத்ததற்காக வருத்தப்பட்டார். அதற்கு நான், ''இதைப் பற்றித் தயவு செய்து நீங்கள் கவலைப்படவேண்டாம். தங்களுக்கு முன்பு நான் எம்மாத்திரம்? காங்கிரஸ் தொண்டிலேயே வயது முதிர்ந்து நரைத்துப்போனவர்கள் நீங்கள். ஆனால், நானோ, அனுபவமில்லாத இளைஞன். இந்த வேலையை நீங்கள் என்னிடம் கொடுத்ததற்காக உங்களுக்கு நன்றி செலுத்த நான் கடமைப் பட்டிருக்கிறேன். ஏனெனில், நான் காங்கிரஸ் வேலை செய்ய விரும்புகிறேன். நீங்களோ, விவரங்களை அறிந்து கொள்ளுவதற்கான அரியவாய்ப்பை எனக்கு அளித்திருக்கிறீர்கள்'' என்று அவருக்குக் கூறினேன்.

''உண்மையைச் சொல்லுவதென்றால், ஒருவருக்கு இருக்க வேண்டிய சரியான மனோபாவம் இதுதான். ஆனால், இக்கால இளைஞர்கள் இதை உணருவதில்லை. காங்கிரஸ் பிறந்ததில் இருந்தே நான் அதை அறிவேன். உண்மையில், காங்கிரஸைத்

தோற்றுவித்ததில் ஸ்ரீ ஹியூமுடன் எனக்கும் சிறிதளவு பங்கு உண்டு'' என்றார், ஸ்ரீ கோஷால்.

இவ்வாறு நாங்கள் சிறந்த நண்பர்களானோம். மத்தியானத்தில் தம்முடன் சாப்பிடுமாறு அவர் என்னை வற்புறுத்தி வந்தார்.

ஸ்ரீ கோஷாலின் சட்டைக்கு அவருடைய வேலைக்காரன் தான் பித்தான் போட்டு விடுவது வழக்கம். அப் பணியாளின் வேலையை நான் செய்ய முன்வந்தேன். பெரியவர்களிடம் எப்பொழுதுமே எனக்கு அதிக மரியாதை உண்டு. ஆகையால் இப்பணியை செய்ய நான் விரும்பினேன். இதை ஸ்ரீ கோஷால் அறிய நேர்ந்தபோது, அவருக்குத் தொண்டாக இது போன்ற சிறு காரியங்களை நான் செய்வதை அவர் ஆட்சேபிக்கவில்லை. உண்மையில் இதற்காக அவர் மகிழ்ச்சியே அடைந்தார். தம் சட்டைக்குப் பித்தான் போடச் சொல்லி அவர் என்னிடம், "பாருங்கள், காங்கிரஸ் காரிய தரிசிக்குத் தமது சட்டைக்குப் பித்தான் போட்டுக் கொள்ளக் கூட நேரம் இல்லை. அவருக்கு எப்பொழுதும் ஏதாவது வேலை இருந்து கொண்டே இருக்கிறது'' என்பார். அவருடைய கபடமில்லாத பேச்சு எனக்கு வேடிக்கையாகத்தான் இருந்ததேயன்றி, அப்படிப் பட்ட சேவைகளில் எனக்கு வெறுப்பை உண்டாக்கிவிடவில்லை. இத்தகைய சேவையினால் நான் அடைந்த நன்மை அளவிட முடியாதது.

சில தினங்களுக்குள், காங்கிரஸின் நடைமுறையைப் பற்றியெல்லாம் தெரிந்துகொண்டு விட்டேன். தலைவர்களில் பெரும்பாலோரைச் சந்தித்தேன். கோகலே, சுரேந்திரநாத் போன்ற பெருந்தலைவர்களை அருகில் இருந்தும் பார்த்தேன். நேரம், அநியாயமாக வீணாக்கப்படுவதையும் கவனித்தேன். நமது காரியங்களில் ஆங்கில மொழி வகித்துவரும் பிரதான ஸ்தானத்தை அன்று கூட வருத்தத்துடன் கவனித்தேன். சக்தியை வீணாக்காமல் இருக்க வேண்டும் என்று யாருமே கவலைப்படவில்லை. ஒருவர் செய்யக்கூடிய வேலையைப் பலர் செய்தனர். முக்கியமான பல வேலைகளைக் குறித்து யாருமே சிரத்தை எடுத்துக் கொள்ளவில்லை.

இவ்வாறு என் மனம் குறைகளைக் கவனித்துக் கொண்டிருந்தது. என்றாலும் பிறர் கஷ்டங்களை உணரும் சுபாவமும் எனக்கு

உண்டு. ஆகவே, இருந்த நிலைமையில் இதற்கு மேல் நன்றாகச் செய்திருக்க முடியாது என்று எப்பொழுதும் நான் எண்ணிக் கொள்வேன். எந்த வேலையையும் குறைவாக மதிப்பிட்டுவிடும் துர்க்குணத்திலிருந்து இந்த இயல்பே என்னைக் காத்தது.

15. காங்கிரஸில்

கடைசியாகக் காங்கிரஸ் மகாநாடு நடந்தது. பிரம்மாண்டமான பந்தலும், தொண்டர்கள் கம்பீரமாக அணிவகுத்து நின்றதும், மேடைமீது தலைவர் வீற்றிருந்ததும் என்னைப் பிரமிக்கச் செய்தன. இந்தப் பிரம்மாண்டமான மகாசபையின் முன்பு நான் எம்மாத்திரம் என்று எண்ணி வியப்புற்றேன்.

தலைவரின் பிரசங்கம் ஒரு தனிப் புத்தகமாகவே இருந்தது. அதை ஆரம்பம் முதல் கடைசி வரையில் படிப்பது என்பது முடியாத காரியம். ஆகையால், அதிலிருந்து சில பகுதிகள் மாத்திரமே படிக்கப்பட்டன. அதன் பிறகு விஷயாலோசனைக் கமிட்டித் தேர்தல். கமிட்டிக் கூட்டங்களுக்குக் கோகலே என்னை அழைத்துப் போனார்.

என் தீர்மானத்தை அனுமதிப்பதாக ஸர் பிரோஸ்ஷா ஒப்புக் கொண்டிருந்தார். ஆனால் விஷயாலோசனைக் கமிட்டி முன்பு அதை யார், எப்பொழுது கொண்டு வருவார்கள் என்று திகைத்துக் கொண்டிருந்தேன். ஏனெனில், ஒவ்வொரு தீர்மானத்தின் பேரிலும் நீண்ட சொற்பொழிவுகள் நடந்தன. எல்லாம் முழுக்க முழுக்க ஆங்கிலத்தில்தான். ஒவ்வொரு தீர்மானத்தையும் யாராவது ஒரு பிரபலமான தலைவர் ஆதரித்து வந்தார். முக்கியஸ்தர்களின் பேரிகை முழக்கத்தின் நடுவே என் குரல் ஈனக்குரலாக இருந்தது. இரவும் நெருங்கவே என் நெஞ்சு படபடத்துக்கொண்டிருந்தது. கடைசியாக ஆலோசனைக்கு வந்த தீர்மானங்களை, மின்னல் வேகத்தில் முடிவு செய்துகொண்டு போனார்கள் என்றே எனக்கு ஞாபகம். வெளியே போவதற்கு ஒவ்வொருவரும் அவசரப்பட்டுக் கொண்டிருந்தனர். அப்பொழுது இரவு 11 மணி. எழுந்து பேச எனக்குத் துணிவு இல்லை. முன்னாலேயே கோகலேயைப் பார்த்தேன். என் தீர்மானத்தை அவர் பார்த்தும் இருக்கிறார். அவர் உட்கார்ந்திருந்த இடத்திற்கு அருகே போய், “தயவு செய்து எனக்கு ஏதாவது செய்யுங்கள்” என்று குசுகுசுவென்று சொன்னேன். “உங்கள் தீர்மானத்தை நான் மறந்துவிடவில்லை.

தீர்மானங்களை எவ்வளவு வேகத்தில் அடித்துக்கொண்டு போகிறார்கள் என்பதைப் பாருங்கள். ஆனால், அவர்கள் உங்கள் தீர்மானத்தை விட்டுவிட்டு, அப்பால் போய்விடாமல் நான் பார்த்துக் கொள்ளுகிறேன்'' என்றார், கோகலே.

''ஆகவே, எல்லாவற்றையும் முடித்து விட்டோமல்லவா?'' என்றார், ஸர் பிரோஸ்ஷா மேத்தா.

''இல்லை, இல்லை, தென்னாப்பிரிக்கா பற்றிய தீர்மானம் பாக்கியாக இருக்கிறது. ஸ்ரீ காந்தி நீண்ட நேரமாகக் காத்துக் கொண்டிருக்கிறார்'' என்று உரக்கக் கூறினார், கோகலே.

''நீங்கள் தீர்மானத்தைப் பார்த்தீர்களா?'' என்று கேட்டார் ஸர் பிரோஸ்ஷா.

''பார்த்தேன்.''

''அது உங்களுக்குப் பிடித்திருக்கிறதா?''

''மிக நன்றாகவே இருக்கிறது.''

''அப்படியானால், அதை எடுத்துக்கொள்ளுவோம். காந்தி, அதைப் படியும்.''

நான் நடுங்கிக்கொண்டே அதைப் படித்தேன். கோகலே அதை ஆமோதித்தார். ''ஏகமனதாக நிறைவேறியது'' என்று எல்லோரும் கூவினார்கள்.

''காந்தி, இத் தீர்மானத்தின்மீது நீர் ஐந்து நிமிட நேரம் பேசலாம்'' என்றார், ஸ்ரீ வாச்சா.

இந்த நடைமுறை எனக்குக் கொஞ்சம் திருப்தியளிக்கவே இல்லை. தீர்மானத்தைப் புரிந்துகொள்ள யாருமே கவலைப்படவில்லை. ஒவ்வொருவரும் போவதற்கு அவசரப்பட்டுக் கொண்டிருந்தார்கள். இத் தீர்மானத்தைக் கோகலே பார்த்து விட்டார் என்பதனால் மற்றவர்கள் அதைப் பார்க்க வேண்டியதோ, புரிந்துகொள்ள வேண்டியதோ அவசியம் என்று எண்ணவில்லை!

காங்கிரஸில் நான் செய்யவேண்டிய பிரசங்கத்தைப் பற்றியே காலையில் கவலைப்பட்டுக்கொண்டிருந்தேன். ஐந்து நிமிடங்களில் நான் எதைச் சொல்லுவது? ஓரளவுக்கு நன்றாகவே

நான் தயார் செய்துகொண்டிருந்தேன். ஆனால், சமயத்தில் சொற்கள் தான் எனக்கு வருவதில்லை. என் பிரசங்கத்தை எழுதிப் படிப்பதில்லை; நினைவிலிருந்தே பேசுவது என்று முடிவு செய்து கொண்டிருந்தேன். பேசுவதற்குத் தென்னாப்பிரிக்காவில் நான் பெற்றிருந்த ஆற்றல் அச்சமயம் என்னைவிட்டுப் போய்விட்டதென்றே தோன்றியது.

என் தீர்மானம் வந்ததும் ஸ்ரீ வாச்சா, என் பெயரைச் சொல்லி அழைத்தார். நான் எழுந்து நின்றேன். எனக்கு தலை சுற்றியது. எப்படியோ தீர்மானத்தைப் படித்துவிட்டேன். வெளிநாடுகளுக்குப் போய்க் குடியேறுவதைப் புகழ்ந்து ஒருவர் கவி பாடி, அதை அச்சிட்டுப் பிரதிநிதிகளுக்கு விநியோகம் செய்திருந்தார். அப்பாட்டை வாசித்துவிட்டுத் தென்னாப்பிரிக்காவில் குடியேறி இருப்பவர்களின் குறைகளைப் பற்றிக் குறிப்பிட்டேன். அந்தச் சமயத்தில் ஸ்ரீ வாச்சா மணியை அடித்தார். நான் ஐந்து நிமிட நேரம் பேசிவிடவில்லை என்பது எனக்கு நிச்சயமாகத் தெரியும். இன்னும் இரண்டு நிமிடங்களே பாக்கி இருக்கின்றன. அதற்குள் நான் பேச்சை முடித்துவிட வேண்டும் என்று என்னை எச்சரிக்கை செய்வதற்காகவே மணி அடிக்கப்பட்டது என்பது எனக்குத் தெரியாது. மற்றவர்கள் அரை மணி, முக்கால் மணி நேரம் பேசியும் மணியடிக்கப்பட்டதில்லை என்பதையும் அறிவேன்.

ஆகவே, நான் அவமதிக்கப்பட்டதாக உணர்ந்தேன். மணியடித்ததுமே உட்கார்ந்து விட்டேன். ஆனால், ஸர் பிரோஸ்ஷாவுக்குச் சரியான பதில் அப்பாடலில் அடங்கியிருக்கிறது என்று குழந்தை போன்ற என் புத்தி எண்ணியது. தீர்மானம் நிறைவேறிவிட்டது என்பதைக் குறித்துச் சொல்ல வேண்டியதில்லை. அந்த நாட்களில் காங்கிரஸ் மகாநாட்டிற்கு வேடிக்கை பார்க்க வருவோருக்கும் பிரதிநிதிகளுக்கும் அதிக வித்தியாசம் எதுவும் இல்லை. ஒவ்வொருவரும் கையைத் தூக்குவார்கள், எல்லாத் தீர்மானங்களும் ஏகமனதாக நிறைவேறும். என் தீர்மான விஷயத்திலும் இதே தான் நடந்ததாகையால் அதன் முக்கியத்துவம் போய்விட்டதாகவே நான் கருதினேன். என்றாலும், காங்கிரஸில் அது நிறைவேறியது என்பது மாத்திரமே என் மனத்திற்கு மகிழ்ச்சியை அளிக்கப் போதுமானதாக

இருந்தது. காங்கிரஸ், முத்திரை வைத்துவிட்ட தென்றால், அதை நாடு முழுவதும் அங்கீகரித்து விட்டது என்று ஆகுமாகையால் எவருக்கும் மகிழ்ச்சியளிக்க அதுவே போதும்.

16. லார்டு கர்ஸானின் தர்பார்

காங்கிரஸ் மகாநாடு முடிந்தது. ஆனால், தென்னாப் பிரிக்காவிலிருந்த வேலை சம்பந்தமாக வர்த்தகச் சங்கத்தையும் மற்றும் பலரையும் நான் காண வேண்டியிருந்ததால் கல்கத்தாவில் ஒரு மாத காலம் தங்கினேன்.இத் தடவை ஹோட்டலில் தங்கவில்லை. அதற்குப் பதிலாக, 'இந்தியா கிளப்'பில் ஓர் அறையில் தங்குவதற்கு வேண்டிய அறிமுகத்தைப் பெற ஏற்பாடு செய்துகொண்டேன். அந்தக் கிளப் உறுப்பினர்களில் சில பிரபலமான இந்தியரும் உண்டு. அவர்களுடன் தொடர்புகொண்டு, தென்னாப்பிரிக்காவில் இருக்கும் வேலையில் அவர்களுக்குச் சிரத்தையை உண்டாக்க வேண்டும் என்றும் எண்ணினேன். பிலியர்டு விளையாடுவதற்காகக் கோகலே இந்தக் கிளப்புக்கு அடிக்கடி வருவது உண்டு. நான் கல்கத்தாவில் கொஞ்ச காலம் தங்கவேண்டியிருந்தது என்பதை அவர் அறிந்ததும், தம்முடன் வந்து தங்குமாறு அவர் என்னை அழைத்தார். இந்த அழைப்பை நன்றியறிதலுடன் ஏற்றுக் கொண்டேன். ஆனால், நானாக அங்கே போவது சரியல்ல என்று எண்ணினேன். அவர் இரண்டொரு நாள் பொறுத்துப் பார்த்தார். நான் வராது போகவே அவரே நேரில் வந்து என்னை அழைத்துச் சென்றார். கூச்சப்படும் என் சுபாவத்தைக் கண்டுகொண்டதும் அவர் கூறியதாவது: "காந்தி, நீங்கள் இந்நாட்டில் இருக்க வேண்டியவர். ஆகவே, இப்படிக் கூச்சப்பட்டுக் கொண்டிருந்தால் காரியம் நடக்காது. எவ்வளவு பேரோடு பழகுவது சாத்தியமோ அவ்வளவு பேரோடும் நீங்கள் பழக்கம் வைத்துக்கொள்ள வேண்டும். நீங்கள் காங்கிரஸ் வேலை செய்ய வேண்டும் என்று நான் விரும்புகிறேன்."

கோகலேயுடன் நான் தங்கியதைப்பற்றிக் கூறுமுன்பு இந்தியா கிளப்பில் நடந்த ஒரு சம்பவத்தைக் குறிப்பிட விரும்புகிறேன். அந்தச் சமயம் லார்டு கர்ஸான் தமது தர்பாரை நடத்தினார். தர்பாருக்கு அழைக்கப் பெற்றிருந்த ராஜாக்களும் மகாராஜாக்களில் சிலரும் இந்தக் கிளப்பில் அங்கத்தினர்கள்.

கிளப்பில் இருக்கும்போது அவர்கள், எப்பொழுதும் வங்காளிகள் வழக்கமாக அணியும் உயர்ந்த வேஷ்டி கட்டி, சட்டையும் அங்கவஸ்திரமும் போட்டிருப்பார்கள். ஆனால், தர்பார் தினத்தன்று அவர்கள் வேலைக்காரர்கள் அணிவதைப் போன்ற கால்சட்டைகளைப் போட்டுக்கொண்டு, பளபளப்பான பூட்ஸுகளும் அணிந்து இருந்ததைக் கண்டேன். இதைப்பார்த்து என் மனம் வேதனையடைந்தது. இந்த உடை மாற்றத்திற்குக் காரணம் என்ன என்று அவர்களில் ஒருவரை விசாரித்தேன்.

"எங்களுடைய துர்பாக்கிய நிலைமை எங்களுக்குத்தான் தெரியும். எங்கள் செல்வத்தையும் பட்டங்களையும் காப்பாற்றிக் கொள்வதற்காக எவ்வளவு அவமானங்களுக்கெல்லாம் நாங்கள் உள்ளாக வேண்டியிருக்கிறது என்பதையும் நாங்கள் மட்டுமே அறிவோம்" என்று அவர் பதில் கூறினார்.

"ஆனால், வேலைக்காரர்கள் அணியக்கூடிய இந்தக் கால் சட்டையும் பளபளப்பான பூட்ஸுகளும் எதற்காக?" என்றேன்.

"எங்களுக்கும் வேலைக்காரர்களுக்கும் ஏதாவது வித்தியாசம் இருப்பதாகக் காண்கிறீர்களா?" என்று அவர் சொல்லிவிட்டு மேலும் கூறியதாவது: "அவர்கள் எங்கள் வேலைக்காரர்கள்; நாங்களோ, லார்டு கர்ஸானின் வேலைக்காரர்கள்; தர்பாருக்கு நான் போகாமல் இருந்துவிட்டால், அதன் விளைவுகளை நான் அனுபவிக்க நேரும். நான் எப்பொழுதும் அணியும் ஆடையுடன் அதற்குப் போனால், அது ஒரு குற்றமாகிவிடும். லார்டு கர்ஸானுடன் பேசும் சந்தர்ப்பத்தைப் பெறுவதற்காக நான் அங்கே போகிறேன் என்று நினைக்கிறீர்களா? அதெல்லாம் ஒன்றுமே இல்லை!"

இவ்விதம் மனம் விட்டுப் பேசிய அந்நண்பருக்காகப் பரிதாபப்பட்டேன். இது மற்றொரு தர்பாரை எனக்கு நினைவூட்டுகிறது.

ஹிந்து சர்வகலாசாலைக்கு லார்டு ஹார்டிஞ்சு அஸ்திவாரக் கல் நாட்டியபோது அங்கே ஒரு தர்பார் நடந்தது. ராஜாக்களும் மகாராஜாக்களும் குழுமியிருந்தனர். இந்த விழாவுக்கு வருமாறு பண்டித மாளவியாஜி என்னைப் பிரத்தியேகமாக அழைத்திருந்தார். நானும் போயிருந்தேன்.

மகாராஜாக்கள், பெண்களைப் போல ஆடை அலங்காரங்கள் செய்துகொண்டு வந்திருப்பதைப் பார்த்து, மனம் வருந்தினேன். அவர்கள் பட்டுக் கால்சட்டை போட்டுக் கொண்டு, பட்டுச் சட்டைகளும் அணிந்திருந்தனர். கழுத்தைச் சுற்றி முத்துமாலை தரித்திருந்ததோடு, கைகளில் கொலுசுகளும் போட்டிருந்தார்கள். அவர்களுடைய தலைப்பாகைகளில் முத்து, வைரப் பதக்கங்கள் இருந்தன. இவ்வளவும் போதாதென்று தங்கப் பிடி போட்ட பட்டாக் கத்திகள், அவர்களுடைய அரைக் கச்சைகளிலிருந்து தொங்கிக் கொண்டிருந்தன.

இந்த ஆடை, அலங்காரங்களெல்லாம் அவர்களுடைய அடிமைத்தனத்தின் சின்னங்களேயன்றி அவர்களது ராஜ சின்னங்கள் அல்ல என்பதைக் கண்டேன். தங்களுடைய பேடித்தனத்தைக் காட்டும் இப்பட்டையங்களை யெல்லாம் இவர்கள் தங்கள் இஷ்டப்படி விரும்பி அணிந்திருந்தார்கள் என்று நான் எண்ணியிருந்தேன். ஆனால், இந்த ராஜாக்கள் தங்களுடைய ஆபரணங்களை யெல்லாம் இத்தகைய வைபவங்களுக்கு அணிந்துகொண்டு வர வேண்டும் என்பது கட்டாயம் என்பதைப் பின்னால் அறிந்து கொண்டேன். இப்படி நகைகளையெல்லாம் அணிவதைச் சில ராஜாக்கள் மனப்பூர்வமாக வெறுக்கின்றார்கள் என்பதையும், இந்தத் தர்பார் போன்ற சமயங்களில் அல்லாமல் வேறு எப்பொழுதுமே அவைகளை அவர்கள் அணிவதில்லை என்பதையும் அறிந்தேன்.

எனக்குக் கிடைத்த இந்த விவரங்கள் எவ்வளவு தூரம் உண்மையானவை என்பது எனக்குத் தெரியாது. ஆனால், மற்றச் சமயங்களிலும் அவைகளை அவர்கள் அணிந்தாலும், அணியாது போயினும், சில பெண்கள் மாத்திரமே அணியக்கூடிய நகைகளை அணிந்து கொண்டுதான் அவர்கள் வைசிராயின் தர்பாருக்குப் போகவேண்டியிருக்கிறது என்பது ஒன்றே மனத்தை நோகச் செய்வதற்குப் போதுமானதாகும்.

செல்வம், அதிகாரம், அந்தஸ்து ஆகியவைகளுக்காக மனிதன் எவ்வளவு பெரிய பாவங்களையும், அநீதிகளையும் செய்ய வேண்டியவனாகிறான்!

17. கோகலேயுடன் ஒரு மாதம் - 1

நான் கோகலேயுடன் வசிக்க ஆரம்பித்த முதல் நாளிலிருந்தே என் சொந்த வீட்டில் வசிப்பதுபோல் நான் உணரும்படி அவர் செய்துவிட்டார். தமது சொந்தத் தம்பியைப் போன்றே பாவித்து அவர் என்னை நடத்தினார். என் தேவைகள் யாவை என்பதை எல்லாம் அறிந்து கொண்டார். எனக்கு வேண்டியவை யாவும் கிடைக்கவும் ஏற்பாடு செய்தார். அதிர்ஷ்டவசமாக எனக்குள்ள தேவைகளோ மிகக் கொஞ்சம். அதோடு எனக்கு வேண்டியதை எல்லாம் நானே செய்துகொள்ளுவது என்ற பழக்கத்தையும் வளர்த்துக் கொண்டிருந்தேன். ஆகையால், வேலைக்காரரின் உதவி எனக்குத் தேவையே இல்லை. என் காரியங்களையெல்லாம் நானே செய்துகொண்டதும், நான் சுத்தமாக இருந்ததும், என்னிடமிருந்த விடாமுயற்சி, ஒழுங்கு முதலிய குணங்களும் அவர் மனத்தைக் கவர்ந்து விட்டன. அவர் அடிக்கடி என்னை மிகவும் புகழ்ந்து பேசுவார்.

தமது காரியம் எதையும் எனக்குத் தெரியாமல் அவர் ரகசியமாக வைத்திருந்ததாகத் தெரியவில்லை. தம்மைப் பார்க்க வரும் முக்கியமானவர்களிட மெல்லாம் என்னை அறிமுகம் செய்து வைப்பார். இவ்விதம் அறிமுகம் செய்து வைக்கப்பட்டவர்களில் என் நினைவில் முக்கியமாக நிற்பவர் டாக்டர் (இப்பொழுது ஸர்) பி.ஸி. ராய். கோகலேயின் ஜாகைக்கு வெகு கிட்டத்திலேயே அவர் வசித்து வந்தார் ஆகையால், அடிக்கடி வருவார். "இவர் தான் பேராசிரியர் ராய். இவருக்கு மாதச் சம்பளம் ரூ. 800. அதில் தமக்கென்று ரூ.40 வைத்துக்கொண்டு மீதியைப் பொதுக் காரியங்களுக்குப் பயன்படுத்துகிறார். இவருக்கு விவாகம் ஆகவில்லை. விவாகம் செய்துகொள்ள விரும்பவும் இல்லை" என்று சொல்லி அவரை எனக்கு அறிமுகம் செய்து வைத்தார்.

டாக்டர் ராய், இன்று இருப்பதற்கும் அன்று இருந்ததற்கும் எந்த வித்தியாசத்தையும் நான் காணவில்லை. அவருடைய ஆடையும் இப்பொழுது இருப்பதுபோலவே அப்பொழுதும் எளிமையானதாக இருந்தது. ஆனால், ஒரு வித்தியாசம் உண்டு.

அந்த நாளில் இந்திய மில் துணி ஆடை அணிந்துவந்தார். இப்பொழுது கதர் உடுத்துகிறார். கோகலேயும் டாக்டர் ராயும் பேசிக் கொண்டிருப்பதை எவ்வளவு நேரம் கேட்டாலும் எனக்கு அலுப்புத் தட்டுவதே இல்லை. ஏனெனில், அப் பேச்சு பொதுநன்மையைப் பற்றியதாக இருக்கும். இல்லாவிட்டால் அறிவை ஊட்டுவதாக இருக்கும். சில சமயங்களில் இப் பேச்சு, பொது ஜனத் தலைவர்களின் நடத்தையைக் கண்டிப்பதாகவும் இருக்கும். அப்பொழுது அதைக் கேட்பது, மனத்திற்கு வேதனையைத் தரும். இதன் பயனாக, முக்கியமான வீரர்களாக எனக்குத் தோன்றி வந்தவர்களில் சிலர், மிகவும் சின்ன மனிதர்களாகத் தோன்ற ஆரம்பித்தனர்.

கோகலே, வேலை செய்வதைப் பார்ப்பது இன்பம் தருவதாக மாத்திரமின்றி, ஒரு போதனையாகவும் இருக்கும். ஒரு நிமிட நேரத்தைக்கூட அவர் வீணாக்குவதில்லை. அவருடைய தனிப்பட்ட உறவுகள், நட்புகள் எல்லாமே பொது நன்மையை உத்தேசித்துத் தான் இருக்கும். அவர் பேசுவதெல்லாம் நாட்டின் நன்மையைக் குறித்தே. அதில் உண்மையல்லாததையோ, கபடமானதையோ ஒரு சிறிதேனும் காணமுடியாது. அவருக்கிருந்த பெரிய கவலையெல்லாம், இந்தியாவின் வறுமையும் அடிமைத்தனமும் எப்படி ஒழியும் என்பதே ஆகும். வேறு பல விஷயங்களிலும் அவருக்குச் சிரத்தை உண்டாகும்படி செய்யப் பலர் முயல்வார்கள். ஆனால், அவர்கள் ஒவ்வொருவருக்கும் பின் வருமாறு ஒரே பதிலேயே அவர் கூறுவார்: “அக் காரியத்தை நீங்களே செய்யுங்கள். என் வேலையை நான் செய்து கொண்டிருக்கிறேன். நான் விரும்புவதெல்லாம் நாடு சுதந்திரமடைய வேண்டும் என்பதே. இதில் வெற்றி பெற்று விடுவோமானல் மற்றவைகளைப்பற்றி நான் சிந்திக்கலாம். இன்று என் முழு நேரத்தையும் பக்தியையும் ஈடுபடுத்துவதற்கு இந்த ஒன்றே போதுமானது.”

ரானடேயிடம் அவர் கொண்டிருந்த அபார பக்தியை ஒவ்வொரு நிமிடமும் காணலாம். ஒவ்வொரு விஷயத்திலும் ரானடேயின் கருத்துத்தான் இவருக்கு வேத வாக்காக இருந்தது. ஒவ்வொரு கட்டத்திலும் ரானடேயின் கருத்தை எடுத்துக் காட்டுவார். நான் கோகலேயுடன் தங்கியிருந்தபோது, ரானடேயின் சிரார்த்த

தினம் (அல்லது பிறந்த தினமா என்பது எனக்கு நினைவு இல்லை) வந்தது. கோகலே, இத்தினத்தைத் தவறாமல் அனுசரித்து வந்தார். அப்பொழுது அவருடன் என்னைத் தவிர அவருடைய நண்பர்களான பேராசிரியர் கதாவடே, ஒரு சப்ஜட்ஜ் ஆகியவர்களும் இருந்தனர். இத் தின வைபவத்தில் கலந்து கொள்ள எங்களைக் கோகலே அழைத்தார். அப்பொழுது அவர் பேசியபோது, ரானடேயைப் பற்றிய தமது நினைவுகளை எங்களுக்கு எடுத்துக் கூறினார். அச்சமயம் ரானடே, திலாங், மண்டலிக் ஆகியவர்களை ஒப்பிட்டுச் சொன்னார். திலாங்கின் அழகிய எழுத்து நடையைப் பாராட்டினார். சீர்திருத்தவாதி என்ற வகையில் மண்டலிக்கின் பெருமையைச் சொன்னார். இவர், தமது கட்சிக்காரர்களின் விஷயத்தில் எவ்வளவு சிரத்தை காட்டி வந்தார் என்பதற்கு ஓர் உதாரணத்தையும் குறிப்பிட்டார். அவர், வழக்கமாகப் போக வேண்டிய ரெயில் ஒரு நாள் தவறிவிட்டதாம். தமது கட்சிக்காரரின் நன்மையை முன்னிட்டுக் குறிப்பிட்ட நேரத்தில் தாம் கோர்ட்டில் இருக்க வேண்டும் என்பதற்காக அவர் தனி ரெயிலுக்கு ஏற்பாடு செய்துகொண்டு போய்ச் சேர்ந்தாராம். ஆனால், இவர்கள் எல்லோரையும் விட ரானடே தலைசிறந்தவர் என்றும், எல்லாவற்றிலும் சிறந்த மேதாவி என்றும் கோகலே சொன்னார். அவர் சிறந்த நீதிபதி என்பது மாத்திரம் அல்ல, அதேபோல் சிறந்த சரித்திராசிரியரும் பொருளாதார நிபுணரும், சீர்திருத்த காரருமாவார் என்றார். அவர் நீதிபதியாக இருந்தும், கொஞ்சமும் பயப்படாமல் காங்கிரஸ் மகாநாட்டிற்குச் சென்றார். அவருடைய அறிவாற்றலில் எல்லோருக்கும் நம்பிக்கை உண்டாகையால் அவர் கூறும் முடிவுகளை, எல்லோரும் எந்தவித ஆட்சேபமும் கூறாமல் ஏற்றுக்கொண்டு விடுவார்களாம். தமது குருவின் உள்ளத்திலும் அறிவிலும் இருந்த இந்த அபூர்வ குணாதிசயங்களை விவரித்துக் கூறும்போது கோகலேக்கு ஏற்பட்ட ஆனந்தத்திற்கு அளவே இல்லை.

அந்த நாளில் கோகலே ஒரு குதிரை வண்டி வைத்திருந்தார். குதிரை வண்டி அவருக்கு என்ன காரணத்தினால் அவசியமாயிற்று என்பது எனக்குத் தெரியாது. ஆகவே, இதைக்குறித்து அவரிடம் வாதாடினேன். “தாங்கள் டிராம் வண்டியில் போய் வரக்கூடாதா?

அப்படிப் போய் வந்தால், தலைவர் கௌரவத்திற்கு இழுக்கு ஏற்பட்டுவிடுமா?'' என்றேன்.

இக்கேள்வி அவருக்குக் கொஞ்சம் மனவருத்தத்தையே உண்டாக்கிவிட்டது. அவர் கூறியதாவது: ''அப்படியானால் நீங்களும் என்னை அறிந்துகொள்ளத் தவறிவிட்டீர்கள்! கவுன்ஸில் அங்கத்தினர் என்பதற்காக எனக்குக் கிடைக்கும் படிப்பணத்தை நான் சொந்தச் சௌகரியத்திற்காக உபயோகித்துக் கொள்ளுவதில்லை. டிராம் வண்டிகளில் போய் வருவதில் உங்களுக்கு இருக்கும் சுதந்திரத்தைக் கண்டு நான் பொறாமைப் படுகிறேன். அப்படி நானும் போய் வர முடியவில்லையே என்று வருத்தப்படுகிறேன். என்னைப் போல் நீங்களும் எல்லோருக்கும் தெரிந்திருக்கும் வகையில் விளம்பரத்தைப் பெற்றுவிடும் துர்பாக்கியத்தை அடைந்துவிடும் போது, டிராம் வண்டிகளில் நீங்கள் போய் வருவது அசாத்தியம் என்று ஆகாவிட்டாலும் கஷ்டமானதாகவே இருக்கும். தலைவர்கள் செய்வதெல்லாம் தங்கள் சொந்தச் சௌகரியத்திற்காகவே என்று ஊகித்துக்கொண்டு விடுவதற்கு எவ்விதமான காரணமும் இல்லை. உங்களுடைய எளிய பழக்கங்கள் எனக்குப் பிடித்திருக்கின்றன. என்னால் இயன்ற வரை எளிய வாழ்க்கையை நடத்தி வருகிறேன். ஆனால், என்னைப்போன்ற ஒருவருக்குச் சில செலவுகள் தவிர்க்க முடியாதவை.''

என்னுடைய புகார்களில் ஒன்றுக்கு இவ்வாறு அவர் திருப்தியளிக்கும் வகையில் பதில் சொல்லிவிட்டார். ஆனால், மற்றொரு புகாருக்கோ எனக்குத் திருப்தி உண்டாகும் வகையில் அவரால் பதில் சொல்லிவிட முடியவில்லை.

''நீங்கள் உலாவுவதற்குக் கூடப் போவதில்லை! நீங்கள் எப்பொழுதும் நோயுற்றே இருப்பதில் என்ன ஆச்சரியம் இருக்கிறது? பொதுவேலையில் ஈடுபடுவதனால் தேகாப்பியாசத்திற்கு நேரமே இல்லாது போக வேண்டுமா?'' என்றேன்.

''உலாவப் போவதற்கு எனக்கு எங்காவது நேரம் இருப்பதைப் பார்க்கிறீர்களா?'' என்று பதிலளித்தார். கோகலே.

கோகலேயிடம் எனக்கு அபாரமான மதிப்பு இருந்தது. ஆகையால், அவரை எதிர்த்துப்பேச எனக்குத் துணிவு வருவதில்லை.

மேற்கண்ட பதில் எனக்குத் திருப்தியளிக்கவில்லையெனினும் மௌனமாக இருந்துவிட்டேன். ஒருவருக்கு என்னதான் அதிகமான வேலை இருந்தாலும் சரி, அவர் சாப்பிடுவதற்கு எப்படி நேரம் வைத்துக் கொள்ளுகிறாரோ அதே போலத் தேகாப்பியாசம் செய்வதற்கும் அவகாசம் தேடிக்கொள்ள வேண்டும் என்று அப்பொழுது கருதினேன். இன்றும் அவ்வாறே கருதுகிறேன். அப்படிச் செய்வது, ஒருவனுடைய வேலை செய்யும் சக்தியைக் குறைத்து விடுவதற்குப் பதிலாக அதிகப்படுத்தவே செய்கிறது என்பது எனது பணிவான அபிப்பிராயம்.

18. கோகலேயுடன் ஒரு மாதம் - 2

நான் கோகலேயுடன் தங்கியிருந்தபோது எப்பொழுதும் வீட்டிலேயே இருந்துவிடாமல் வெளியிலும் சுற்றிக் கொண்டிருந்தேன். இந்தியாவில் இந்தியக் கிறிஸ்தவர்களைச் சந்தித்து. அவர்களுடைய நிலைமையையும் தெரிந்து கொள்ளுவேன் என்று தென்னாப்பிரிக்கக் கிறிஸ்தவ நண்பர்களிடம் சொல்லி இருந்தேன். பாபு காளிசரண் பானர்ஜியைப் பற்றிக் கேள்விப் பட்டிருந்தேன். அவரிடம் எனக்குப் பெரு மதிப்பும் இருந்தது. காங்கிரஸின் நடவடிக்கைகளில் அவர் முக்கியப் பங்கு எடுத்துக் கொண்டார். சாதாரணமாக இந்தியக் கிறிஸ்தவர்கள், காங்கிரஸில் சேராமல் ஒதுங்கி இருந்து விடுகிறார்கள்; ஹிந்துக்கள், முஸ்லிம்களுடன் கலந்து கொள்ளாமல் ஒதுங்கி இருந்து விடுகின்றனர் என்ற சந்தேகம் எனக்கு இருந்தது. ஆனால், பாபுகாளிசரண் பானர்ஜி விஷயத்தில் அத்தகைய சந்தேகம் எதுவும் எனக்கு இல்லை. அவரைச் சந்திக்க எண்ணியிருக்கிறேன் என்று கோகலேயிடம் சொன்னேன். “நீங்கள் அவரைப் பார்ப்பதால் என்ன பயன்? அவர் மிகவும் நல்லவர். ஆனால், உங்களுக்குத் திருப்தி அளிக்கமாட்டார் என்றே அஞ்சுகிறேன். அவரை எனக்கு நன்றாகத் தெரியும். என்றாலும், நீங்கள் விரும்பினால் அவரைப் பார்த்து விட்டு வாருங்கள்” என்றார்.

அவரைப் பார்க்க விரும்புவதாக அனுமதி கோரி எழுதினேன். அவரும் உடனே பதில் அனுப்பினார். நான் அவரைப் பார்க்கச் சென்ற அன்று அவருடைய மனைவி மரணத் தறுவாயில் இருந்தார் என்பதை அறிந்தேன். காங்கிரஸில் அவரை நான் பார்த்தபோது கால்சட்டையும் கோட்டும் போட்டுக் கொண்டிருந்தார். ஆனால், இப்பொழுதோ ஒரு வங்காளி வேட்டி கட்டிக்கொண்டு சட்டை போட்டிருந்ததைக் கண்டு சந்தோஷம் அடைந்தேன். அச்சமயம் நான் கால்சட்டையும் பார்ஸிக்கோட்டும் அணிந்திருந்த போதிலும் அவருடைய எளிய உடை எனக்குப் பிடித்திருந்தது. அனாவசியப் பேச்சு

எதுவும் வைத்துக்கொள்ளாமல் எனக்கு இருந்த சந்தேகங்களை நேரடியாக அவருக்குக் கூறினேன். "மனிதன் ஆரம்பத்தில் பாவம் செய்தே கேடுற்றான் என்ற தத்துவத்தில் உங்களுக்கு நம்பிக்கை உண்டா?" என்று அவர் என்னைக் கேட்டார். "ஆம். நம்பிக்கை உண்டு" என்றேன்.

"அப்படியானால் சரி. ஹிந்து மதம் அதற்கு விமோசனம் அளிப்பதில்லை. கிறிஸ்தவ மதம் அளிக்கிறது" என்று அவர் சொல்லிவிட்டு, மேலும் கூறியதாவது: "பாவத்தின் ஊதியம் மரணமேயாகும். ஏசுவினிடம் அடைக்கலம் புகுவது ஒன்றே அதனின்றும் விடுதலை பெறுவதற்குள்ள ஒரே மார்க்கம் என்று பைபிள் கூறுகிறது."

பகவத் கீதை கூறும் பக்தி மார்க்கத்தைக் குறித்து நான் சொன்னேன். ஆனால், அது பயன்படவில்லை. அவர் என்னிடம் காட்டிய அன்பிற்கு நன்றி கூறிவிட்டு, விடை பெற்றுக்கொண்டேன். எனக்குத் திருப்தியளிக்க அவர் தவறி விட்டார். ஆனால், இச் சந்திப்பினால் நான் பயன் அடைந்தேன்.

இந்த நாட்களில் நான் கல்கத்தாத் தெருக்களில் இங்கும் அங்குமாகத் திரிந்துகொண்டிருந்தேன். அநேக இடங்களுக்கு நடந்தே போய்வருவேன். எனது தென்னாப்பிரிக்காவின் வேலைக்கு நீதிபதி மித்தர், ஸர் குருதாஸ் பானர்ஜி ஆகியவர்களின் உதவி எனக்கு வேண்டியிருந்தது. அவர்களைப் போய்ப் பார்த்தேன். அதே சமயத்தில் ஸர் பியாரி மோகன் முக்கர்ஜியையும் சந்தித்தேன்.

காளி கோயிலைப்பற்றிக் காளி சரண் பானர்ஜி என்னிடம் கூறினார். முக்கியமாக, புத்தகங்களிலும் அதைக் குறித்து நான் படித்திருந்தால் அதைப் பார்க்க ஆவலுடன் இருந்தேன். ஆகவே, ஒரு நாள் அங்கே போனேன். அதே பகுதியில்தான் நீதிபதி மித்தரின் வீடும் இருந்தது. எனவே, நான் அவரைப் போய்ப் பார்த்த அன்றே காளி கோயிலுக்கும் போனேன். காளிக்குப் பலி கொடுப்பதற்காக ஆடுகள், மந்தை மந்தையாகப் போய்க்கொண்டிருந்ததை வழியில் பார்த்தேன். கோயிலுக்குப் போகும் சந்தின் இரு பக்கங்களிலும் வரிசையாகப் பிச்சைக்காரர்கள் இருந்தனர். அவர்களில் சில சாதுக்களும் இருந்தனர். உடல் வலுவுடன் இருக்கும் யாசகர்களுக்குப்

பிச்சை போடுவதில்லை என்ற கொள்கையில் நான் அந்த நாளிலேயே உறுதியுடன் இருந்தேன். அவர்களில் ஒரு கூட்டம் என்னை விரட்டிக்கொண்டு வந்தது. சாதுக்களில் ஒருவர் ஒரு தாழ்வாரத்தில் உட்கார்ந்து கொண்டிருந்தார். அவர் என்னை நிறுத்தி, "தம்பி, நீ எங்கே போகிறாய்?" என்று கேட்டார். நான் கோயிலுக்குப் போகிறேன் என்றதும், என்னையும் என்னுடன் வந்தவரையும் உட்காரும்படி சொன்னார். அப்படியே உட்கார்ந்தோம்.

"இந்த உயிர்ப்பலியை மதம் என்று நீங்கள் கருதுகிறீர்களா?" என்று கேட்டேன்.

"மிருகங்களைக் கொல்லுவதை மதம் என்று யாராவது கருதுவார்களா?" என்றார், அவர்.

"அப்படியானால், அதை எதிர்த்து நீங்கள் ஏன் பிரச்சாரம் செய்யக் கூடாது?"

"அது என் வேலை அல்ல. கடவுளை வழிபடுவதே நமது வேலை."

"கடவுளை வழிபடுவதற்கு உங்களுக்கு வேறு இடம் கிடைக்கவில்லையா?"

"எங்களுக்கு எல்லா இடமும் நல்ல இடந்தான். மக்கள், ஆடுகளைப் போலத் தலைவர்கள் இட்டுச் செல்லும் இடங்களுக்குப் போய்க் கொண்டிருக்கின்றனர். சாதுக்களாகிய எங்கள் வேலை அதுவன்று."

இந்த விவாதத்தை நாங்கள் வளர்த்துக் கொண்டிருக்கவில்லை. கோயிலுக்குப் போனோம். ரத்த ஆறுகள் எங்களை எதிர் கொண்டு அழைத்தன. அங்கே நிற்கவே என்னால் முடியவில்லை. நான் ஆத்திரமடைந்தேன்; அமைதியையும் இழந்துவிட்டேன். அந்தக் காட்சியை என்றும் நான் மறக்கவே இல்லை.

அன்று மாலையே சில வங்காளி நண்பர்கள் என்னை விருந்துக்கு அழைத்திருந்தார்கள். அங்கே ஒரு நண்பரிடம், இந்தக் கொடூரமான வழிபாட்டு முறையைக் குறித்துச் சொன்னேன். அதற்கு அவர் கூறியதாவது: "ஆடுகளுக்குத் துன்பமே தெரியாது.

பேரிகை முழக்கமும் மற்ற சப்தங்களும் அவைகளுக்கு துன்ப உணர்ச்சியே இல்லாதபடி செய்து விடுகின்றன.''

இதை ஒப்புக்கொண்டுவிட என்னால் முடியவில்லை. ''ஆடுகளுக்கு வாயிருந்தால் அவை வேறு கதையைச் சொல்லும்'' என்றேன். அக்கொடூரமான பழக்கம் நின்றாக வேண்டும் என்றும் எண்ணினேன். புத்தரின் கதையை நினைத்தேன். ஆனால், இவ்வேலை என் சக்திக்கு அப்பாற்பட்டது என்பதையும் கண்டேன்.

அன்று எனக்கு இருந்த அபிப்பிராயமே இன்றும் இருக்கிறது. மனிதனுடைய உயிரைவிட ஓர் ஆட்டுக் குட்டியின் உயிர் எந்த வகையிலும் குறைவானதாக எனக்குத் தோன்றவில்லை. மனித உடலுக்கு ஓர் ஆட்டின் உயிரைப் போக்குவதற்கு நான் உடன்படக்கூடாது. ஒரு பிராணி எவ்வளவுக்கெவ்வளவு ஆதரவற்றதாக இருக்கிறதோ அவ்வளவுக்கு அது, மனிதனின் கொடுமையிலிருந்து காக்கப்படுவதற்கு உரிமைப் பெற்றிருக்கிறது என்று கருதுகிறேன். அத்தகைய சேவையைச் செய்வதற்குத் தன்னைத் தகுதியாக்கிக் கொள்ளாதவர், அதற்கு எவ்விதப் பாதுகாப்பையும் அளித்துவிட முடியாது. 'அக்கிரமமாக பலியிடப் படுவதிலிருந்து இந்த ஆடுகளைக் காப்பாற்றிவிடலாம்' என்று நான் நம்புவதற்கு முன்னால் நான் அதிக சுயத் தூய்மையையும் தியாக உணர்ச்சியையும் அடைந்தாக வேண்டும். 'இந்தத் தூய்மையையும் தியாகத்தையும் அடையப் பாடுபடுவதில் நான் உயிர் துறக்க வேண்டும்' என்று இன்று எண்ணுகிறேன். இத்தகைய கோரமான பாவத்திலிருந்து நம்மை விடுவித்து, கோயிலையும் புனிதப்படுத்துவதற்கு தெய்வீகக் கருணையுடன் கூடிய ஒரு பெரிய ஆத்மா, ஆணாகவோ பெண்ணாகவோ, இப்புவியில் பிறக்க வேண்டும் என்பதே என்னுடைய இடை விடாத பிரார்த்தனை. எவ்வளவோ அறிவும், தியாகமும், உணர்ச்சி வேகமும் கொண்ட வங்காளம், இப்படுகொலைகளை எப்படிச் சகித்துக் கொண்டிருக்கிறது?

19. கோகலேயுடன் ஒரு மாதம் - 3

மதத்தின் பெயரால் காளிக்கு அளிக்கப்பட்ட கொடூரமான பலி, வங்காளிகளின் வாழ்க்கையை அறிந்து கொள்ள வேண்டும் என்று எனக்கு இருந்த ஆர்வத்தை அதிகமாக்கி விட்டது. பிரம்ம சமாஜத்தைக் குறித்து அதிகமாகப் படித்திருக்கிறேன்; நிறையக் கேள்விப் பட்டும் இருக்கிறேன். பிரதாப் சந்திர மஜூம்தாரின் வாழ்க்கையைப் பற்றியும் சிறிது அறிவேன் அவர் பேசிய சில கூட்டங்களுக்கும் போயிருக்கிறேன். கேசவசந்திரசேனரின் வரலாற்றைக் குறித்து, அவர் எழுதிய நூலை வாங்கி அதிகச் சிரத்தையுடன் படித்தேன். சாதாரணப் பிரம்ம சமாஜத்திற்கும் ஆதி பிரம்ம சமாஜத்திற்கும் உள்ள வித்தியாசத்தைத் தெரிந்து கொண்டேன். பண்டித சிவநாத சாஸ்திரியைச் சந்தித்தேன். பேராசிரியர் கதாவடேயுடன் மகரிஷி தேவேந்திரநாத டாகுரையும் பார்க்கப் போனேன். அச் சமயம் அவரைப் பார்க்க யாரும் அனுமதிக்கப் படாததனால் அவரைச் சந்திக்க முடியவில்லை. ஆனால், அவர் இருப்பிடத்தில் நடந்த பிரம்ம சமாஜ விழாவுக்கு அழைக்கப்பட்டிருந்தோம். அங்கே இனிய வங்காளி சங்கீதத்தைக் கேட்கும் வாய்ப்புக் கிடைத்தது. அதுமுதல் நான் வங்காளி சங்கீதப் பிரியனானேன்.

பிரம்ம சமாஜத்தைக் குறித்து வேண்டிய அளவு தெரிந்து கொண்டேன். ஆனால், சுவாமி விவேகானந்தரைப் பார்க்காமல் என்னால் திருப்தியடைய முடியவில்லை. ஆகவே, அதிக உற்சாகத்தோடு பேலூர் மடத்திற்குப் போனேன். அநேகமாக, முழுத்தூரமும் நடந்தே அங்கே சென்றதாக ஞாபகம். மடம் அமைந்திருந்த ஏகாந்தமான இடம், என் மனதைக் கவர்ந்து இன்பம் ஊட்டியது. சுவாமி, தமது கல்கத்தா வீட்டில் இருக்கிறார்; நோயுற்றிருப்பதால் அவரைக் காண்பதற்கில்லை என்று சொல்லக் கேட்டு ஏமாற்றமும் வருத்தமும் அடைந்தேன்.

பிறகு சகோதரி நிவேதிதா இருக்கும் இடத்தை விசாரித்து தெரிந்துகொண்டு, சௌரிங்கி மாளிகையில் அவரைச் சந்தித்தேன். அவரைச் சுற்றி இருந்த ஆடம்பரங்கள் என்னைத்

திடுக்கிடச் செய்தன. அவரிடம் பேசியப் பிறகு, நாங்கள் இருவரும் அநேக விஷயங்களில் ஒத்துப் போவதற்கு இல்லை என்பதைக் கண்டேன். இதைக் குறித்து கோகலேயிடம் பேசினேன். அவரைப் போன்ற உணர்ச்சி வேகமுள்ள ஒருவருக்கும் எனக்கும் எந்த ஒரு விஷயத்திலும் கருத்து ஒற்றுமை ஏற்பட முடியாது போனதில் ஆச்சரியமில்லை என்று கோகலே கூறினார்.

ஸ்ரீ பேஸ்தன்ஜி பாத்ஷாவின் வீட்டில் மீண்டும் நிவேதிதாவைச் சந்தித்தேன். பேஸ்தன்ஜியின் வயதான தாயாருடன் சகோதரி நிவேதிதா பேசிக்கொண்டிருந்த சமயத்தில் நான் அங்கே போக நேர்ந்தது. ஆகவே, அவ்விருவருக்கும் மொழி பெயர்த்துக் கூறுபவனானேன். அவருடன் எந்த ஒருமைப்பாட்டுக்கும் என்னால் வரமுடியவில்லை என்றாலும், ஹிந்து தருமத்தினிடம் அவருக்கு இருந்த அளவுகடந்த அன்பைக் கண்டு வியக்காமல் இருக்க என்னால் முடியவில்லை. அவர் எழுதிய நூல்களைக் குறித்து பின்னால் தான் அறிந்தேன்.

தென்னாப்பிரிக்காவிலிருக்கும் வேலை சம்பந்தமாக கல்கத்தாவில் இருக்கும் முக்கியமானவர்களை சந்தித்துப் பேசுவதிலும் நகரில் இருக்கும் மத சம்பந்தமான பொது ஸ்தாபனங்களுக்குச் சென்று, அவற்றை அறிந்து கொள்வதிலும் ஒவ்வொரு நாளும் என் நேரத்தைச் செலவிட்டு வந்தேன். டாக்டர். மல்லிக்கின் தலைமையில் நடந்த ஒரு கூட்டத்தில், போயர் யுத்தத்தில் இந்திய வைத்தியப் படையினர் செய்த வேலைகளைக் குறித்துப் பேசினேன். 'இங்கிலீஸ்மன்' பத்திரிக்கையுடன் எனக்கு ஏற்பட்டிருந்த அறிமுகம் இச் சமயத்தில் எனக்கு உதவியாக இருந்தது. அப்பொழுது அதன் ஆசிரியர் ஸ்ரீசாண்டர்ஸ் நோயுற்றிருந்தார். என்றாலும், 1890–ல் உதவி செய்ததைப் போன்றே அதிக உதவியைச் செய்தார். என் பிரசங்கம் ஸ்ரீ கோகலேக்கு அதிகமாகப் பிடித்திருந்தது. டாக்டர். ராய், அதைப் புகழ்ந்து பேசியதைக் கேட்டு, அதிக மகிழ்ச்சியடைந்தார்.

கோகலேயுடன் நான் தங்கியிருந்ததனால் இவ்வாறு கல்கத்தாவில் என் வேலைகள் மிகவும் எளிதாயின. முக்கியமான வங்காளிக் குடும்பங்களுடன் எனக்குப் பழக்கம் ஏற்பட்டது. வங்காளத்துடன்

நான் நெருங்கிய தொடர்பு கொள்ளுவதற்கு இது ஆரம்பமாகவும் அமைந்தது.

மறக்க முடியாத அந்த மாதத்தைப் பற்றிய மற்றும் பல நினைவுகளைக் கூறாமல் தாண்டிச் செல்ல வேண்டியவனாகவே நான் இருக்கிறேன். இதற்கிடையில் பர்மாவுக்குப் போய் விட்டுச் சீக்கிரமே திரும்பியதைக் குறித்தும் அங்கிருக்கும் பொங்கிகளைப் பற்றியும் மாத்திரம் கொஞ்சம் குறிப்பிட்டு விட்டு, மேலே செல்லுகிறேன். பொங்கிகள் என்னும் அந்தச் சந்நியாசிகளின் சோம்பல் வாழ்க்கையைக் கண்டு என் மனம் வேதனைப்பட்டது. அங்கே தங்கக் கோபுரத்தையும் பார்த்தேன். கோயிலில் எண்ணற்ற சிறு மெழுகுவத்திகள் கொழுத்தி வைக்கப்பட்டிருந்தது எனக்குப் பிடிக்கவில்லை. கர்ப்பக் கிரகத்தில் எலிகள் அங்குமிங்கும் ஓடிக்கொண்டிருந்தன. இது, மோர்வியில் சுவாமி தயானந்தருக்கு ஏற்பட்ட அனுபவத்தை எனக்கு நினைவூட்டியது. பர்மியப் பெண்களின் சுயேச்சையும் சுறுசுறுப்பும் என்னைக் கவர்ந்தன. ஆனால், பர்மிய ஆண்களின் மந்தப் போக்கோ எனக்கு மனக் கஷ்டத்தை அளித்தது. நான் பர்மாவிலிருந்த சில தினங்களுக்குள்ளேயே ஒன்று தெரிந்து கொண்டேன். அதாவது, 'பம்பாய் எவ்விதம் இந்தியா ஆகிவிடாதோ அதே போல் ரங்கூன் பர்மா ஆகிவிடாது' என்பதை அறிந்தேன். இந்தியாவிலிருக்கும் நாம் எவ்விதம் பிரிட்டிஷ் வர்த்தகர்களின் தரகர்களாக இருக்கிறோமோஅதேபோல் பர்மாவிலும் நம்மவர்கள், ஆங்கில வியாபாரிகளுடன் சேர்ந்து கொண்டு, பர்மிய மக்களைத் தமது தரகர்களாக்கி யிருக்கிறார்கள் என்பதையும் கண்டுகொண்டேன்.

பர்மாவிலிருந்து நான் திரும்பி வந்ததும் கோகலேயிடம் விடை பெற்றுக்கொண்டேன். அவரிடமிருந்து பிரிவது எனக்கு மிகவும் வருத்தமாக இருந்தது. ஆனால், வங்காளத்தில் முக்கியமாகக் கல்கத்தாவில் எனக்கு இருந்த வேலைகள் முடிந்து விட்டன. இனியும் அங்கே நான் தங்குவதற்கு எவ்வித முகாந்தரமும் இல்லை.

ஓரிடத்தில் நிலையாகத் தங்கிவிடுவதற்கு முன்னால், இந்தியா முழுவதையும், மூன்றாம் வகுப்பு ரெயிலில் பிரயாணம் செய்து பார்த்து, மூன்றாம் வகுப்புப் பிரயாணிகளின் கஷ்டங்களை

நானே அறிந்துகொள்ளுவது என்று எண்ணினேன். இதைப்பற்றிக் கோகலேயிடம் பேசினேன். ஆரம்பத்தில் என் யோசனையை அவர் பரிகசித்தார். நான் காண விரும்புவது இன்னதென்பதை அவருக்கு விளக்கிக் கூறியதும் அவரும் உற்சாகமாக என் யோசனையை அங்கீகரித்தார். ஸ்ரீமதி அன்னி பெஸன்ட் நோயுற்று, அப்பொழுது காசியில் இருந்து வந்தார். அவருக்கு எனது வணக்கத்தைச் செலுத்துவதற்கு முதலில் காசிக்குப் போவது என்று திட்டமிட்டேன்.

மூன்றாம் வகுப்பு வண்டிப் பிரயாணத்திற்கு வேண்டிய ஏற்பாடுகளை நான் புதிதாகச் செய்துகொள்ள வேண்டியதாயிற்று. கோகலே எனக்கு ஒரு பித்தளைச் சாப்பாட்டுப் பாத்திரத்தைக் கொடுத்தார். அதில் மிட்டாய்களையும் பூரியையும் நிறைய வைத்தார். பன்னிரெண்டு அணாக் கொடுத்து, ஒரு கித்தான் பை வாங்கினேன். சாயக் கம்பளியினாலான மேற் சட்டை ஒன்றையும் வாங்கி கொண்டேன். இந்த சட்டை, ஒரு வேட்டி, ஒரு துண்டு, ஓர் உள்சட்டை ஆகியவைகளை வைத்துக் கொள்ள அந்த கித்தான் பை. போர்த்துக்கொள்ள ஒரு துப்பட்டியும், தண்ணீர் வைத்துக் கொள்ளுவதற்குச் செம்பும் என்னிடம் இருந்தன. இவ்விதமான ஏற்பாடுகளுடன் நான் பிரயாணத்திற்குத் தயாரானேன். என்னை வழியனுப்புவதற்காகக் கோகலேயும் டாக்டர் ராயும் ஸ்டேஷனுக்கு வந்திருந்தார்கள். ஸ்டேஷனுக்கு வரும் சிரமம் அவர்களுக்கு வேண்டாம் என்றே அவர்கள் இருவரையும் கேட்டுக்கொண்டேன். ஆனால், அவர்கள் கேட்கவில்லை. 'நீங்கள் முதல் வகுப்பில் சென்றால் நான் வந்திருக்க மாட்டேன். இப்பொழுதோ நான் கட்டாயம் வர வேண்டும்' என்றார், கோகலே.

கோகலே, பிளாட்பாரத்திற்குள் வந்தபோது அவரை யாரும் தடுக்கவில்லை. அவர் வேட்டி கட்டிக்கொண்டு, பட்டுத் தலைபாகையும் குட்டைச் சட்டையும் போட்டிருந்தார். டாக்டர் ராய், வங்காளி உடையில் வந்தார். அவரை டிக்கெட் பரிசோதகர் நிறுத்தி விட்டார். அவர் தமது நண்பர் என்று கோகலே சொன்ன பிறகே அவரை அனுமதித்தார். இவ்விதம் அவர்களுடைய நல்லாசியுடன் என் பிரயாணம் ஆரம்பமாயிற்று.

20. காசியில்

கல்கத்தாவிலிருந்து ராஜ்கோட்டுக்கு என் பிரயாணம்; வழியில் காசி, ஆக்ரா, ஜெய்ப்பூர், பாலன்பூர் ஆகிய ஊர்களில் தங்குவது என்று திட்டமிட்டேன். இவைகளைத் தவிர அதிக ஊர்களைப் பார்க்க எனக்கு அவகாசம் இல்லை. ஒவ்வோர் ஊரிலும் ஒரு நாள் தங்கினேன். பாலன்பூர் தவிர மற்ற ஊர்களில் சாதாரண யாத்திரிகர்களைப் போல் தரும சத்திரங்களிலோ, பண்டாக்கள் வீடுகளிலோ இருந்தேன். இந்த யாத்திரையில் ரெயில் கட்டணம் உள்பட ரூ.*31*–க்கு அதிகமாக நான் செலவு செய்யவில்லை என்பதே எனக்கு ஞாபகம்.

ரெயிலில் சாதாரண வண்டிகளை விட மெயில் வண்டிகளில் கூட்டம் அதிகம்; கட்டணமும் அதிகம் என்பதை அறிவேன். அதனால், மூன்றாம் வகுப்புப் பிரயாணத்தில் மெயில் ரெயில்களை விடச் சாதாரண ரெயிலிலேயே நான் பிரயாணம் செய்தேன்.

மூன்றாம் வகுப்பு வண்டிகள் இப்பொழுது எவ்வளவு அசுத்தமாக இருக்கின்றனவோ அவ்வளவு அசுத்தமாகவே அப்பொழுதும் இருந்தன. கக்கூசுகளும் இப்போதிருப்பதைப் போலவே அப்பொழுதும் அசுத்தமாக இருந்தன. இப்பொழுது ஏதோ கொஞ்சம் அபிவிருத்தி இருக்கக்கூடும். ஆனால், முதல் வகுப்புப் பிரயாணிக்கு அளிக்கப்படும் வசதிக்கும், மூன்றாம் வகுப்புப் பிரயாணிக்கு அளிக்கப்படும் வசதிக்கும் உள்ள வித்தியாசம், இவ்விரு வகுப்புகளின் கட்டணங்களுக்கும் உள்ள வித்தியாசத்திற்குக் கொஞ்சமும் பொருத்தம் இல்லாததாக இருக்கிறது. மூன்றாவது வகுப்புப் பிரயாணிகள் ஆடுகளாகவே நடத்தப்படுகின்றனர். அவர்களுக்குள்ள வசதிகளும் ஆடுகளுக்கு இருக்கும் வசதிகள்தான். ஐரோப்பாவில், நான் மூன்றாம் வகுப்பிலேயே பிரயாணம் செய்து வந்தேன். முதல் வகுப்புப் பிரயாணம் எப்படி இருக்கிறது என்பதைப் பார்க்க ஒரே ஒரு தடவை மாத்திரம் முதல் வகுப்பில் பிரயாணம் செய்தேன். ஆனால், முதல் வகுப்புக்கும் மூன்றாம் வகுப்புக்கும்

இங்கே இருப்பதைப் போன்ற பேதத்தை நான் அங்கே காணவில்லை. தென்னாப்பிரிக்காவில் மூன்றாம் வகுப்புப் பிரயாணிகள் அநேகமாக நீக்ரோக்களே. ஆயினும், இங்கே இருப்பதை விட அங்கே மூன்றாம் வகுப்பு வசதிகள் நன்றாக இருக்கின்றன. தென்னாப்பிரிக்காவின் சிலபகுதிகளில் மூன்றாம் வகுப்பு வண்டிகளில், பிரயாணிகள் தூங்குவதற்குரிய இட வசதியும், மெத்தை தைத்த ஆசனங்களும் உண்டு. கூட்டம் அதிகமாகி, இடநெருக்கடி ஏற்பட்டுவிடாத படியும் பார்த்துக் கொள்ளப்படுகிறது. ஆனால் இங்கேயோ, மூன்றாம் வகுப்பு வண்டிகளில் குறிப்பிட்ட தொகைக்கு அதிகமாகப் பிரயாணம் செய்வதே வழக்கமாக இருந்து வருகிறது.

மூன்றாம் வகுப்புப் பிரயாணிகளின் சௌகரியங்களைக் கவனிப்பதில் ரெயில்வே அதிகாரிகளுக்கு இருந்து வரும் அசிரத்தை ஒரு புறம். மற்றொரு புறத்தில், பிரயாணிகளின் ஆபாசமான, யோசனையில்லாத பழக்கங்கள். இந்த இரண்டும் சேர்ந்து, சுத்தமான பழக்க வழக்கமுள்ள ஒருவருக்கு மூன்றாம் வகுப்பில் பிரயாணம் செய்வதை ஒரு சோதனையாக்கி விடுகின்றன. கூடஇருக்கும் பிரயாணிகளின் சௌகரியம், சுகம் ஆகியவைகளைக் குறித்துக் கொஞ்சமேனும் கவனிக்காமல், வண்டிக்குள்ளேயே கண்டபடி எல்லாம் குப்பையைப் போடுவது, நினைத்த போதெல்லாம் நினைத்த இடத்திலெல்லாம் சுருட்டுப் பிடிப்பது, வெற்றிலை பாக்குப் புகையிலை போட்டு வண்டி முழுவதையும் எச்சில் படிகமாக்கிவிடுவது, கூச்சல் போட்டுப் பேசுவது, கத்துவது, ஆபாசமாகப் பேசுவது போன்றவை பிரயாணிகளிடம் பொதுவாக இருக்கும் பழக்கங்களாகும். 1902–இல் மூன்றாம் வகுப்பில் பிரயாணம் செய்தேன். 1915 முதல் 1919 வரையில் இடைவிடாமல் மூன்றாம் வகுப்பில் சுற்றுப்பிரயாணம் செய்தேன். இந்த இரு தடவைகளிலும், மூன்றாம் வகுப்புப் பிரயாணத்தில் எனக்கு ஏற்பட்ட அனுபவத்தில் எந்த விதமான வித்தியாசத்தையும் நான் காணவில்லை.

பயங்கரமான இந்த நிலைமையைச் சீர்திருத்துவதற்கு எனக்கு ஒரே ஒரு வழிதான் தோன்றுகிறது. படித்தவர்கள், மூன்றாம் வகுப்பில் தான் பிரயாணம் செய்வது என்று முடிவு செய்துகொண்டு, மக்களின் பழக்கங்களைச் சீர்திருத்துவதே அந்த வழி. அதோடு

ரெயில்வே அதிகாரிகளை நிம்மதியாக இருக்க விடக்கூடாது. அவசியமாகும் போதெல்லாம் புகார்களை அனுப்ப வேண்டும். தங்களுக்கு வசதியைத் தேடிக் கொள்ளுவதற்காக லஞ்சம் கொடுப்பது போன்ற சட்ட விரோதமான காரியங்களை இந்தப் படித்தவர்கள் செய்யாது இருக்க வேண்டும். விதிகளை யார் மீறி நடந்தாலும் அதைச் சகித்துக் கொண்டு இருந்துவிடக்கூடாது. இவற்றை எல்லாம் செய்தால், அதிக அபிவிருத்தி ஏற்படும் என்று நான் நிச்சயமாக நம்புகிறேன்.

1918–19– இல் நான் கடுமையான நோய்வாய்ப்பட்டதால், எனது மூன்றாம் வகுப்புப் பிரயாணத்தைத் துரதிருஷ்ட வசமாகக் கைவிடும்படி நேர்ந்தது. இது எனக்கு இடைவிடாத மன வேதனையாகவும் வெட்கமாகவும் ஆகிவிட்டது. ஏனெனில், முக்கியமாக மூன்றாம் வகுப்புப் பிரயாணிகளின் கஷ்டங்களைப் போக்கியாக வேண்டும் என்ற கிளர்ச்சி வலுவடைய ஆரம்பித்த சமயத்தில் இவ்வாறு நேர்ந்தது. ஏழைகளான ரெயில்வே, கப்பல் பிரயாணிகளின் கஷ்டங்கள், அக் கஷ்டங்களை அப்பிரயாணிகளின் பழக்கங்கள் அதிகமாக்குவது, வெளிநாட்டு வர்த்தகத்திற்கு அரசாங்கம் அனுமதித்து வரும் அக்கிரமமான வசதிகள் இவை போன்றவை முக்கியமான விஷயங்களாகும். விடாமுயற்சியும் திறமையும் உள்ள இரண்டொரு பொது ஜன ஊழியர்கள் தங்கள் முழு நேரத்தையும் செலவிட்டு, வேலை செய்வதற்கு இவை ஏற்ற துறைகளாகும்.

ஆனால், மூன்றாம் வகுப்புப் பிரயாணிகளை இதோடு விட்டு விட்டுக் காசியில் எனக்கு ஏற்பட்ட அனுபவங்களுக்கு இனி வருகிறேன். காலையில் அங்கே போய்ச் சேர்ந்தேன். ஒரு பண்டாவின் வீட்டில் தங்குவது என்று தீர்மானித்தேன். ரெயிலிலிருந்து இறங்கியதுமே, அநேக பிராமணர்கள் என்னைச் சுற்றி வளைத்துக் கொண்டு விட்டனர். அவர்களுள் கொஞ்சம் சுத்தமாகவும், மற்றவர்களைவிடச் சுமாராகவும் தோன்றிய ஒருவரைத் தேர்ந்தெடுத்துக் கொண்டேன். அவர் வீட்டுக்குச் சென்றேன். நான் சரியாகவே தேர்ந்தெடுத்திருந்தேன் என்பது நிரூபிக்கப்பட்டுவிட்டது. அவருடைய வீட்டு முற்றத்தில் ஒரு பசு கட்டியிருந்தது. நான் தங்குவதற்குக் கொடுத்திருந்த இடம் மாடியில். கங்கைக்குப் போய் வைதிக

முறைப்படிஸ்நானம் முதலிய அனுஷ்டானங்களையெல்லாம் முடித்துக் கொள்ளாமல் சாப்பிட நான் விரும்பவில்லை. இதற்கு வேண்டிய ஏற்பாடுகளைப் பண்டா செய்தார். அவருக்கு ஒரு ரூபாய் நான்கணாவுக்கு மேல் எக்காரணத்தை முன்னிட்டும் தட்சிணை கொடுக்கமாட்டேன் என்பதை முன்கூட்டியே அவரிடம் சொல்லிவிட்டேன். ஆகையால், இதை மனத்தில் வைத்துக் கொண்டே ஏற்பாடுகளைச் செய்யும்படியும் சொன்னேன்.

பண்டா மறுவார்த்தை பேசாமல் ஒப்புக்கொண்டார். ''யாத்திரிகர் ஏழையாக இருந்தாலும், பணக்காரராக இருந்தாலும் எங்கள் சேவை ஒரேமாதிரிதான். ஆனால், எங்களுக்குக் கிடைக்கும் தட்சிணை, யாத்திரிகரின் இஷ்டத்தையும் சக்தியையும் பொறுத்தது'' என்றார். வழக்கப்படி செய்யவேண்டியவைகளைப் பண்டா என் விஷயத்தில் சுருக்கிவிட்டதாகவும் நான் காணவில்லை. பன்னிரண்டு மணிக்குப் பூஜை முடிந்தது. நான் சுவாமி தரிசனத்திற்காகக் காசி விஸ்வநாதர் கோயிலுக்குப் போனேன். அங்கே நான் கண்டவை எனக்கு மனவேதனையைத் தந்தன. 1891–இல் நான் பம்பாயில் பாரிஸ்டராக இருந்த சமயம், பிரார்த்தனை சமாஜ மண்டபத்தில் 'காசிக்கு யாத்திரை' என்பது பற்றி நடந்த ஒரு பிரசங்கத்தைக் கேட்க நேர்ந்தது. ஆகையால், ஓரளவு ஏமாற்றத்திற்கு நான் தயாராகவே இருந்தேன். ஆனால், உண்மையில் நான் அடைந்த ஏமாற்றம், நான் எதிர்பார்த்திருந்ததை விடப் பன்மடங்கு அதிகமாக இருந்தது.

குறுகலான, வழுக்கும் ஒரு சந்தின் வழியாகவே கோயிலுக்குப் போக வேண்டியிருந்தது. அங்கோ அமைதி என்பதே இல்லை. ஈக்கள் ஏகமாக மொய்த்தன. கடைக்காரர்களும் யாத்திரிகர்களும் போட்ட சப்தம் சகிக்க முடியாததாக இருந்தது. தியானத்திற்கும் தெய்வசிந்தனைக்கும் ஏற்ற சூழ்நிலை இருக்கவேண்டும் என்று எதிர்பார்க்கத்தக்க அந்த இடத்தில் அது இல்லவே இல்லை. அந்தச் சூழ்நிலையை ஒருவர் தம் உள்ளத்தினுள்ளே தான் தேடிக்கொள்ள வேண்டும். சுற்றுப்புறத்தைப் பற்றிய பிரக்ஞையின்றி, மெய்ம் மறந்தவர்களாகச் சகோதரிகள் தியானத்தில் ஈடுபட்டிருந்ததைப் பார்த்தேன். இதற்காகக் கோயில் நிர்வாகிகளை யாரும் பாராட்டி விடுவதற்கில்லை.

கோயிலைச் சுற்றிலும் சுத்தமான, இனிய, சீரிய சூழ்நிலையை உள்ளும் புறமும் உண்டாக்கி, அது நிலைத்திருக்கச் செய்வது, நிர்வாகிகளின் பொறுப்பு. இதற்குப் பதிலாகக் கபடஸ்தர்களான கடைக்காரர்கள், மிட்டாய்களையும், புது நாகரிக விளையாட்டுப் பொம்மைகளையும் விற்கும் கடைத் தெருவையே நான் அங்கே கண்டேன்.

நான் கோயிலுக்குள் போனதும் வாசலில் அழுகி நாற்றமெடுத்த பூக்குவியலே எனக்கு வரவேற்பளித்தது. உயர்ந்த சலவைக் கற்களாலான தரை. ஆனால், அழகு உணர்ச்சியே இல்லாத ஒரு பக்தர், சலவைக் கற்களை ஆங்காங்கே உடைத்து அவற்றில் ரூபாய் நாணயங்களைப் பதித்துவிட்டார். அந்த ரூபாய்கள் அழுக்குச் சேர்வதற்குச் சிறந்த இடங்கள் ஆகிவிட்டன.

ஞான வாவி (ஞானக் கிணறு)க்குப் பக்கத்தில் போனேன். அங்கே கடவுளைக் காணலாம் என்று தேடினேன். ஆனால், நான் காணவில்லை. ஆகையால், எனக்கு மனநிலை நன்றாயில்லை. ஞான வாவியைச் சுற்றிலும்கூட ஆபாசமாகவே இருப்பதைக் கண்டேன். தட்சிணை கொடுக்கவே எனக்கு விருப்பமில்லை. ஆகையால், ஒரு தம்படி கொடுத்தேன். அங்கே இருந்த பண்டாவுக்குக் கோபம் வந்து, அந்தத் தம்படியை வீசி எறிந்து விட்டார். ‘‘இந்த அவமரியாதை உன்னை நேரே நரகத்திற்குத்தான் கொண்டு போகும்!’’ என்று கூறி என்னைச் சபித்தார்.

இதைக் கேட்டு நான் பரபரப்படைந்து விடவில்லை. ‘‘மகராஜ்! என் விதி எப்படியானாலும் சரி. ஆனால், இப்படியெல்லாம் பேசுவது உங்களைப் போன்றதோர் வகுப்பினருக்குத் தகாது. விருப்பமிருந்தால் அந்தத் தம்படியை எடுத்துக்கொள்ளுங்கள். இல்லாவிட்டால் அதையும் நீங்கள் இழந்து விடுவீர்கள்’’ என்றேன்.

‘‘போய்த் தொலை. உன் தம்படி எனக்கு வேண்டாம்’’ என்றார். தொடர்ந்து வசைமாரி பொழிந்தார்.

தரையில் தம்படியை எடுத்துக்கொண்டு நான் நடக்க ஆரம்பித்தேன். பிராமணர் ஒரு தம்படியை இழந்தார், எனக்கு ஒரு தம்படி மிச்சம் என்று என்னைப் பாராட்டிக் கொண்டேன். ஆனால், மகராஜ், அந்தத் தம்படியையும் விட்டுவிடக் கூடியவர்

அல்ல. என்னைத் திரும்பக் கூப்பிட்டார். "அது சரி, அந்தத் தம்படியை இங்கே கொடுத்துவிட்டுப் போ. உன்னைப்போலவே நானும் இருந்துவிட முடியாது. உன் தம்படியை வாங்கிக்கொள்ள நான் மறுத்துவிட்டால் அது உனக்குக் கெடுதல் ஆகிவிடும்" என்றார். நான் ஒன்றும் சொல்லாமல் அந்தத் தம்படியை அவரிடம் கொடுத்தேன். அப்புறம் ஒருமுறை பெருமூச்சு விட்டுக்கொண்டு அப்பால் போய்விட்டேன்.

அதற்குப் பிறகு இரு முறை காசி விஸ்வநாதர் கோயிலுக்குப் போயிருக்கிறேன். ஆனால், அது 'மகாத்மா' பட்டம் என்னைப் பீடித்த பிறகு. ஆகவே, நான் மேலே கூறியிருப்பதைப் போன்ற அனுபவங்கள் அப்பொழுது ஏற்படுவது அசாத்தியமாயின. என்னைத் தரிசிப்பதற்கு ஆர்வத்துடன் இருக்கும் மக்கள், கோயிலில் சுவாமியை நான் தரிசிப்பதற்கு என்னை அனுமதிக்க மாட்டார்கள். 'மகாத்மா'க்களின் துயரங்கள் 'மகாத்மா'க்களுக்கு மாத்திரமே தெரியும். மற்றபடி அழுக்கும் சப்தமும் முன்பு இருந்தது போலவே இருந்தன.

கடவுளின் எல்லையற்ற கருணையில் யாருக்காவது சந்தேகம் இருக்குமாயின், அவர்கள் இப் புண்ணிய க்ஷேத்திரங்களுக்குப் போய்ப் பார்ப்பார்களாக. மகா யோகியான கடவுள், தம் தெய்வீகப் பெயரைக் கொண்டே செய்யப்படும் எவ்வளவு வஞ் சகங்களையும் அதர்மங்களையும் சகித்துக்கொண்டிருக்கிறார்! "யே யதாமாம் ப்ரபத்யந்தே தாம்ஸ்ததைவ பஜாம் யஹம்" (மனிதன் எதை விதைக்கிறானோ அதையே அறுவடை செய்கிறான்) என்று ஆண்டவனே கூறியிருக்கிறார். கரும பலனை அனுபவிக்காமல் யாரும் தப்பிவிடவே முடியாது. ஆகையால், இதில் ஆண்டவன் தலையிடுவதற்கு அவசியமே இல்லை. அவர் இச் சட்டத்தை இயற்றிவிட்டு விலகிக்கொண்டார் என்றே சொல்லலாம்.

கோயிலுக்குப் போய் வந்த பின்னர் ஸ்ரீ மதி பெஸன்டைப் பார்க்கப் போனேன். அவர் நோயுற்றிருந்து அப்பொழுதுதான் குணமடைந்தார் என்பதை அறிவேன். என் பெயரை எழுதி உள்ளே அனுப்பினேன். அவர் உடனே வந்தார். அவருக்கு என் வணக்கத்தைச் செலுத்த வேண்டும் என்று மாத்திரமே நான் விரும்பினேன். ஆகையால், "தங்களுக்கு உடல்

நலமில்லை என்பதை அறிவேன். என் வணக்கத்தைத் தங்களுக்குச் செலுத்திக் கொள்ள மாத்திரமே விரும்பினேன். தங்களுக்குச் சரீர சுகம் இல்லாதிருந்தும் என்னைப் பார்க்க அன்புடன் தாங்கள் இசைந்ததற்கு என் நன்றியை தெரிவித்துக் கொள்கிறேன். இதற்குமேல் தங்களுக்குத் தொந்தரவு கொடுக்க நான் விரும்பவில்லை'' என்று கூறி அவரிடம் விடைபெற்றுக்கொண்டேன்.

21. பம்பாயில் குடியேறினேன்?

நான் பம்பாயில் குடியேறி, வக்கீல் தொழிலை நடத்திக் கொண்டு பொதுவேலையில் தமக்கு உதவியாக இருக்க வேண்டும் என்று கோகலே அதிக ஆவலுடன் இருந்தார். அந்த நாளில் பொது வேலை என்றால் காங்கிரஸ் வேலையே. கோகலேயின் உதவியினால் ஆரம்பமான ஸ்தாபனத்தின் முக்கியமான வேலையும், காங்கிரஸின் நிர்வாகத்தை நடத்திக் கொண்டு போவதுதான்.

கோகலேயின் யோசனை எனக்குப் பிடித்திருந்தது. ஆனால், பாரிஸ்டராக இருந்து வெற்றி பெற முடியும் என்பதில் எனக்கு அதிக நம்பிக்கை இல்லை. முன்னால் நான் இதில் கண்ட தோல்வியின் வருந்தத்தக்க நினைவுகள் இன்னும் எனக்கு இருந்து வந்தன. கட்சிக்காரர்களைப் பெறுவதற்காக முகஸ்துதி செய்வதை விஷம் போல நான் இன்னும் வெறுத்து வந்தேன்.

ஆகையால், முதலில் ராஜ்கோட்டில் தொழிலை ஆரம்பிப்பது என்று முடிவு செய்தேன். முன்னாலிருந்தே என் நலனை விரும்புகிறவரும், நான் இங்கிலாந்துக்குப் போக வேண்டும் என்று தூண்டியவருமான கேவல்ராம் மாவிஜி தவே அங்கே இருந்தார். அவர் உடனேயே ஆரம்பமாக மூன்று வக்காலத்துக்களைக் கொடுத்தார். அவைகளில் இரண்டு, கத்தியவார் ராஜீய ஏஜெண்டின் நிதி உதவியாளர் முன்பு செய்யப்பட்டிருந்த அப்பீல்கள். மற்றொன்று, ஜாம் நகரில் அசல் வழக்கு. கடைசியாகச் சொன்ன இந்த வழக்கே மிகவும் முக்கியமானது. இந்த வழக்கைத் திறம்பட நான் நடத்த முடியும் என்று எனக்கு நம்பிக்கை ஏற்படவில்லை என்று சொன்னேன். உடனே கேவல்ராம் தவே, “வெற்றி பெறுவது, தோல்வியடைவது என்பதைப்பற்றி உமக்குக் கவலை வேண்டியதில்லை. உம்மால் முடிந்த வரையில் முயன்று பாரும். உமக்கு உதவி செய்வதற்கு நான் இருக்கவே இருக்கிறேன்” என்றார்.

எதிர்த்தரப்பு வக்கீல் காலஞ்சென்ற ஸ்ரீ சமர்த். ஓரளவுக்கு நான் நன்றாகவே அவ்வழக்கு சம்பந்தமாகத் தயார் செய்து வைத்திருந்தேன். இந்தியச் சட்டம் எனக்கு அதிகம் தெரியும் என்பதல்ல; ஆனால், கேவல்ராம் தவே அவ்வழக்குச் சம்பந்தமாக எனக்கு முழுவதும் சொல்லிக் கொடுத்திருந்தார். ‘ஸர் பிரோஸ்ஷா மேத்தாவுக்குச் சாட்சியைப் பற்றிய சட்டம் முழுவதும் தலைகீழ்ப் பாடமாகத் தெரியும்; அவருடைய வெற்றியின் ரகசியமே அதுதான்’ என்று நான் தென்னாப்பிரிக்காவுக்குப் போவதற்கு முன்னால் நண்பர்கள் சொல்லக் கேட்டிருக்கிறேன். இதை மனத்திலேயே வைத்தும் இருந்தேன். எனவே, என் கப்பல் பிரயாணத்தின் போது இந்திய சாட்சியச் சட்டத்தை, அதைப் பற்றிய விளக்கங்களுடன் சேர்த்துக் கவனமாகப் படித்திருந்தேன். அதோடு, தென்னாப்பிரிக்காவில் வக்கீல் தொழிலில் எனக்கு ஏற்பட்ட அனுபவமும் சாதகமாக இருந்தது.

இவ்வழக்கில் வெற்றி பெற்றேன். கொஞ்சம் நம்பிக்கையும் உண்டாயிற்று. அப்பீல்களைக் குறித்து எனக்குப் பயமே இல்லை. அவற்றிலும் வெற்றி பெற்றேன். பம்பாயில் தொழில் நடத்தினாலும் நான் தோல்வியடைய மாட்டேன் என்ற ஒரு நம்பிக்கையை இவையெல்லாம் எனக்கு உண்டாக்கின.

பம்பாய்க்குப் போய்விடுவது என்று நான் தீர்மானித்ததைக் குறித்த சந்தர்ப்பங்களைப் பற்றிச் சொல்லும் முன்பு, பிறர் கஷ்டத்தை உணராத ஆங்கில அதிகாரிகளின் போக்கைக் குறித்தும், அவர்களுடைய அறியாமையைப் பற்றியும் எனக்கு ஏற்பட்ட அனுபவத்தைக் கூற விரும்புகிறேன். நீதி உதவியாளரின் கோர்ட்டு ஓர் இடத்திலிருந்து மற்றோர் இடத்திற்குப் போய்க்கொண்டே இருக்கும். அந்த நீதிபதி சதா சுற்றுப் பிரயாணம் செய்துகொண்டே இருப்பார். வக்கீல்களும் கட்சிக் காரர்களும் அவர் முகாம் போகும் இடத்திற்கெல்லாம் போய்க் கொண்டிருக்க வேண்டியிருக்கும். தலைமை ஸ்தானத்தை விட்டு வெளியூர் போக வேண்டும் என்றால் வக்கீல்கள் அதிகக் கட்டணம் கேட்பார்கள். இதனால், கட்சிக்காரர்களுக்குச் சகஜமாகவே செலவு இரட்டிப்பு ஆகும். இவர்களுக்கு ஏற்படும் அசௌகரியங்களைப் பற்றி நீதிபதிக்குக் கவலையே இல்லை. நான் மேலே சொன்ன அப்பீல் விசாரணை வேராவலில் போடப்

பட்டிருந்தது. அவ்வூரிலோ பிளேக் நோய் கடுமையாகப் பரவியிருந்தது. 5,500 பேரையே கொண்ட அவ்வூரில் தினமும் 50 பேருக்கு அந்நோய் கண்டுகொண்டிருந்தது என்பதாக எனக்கு ஞாபகம். உண்மையில், அந்த ஊரில் யாருமே இல்லை எனலாம். அவ்வூரிலிருந்து கொஞ்ச தூரத்திலிருந்த ஆளில்லாத தரும சத்திரத்தில் நான் தங்கினேன். ஆனால், கட்சிக்காரர்கள் எங்கே தங்குவது? அவர்கள் ஏழைகளாக இருந்துவிட்டால், கடவுளின் கருணையில் நம்பிக்கை வைத்திருப்பதைத் தவிர அவர்களுக்கு வேறு கதி இல்லை.

இதே கோர்ட்டில் என் நண்பர் ஒருவருக்கும் வழக்குகள் இருந்தன. வேராவலில் பிளேக் நோய் பரவி இருப்பதால் கோர்ட்டை வேறு இடத்திற்கு மாற்றுமாறு கோரி மனுச் செய்து கொள்ளும்படி அவர் எனக்குத் தந்தி கொடுத்திருந்தார். இந்த மனுவை நான் கொடுத்ததன் பேரில் துரை, "உங்களுக்குப் பயமாக இருக்கிறதா?" என்று கேட்டார்.

"எனக்குப் பயமாயிருக்கிறதா, இல்லையா என்பது விஷயமல்ல. நான் எப்படியாவது வெளியில் இருந்துவிட முடியும். ஆனால், கட்சிக்காரர்களின் நிலைமை என்ன?" என்று பதில் சொன்னேன்.

இதற்குத் துரை கூறியதாவது: "பிளேக் இந்தியாவில் நிரந்தரமானதாகிவிட்டது. அப்படியிருக்கப் பயப்படுவானேன்? வேராவலின் சீதோஷ்ண நிலை மிகவும் நன்றாக இருக்கிறது. (துரை டவுனுக்கு வெகு தொலைவில் கடற்கரையில் அமைக்கப் பட்டிருந்த அரண்மனை போன்ற ஒரு கூடாரத்தில் தங்கியிருந்தார்.) இவ்வாறு திறந்த வெளியில் வசிப்பதற்கு மக்கள் நிச்சயம் கற்றுக்கொள்ள வேண்டும்."

இப்படிப்பட்ட வேதாந்தத்திற்கு எதிராக விவாதித்துப் பயனில்லை. கடைசியாக, துரை தமது சிரஸ்தேதாரிடம், "காந்தி கூறுவதைக் கவனித்துக் கொள்ளும். வக்கீல்களுக்கோ, கட்சிக் காரர்களுக்கோ அதிக அசௌகரியமாக இருக்கிறதென்றால் எனக்கு அறிவியும்" என்றார்.

சரியானது என்று தாம் நினைத்ததைத் துரை யோக்கியமாகச் செய்தார். ஆனால், ஏழை இந்தியரின் கஷ்டங்களைக் குறித்து அவருக்கு எப்படித் தெரியமுடியும்? மக்களின்

தேவைகள், குணாதிசயங்கள், பைத்தியக்காரத்தனங்கள், பழக்கங்கள் ஆகியவைகளை அவர் எப்படிப் புரிந்துகொள்ள முடியும்? தங்க நாணயங்களைக் கொண்டே பொருள்களை மதிப்பிட்டுக் கொண்டிருந்த ஒருவர் திடீரென்று சின்னச் செப்புக்காசுகளைக் கொண்டு எப்படிக் கணக்கிடுவார்? யானைக்கு எறும்பினிடம் நல்லெண்ணமே இருக்கலாம். ஆனால், எறும்பின் தேவையையும் சௌகரியத்தையும் கொண்டு சிந்திக்கும் சக்தி எவ்வாறு யானைக்கு இல்லையோ அதேபோல இந்தியருக்குச் சௌகரியமான வகையில் சிந்திக்கவோ, சட்டம் செய்யவே ஆங்கிலேயருக்குச் சக்தியில்லை. இனித் திரும்பவும் கதைக்கு வருவோம். வக்கீல் தொழிலில் நான் வெற்றிபெற்ற போதிலும், இன்னும் கொஞ்ச காலம் ராஜ் கோட்டில் இருப்பது என்றே எண்ணிக் கொண்டிருந்தேன். அப்பொழுது ஒரு நாள் கேவல்ராம் தவே என்னிடம் வந்தார். “காந்தி, நீங்கள் இங்கே அதிக வேலையில்லாதிருப்பதை நாங்கள் சகித்துக் கொண்டிருக்க முடியாது. நீங்கள் பம்பாய்க்குக் குடிபோய்விட வேண்டும்” என்றார்.

“ஆனால் அங்கே எனக்கு யார் வேலை தேடிக்கொடுப்பார்கள்? என் செலவுக்கு வேண்டிய ஏற்பாடுகளை நீங்கள் செய்வீர்களா?” என்று கேட்டேன்.

இதற்கு அவர் கூறியதாவது: “சரி, நான் செய்கிறேன். பம்பாயிலிருந்து பெரிய பாரிஸ்டர் வருகிறார் என்று சில சமயங்களில் உம்மை இங்கே கொண்டு வருவோம். மனுத் தயாரிப்பது போன்ற வேலையை அங்கேயே அனுப்புகிறோம். ஒரு பாரிஸ்டரைப் பெரியவராக்குவதோ, ஒன்றுமில்லாதபடி செய்து விடுவதோ வக்கீல்களாகிய எங்கள் கையில் இருக்கிறது. உமது திறமையை ஜாம்நகரிலும் வேராவரிலும் நிரூபித்துக் காட்டிவிட்டீர். ஆகையால், உம்மைப்பற்றி எனக்குக் கொஞ்சமும் கவலையே இல்லை. நீர் பொதுஜன சேவைக்கென்றே பிறந்திருப்பவர். நீர் கத்தியவாரில் புதைந்து கிடந்துவிட நாங்கள் அனுமதிக்கமாட்டோம். எனவே, எப்பொழுது பம்பாய் போகிறீர்? சொல்லும்.”

“நேட்டாலிலிருந்து பணத்தை எதிர்பார்த்துக் கொண்டிருக்கிறேன். அது வந்ததும் நான் போகிறேன்” என்றேன்.

இரண்டு வாரங்களில் பணம் வந்துவிட்டது. நானும் பம்பாய் சென்றேன். பேய்னே, கில்பர்ட், சயானி ஆபீஸ் கட்டடத்தில் என் அலுவலகத்தை அமைத்துக்கொண்டேன். அங்கேயே நான் ஸ்திரமாகக் குடியேறி விட்டதாகவே தோன்றியது.

22. கொள்கைக்கு நேர்ந்த சோதனை

கோட்டையில் அலுவலகத்திற்கு அறைகளையும், கீர்காமில் வீட்டையும் அமர்த்திக்கொண்டேன். ஆயினும் அமைதியாக நிலை பெற்றிருக்க ஆண்டவன் என்னை விடவில்லை. புதிய வீட்டுக்குக் குடிபோனவுடனேயே என்னுடைய இரண்டாவது மகன் மணிலாலுக்குக் கடுமையான அஸ்தி சுரம் (டைபாய்டு) கண்டுவிட்டது. அத்துடன் கபவாத சுரமும் (நிமோனியா) கலந்துகொண்டது. இரவில் ஜன்னி வேகத்தினால் பிதற்றல் போன்ற அறிகுறிகளும் இருந்தன. சில ஆண்டுகளுக்கு முன்னால் இவன் வைசூரியால் கடுமையாகப் பீடிக்கப் பட்டவன்.

டாக்டரை அழைத்து வந்தேன். மருந்தினால் அதிகப் பயன் ஏற்படாது என்றும், முட்டையும், கோழிக்குஞ்சு சூப்பும் கொடுப்பது நல்லது என்றும் அவர் கூறினார். மணிலாலுக்கு வயது பத்துதான். ஆகையால், அவனுடைய விருப்பத்தைக் கேட்டு எதுவும் செய்வது என்பதற்கில்லை. அவனுக்கு நானே போஷகனாகையால், நான்தான் முடிவுக்கு வரவேண்டும். டாக்டர் பார்ஸி வகுப்பைச் சேர்ந்தவர், மிகவும் நல்லவர். நாங்கள் சைவ உணவே சாப்பிடுகிறவர்கள் என்றும், ஆகவே அவர் கூறிய அந்த இரண்டில் என் மகனுக்கு எதுவும் கொடுப்பதற்கில்லை என்றும் சொன்னேன். எனவே, கொடுக்கக்கூடியதான வேறு எதையாவது அவர் கூறுகிறாரா என்று கேட்டேன்.

இதற்கு அந்த டாக்டர் கூறியதாவது: "உங்கள் மகனின் உயிர் அபாய நிலையில் இருக்கிறது. பாலில் நீரைக் கலந்து அவனுக்குக் கொடுக்கலாம். ஆனால், அது அவனுக்கு வேண்டிய போஷணையைத் தராது. எத்தனையோ ஹிந்துக் குடும்பங்களில் என்னை கூப்பிடுகிறார்கள். நோயாளிக்குக் கொடுக்கும்படி நான் கூறுவது எதையும் அவர்கள் ஆட்சேபிக்கவில்லை. உங்கள் மகன் விஷயத்தில் நீங்கள் இவ்வளவு கடுஞ் சித்தத்தோடு இல்லாமல் இருந்தால் நன்றாயிருக்கும் என்று நினைக்கிறேன்."

இதற்கு நான் பின்வருமாறு கூறினேன்: "நீங்கள் கூறுவது முற்றிலும் சரியானதே. டாக்டர் என்ற வகையில் நீங்கள்

வேறு எதுவும் செய்வதற்கில்லை. ஆனால், என் பொறுப்பு மிகவும் அதிகமானது. பையன் வயது வந்தவனாக இருந்தால், அவனுடைய விருப்பத்தை அறிய நான் நிச்சயம் முயன்று அதன்படி நடந்திருப்பேன். ஆனால், இப்பொழுதோ அவனுக்காக நானே சிந்தித்து முடிவு செய்ய வேண்டியவனாக இருக்கிறேன். இதுபோன்ற சமயங்களிலேயே ஒருவருடைய நம்பிக்கை சோதனைக்கு உள்ளாகிறது என்று கருதுகிறேன். சரியோ, தவறோ, மனிதன் மாமிசம், முட்டை போன்றவைகளைத் தின்னக்கூடாது என்பதை என்னுடைய மதக் கொள்கைகளில் ஒரு பகுதியாகக் கொண்டிருக்கிறேன். நாம் உயிர் வாழ்வதற்கென்று மேற்கொள்ளும் சாதனங்களுக்கும் ஓர் எல்லை இருக்கவேண்டும். உயிர் வைத்திருப்பதற்கு அவசியம் என்றாலும் சில காரியங்களை நாம் செய்யக்கூடாது. இத்தகைய சமயங்களில் கூட, நானோ அல்லது என்னைச் சேர்ந்தவர்களோ மாமிசம், முட்டை போன்றவைகளை உபயோகிப்பதை என் மதம், நான் அறிந்து கொண்டிருக்கிற வரையில், அனுமதிக்கவில்லை. ஆகையால், ஏற்பட்டுவிடக் கூடும் என்று நீங்கள் கூறும் ஆபத்துக்கும் நான் தயாராக இருக்க வேண்டியதுதான். ஆனால், உங்களை ஒன்று வேண்டிக் கொள்கிறேன். உங்களுடைய சிகிச்சையை நான் பயன்படுத்திக் கொள்ள முடியாததனால், எனக்குத் தெரிந்திருக்கும் நீர்ச் சிகிச்சை முறைகளைக் கையாண்டு பார்க்கப் போகிறேன். ஆனால், சிறுவனின் நாடித்துடிப்பு, இருதயம், நுரையீரல் ஆகியவைகளைச் சோதித்துப் பார்த்து நிலையை அறிந்துகொள்ள எனக்குத் தெரியாது. தாங்கள் அவ்வப்போது வந்து அவனைச் சோதித்துப் பார்த்து இருக்கும் நிலையை எனக்கு அறிவிப்பீர்களாயின் நான் நன்றியுள்ளவனாவேன்."

நல்லவரான அந்த டாக்டர் எனக்கிருந்த கஷ்டங்களை உணர்ந்து கொண்டார். என் கோரிக்கைக்கும் சம்மதித்தார். இதில் ஒரு முடிவுக்கு வருவதற்கான வயது மணிலாலுக்கு இல்லையாயினும், நானும் டாக்டரும் பேசிக்கொண்டிருந்ததை அவனுக்குக்கூறி அவன் அபிப்பிராயத்தையும் கேட்டேன். உங்களுடைய நீர்ச் சிகிச்சையையே செய்யுங்கள். எனக்கு முட்டையோ, கோழிக்குஞ்சு சூப்போ வேண்டாம்" என்றான்.

இந்த இரண்டில் அவனுக்கு நான் எதைக் கொடுத்திருந்தாலும் அவன் சாப்பிட்டிருப்பான் என்பது எனக்குத் தெரியும். என்றாலும், அவன் சொன்னது எனக்கு மகிழ்ச்சியை அளித்தது.

கூனே என்பவரின் சிகிச்சை முறை எனக்குத் தெரியும். நான் அதைச் செய்தும் பார்த்திருக்கிறேன். பட்டினி போடுவதையும் பயனுள்ள வகையில் உபயோகித்துக் கொள்ளலாம் என்பது எனக்குத் தெரியும். ஆகவே, கூனேயின் முறைப்படி மணிலாலுக்கு ஆசனக்குளிப்புச் (பிவீஜீ ஙிணீமீலீ) செய்வித்தேன். தொட்டியில் அவனை மூன்று நிமிடங்களுக்கு மேல் வைத்திருப்பதில்லை. அத்துடன் ஆரஞ்சுப் பழ ரசத்துடன் தண்ணீர் கலந்து மூன்று நாட்கள் கொடுத்து வந்தேன்.

ஆனால், சுரம் குறையவில்லை; 104டிகிரிக்கும் ஏறியது. இரவில் ஜன்னி வேகத்தில் பிதற்றிக்கொண்டிருந்தான். எனக்கு ஒரே கவலையாகிவிட்டது. என்னை ஊரார் என்ன சொல்லுவார்கள்? என்னைப்பற்றி என் தமையனார்தான் என்ன நினைத்துக் கொள்ளுவார்? வேறு ஒரு டாக்டரையாவது கூப்பிடக் கூடாதா? ஆயுர்வேத வைத்தியரை ஏன் கொண்டு வரக்கூடாது? தங்களுடைய கொள்கைப் பித்துக்களையெல்லாம் குழந்தைகள்மீது சுமத்தப் பெற்றோருக்கு என்ன உரிமை இருக்கிறது?

இது போன்ற எண்ணங்களெல்லாம் ஓயாமல் என்னை அலைக்கழித்துக்கொண்டிருந்தன. பிறகு இதற்கு நேர்மாறான எண்ணங்களும் தோன்றும். எனக்கு என்னவிதமான சிகிச்சையை நான் செய்து கொள்ளுவேனோ அதையே என் மகனுக்கும் செய்வது குறித்துக் கடவுள் நிச்சயம் திருப்தியடைவார். நீர்ச் சிகிச்சையில் எனக்கு நம்பிக்கை இருந்தது. மாற்று மருந்து கொடுக்கும் வைத்திய முறையில் எனக்கு நம்பிக்கை இல்லை. குணமாகிவிடும் என்று டாக்டர்களாலும் உத்திரவாதம் அளிக்க முடியாது. அவர்களால் முடிகிற காரியம் பரிசோதனை செய்து பார்ப்பதுதான். உயிர் இருப்பதும் போவதும் கடவுள் சித்தத்தைப் பொறுத்தது. அதை அவரிடம் ஒப்படைத்துவிட்டு அவர் பெயரால் எனக்குச் சரியென்று தோன்றும் சிகிச்சை முறையை ஏன் அனுசரிக்கக் கூடாது?

இவ்விதம் இருவகையான எண்ணங்களுக்கிடையே என் மனம் அல்லல் பட்டுக்கொண்டிருந்தது. அப்பொழுது இரவு வேளை. மணிலாலின் படுக்கையில் அவன் பக்கத்தில் படுத்துக் கொண்டிருந்தேன். ஈரத்துணியை அவன் உடம்பில் சுற்றி

வைப்பது என்று தீர்மானித்தேன். எழுந்து ஒரு துப்பட்டியை நனைத்துப் பிழிந்தேன். அதை, அவன் முகத்தை மாத்திரம் விட்டுவிட்டு உடம்பெல்லாம் சுற்றினேன். பிறகு மேலே இரண்டு கம்பளிகளைப் போட்டுப் போர்த்துவிட்டேன். தலைக்கும் ஒரு ஈரத்துணியைப் போட்டேன். பழுக்கக் காய்ச்சிய இரும்பு போல அவன் உடம்பெல்லாம் கொதித்தது. ஒரே வறட்சியாகவும் இருந்தது. கொஞ்சங்கூட வியர்வையே இல்லை.

நான் மிகவும் களைத்துப் போனேன். மணிலாலைப் பார்த்துக் கொள்ளுமாறு அவன் தாயாரிடம் விட்டுவிட்டு வெளியே கொஞ்சம் உலாவி வரலாம் என்று சௌபாத்தி கடற்கரைக்குப் போனேன். அப்பொழுது இரவு பத்து மணி இருக்கும். அங்கே இரண்டொருவரே நடமாடிக் கொண்டிருந்தனர். அவர்களை நான் பார்க்கக்கூட இல்லை. ஆழ்ந்த சிந்தனையில் மூழ்கினேன். "ஆண்டவனே, இச் சமயத்தில், என் மானத்தைக் காப்பது உன் பொறுப்பு" என்று எனக்குள் நானே சொல்லிக்கொண்டேன். என் உதடுகள் ராம நாமத்தை உச்சரித்தவண்ணம் இருந்தன. சிறிது நேரத்திற்கெல்லாம் வீட்டுக்குத் திரும்பினேன். இருதயம் பட படவென்று அடித்துக்கொண்டிருந்தது.

மணிலால் படுத்திருந்த அறைக்குள் நான் நுழைந்ததுமே அவன், "வந்துவிட்டீர்களா, பாபு?" என்றான்.

"ஆம், கண்ணே" என்றேன்.

"என் உடம்பெல்லாம் எரிகிறது. தயவுசெய்து என்னை வெளியே எடுத்துவிடுங்கள்."

"உனக்கு வேர்க்கிறதா, குழந்தாய்?"

"வேர்வையில் ஊறிப் போய்க் கிடக்கிறேன். என்னை வெளியே எடுத்துவிடுங்கள்."

நெற்றியைத் தொட்டுப் பார்த்தேன். முத்து முத்தாக வேர்த்திருந்தது. சுரமும் குறைந்துகொண்டு வந்தது. கடவுளுக்கு நன்றி செலுத்தினேன்.

"மணிலால், உன் சுரம் நிச்சயமாகக் குறைந்துவிடும். இன்னும் கொஞ்சம் வேர்க்கட்டும். பிறகு உன்னை வெளியே எடுத்துவிடுகிறேன்" என்று கூறினேன்.

“வேண்டாம், அப்பா. இந்த உலையிலிருந்து என்னை இப்பொழுதே எடுத்துவிடுங்கள். வேண்டுமானால், அப்புறம் எனக்குச் சுற்றிவிடுங்கள்” என்றான்.

வேறு பேச்சுக்கொடுத்துக்கொண்டே மேலும் சில நிமிடங்கள் அப்படியே போர்த்தியவாறு அவனை வைத்திருந்தேன். வேர்வை அவன் தலையிலிருந்து அருவியாக வழிந்தது. அவனுக்குச் சுற்றியிருந்த துணிகளையெல்லாம் எடுத்துவிட்டு, உடம்பு உலரும்படி செய்தேன். ஒரே படுக்கையில் தகப்பனும் மகனும் தூங்கிப் போனோம்.

இருவரும் மரக்கட்டைபோலவே தூங்கினோம். மறுநாள் காலையில் மணிலாலுக்குச் சுரம் குறைந்திருந்தது. இவ்விதம் நாற்பது நாட்கள் நீர் கலந்த பாலும் ஆரஞ்சு ரசமுமே சாப்பிட்டு வந்தான். இப்பொழுது அவனுக்குச் சுரம் இல்லை. அது மிகவும் பிடிவாதமான வகையைச் சேர்ந்த சுரம். ஆயினும், அது கட்டுப்படுத்தப்பட்டு விட்டது.

என் புதல்வர்களில் மணிலாலே இன்று நல்ல தேக சுகம் உள்ளவனாக இருக்கிறான். அவன் பிழைத்தது கடவுள் அருளினாலா? அல்லது நீர்ச் சிகிச்சையாலா? இல்லாவிட்டால் ஆகாரத்தில் எச்சரிக்கையுடன் இருந்தாலும் நல்ல பணிவிடையாலுமா? இதில் எது என்று யாரால் சொல்ல முடியும்? அவரவர்கள் தத்தம் நம்பிக்கைக்கு ஏற்ற வகையில் முடிவு செய்து கொள்ளட்டும். என்னைப் பொறுத்தவரையில் என் மானத்தைக் கடவுளே காப்பாற்றினார் என்றுதான் நான் நிச்சயமாக எண்ணுகிறேன். அந்த நம்பிக்கை இன்றளவும் எனக்கு மாறாமல் இருந்து வருகிறது.

23. மீண்டும் தென்னாப்பிரிக்காவுக்கு

மணிலாலுக்கு உடம்பு குணமாகிவிட்டது. ஆனால், கீர்காமில் குடியிருந்த வீடு, வசிப்பதற்கு ஏற்றது அல்ல என்பதைக் கண்டேன். அது ஈரம் படிந்த வீடு; நல்ல வெளிச்சமும் இல்லை. எனவே, ஸ்ரீ ரேவாசங்கர் ஜகஜ் ஜீவனுடன் கலந்து ஆலோசித்து, பம்பாய்க்குச் சுற்றுப் புறத்தில் காற்றோட்டமான ஒரு பங்களாவை வாடகைக்கு அமர்த்திக்கொள்ளுவது என்று தீர்மானித்தேன். பாந்தராவிலும் சாந்தா குருஸிலும் தேடி அலைந்தேன். பாந்தராவில் மிருகங்களைக் கசாப்புக்கடைக்காகக் கொல்லுமிடம் இருந்ததால் அந்த இடம் வேண்டாம் என்று முடிவு செய்தோம். கட்கோபரும் அதை அடுத்த இடங்களும் கடலுக்கு வெகு தொலைவில் இருந்தன. கடைசியாகச் சாந்தா குருஸில் ஓர் அழகான பங்களா கிடைத்தது. சுகாதாரத்தைப் பொறுத்த வரையில் அதுவே மிகச் சிறந்தது என்று அதை வாடகைக்கு அமர்த்தினோம்.

சாந்தா குருஸிலிருந்து சர்ச்கேட்டுக்குப் போய் வர முதல் வகுப்பு ரெயில் 'ஸீஸன்' டிக்கெட்டு வாங்கிக்கொண்டேன். என் வண்டியில் நான் ஒருவனே முதல் வகுப்புப் பிரயாணியாக இருப்பதைக் குறித்து நான் அடிக்கடி ஒருவகையான பெருமை கொண்டதாக எனக்கு ஞாபகம் இருக்கிறது. அடிக்கடி பாந்தராவுக்குப் போகும் வேகமான ரெயிலில் செல்வதற்காகவே நான் அங்கே போய்விடுவேன்.

வக்கீல் தொழில் நான் எதிர்பார்த்ததைவிட அதிகமாகவே எனக்கு வருமானம் கிடைத்து வந்தது. எனது தென்னாப்பிரிக்கக் கட்சிக்காரர்கள், அவ்வப்போது எனக்கு ஏதாவது வேலை கொடுத்துக் கொண்டிருந்தார்கள். கிடைத்த வருமானம், என் வாழ்க்கையை நடத்திக்கொண்டு போவதற்குப் போதுமானதாக இருந்தது.

ஹைகோர்ட்டு வழக்கு எதுவும் எனக்கு இன்னும் கிடைத்தபாடில்லை. அக் காலத்தில் பயிற்சிக்காக நடந்துவந்த

சட்ட விவாதக் கூட்டங்களில் பங்கெடுத்துக்கொள்ள நான் என்றுமே துணிந்ததில்லையெனினும் அக் கூட்டங்களுக்குப் போய்க் கொண்டிருந்தேன். அவைகளில் ஜமியத்ராம் நானா பாய் முக்கியமாகப் பங்கெடுத்துக் கொண்டது எனக்கு நினைவிருக்கிறது. மற்றப் புதுப் பாரிஸ்டர்களைப் போலவே நானும், ஹைக்கோர்ட்டில் நடக்கும் விசாரணைகளைக் கவனிக்கப்போவதை வழக்கமாக்கிக் கொண்டேன். அப்படி அங்கே போய்கொண்டிருந்ததன் நோக்கம், என் அறிவை வளர்த்துக் கொள்ளுவதை விடக் கடலிலிருந்து நேராக அங்கே அடித்துக் கொண்டிருக்கும், நித்திரையை அளிக்கும், இன்பக் காற்றை வாங்குவதற்குத்தான். இந்தச் சுகத்தை அனுபவித்து வந்தவன் நான் ஒருவன் மாத்திரம் அல்ல என்பதையும் கவனித்தேன். அது ஒரு நாகரிகச் செயலாகவே ஆகிவிட்டதால் அதைக் குறித்து வெட்கப்படவேண்டியது எதுவும் இல்லை.

என்றாலும், ஹைக்கோர்ட்டுப் புத்தகசாலையைப் பயன்படுத்திக் கொண்டேன். பலருடன் புதிதாகப் பழக்கமும் ஏற்பட்டது. சீக்கிரத்திலேயே எனக்கு ஹைக்கோர்ட்டிலும் வேலை இருக்கும் என்று தோன்றிற்று.

இவ்வாறு ஒரு புறத்தில் என் தொழில் சம்பந்தமான கவலையே நீங்கிவிட்டதாகக் கருதலானேன். மற்றொரு புறத்திலோ, என் மீது சதா கண் வைத்திருந்தவரான கோகலே, எனக்காகத் தமது சொந்தத் திட்டங்களைப் போடுவதில் சுறுசுறுப்பாக இருந்து வந்தார். ஒவ்வொரு வாரமும் இரண்டு மூன்று தடவைகள் என் அலுவலகத்திற்கு வருவார். நான் அறிந்திருக்க வேண்டும் என்று அவர் கருதும் நண்பர்களுடனேயே அவர் எப்பொழுதும் வருவார். தாம் செய்துவரும் வேலையின் தன்மையைக் குறித்து அவ்வப்போது எனக்குச் சொல்லி வருவார்.

என் சொந்தத் திட்டங்கள் எவையும் நிலைத்திருக்கக் கடவுள் என்றுமே அனுமதித்ததில்லை என்றே சொல்ல வேண்டும். என் திட்டங்கள் அவர் வழியில் அவர் பைசல் செய்துகொண்டிருந்தார்.

நான் எண்ணியவாறு நான் பம்பாயில் நிலைத்து விட்டதாகத் தோன்றிய சமயத்தில் எதிர்பாராத விதமாகத் தென் ஆப்பிரிக்காவிலிருந்து எனக்கு ஒரு தந்தி வந்தது. "சேம்பர்லேன் இங்கே எதிர்பார்க்கப்படுகிறார். தயவு செய்து உடனே திரும்பி

வாருங்கள்’’ என்பதே அந்தத் தந்தி. நான் வாக்களித்திருந்தது நினைவுக்கு வந்தது. பிரயாணத்திற்கு எனக்குப் பணம் அனுப்பியதுமே நான் புறப்படத் தயாராக இருப்பதாகப் பதில் தந்தி கொடுத்தேன். அவர்களும் உடனே பணம் அனுப்பி விட்டார்கள். என் அலுவலகத்தைக் கைவிட்டுவிட்டுத் தென்னாப்பிரிக்காவுக்குப் புறப்பட்டேன்.

அங்கிருந்த வேலை முடிய ஓர் ஆண்டாவது ஆகும் என்று எண்ணினேன். எனவே, பம்பாயில் பங்களாவை அப்படியே வைத்துக்கொண்டு என் மனைவியையும் குழந்தைகளையும் அங்கேயே விட்டுச் சென்றேன்.

நாட்டில் ஒரு வேலையும் அகப்படாமல் கஷ்டப்படும் ஊக்கமுள்ள இளைஞர்கள், மற்ற நாடுகளில் குடியேறிவிட வேண்டும் என்று இப்பொழுது நம்பினேன். ஆகையால், அப்படிப்பட்ட இளைஞர்கள் நான்கு, ஐந்து பேரை என்னுடன் அழைத்துச் சென்றேன். அதில் ஒருவர் மகன்லால் காந்தி.

காந்தி குடும்பம் எப்பொழுதுமே பெரிய குடும்பம். பழைய சுவட்டிலேயே போய்க் கொண்டிருக்க விரும்பாதவர்களைக் கண்டுபிடித்து வெளிநாடுகளுக்குத் துணிந்து போகும்படி செய்ய விரும்பினேன். இவர்களில் அநேகரை என் தந்தையார் சமஸ்தான உத்தியோகங்களில் அமர்த்தி வந்தார். அத்தகைய உத்தியோக மோகத்திலிருந்து அவர்களை விடுவிக்க விரும்பினேன். அவர்களுக்கு வேறு வேலை தேடிக் கொடுக்கவும் என்னால் முடியாது. அவர்கள் சுயநம்பிக்கையில் வாழ்பவர்களாக இருக்க வேண்டும் என்று விரும்பினேன்.

ஆனால், என் லட்சியங்கள் உயர்வானவை ஆக ஆக, என் லட்சியங்களையே ஏற்றுக்கொள்ளும்படி அந்த இளைஞர்களைத் தூண்ட முயன்றேன். மகன்லால் காந்திக்கு வழிகாட்டிய வகையில் என் முயற்சி மிகப் பெறும் வெற்றியை அடைந்தது. இதைப் பற்றிப் பிறகு கூறுகிறேன்.

மனைவி, குழந்தைகளை விட்டுப் பிரிவது, நிலையான குடித்தனத்தை நடுவில் குலைப்பது, நிச்சயமானதொரு நிலையிலிருந்து நிச்சயமற்ற நிலைக்குப் போவது ஆகிய இவை யாவும் ஒரு கணம் எனக்கு வேதனை தருவனவாகவே இருந்தன.

ஆனால், நிச்சயமற்றதான வாழ்வைக் கண்டு அஞ்சாத தன்மை எனக்கு இருந்தது. சத்தியமாக இருக்கும் கடவுளைத் தவிர மற்ற எல்லாமே நிச்சயமற்றதாயிருக்கும் இவ்வுலகத்தில் நிச்சயமான வாழ்வை எதிர்பார்ப்பது தவறு என்று எண்ணுகிறேன். நம்மைச் சுற்றிலும் தோன்றுபவை, நிகழ்பவை ஆகிய எல்லாமே நிச்சயமற்றவையும் அநித்தியமானவையுமே ஆகும். ஆனால், இவற்றிலெல்லாம் மறைந்திருக்கும் எல்லாவற்றிலும் மேலானதான பரம்பொருள் ஒன்றே நிச்சயமானது. அந்த நிச்சயமான பரம்பொருளை ஒரு கணமேனும் தரிசித்து, அதனுடன் தன்னை இணைத்துக் கொண்டு விடுபவனே பெரும் பாக்கியசாலி. அந்தச் சத்தியப் பொருளைத் தேடுவதே வாழ்வின் நித்தியானந்தமாகும்.

சரியான தருணத்தில் நான் டர்பன் போய்ச் சேர்ந்தேன். அங்கே வேலை எனக்காகக் காத்துக் கொண்டிருந்தது. சேம்பர் லேனிடம் தூது செல்வதற்குத் தேதியும் நிச்சயிக்கப்பட்டிருந்தது. அவரிடம் சமர்ப்பிப்பதற்கு மகஜரைத் தயாரிப்பதோடு நானும் தூது கோஷ்டியுடன் சென்று அவரைப் பார்க்கவேண்டும்.

www.ingramcontent.com/pod-product-compliance
Ingram Content Group UK Ltd.
Pitfield, Milton Keynes, MK11 3LW, UK
UKHW042138021026
15589UKWH00003B/900

9 789391 480684